Quá Trình Chuẩn Bị Tâm Linh cho
một Thế Giới đang Trỗi Lên

Những Bước Đi đến Tri Thức

Quyển Sách của
Sự Hiểu Biết Nội Tâm

QUÁ TRÌNH CHUẨN BỊ TÂM LINH CHO
MỘT THẾ GIỚI ĐANG TRỖI LÊN

NHỮNG BƯỚC ĐI ĐẾN TRI THỨC

QUYỂN SÁCH CỦA
SỰ HIỂU BIẾT NỘI TÂM

Marshall Vian Summers

New Knowledge Library

NHỮNG BƯỚC ĐI ĐẾN TRI THỨC:
Quyển Sách về Sự Hiểu Biết Nội Tâm

Bản quyền © 1999 thuộc về Hội Thông Điệp Mới (The Society for the New Message). Mọi bản quyền được bảo lưu. Không bất kỳ phần nào của văn bản này được sao chép, lưu trữ trong hệ thống truy xuất hoặc truyền tải dưới bất kỳ hình thức hoặc phương tiện, điện tử, cơ học, photo copy, ghi âm hoặc cách nào khác mà không có sự cho phép trước bằng văn bản của nhà xuất bản.

Biên tập bởi Darlene Mitchell
Thiết kế sách bởi Argent Associates, Boulder, Colorado, Mỹ.

SÁCH ĐƯỢC XUẤT BẢN ĐẦU TIÊN BẰNG TIẾNG ANH
ISBN: 978-1-884238-77-2 *Steps to Knowledge: The Book of Inner Knowing*
Library of Congress Catalog Card Number: 00551019
Đây là phiên bản thứ ba của *Steps to Knowledge*

NKL Vietnamese POD Version 4.5

Publisher's Cataloging-in-Publication
(Provided by Quality Books, Inc.)

Summers, Marshall Vian.
  Steps to knowledge : the book of inner knowing : spiritual preparation for an emerging world / Marshall Vian Summers — third edition.
    pages cm
    LCCN 00551019
    978-1-884238-18-5 (English print legacy)
    978-1-884238-77-2 (English print pod)
    978-1-942293-79-8 (Vietnamese print)
    978-1-884238-67-3 (English ebook)
    978-1-942293-80-4 (Vietnamese ebook)

  1. Society for The Greater Community Way of Knowledge.
  2. Spiritual exercises. I. Title

BP605.S58S84 2014   299'.93
                                           QBI14-334

Những Bước Đi đến Tri Thức (Steps to Knowledge) đóng vai trò là Quyển Sách Thông Điệp Mới về việc học và áp dụng Con Đường Tri Thức trong Cộng Đồng Vĩ Đại (Greater Community Way of Knowledge). *Những Bước Đi đến Tri Thức* là một quyển sách về Thông Điệp Mới từ Chúa và được xuất bản bởi Thư Viện Thông Điệp Mới (New Knowledge Library), ấn phẩm xuất bản của Hội Thông Điệp Mới (The Society for the New Message). Hội là một tổ chức phi lợi nhuận tôn giáo cam kết để trình bày và giảng dạy một Thông Điệp Mới cho nhân loại. Những quyển sách của Thư Viện Thông Điệp Mới có thể được đặt mua tại www.newknowledgelibrary.org và tại nhiều nhà bán lẻ trực tuyến khác.

Thông Điệp Mới đang được học trong hơn 30 ngôn ngữ tại hơn 90 quốc gia. *Những Bước Đi đến Tri Thức* đang được dịch sang nhiều ngôn ngữ của thế giới chúng ta bởi một nhóm sinh viên tình nguyện dịch thuật tận tụy từ khắp nơi trên thế giới. Tất cả các bản dịch này sẽ có sẵn trực tuyến tại www.newmessage.org/vi.

The Society for the New Message
P.O. Box 1724 • Boulder, CO 80306-1724
(303) 938-8401 • (800) 938-3891 011
303 938 84 01 (International)
www.newknowledgelibrary.org society@newmessage.org
www.newmessage.org www.newmessage.org/vi

Giới thiệu

Những Bước Đi đến Tri Thức (Steps to Knowledge) là Quyển Sách về Sự Hiểu Biết Nội Tâm. Kế hoạch học tập một năm của nó, được chia thành 365 "bước" hoặc bài học, được thiết kế để giúp học sinh học cách trải nghiệm và áp dụng Sự Hiểu Biết Bản Thân (Self-Knowledge) của mình, hoặc Quyền Lực Tâm Linh, vào thế giới. *Những Bước Đi đến Tri Thức* tìm cách hoàn thành nhiệm vụ này theo cách từng bước một khi học sinh được giới thiệu về những ý tưởng và bài thực hành thiết yếu mà sẽ khiến mục tiêu như vậy trở nên khả thi. Việc thực hành mỗi ngày cung cấp nền tảng vững chắc về trải nghiệm và phát triển tư duy, nhận thức và động lực tự thân cần thiết cho cả thành công trên thế gian và sự tiến bộ tâm linh.

Tri Thức là gì?

Những Bước Đi đến Tri Thức mô tả Tri Thức theo cách sau:

> "Tri Thức đại diện cho Bản Thể Thật Sự của bạn, Tâm Trí Thật Sự của bạn và các mối quan hệ thật sự của bạn trong vũ trụ. Nó cũng sở hữu tiếng gọi lớn lao của bạn trên thế giới và sự sử dụng hoàn hảo bản chất của bạn, tất cả các khả năng và kỹ năng vốn có của bạn, ngay cả những hạn chế của bạn—tất cả đều được trao tặng vì mục đích tốt đẹp trên thế giới."
>
> (Bước 2)

Tri Thức là tâm trí tâm linh sâu thẳm mà Đấng Tạo Hoá đã ban cho mỗi người. Nó là nguồn gốc của mọi hành động, đóng góp và mối quan hệ có ý nghĩa. Nó là hệ thống Hướng Dẫn Nội Tâm tự nhiên của chúng ta. Thực tại của nó là bí ẩn, nhưng Sự Hiện Diện của nó có thể được trực tiếp trải nghiệm. Tri Thức là vô cùng khôn ngoan và hiệu quả trong việc hướng dẫn mỗi người tìm thấy mối quan hệ đúng, công việc và sự đóng góp của mình. Nó cũng có hiệu quả tương tự trong việc chuẩn bị người đó để nhận ra nhiều cạm bẫy và sự lừa dối đang tồn tại trên đường đi. Nó là cơ sở cho việc nhìn, biết và hành động một cách chắc chắn và mạnh mẽ. Nó là nền tảng của cuộc sống.

NHỮNG BƯỚC ĐI ĐẾN TRI THỨC LÀ ĐỂ LÀM GÌ?

Những Bước Đi đến Tri Thức được cung cấp như một Con Đường cho những cá nhân cảm thấy rằng một tiếng gọi và mục đích tâm linh đang trỗi lên trong cuộc sống mình, nhưng họ cần một cách tiếp cận mới để hiểu đầy đủ ý nghĩa của điều này. Thông thường những cá nhân này đã cảm thấy sức hút này trong một thời gian dài. *Những Bước* cung cấp nền tảng mà trên đó họ có thể bắt đầu đáp lại tiếng gọi này. Yêu cầu đầu vào duy nhất là quyết tâm để biết được mục đích, ý nghĩa và phương hướng của mình.

NÓ ĐƯỢC THIẾT KẾ ĐỂ ĐẠT ĐƯỢC MỤC ĐÍCH GÌ?

Những Bước Đi đến Tri Thức đại diện cho cả con đường đến với Chúa và con đường đóng góp cho thế giới. Nó kết nối học sinh vào việc giải quyết hai câu hỏi cơ bản nhất trong cuộc đời: Tôi là ai? và Tại sao tôi đang ở đây? *Những Bước* đáp lại những câu hỏi này trong bối cảnh của mục đích, mối quan hệ và cộng đồng. Nó nhấn mạnh rằng mọi người đều đang tìm kiếm những điều này trên thế giới và rằng sự theo đuổi này là nền tảng cho tất cả những mong muốn và nỗ lực được coi là có ý nghĩa ở đây. Trải nghiệm về mục đích, mối quan hệ và cộng đồng trao cho mỗi người bất kỳ cảm nhận nào về ý nghĩa và danh tính mà họ có thể có tại bất kỳ thời điểm nào. *Những bước* chỉ ra rằng những nhu cầu này là nội tại đối với mỗi người và rằng mọi người đều đã mang theo mình câu trả lời cho những nhu cầu này từ Quê Hương Cổ Đại của họ. Do đó nó nói rằng mỗi người đều mang trong mình, một cách vô thức, sự hoàn thành của chính mình bên trong chính họ, bên trong Tri Thức Bản Thân của họ.

Thông qua thực hành và mặc khải, *Những Bước Đi đến Tri Thức* cung cấp cho học sinh cấu trúc cần thiết để tìm thấy Tri Thức, để tham gia với Tri Thức và đi theo Tri Thức trong mọi tình huống. Với điều này, họ bắt đầu tìm ra hướng đi thật sự của mình trong cuộc sống. Việc học mỗi ngày sẽ xây dựng kỹ năng và sự tự tin mà chỉ có việc nỗ lực một cách kiên định mới có thể mang lại.

Việc khôi phục và áp dụng Tri Thức Bản Thân là mục đích của quyển sách thực hành tâm linh này và giáo lý của nó. Trọng tâm trong mỗi bước là để phát triển cuộc sống bên trong và cuộc sống bên ngoài của học sinh cùng lúc, vì Tri Thức (Sự Nhận Biết về Bản

Thân, Self-Realization) và Minh Triết (Việc Áp Dụng Bản Thân, Self-Application) phải cùng nhau trỗi lên. Do đó, thông qua việc học và áp dụng Con Đường của Tri Thức, học sinh tự nhiên phát triển được tính kiên nhẫn, sự khách quan, nhận biết sâu sắc, sức mạnh, lòng khoan dung và cảm nhận bền vững về giá trị bản thân.

NÓ ĐÃ ĐƯỢC BAN NHƯ THẾ NÀO

Những Bước Đi đến Tri Thức đã được tiết lộ cho thầy Marshall Vian Summers vào mùa xuân năm 1989. Nó đã được nhận lãnh trong khoảng thời gian hai mươi ngày trong trạng thái mặc khải. *Những Bước Đi đến Tri Thức* được cung cấp bởi một nhóm giáo viên tâm linh vô hình, những người tự mô tả mình là Giáo Viên của Cộng Đồng Vĩ Đại. Thông điệp của họ mang tính phổ quát nhưng phương pháp của họ là độc nhất cho thời đại và thế giới của chúng ta.

TẠI SAO NÓ ĐƯỢC VIẾT

Thế giới của chúng ta đang ở ngưỡng cửa của việc trỗi vào một Cộng Đồng Vĩ Đại của sự sống thông minh trong vũ trụ xung quanh chúng ta. Do đó, cần có một sự hiểu biết và quan điểm phổ quát hơn về mối quan hệ, tâm linh và sự tiến bộ của con người vào thời điểm này. Những Bước Đi đến Tri Thức được cung cấp cho những người thể hiện triển vọng trở thành những người đóng góp chính trong giai đoạn vĩ đại tiếp theo trong lịch sử loài người, khi nhân loại bắt đầu chạm trán các chủng loài thông minh khác từ Cộng Đồng Vĩ Đại. Đây là ngưỡng cửa vĩ đại nhất mà chúng ta từng đối mặt. Tuy nhiên từ quan điểm của Cộng Đồng Vĩ Đại, rõ ràng là nhân loại chưa được chuẩn bị. Điều này đã tạo tiền đề cho một sự hiểu biết và giáo lý tâm linh mới để được ban cho thế giới, vì Đấng Tạo Hoá sẽ không để chúng ta đơn độc và không được chuẩn bị cho sự trỗi lên của chúng ta vào Cộng Đồng Vĩ Đại. Do đó, một quá trình chuẩn bị tâm linh theo một cách rất độc nhất đã được ban, mà có thể giúp những người nam nữ có được quyền lực, lòng nhân từ và kỹ năng cần thiết để phục vụ một thế giới đang chuyển đổi. Để chuẩn bị những cá nhân này để tìm thấy tiếng gọi lớn lao của họ trong cuộc sống, Những Bước Đi đến Tri Thức và các quyển sách đi kèm đã được cung cấp như một hướng dẫn và một nguồn tài liệu.

Cách để làm việc với *Những Bước*

Xin hãy cân nhắc những lời khuyên sau đây để giúp bạn có thể nhận được lợi ích tối đa từ việc học *Những Bước Đi đến Tri Thức*:

∞ *Những Bước Đi đến Tri Thức* là một chương trình học trọn vẹn. Mỗi bước đưa bạn lên cao hơn và gần hơn với việc khám phá bản thân của mình. Vì vậy, hãy lên kế hoạch đi hết chặng đường. Nếu bạn không dừng lại, thì bạn sẽ tiến lên.

∞ Mặc dù *Những Bước Đi đến Tri Thức* là một chương trình tự học, nhưng được khuyên rằng bạn nên tìm những người khác mà bạn có thể chia sẻ việc thực hành và trải nghiệm của mình. Điều này sẽ tối đa hóa cơ hội học tập của bạn và cung cấp nền tảng có ý nghĩa để hình thành các mối quan hệ mới.

∞ Hãy đi theo các "bước" trong *Những Bước Đi đến Tri Thức* chính xác như chúng được đưa ra. Đừng thay đổi các bài thực hành theo bất kỳ cách nào. Điều này là rất quan trọng. Bạn có thể ở trong một bài học trong hơn một ngày nếu bạn muốn, nhưng đừng ở trong bất kỳ bài học nào quá lâu nếu không bạn có thể mất tốc độ đối với chương trình giảng dạy.

∞ Đừng nhảy bước hoặc thay đổi trình tự để thực hành các bài học mà bạn thấy hấp dẫn. Mỗi bài học được thiết kế để đưa bạn từng bước một. Điều này cung cấp một lối đi an toàn và thành công trong cách tiếp cận của bạn đến với Tri Thức. Hãy đi theo và sử dụng bước cho ngày hôm đó. Nó là hoàn hảo cho ngày hôm đó.

∞ Đọc bài học vào buổi sáng khi bạn thức dậy và sau đó trong ngày. Bạn cũng có thể đọc bài học ở ngôi thứ nhất, vào một trong những dịp này, nếu bạn muốn cá nhân hóa thông điệp cho bản thân bạn.

∞ *Những Bước Đi đến Tri Thức* sẽ dạy bạn cách thực hành và cách phát triển các thói quen học tập hiệu quả. Đôi khi bạn có thể thấy rằng việc duy trì các bài thực hành sẽ là một thách thức khá lớn. Tuy nhiên, hãy nhớ rằng *Những Bước* sẽ xây dựng cả sức mạnh và nhận thức về bản thân của bạn thông qua các bài thực hành của nó. Bạn có thể làm được những bài thực hành này và việc thực hiện chúng sẽ làm hài hòa và biến đổi cuộc sống của bạn.

⁌ Hãy dành thời gian thực hành thường xuyên mỗi ngày. Đừng để hoàn cảnh quyết định việc bạn có thể thực hành hay không. Thực hành là thiết yếu để xây dựng môi trường để Tri Thức trỗi lên. Thời gian thực hành đã được thêm vào cuối mỗi bước để hỗ trợ bạn tích hợp thực hành vào trong ngày của mình.

⁌ Việc ghi nhật ký là cực kỳ có giá trị trong việc theo dõi tiến trình của bạn và trong việc thấy được từng bước đóng vai trò như thế nào trong việc phục vụ bạn mỗi ngày. Nhật ký là một công cụ quyền lực cho việc khám phá bản thân và sẽ hỗ trợ bạn trong việc áp dụng các bước. Việc ghi nhật ký cũng sẽ giúp bạn rất nhiều trong việc sử dụng các bài thực hành Ôn Tập diễn ra trong suốt chương trình giảng dạy.

⁌ Hãy kiên nhẫn và để các bước làm việc cho bạn. Thật tuyệt vời quyền lực nếu bạn đi theo trình tự các bước như chúng được đưa ra. Điều này cần thời gian. Một hành trình vĩ đại bao gồm nhiều bước nhỏ. Mỗi bước đều cần thiết.

⁌ Nếu bạn bỏ lỡ một ngày, đơn giản hãy trở lại thực hành. Đừng lên án bản thân (hoặc chương trình). Bạn chỉ cần tiếp tục trong *Những Bước* để nhận được lợi ích đầy đủ của nó.

⁌ *Những Bước Đi đến Tri Thức* có thể thách thức những niềm tin và giả định yêu dấu. Nếu điều này xảy ra, hãy chấp nhận thử thách này và xem nó chứa đựng điều gì cho bạn. Bạn phải nhìn qua khỏi một góc nhìn hạn hẹp để đạt được góc nhìn lớn hơn. Đây là nơi sự viên mãn được đạt.

⁌ *Những Bước Đi đến Tri Thức* là món quà cho bạn từ Chúa thông qua những giáo viên vô hình đang phục vụ nhân loại. Nó là món quà để bạn nhận lãnh và trao tặng

Kết luận

Quyền lực và phạm vi của *Những Bước Đi đến Tri Thức* cũng vĩ đại như mục đích của nó. Nguồn của nó đến từ bên kia thế giới này. Nó dạy rằng thế giới đang trong quá trình bước vào một Cộng Đồng Vĩ Đại của các thế giới. Nó cung cấp một sự hiểu biết tâm linh mới và quá trình chuẩn bị cần thiết để kích hoạt quyền lực tâm linh và các khả năng trần tục của mỗi người. Điều này sẽ cứu chuộc quá khứ của họ và chuẩn bị họ cho tương lai mình. *Những Bước Đi đến Tri Thức* tuyên truyền một quan điểm lớn hơn quan điểm thuần túy con người trong việc hiểu được các sự kiện bên trong và bên ngoài thế giới. Sẽ là thích hợp khi nói rằng chương trình giảng dạy trong *Những Bước Đi đến Tri Thức* đại diện cho Minh Triết Phổ Quát theo nghĩa chân thật nhất.

Như *Những Bước* thường chỉ ra, Chân Lý, dù được khái niệm hóa như thế nào, cũng phải được trải nghiệm đầy đủ để được nhận ra và áp dụng phù hợp. Đây là một quá trình từng bước một. Để phục vụ những người được kêu gọi để nhận ra di sản tâm linh và mục đích của mình trên thế giới vào thời điểm này, *Những Bước Đi đến Tri Thức* đã được trao ban.

NHỮNG BƯỚC ĐI ĐẾN TRI THỨC

Phần Một

∞

BƯỚC 1:	Lúc này tôi không có Tri Thức.
BƯỚC 2:	Tri Thức đang ở bên tôi. Tôi đang ở đâu?
BƯỚC 3:	Tôi thật sự biết gì?
BƯỚC 4:	Tôi muốn những gì tôi nghĩ là tôi biết.
BƯỚC 5:	Tôi tin những gì tôi muốn tin.
BƯỚC 6:	Tôi có một nền tảng chân thật trên thế giới.
BƯỚC 7:	ÔN TẬP

∞

BƯỚC 8:	Hôm nay tôi sẽ tâm lặng.
BƯỚC 9:	Trong sự tâm lặng, mọi thứ có thể được biết.
BƯỚC 10:	Tri Thức là gì?
BƯỚC 11:	Tôi không tách biệt khỏi cuộc sống.
BƯỚC 12:	Tính chất cá nhân của tôi là để thể hiện chính cuộc sống.
BƯỚC 13:	Tôi muốn tách biệt để trở nên độc nhất.
BƯỚC 14:	ÔN TẬP

∞

BƯỚC 15:	Tôi sẽ lắng nghe trải nghiệm của mình hôm nay.
BƯỚC 16:	Vượt qua khỏi tâm trí tôi là Tri Thức.
BƯỚC 17:	Hôm nay tôi muốn nghe sự thật.
BƯỚC 18:	Hôm nay tôi cảm thấy sự thật đang trỗi lên trong chính mình.
BƯỚC 19:	Hôm nay tôi muốn thấy.
BƯỚC 20:	Tôi sẽ không để sự nghi ngờ và bối rối làm chậm tiến trình của mình.

BƯỚC 21:	ÔN TẬP

∞

BƯỚC 22:	Tôi được bao quanh bởi các Giáo Viên của Chúa.
BƯỚC 23:	Tôi được yêu thương, bao quanh và hỗ trợ bởi các Giáo Viên của Chúa.
BƯỚC 24:	Tôi xứng đáng với tình yêu của Chúa.
BƯỚC 25:	Tôi hợp nhất làm một với chân lý vĩ đại nhất của cuộc sống.
BƯỚC 26:	Những sai lầm của tôi sinh ra Tri Thức của tôi.
BƯỚC 27:	Tôi có một Sự Khôn Ngoan mà tôi muốn khám phá.
BƯỚC 28:	ÔN TẬP

∞

BƯỚC 29:	Tôi sẽ quan sát bản thân hôm nay để học về Tri Thức.
BƯỚC 30:	Hôm nay tôi sẽ quan sát thế giới của mình.
BƯỚC 31:	Tôi muốn thấy một thế giới mà tôi chưa từng thấy trước đây.
BƯỚC 32:	Sự thật đang ở bên tôi. Tôi có thể cảm nhận nó.
BƯỚC 33:	Tôi có một sứ mệnh trong cuộc đời mình để hoàn thành.
BƯỚC 34:	Tôi là một học sinh mới bắt đầu của Tri Thức.
BƯỚC 35:	ÔN TẬP

∞

BƯỚC 36:	Cuộc đời tôi là một bí ẩn để khám phá.
BƯỚC 37:	Có một con đường đến với Tri Thức.
BƯỚC 38:	Chúa biết con đường đến với Tri Thức.
BƯỚC 39:	Quyền năng của Chúa đang ở cùng tôi.
BƯỚC 40:	Hôm nay tôi sẽ cảm nhận được quyền năng của Chúa.
BƯỚC 41:	Tôi không sợ quyền năng của Chúa.

BƯỚC 42:	ÔN TẬP

BƯỚC 43:	Ý muốn của tôi là để biết Chúa.
BƯỚC 44:	Tôi muốn biết được sức mạnh của chính mình.
BƯỚC 45:	Một mình tôi không thể làm được gì.
BƯỚC 46:	Tôi phải nhỏ bé để trở nên vĩ đại.
BƯỚC 47:	Tại sao tôi cần Giáo Viên?
BƯỚC 48:	Sự hướng dẫn đích thực đang có đó cho tôi.
BƯỚC 49:	ÔN TẬP

BƯỚC 50:	Hôm nay tôi sẽ ở bên Tri Thức.
BƯỚC 51:	Hãy để tôi nhận ra nỗi sợ của mình để tôi có thể nhìn thấy sự thật vượt khỏi chúng.
BƯỚC 52:	Tôi tự do để tìm kiếm nguồn của Tri Thức của mình.
BƯỚC 53:	Món quà của tôi là dành cho người khác.
BƯỚC 54:	Tôi sẽ không sống trong lý tưởng.
BƯỚC 55:	Tôi sẽ chấp nhận thế giới như chính nó.
BƯỚC 56:	ÔN TẬP

BƯỚC 57:	Tự do đang ở bên tôi.
BƯỚC 58:	Tri Thức đang ở bên tôi.
BƯỚC 59:	Hôm nay tôi sẽ học tính kiên nhẫn.
BƯỚC 60:	Tôi sẽ không phán xét thế giới hôm nay.
BƯỚC 61:	Tình yêu trao tặng chính nó thông qua tôi.
BƯỚC 62:	Hôm nay tôi sẽ học cách lắng nghe cuộc sống.
BƯỚC 63:	ÔN TẬP

BƯỚC 64:	Hôm nay tôi sẽ lắng nghe người khác.
BƯỚC 65:	Tôi đã đến để làm việc trên thế giới.
BƯỚC 66:	Tôi sẽ ngừng phàn nàn về thế giới.
BƯỚC 67:	Tôi không biết mình muốn gì cho thế giới.

BƯỚC 68:	Tôi sẽ không mất niềm tin vào bản thân mình hôm nay.
BƯỚC 69:	Hôm nay tôi sẽ thực hành sự tâm lặng.
BƯỚC 70:	ÔN TẬP

∞

BƯỚC 71:	Tôi đang ở đây để phục vụ một mục đích lớn lao.
BƯỚC 72:	Tôi sẽ tin tưởng những khuynh hướng sâu thẳm của mình hôm nay.
BƯỚC 73:	Tôi sẽ để những sai lầm của mình dạy tôi.
BƯỚC 74:	Sự bình an ở bên tôi hôm nay.
BƯỚC 75:	Hôm nay tôi sẽ lắng nghe Bản Thể mình.
BƯỚC 76:	Hôm nay tôi sẽ không phán xét người khác.
BƯỚC 77:	ÔN TẬP

∞

BƯỚC 78:	Tôi không thể làm được gì một mình.
BƯỚC 79:	Tôi sẽ cho phép sự không chắc chắn tồn tại hôm nay.
BƯỚC 80:	Tôi chỉ có thể thực hành.
BƯỚC 81:	Tôi sẽ không lừa dối bản thân hôm nay.
BƯỚC 82:	Tôi sẽ không phán xét người khác hôm nay.
BƯỚC 83:	Tôi xem trọng Tri Thức hơn tất cả mọi thứ.
BƯỚC 84:	ÔN TẬP

∞

BƯỚC 85:	Hôm nay tôi tìm thấy hạnh phúc trong những điều nhỏ nhặt.
BƯỚC 86:	Tôi tôn vinh những người đã trao tặng cho tôi.
BƯỚC 87:	Tôi sẽ không sợ những gì tôi biết.
BƯỚC 88:	Bản Thể Cao Cả của tôi không phải là một cá nhân.
BƯỚC 89:	Cảm xúc của tôi không thể làm nản lòng Tri Thức của tôi.
BƯỚC 90:	Hôm nay tôi sẽ không đưa ra bất kỳ giả định nào.

BƯỚC 91:	ÔN TẬP

∽

BƯỚC 92:	Có một vai trò để tôi thực hiện trong thế giới.
BƯỚC 93:	Tôi được gửi đến đây cho một mục đích.
BƯỚC 94:	Sự tự do của tôi là để tìm mục đích của mình.
BƯỚC 95:	Làm sao tôi có thể thoả mãn bản thân được?
BƯỚC 96:	Ý Chúa là để tôi được trút bỏ gánh nặng.
BƯỚC 97:	Tôi không biết sự viên mãn là gì.
BƯỚC 98:	ÔN TẬP

∽

BƯỚC 99:	Tôi sẽ không đổ lỗi cho thế giới hôm nay.
BƯỚC 100:	Hôm nay tôi là một học sinh mới bắt đầu của Tri Thức.
BƯỚC 101:	Thế giới cần tôi, nhưng tôi sẽ đợi.
BƯỚC 102:	Có nhiều thứ đã học mà tôi phải quên đi.
BƯỚC 103:	Tôi được tôn vinh bởi Chúa.
BƯỚC 104:	Chúa biết về tôi nhiều hơn cả chính tôi.
BƯỚC 105:	ÔN TẬP

∽

BƯỚC 106:	Không có Bậc Thầy nào đang sống trên thế giới.
BƯỚC 107:	Hôm nay tôi sẽ học cách trở nên hạnh phúc.
BƯỚC 108:	Hạnh phúc là điều tôi phải học lại.
BƯỚC 109:	Hôm nay tôi sẽ không vội vàng.
BƯỚC 110:	Hôm nay tôi sẽ trung thực với chính mình.
BƯỚC 111:	Hôm nay tôi sẽ thanh thản.
BƯỚC 112:	ÔN TẬP

∽

BƯỚC 113:	Tôi sẽ không bị thuyết phục bởi người khác.
BƯỚC 114:	Những người bạn đích thực của tôi đang ở bên tôi. Tôi không đơn độc.
BƯỚC 115:	Hôm nay tôi sẽ lắng nghe quyền lực của Tri Thức.
BƯỚC 116:	Hôm nay tôi sẽ kiên nhẫn với Tri Thức.

BƯỚC 117:	Tốt hơn để đơn giản còn hơn là nghèo khó.
BƯỚC 118:	Tôi sẽ không tránh né thế giới hôm nay.
BƯỚC 119:	ÔN TẬP

∞

BƯỚC 120:	Tôi sẽ nhớ Tri Thức của mình hôm nay.
BƯỚC 121:	Hôm nay tôi được tự do để cho đi.
BƯỚC 122:	Hôm nay tôi cho đi mà không mất mát gì.
BƯỚC 123:	Tôi sẽ không thương hại bản thân mình hôm nay.
BƯỚC 124:	Hôm nay tôi sẽ không giả vờ rằng tôi hạnh phúc.
BƯỚC 125:	Hôm nay tôi không cần phải trở thành ai đó.
BƯỚC 126:	ÔN TẬP

∞

BƯỚC 127:	Hôm nay tôi sẽ không cố gắng trả thù Chúa.
BƯỚC 128:	Các Giáo Viên của tôi đang ở bên tôi. Tôi không cần phải sợ hãi.
BƯỚC 129:	Các Giáo Viên của tôi đang ở bên tôi. Tôi sẽ ở bên họ.
BƯỚC 130:	Các mối quan hệ sẽ đến với tôi khi tôi đã chuẩn bị.
BƯỚC 131:	Hôm nay tôi sẽ tìm kiếm trải nghiệm về mục đích thật sự trong cuộc sống.
BƯỚC 132:	Hãy để tôi học cách trở nên tự do để tôi có thể tham gia.
BƯỚC 133:	ÔN TẬP

∞

BƯỚC 134:	Tôi sẽ không định nghĩa mục đích của mình cho bản thân.
BƯỚC 135:	Tôi sẽ không định nghĩa định mệnh của mình hôm nay.
BƯỚC 136:	Mục đích của tôi là để giành lại Tri Thức của mình và cho phép nó thể hiện chính nó trong thế giới.
BƯỚC 137:	Tôi sẽ chấp nhận bí ẩn của cuộc đời mình.
BƯỚC 138:	Tôi chỉ cần làm theo các bước như được đưa ra.
BƯỚC 139:	Tôi đã đến thế giới để phục vụ.

BƯỚC 140:	ÔN TẬP

BƯỚC 141:	Tôi sẽ tự tin hôm nay.
BƯỚC 142:	Tôi sẽ kiên định hôm nay.
BƯỚC 143:	Hôm nay tôi sẽ tâm lặng.
BƯỚC 144:	Hôm nay tôi sẽ tôn vinh chính mình.
BƯỚC 145:	Tôi sẽ tôn vinh thế giới hôm nay.
BƯỚC 146:	Tôi sẽ tôn vinh Các Giáo Viên của mình hôm nay.
BƯỚC 147:	ÔN TẬP

BƯỚC 148:	Việc thực hành của tôi là món quà của tôi cho Chúa.
BƯỚC 149:	Việc thực hành của tôi là món quà của tôi cho thế giới.
BƯỚC 150:	Hôm nay tôi sẽ học cách học.
BƯỚC 151:	Tôi sẽ không dùng nỗi sợ hãi để hỗ trợ cho phán xét của mình.
BƯỚC 152:	Tôi sẽ không đi theo sự sợ hãi trong thế giới.
BƯỚC 153:	Nguồn của tôi muốn thể hiện nó thông qua tôi.
BƯỚC 154:	ÔN TẬP

BƯỚC 155:	Thế giới ban phước cho tôi khi tôi nhận lãnh.
BƯỚC 156:	Hôm nay tôi sẽ không lo lắng về bản thân mình.
BƯỚC 157:	Tôi không cô độc trong vũ trụ.
BƯỚC 158:	Tôi giàu có nên tôi có thể cho đi.
BƯỚC 159:	Người nghèo không thể cho đi. Tôi không nghèo.
BƯỚC 160:	Thế giới thì nghèo, nhưng tôi thì không.
BƯỚC 161:	ÔN TẬP

BƯỚC 162:	Tôi sẽ không sợ hãi hôm nay.
BƯỚC 163:	Tôi sẽ cảm nhận Tri Thức hôm nay.
BƯỚC 164:	Hôm nay tôi sẽ tôn vinh những gì tôi biết.
BƯỚC 165:	Nhiệm vụ của tôi thì nhỏ. Sứ mệnh của tôi thì lớn.

BƯỚC 166:	Sứ mệnh của tôi là lớn. Vì vậy, tôi được tự do làm những việc nhỏ.
BƯỚC 167:	Với Tri Thức, tôi được tự do trong thế giới.
BƯỚC 168:	ÔN TẬP

BƯỚC 169:	Thế giới đang ở trong tôi. Tôi biết điều này.
BƯỚC 170:	Hôm nay tôi đang đi theo Nghi Lễ chuẩn bị cổ xưa.
BƯỚC 171:	Việc cho đi của tôi là việc xác nhận sự giàu có của tôi.
BƯỚC 172:	Tôi phải giành lại Tri Thức của mình.
BƯỚC 173:	Hôm nay tôi sẽ làm những gì cần thiết.
BƯỚC 174:	Cuộc đời tôi là cần thiết.
BƯỚC 175:	ÔN TẬP

BƯỚC 176:	Tôi sẽ đi theo Tri Thức hôm nay.
BƯỚC 177:	Tôi sẽ học cách trở nên trung thực hôm nay.
BƯỚC 178:	Hôm nay tôi sẽ nhớ những người đã trao tặng cho tôi.
BƯỚC 179:	Hôm nay tôi sẽ cảm ơn thế giới vì đã dạy tôi điều gì là thật.
BƯỚC 180:	Tôi phàn nàn vì tôi đang thiếu Tri Thức.
BƯỚC 181:	Hôm nay tôi nhận được tình yêu của Tri Thức.
BƯỚC 182:	ÔN TẬP

Phần Hai

BƯỚC 183:	Tôi tìm kiếm trải nghiệm chứ không phải câu trả lời.
BƯỚC 184:	Câu hỏi của tôi thì lớn hơn những gì tôi từng nhận ra trước đây.
BƯỚC 185:	Tôi đã đến thế giới vì một mục đích.
BƯỚC 186:	Tôi được sinh ra từ một Di Sản Cổ Đại.

BƯỚC 187:	Tôi là công dân của Cộng Đồng Vĩ Đại của các thế giới.
BƯỚC 188:	Cuộc đời tôi trên thế giới này thì quan trọng hơn tôi từng nhận ra trước đây.
BƯỚC 189:	Gia Đình Tâm Linh của tôi hiện diện khắp mọi nơi.
BƯỚC 190:	Thế giới đang trỗi vào trong Cộng Đồng Vĩ Đại của các thế giới và đó là lý do tại sao tôi đã đến.
BƯỚC 191:	Tri Thức của tôi thì vĩ đại hơn nhân tính của tôi.
BƯỚC 192:	Hôm nay tôi sẽ không bỏ bê những việc nhỏ.
BƯỚC 193:	Tôi sẽ lắng nghe người khác mà không phán xét hôm nay.
BƯỚC 194:	Tôi sẽ đi nơi tôi được cần hôm nay.
BƯỚC 195:	Tri Thức thì quyền lực hơn tôi nhận ra.
BƯỚC 196:	ÔN TẬP

☙

BƯỚC 197:	Tri Thức phải được trải nghiệm để được nhận ra.
BƯỚC 198:	Hôm nay tôi sẽ mạnh mẽ.
BƯỚC 199:	Thế giới tôi thấy thì đang trỗi vào trong Cộng Đồng Vĩ Đại của các thế giới.
BƯỚC 200:	Suy nghĩ của tôi là quá nhỏ bé để chứa đựng Tri Thức.
BƯỚC 201:	Tâm trí tôi được tạo ra để phục vụ Tri Thức.
BƯỚC 202:	Hôm nay tôi quan sát Cộng Đồng Vĩ Đại.
BƯỚC 203:	Cộng Đồng Vĩ Đại đang ảnh hưởng lên thế giới mà tôi nhìn thấy.
BƯỚC 204:	Hôm nay tôi sẽ bình an.
BƯỚC 205:	Tôi sẽ không phán xét thế giới ngày hôm nay.
BƯỚC 206:	Tình yêu đang tuôn chảy từ tôi lúc này.
BƯỚC 207:	Tôi tha thứ cho những người tôi nghĩ đã làm tổn thương tôi.
BƯỚC 208:	Mọi thứ tôi thật sự coi trọng sẽ được thể hiện từ Tri Thức.
BƯỚC 209:	Tôi sẽ không tàn nhẫn với bản thân hôm nay.

BƯỚC 210:	ÔN TẬP

BƯỚC 211:	Tôi có những người bạn vĩ đại bên ngoài thế giới này.
BƯỚC 212:	Tôi nhận được sức mạnh từ tất cả những người thực tập cùng tôi.
BƯỚC 213:	Tôi không hiểu được thế giới.
BƯỚC 214:	Tôi không hiểu chính mình.
BƯỚC 215:	Các Giáo Viên của tôi đang ở bên tôi. Tôi không đơn độc.
BƯỚC 216:	Có một Sự Hiện Diện Tâm Linh trong cuộc đời tôi.
BƯỚC 217:	Tôi trao bản thân cho Tri Thức hôm nay.
BƯỚC 218:	Tôi sẽ giữ Tri Thức trong mình hôm nay.
BƯỚC 219:	Tôi sẽ không để tham vọng đánh lừa mình hôm nay.
BƯỚC 220:	Tôi sẽ kiềm chế hôm nay để sự vĩ đại có thể phát triển trong tôi.
BƯỚC 221:	Tôi được tự do bối rối hôm nay.
BƯỚC 222:	Thế giới thì bối rối. Tôi sẽ không phán xét nó.
BƯỚC 223:	Tôi sẽ nhận lãnh Tri Thức hôm nay.
BƯỚC 224:	ÔN TẬP

BƯỚC 225:	Hôm nay tôi sẽ vừa nghiêm túc vừa nhẹ lòng cùng một lúc.
BƯỚC 226:	Tri Thức đang ở bên tôi. Tôi sẽ không sợ hãi.
BƯỚC 227:	Tôi sẽ không nghĩ rằng mình biết hôm nay.
BƯỚC 228:	Tôi sẽ không nghèo hôm nay.
BƯỚC 229:	Tôi sẽ không đổ lỗi cho người khác cho nỗi đau của mình.
BƯỚC 230:	Sự đau khổ của tôi bắt nguồn từ sự bối rối.
BƯỚC 231:	Tôi có một tiếng gọi trên thế giới này.
BƯỚC 232:	Tiếng gọi của tôi trong cuộc đời đòi hỏi sự phát triển của người khác.
BƯỚC 233:	Tôi là một phần của Thế Lực Vĩ Đại cho điều tốt trong thế giới.
BƯỚC 234:	Tri Thức phục vụ nhân loại trong mọi cách.

BƯỚC 235:	Quyền lực của Tri Thức đang trở nên rõ ràng với tôi.
BƯỚC 236:	Với Tri Thức tôi sẽ biết phải làm gì.
BƯỚC 237:	Tôi chỉ mới bắt đầu hiểu được ý nghĩa của cuộc đời mình.
BƯỚC 238:	ÔN TẬP

BƯỚC 239:	Tự do thuộc về tôi hôm nay.
BƯỚC 240:	Những ý tưởng nhỏ bé không thể đáp ứng được nhu cầu của tôi về Tri Thức.
BƯỚC 241:	Sự tức giận của tôi là không chính đáng.
BƯỚC 242:	Món quà vĩ đại nhất của tôi cho thế giới là Tri Thức của tôi.
BƯỚC 243:	Tôi không cần phải đặc biệt để cho đi.
BƯỚC 244:	Tôi được tôn vinh khi người khác mạnh mẽ.
BƯỚC 245:	Khi người khác thất bại, tôi được nhắc nhở về nhu cầu về Tri Thức.
BƯỚC 246:	Không thể biện minh cho thất bại trong việc giành lại Tri Thức.
BƯỚC 247:	Hôm nay tôi sẽ lắng nghe những Giáo Viên Nội Tâm của mình.
BƯỚC 248:	Tôi sẽ dựa vào Minh Triết của vũ trụ để hướng dẫn tôi.
BƯỚC 249:	Một mình tôi không thể làm được gì.
BƯỚC 250:	Tôi sẽ không tách biệt bản thân hôm nay.
BƯỚC 251:	Nếu tôi ở bên Tri Thức, sẽ không có sự bối rối trong các mối quan hệ của tôi.
BƯỚC 252:	ÔN TẬP

BƯỚC 253:	Mọi thứ tôi thật sự cần sẽ được cung cấp cho tôi.
BƯỚC 254:	Tôi tin tưởng những Giáo Viên của tôi, những người đang ở bên tôi.
BƯỚC 255:	Những sai lầm của thế giới này sẽ không làm tôi nản lòng.
BƯỚC 256:	Thế giới đang trỗi vào trong Cộng Đồng Vĩ Đại của các thế giới.

BƯỚC 257:	Cuộc sống thì vĩ đại hơn tôi từng nhận ra.
BƯỚC 258:	Ai là bạn bè tôi hôm nay?
BƯỚC 259:	Tôi đã đến để giảng dạy trên thế giới.
BƯỚC 260:	Tôi là người bạn của thế giới ngày hôm nay.
BƯỚC 261:	Tôi phải học cách trao tặng một cách sáng suốt.
BƯỚC 262:	Làm sao tôi có thể phán xét bản thân khi tôi không biết mình là ai?
BƯỚC 263:	Với Tri Thức, mọi thứ trở nên rõ ràng.
BƯỚC 264:	Tôi sẽ học về sự tự do hôm nay.
BƯỚC 265:	Có một sự tự do lớn lao đang chờ đợi tôi.
BƯỚC 266:	ÔN TẬP

∞

BƯỚC 267:	Có một giải pháp đơn giản cho mọi vấn đề mà tôi đối mặt hôm nay.
BƯỚC 268:	Hôm nay tôi sẽ không bị đánh lừa bởi sự phức tạp.
BƯỚC 269:	Quyền lực của Tri Thức sẽ lan tỏa từ tôi.
BƯỚC 270:	Quyền lực đi kèm trách nhiệm.
BƯỚC 271:	Tôi sẽ chấp nhận trách nhiệm hôm nay.
BƯỚC 272:	Các Giáo Viên của tôi sẽ hướng dẫn tôi khi tôi tiến bước.
BƯỚC 273:	Các Giáo Viên của tôi nắm giữ ký ức về Quê Hương Cổ Đại của tôi cho tôi.
BƯỚC 274:	Tôi tìm kiếm sự giải thoát khỏi sự mâu thuẫn hôm nay.
BƯỚC 275:	Hôm nay tôi tìm kiếm sự tự do khỏi sự không chắc chắn.
BƯỚC 276:	Tri Thức là sự cứu rỗi của tôi.
BƯỚC 277:	Ý tưởng của tôi thì nhỏ bé, nhưng Tri Thức thì vĩ đại.
BƯỚC 278:	Thứ bất biến sẽ thể hiện chính nó thông qua tôi.
BƯỚC 279:	Tôi phải trải nghiệm sự tự do của mình để nhận ra nó.
BƯỚC 280:	ÔN TẬP

∞

BƯỚC 281:	Trên tất cả, tôi tìm kiếm Tri Thức.

BƯỚC 282:	Tôi sẽ học cách chấp nhận trách nhiệm mang Tri Thức trong thế giới.
BƯỚC 283:	Thế giới thì mâu thuẫn, nhưng tôi thì không.
BƯỚC 284:	Sự tâm lặng là món quà của tôi cho thế giới.
BƯỚC 285:	Trong sự tâm lặng, mọi thứ có thể được biết.
BƯỚC 286:	Tôi mang sự tâm lặng vào trong thế giới với mình hôm nay.
BƯỚC 287:	Với Tri Thức, tôi không thể có chiến tranh.
BƯỚC 288:	Kẻ thù chỉ là những người bạn chưa học cách tham gia.
BƯỚC 289:	Hôm nay tôi là học sinh của Tri Thức.
BƯỚC 290:	Tôi chỉ có thể là học sinh. Do đó, tôi sẽ là học sinh của Tri Thức.
BƯỚC 291:	Tôi biết ơn những người anh chị em tôi mà đã phạm lỗi với tôi.
BƯỚC 292:	Làm sao tôi có thể tức giận với thế giới khi nó chỉ đang phục vụ cho tôi?
BƯỚC 293:	Tôi không muốn phải đau khổ hôm nay.
BƯỚC 294:	ÔN TẬP

BƯỚC 295:	Bây giờ tôi đang thâm nhập vào bí ẩn của cuộc đời mình.
BƯỚC 296:	Nasi Novare Coram
BƯỚC 297:	Novre Novre Comey Na Vera Te Novre
BƯỚC 298:	Mavran Mavran Conay Mavran
BƯỚC 299:	Nome Nome Cono Na Vera Te Nome
BƯỚC 300:	Tôi nhận lãnh tất cả những người là Gia Đình Tâm Linh của tôi ngày hôm nay.
BƯỚC 301:	Tôi sẽ không lạc mất bản thân trong căng thẳng hôm nay.
BƯỚC 302:	Tôi sẽ không cưỡng lại thế giới ngày hôm nay.
BƯỚC 303:	Tôi sẽ tránh xa những thuyết phục của thế giới ngày hôm nay.
BƯỚC 304:	Tôi sẽ không trở thành học sinh của sự sợ hãi hôm nay.

BƯỚC 305:	Tôi cảm nhận được quyền lực của tình yêu hôm nay.
BƯỚC 306:	Tôi sẽ nghỉ ngơi trong Tri Thức hôm nay.
BƯỚC 307:	Tri Thức đang sống trong tôi lúc này.
BƯỚC 308:	ÔN TẬP

∽

BƯỚC 309:	Thế giới tôi thấy đang cố gắng trở thành một cộng đồng.
BƯỚC 310:	Tôi tự do vì tôi mong muốn cho đi.
BƯỚC 311:	Thế giới đang kêu gọi tôi. Tôi phải chuẩn bị để phục vụ nó.
BƯỚC 312:	Có những vấn đề lớn lao để tôi giải quyết trong thế giới.
BƯỚC 313:	Hãy để tôi nhận ra rằng những gì phức tạp thì là đơn giản.
BƯỚC 314:	Tôi sẽ không sợ đi theo hôm nay.
BƯỚC 315:	Hôm nay tôi sẽ không cô độc.
BƯỚC 316:	Tôi sẽ tin tưởng những khuynh hướng sâu sắc nhất của mình hôm nay.
BƯỚC 317:	Tôi chỉ cần từ bỏ sự mâu thuẫn của mình để biết được sự thật.
BƯỚC 318:	Có một Quyền Lực Vĩ Đại đang hoạt động trên thế giới.
BƯỚC 319:	Tại sao tôi phải sợ khi Quyền Lực Vĩ Đại đang ở trong thế giới?
BƯỚC 320:	Tôi được tự do làm việc trong thế giới.
BƯỚC 321:	Thế giới đang chờ đợi sự đóng góp của tôi.
BƯỚC 322:	ÔN TẬP

∽

BƯỚC 323:	Vai trò của tôi trên thế giới là quá quan trọng để bỏ bê.
BƯỚC 324:	Tôi sẽ không phán xét người khác hôm nay.
BƯỚC 325:	Thế giới đang trỗi vào trong Cộng Đồng Vĩ Đại của các thế giới. Do đó, tôi phải chú ý.
BƯỚC 326:	Cộng Đồng Vĩ Đại là thứ tôi có thể cảm nhận nhưng không thể hiểu được.

BƯỚC 327:	Tôi sẽ bình an hôm nay.
BƯỚC 328:	Hôm nay tôi sẽ tôn vinh những người đã trao cho tôi.
BƯỚC 329:	Tôi được tự do yêu thương thế giới hôm nay.
BƯỚC 330:	Tôi sẽ không bỏ bê những điều nhỏ nhặt trong cuộc sống của mình.
BƯỚC 331:	Thứ nhỏ bé thể hiện thứ vĩ đại.
BƯỚC 332:	Tôi chỉ đang bắt đầu hiểu được ý nghĩa của Tri Thức trong cuộc đời mình.
BƯỚC 333:	Có một sự hiện diện bên tôi. Tôi có thể cảm nhận nó.
BƯỚC 334:	Sự hiện diện của Những Giáo Viên của tôi ở bên tôi mỗi ngày.
BƯỚC 335:	Ngọn Lửa của Tri Thức ở bên tôi mỗi ngày.
BƯỚC 336:	ÔN TẬP
BƯỚC 337:	Một mình tôi không thể làm được gì.
BƯỚC 338:	Hôm nay tôi sẽ chú ý.
BƯỚC 339:	Sự hiện diện của tình yêu đang ở cùng tôi lúc này.
BƯỚC 340:	Việc thực hành của tôi là sự đóng góp của tôi cho thế giới.
BƯỚC 341:	Tôi hạnh phúc, vì bây giờ tôi có thể nhận lãnh.
BƯỚC 342:	Tôi là một học sinh của Tri Thức hôm nay.
BƯỚC 343:	Hôm nay tôi sẽ tôn vinh nguồn gốc của quá trình chuẩn bị của mình.
BƯỚC 344:	Tri Thức của tôi là món quà tôi dành tặng cho thế giới.
BƯỚC 345:	Tri Thức của tôi là món quà của tôi cho Gia Đình Tâm Linh của mình.
BƯỚC 346:	Tôi đang ở trong thế giới để làm việc.
BƯỚC 347:	Tôi cho phép cuộc đời mình mở ra ngày hôm nay.
BƯỚC 348:	Hôm nay tôi sẽ chứng kiến thế giới mở ra.
BƯỚC 349:	Tôi hạnh phúc vì cuối cùng tôi có thể phục vụ sự thật.
BƯỚC 350:	ÔN TẬP

Những Bài Học Cuối Cùng

BƯỚC 351: Tôi phục vụ một mục đích lớn lao, mà tôi đang bắt đầu trải nghiệm lúc này.

BƯỚC 352: Hôm nay tôi là một học sinh thật sự của Tri Thức.

BƯỚC 353: Quê Hương Thật Sự của tôi nằm trong Chúa.

BƯỚC 354: Tôi phải trải nghiệm Quê Hương Thật Sự của mình khi tôi đang ở trong thế giới.

BƯỚC 355: Tôi có thể bình an trong thế giới.

BƯỚC 356: Tôi sẽ tìm thấy Bản Thể của mình hôm nay.

BƯỚC 357: Tôi đang ở trong thế giới để thể hiện Bản Thể của mình.

BƯỚC 358: Tôi muốn được ở nhà trong thế giới.

BƯỚC 359: Tôi hiện diện để phục vụ thế giới.

BƯỚC 360: Tôi phải học cách tiết lộ sự vĩ đại của mình trong thế giới.

BƯỚC 361: Tôi đang được dẫn vào trong ánh sáng của Tri Thức hôm nay.

BƯỚC 362: Tôi đang học cách học vì tôi mang Tri Thức trong mình hôm nay.

BƯỚC 363: Tri Thức là mong muốn thật sự của tôi vì tôi là một học sinh của Tri Thức.

BƯỚC 364: Tri Thức mang tôi vì tôi là học sinh của Tri Thức.

BƯỚC 365: Tôi cam kết học để học. Tôi cam kết cho đi những gì tôi được định để cho đi. Tôi cam kết vì tôi là một phần của cuộc sống. Tôi là một phần của cuộc sống vì tôi là một với Tri Thức.

Mục Lục Từ

Về Quá Trình Dịch Thuật

Câu Chuyện của Sứ Giả

Tiếng Nói của Khải Huyền

Về Hội Thông Điệp Mới

Các Quyển Sách của Thông Điệp Mới

Như được tiết lộ cho
MARSHALL VIAN SUMMERS
Ngày 26 tháng 5 – Ngày 14 tháng 6 năm 1989
ở Albany, New York, Mỹ

Lời Đề Tặng

"Phương pháp này được trao cho tất cả học sinh của Tri Thức trên thế giới với lòng biết ơn và kỳ vọng cao từ Gia Đình Tâm Linh của bạn.

Hãy làm theo các hướng dẫn như chúng được đưa ra.

Bằng cách này, quyền lực và hiệu quả của quyển sách này sẽ được tiết lộ cho bạn và do đó, món quà của Chúng Tôi dành cho bạn sẽ được trao tặng.

Với sự phấn khởi to lớn mà Chúng Tôi ban tặng điều này cho bạn và thông qua bạn, cho thế giới của bạn."

NHỮNG BƯỚC ĐI ĐẾN TRI THỨC

PHẦN MỘT

Bước 1

LÚC NÀY TÔI KHÔNG CÓ TRI THỨC.

PHẢI CÓ MỘT ĐIỂM KHỞI ĐẦU tại bất kỳ điểm ngoặt nào trong quá trình phát triển. Bạn phải bắt đầu từ nơi bạn đang ở, không phải từ nơi bạn muốn ở. Bạn bắt đầu ở đây với sự hiểu biết rằng bạn không có Tri Thức. Điều đó không có nghĩa là Tri Thức không ở bên bạn. Nó chỉ đơn giản để nói rằng bạn không đang ở bên Tri Thức. Tri Thức đang chờ bạn tiến bước. Tri Thức đang chờ để trao chính nó cho bạn. Do đó, bây giờ bạn đang bắt đầu để chuẩn bị để có mối quan hệ với Tri Thức, khía cạnh lớn lao của tâm trí mà bạn đã mang theo mình từ Quê Hương Cổ Đại của mình.

BA LẦN HÔM NAY HÃY DÀNH 10 PHÚT để suy nghĩ về việc Tri Thức là gì, không chỉ đơn thuần áp dụng những ý tưởng của riêng bạn, không chỉ đơn thuần áp dụng những hiểu biết của bạn trong quá khứ, mà hãy suy nghĩ về việc Tri Thức thật sự là gì.

BÀI THỰC HÀNH 1: *Ba lần thực hành, mỗi lần 10 phút.*

Bước 2

TRI THỨC ĐANG Ở BÊN TÔI. TÔI ĐANG Ở ĐÂU?

TRI THỨC ĐANG Ở BÊN BẠN, HOÀN TOÀN, nhưng nó nằm trong phần của tâm trí bạn mà bạn vẫn chưa tiếp cận được. Tri Thức đại diện cho Bản Thể Thật Sự của bạn, Tâm Trí Thật Sự của bạn và các mối quan hệ thật sự của bạn trong vũ trụ. Nó cũng sở hữu tiếng gọi lớn lao của bạn trên thế giới và sự sử dụng hoàn hảo bản chất của bạn, tất cả các khả năng và kỹ năng vốn có của bạn, ngay cả những hạn chế của bạn—tất cả đều được trao tặng vì mục đích tốt đẹp trên thế giới.

TRI THỨC ĐANG Ở BÊN BẠN, NHƯNG BẠN ĐANG Ở ĐÂU? Hôm nay hãy nghĩ về việc bạn đang ở đâu. Nếu bạn không ở bên Tri Thức, thì bạn đang ở đâu? Do đó, ba lần hôm nay, mỗi lần 10 phút, hãy nghĩ về việc bạn đang ở đâu, không chỉ về mặt vật lý hay địa lý, mà về việc bạn đang ở đâu trong nhận thức của bạn về bản thân trên thế giới. Hãy suy nghĩ thật, thật kỹ. Đừng để tâm trí bạn làm bạn xao lãng khỏi định hướng này. Đó là thiết yếu vào lúc đầu của quá trình chuẩn bị của bạn để hỏi những câu hỏi này một cách rất nghiêm túc.

BÀI THỰC HÀNH 2: *Ba lần thực hành, mỗi lần 10 phút.*

Bước 3

TÔI THẬT SỰ BIẾT GÌ?

Hôm nay hãy tự hỏi bạn thật sự biết gì và phân biệt những gì bạn biết với những gì bạn nghĩ hoặc hy vọng hoặc muốn cho bản thân hoặc thế giới của mình, những gì bạn sợ, những gì bạn tin vào, những gì bạn trân trọng và những gì bạn xem trọng. Hãy phân biệt câu hỏi này với tất cả các định hướng như vậy với hết khả năng của bạn và tự hỏi, "Tôi thật sự biết gì?" Bạn phải liên tục xem xét bất kỳ câu trả lời nào bạn đưa ra cho câu hỏi này để xem liệu chúng có đại diện cho niềm tin hoặc giả định của bạn hay niềm tin hoặc giả định của người khác hoặc thậm chí có thể là của toàn thể nhân loại hay không.

Ba lần hôm nay, mỗi lần 10 phút, hãy hỏi câu hỏi này và suy nghĩ thật nghiêm túc về phản hồi của bạn và về ý nghĩa của câu hỏi này, "Tôi thật sự biết gì?"

BÀI THỰC HÀNH 3: *Ba lần thực hành, mỗi lần 10 phút.*

Bước 4

TÔI MUỐN NHỮNG GÌ TÔI NGHĨ LÀ TÔI BIẾT.

Bạn muốn những gì bạn nghĩ là mình biết, và đây là điều tạo nên nền tảng cho sự hiểu biết của bạn về bản thân và thế giới của bạn. Thật vậy, điều này tạo nên nền tảng cho toàn bộ danh tính của bạn. Tuy nhiên, khi bạn xem xét một cách trung thực, bạn sẽ thấy rằng sự hiểu biết của mình chủ yếu được dựa trên giả định, và những giả định này không được dựa hay dựa nhiều trên trải nghiệm của bạn.

Hôm nay, trong ba lần thực hành ngắn của bạn, khi bạn dành toàn bộ sự chú ý của mình để xem xét các giả định của mình, hãy nghĩ về những điều bạn thật sự nghĩ mình biết, bao gồm cả những điều bạn chưa từng nghĩ phải nghi vấn trước đây—những điều bạn nghĩ mình biết. Bài thực hành hôm nay, do đó, tiếp tục từ các bước trước đó khi bạn bắt đầu thấy được sự khác biệt giữa những gì bạn nghĩ mình biết và Tri Thức thật sự, và mối quan hệ giữa những gì bạn nghĩ là Tri Thức và các giả định, niềm tin và hy vọng về các thứ của chính bạn.

Do đó, trong mỗi lần thực hành, rất thiết yếu rằng bạn suy nghĩ về những điều bạn nghĩ mình biết. Khi bạn nhận ra rằng chúng chủ yếu được dựa trên các giả định của mình, thì bạn sẽ nhận ra rằng nền tảng của mình trong thế giới là yếu đến mức nào. Việc hiểu được điều này có thể khiến bạn khó chịu và bực bội, nhưng nó là cực kỳ thiết yếu đối với bạn để trao cho bạn động lực và mong muốn để khám phá nền tảng thật sự của mình trong thế giới này.

BÀI THỰC HÀNH 4: *Ba lần thực hành, mỗi lần 10 phút.*

Bước 5

TÔI TIN NHỮNG GÌ TÔI MUỐN TIN.

Tuyên bố này đại diện cho sự điên rồ lớn lao của nhân loại và hình thức tự lừa dối nguy hiểm nhất của nhân loại. Niềm tin chủ yếu được xây dựng dựa trên những gì được mong muốn, không phải trên những gì thật sự đang xảy ra và không phải trên những gì chân thật. Chúng có thể thật sự đại diện cho những lý tưởng lớn lao của nhân loại, và ở đây chúng có sự phản ánh chân thật. Nhưng về mặt hàng ngày và trong hầu hết các câu hỏi thực tế, mọi người dựa niềm tin của mình vào những điều họ hy vọng, không phải vào những điều thật sự tồn tại. Bạn phải có sự hiểu biết rất rõ rằng cách tiếp cận đến với bất kỳ giải pháp nào và bất kỳ sự thiết lập có ích nào đều phải bắt đầu từ thực tế hiện tại. Bạn là ai và bạn có gì ngày hôm nay phải là điểm khởi đầu của bạn.

Vì vậy, trong ba lần thực hành hôm nay của mình, hãy suy nghĩ về câu nói này. Hãy xem xét những gì bạn tin và sau đó xem xét những gì bạn muốn. Bạn sẽ thấy rằng ngay cả những niềm tin đầy sợ hãi hoặc tiêu cực của bạn cũng có liên quan đến tham vọng của bạn. Chỉ việc áp dụng cẩn thận bài thực hành hôm nay mới tiết lộ điều này cho bạn.

BÀI THỰC HÀNH 5: *Ba lần thực hành, mỗi lần 10 phút.*

Bước 6

TÔI CÓ MỘT NỀN TẢNG CHÂN THẬT TRÊN THẾ GIỚI.

VƯỢT QUA KHỎI NHỮNG NIỀM TIN VÀ GIẢ ĐỊNH che giấu nỗi sợ hãi và sự không chắc chắn của chính bạn, có một nền tảng chân thật dành cho bạn trên thế giới. Nền tảng này được xây dựng dựa trên cuộc sống của bạn bên kia thế giới này, vì bạn đã đến từ đó và đó là nơi bạn sẽ trở về. Bạn đã đến từ một nơi mà bạn sẽ trở về, và bạn đã không đến tay không.

HAI LẦN HÔM NAY, HÃY DÀNH HAI LẦN DÀI HƠN từ 15 đến 20 phút để xem xét việc nền tảng chân thật của bạn có thể là gì. Hãy nghĩ về tất cả các ý tưởng của bạn về điều này. Đây là một câu hỏi rất quan trọng. Bạn phải nhận ra nhu cầu lớn lao của mình đối với điều này để đặt câu hỏi này một cách chân thành và sâu sắc.

NẾU KHÔNG CÓ MỘT NỀN TẢNG CHÂN THẬT, thành tựu và sự tiến bộ thật sự của bạn sẽ không có hy vọng. Do đó, thật là một phước lành lớn khi bạn sở hữu điều này, ngay cả khi nó không được biết đến bởi bạn.

BÀI THỰC HÀNH 6: *Hai lần thực hành, mỗi lần 15 đến 20 phút.*

Bước 7
ÔN TẬP

TRONG HAI LẦN THỰC HÀNH HÔM NAY, hãy ôn lại tất cả những gì Chúng Tôi đã đề cập cho đến nay, bắt đầu với bước đầu tiên và tiếp tục cho đến bước của ngày hôm trước. Sau đó hãy xem xét toàn bộ trình tự các bước cùng nhau. Rất quan trọng tại điểm ngoặt này rằng bạn không yêu cầu mình phải có bất kỳ kết luận nào, mà rằng bạn đặt câu hỏi và nhận ra mức độ mà bạn cần Tri Thức đích thực. Nếu bạn thực hiện bài thực hành này một cách chân thành ngày hôm nay, thì sẽ rất hiển nhiên rằng bạn có nhu cầu lớn lao này. Bạn dễ bị tổn thương khi không có những giả định của mình, nhưng bạn cũng sẽ ở trong vị thế để tiếp nhận sự thật và sự chắc chắn trong cuộc sống.

HÃY DÀNH HAI LẦN THỰC HÀNH HÔM NAY, mỗi lần 30 phút, để xem xét những điều này.

BÀI THỰC HÀNH 7: *Hai lần thực hành, mỗi lần 30 phút.*

Bước 8

HÔM NAY TÔI SẼ TÂM LẶNG.

Trong hai lần thực hành thiền hôm nay của bạn, hãy thực hành sự tâm lặng trong 15 phút. Bắt đầu bằng cách hít thở sâu ba lần rồi tập trung vào một điểm bên trong. Đó có thể là một điểm tưởng tượng hoặc có thể là một điểm trong cơ thể của bạn. Với mắt nhắm, đơn giản dành toàn bộ sự chú ý của bạn vào điểm này, mà không phán xét và đánh giá. Đừng nản lòng nếu những nỗ lực ban đầu có vẻ khó khăn. Việc bắt đầu bất cứ điều gì quan trọng trong cuộc sống có thể khó khăn lúc đầu, nhưng nếu bạn kiên trì, bạn sẽ đạt được mục tiêu lớn lao này, vì trong sự tâm lặng, mọi thứ có thể được biết.

BÀI THỰC HÀNH 8: *Hai lần thực hành, mỗi lần 15 phút.*

Bước 9

TRONG SỰ TÂM LẶNG, MỌI THỨ CÓ THỂ ĐƯỢC BIẾT.

SỰ TĨNH LẶNG CỦA TÂM TRÍ CHO PHÉP TÂM TRÍ VĨ ĐẠI TRỖI LÊN và tiết lộ Minh Triết của nó. Những người trau dồi sự tâm lặng với mong muốn có được Tri Thức sẽ là đang chuẩn bị để sự mặc khải vĩ đại hơn và sự nhận biết đích thực trỗi lên. Sự nhận biết có thể trỗi lên khi thực hành hoặc trong bất kỳ hoạt động bình thường nào. Điều quan trọng ở đây là rằng sự chuẩn bị đã được thực hiện.

HAI LẦN HÔM NAY HÃY THỰC HÀNH BÀI THỰC HÀNH TÂM LẶNG HÔM QUA, nhưng thực hành mà không mong đợi kết quả. Đừng sử dụng bài thực hành này để đặt bất kỳ dạng câu hỏi nào vì bạn đang thực hành sự tâm lặng, khi mà mọi suy đoán, mọi câu hỏi và mọi tìm kiếm đều kết thúc. Trong 15 phút, hai lần hôm nay, hãy thực hành sự tâm lặng một lần nữa.

BÀI THỰC HÀNH 9: *Hai lần thực hành, mỗi lần 15 phút.*

Tại sao tôi đang làm việc này?

Câu hỏi rất hay! Tại sao bạn lại đang làm việc này? Tại sao bạn lại hỏi những câu hỏi như vậy? Tại sao bạn đang tìm kiếm những điều lớn lao hơn? Tại sao bạn đang bỏ ra nỗ lực? Những câu hỏi này là không thể tránh khỏi. Chúng Tôi lường trước chúng. Tại sao bạn đang làm việc này? Bạn làm việc này vì nó là thiết yếu. Nếu bạn muốn sống bất cứ điều gì lớn lao hơn một cuộc sống chỉ nông cạn và không ổn định, thì bạn phải thâm nhập sâu hơn và không tự tin chỉ dựa trên những giả định yếu ớt và kỳ vọng đầy hy vọng. Có một món quà lớn lao đang chờ bạn, nhưng bạn phải chuẩn bị bản thân về mặt tinh thần, cảm xúc và thể chất. Khi không có Tri Thức, bạn sẽ không nhận thức được mục đích của mình. Bạn không nhận thức được nguồn gốc của mình và định mệnh của mình, và bạn sẽ trải qua cuộc sống này như thể đó là một giấc mơ đầy rắc rối và không gì hơn.

Bước 10

TRI THỨC LÀ GÌ?

CHÚNG TÔI NÓI RẰNG TRI THỨC không phải là những thứ thường được gán với nó. Nó không phải là những ý tưởng. Nó không phải là một khối thông tin. Nó không phải là một hệ thống niềm tin. Nó không phải là một quá trình đánh giá bản thân. Nó là bí ẩn vĩ đại của cuộc đời bạn. Biểu hiện bên ngoài của nó là trực giác sâu sắc, nhận biết to lớn, nhận biết không thể giải thích được, nhận thức khôn ngoan trong hiện tại và trong tương lai và sự hiểu biết khôn ngoan về quá khứ. Nhưng bất kể những thành tựu to lớn này của tâm trí, Tri Thức còn vĩ đại hơn thế. Nó là Bản Thể Thật Sự của bạn, một Bản Thể không tách biệt khỏi cuộc sống.

BÀI THỰC HÀNH 10: *Đọc bài học ba lần hôm nay.*

Bước 11

TÔI KHÔNG TÁCH BIỆT KHỎI CUỘC SỐNG.

BẤT KỂ NHỮNG CƠ SỞ LỚN được xây dựng trên tính chất cá nhân của bạn và tất cả những thứ liên quan đến bạn về mặt cá nhân—cơ thể bạn, ý tưởng của bạn, những khó khăn của bạn, những hình thức thể hiện cụ thể của bạn, những đặc điểm riêng của bạn, tài năng của bạn—nhưng bạn không tách biệt khỏi cuộc sống. Điều này là rất hiển nhiên nếu bạn nhìn vào bản thân một cách đơn giản và nhận ra rằng chính cấu tạo của cơ thể bạn, chính cấu trúc của cuộc sống vật chất của bạn, thì hoàn toàn được tạo nên từ những thứ tạo nên cuộc sống trong cõi vật chất. Khá rõ rằng bạn được tạo nên từ cùng một "chất liệu" như mọi thứ khác xung quanh mình. Điều bí ẩn chính là tâm trí của bạn. Nó có vẻ là một điểm hiểu biết riêng biệt, nhưng nó cũng là một phần của cuộc sống giống như cấu trúc vật chất của bạn. Bạn là một cá nhân không biết về Nguồn Gốc của mình và sự hòa nhập hoàn toàn của mình trong cuộc sống. Tính chất cá nhân của bạn hiện là một gánh nặng, nhưng nó sẽ là một niềm hạnh phúc lớn lao đối với bạn khi nó có thể thể hiện chính cuộc sống.

BÀI THỰC HÀNH 11: *Đọc bài học ba lần hôm nay.*

Bước 12

TÍNH CHẤT CÁ NHÂN CỦA TÔI LÀ ĐỂ THỂ HIỆN CHÍNH CUỘC SỐNG.

Ở ĐÂY SỰ ĐỘC NHẤT CỦA BẠN LÀ MỘT TÀI SẢN TO LỚN và là một nguồn vui, không phải là nguồn của sự xa lánh đau đớn và không phải là nguồn của sự phán xét đau đớn đối với bản thân bạn hoặc người khác. Sự tách biệt này không nâng bạn lên cao hơn hay đặt bạn xuống thấp hơn bất kỳ ai khác. Nó chỉ đơn thuần chỉ ra mục đích thật sự đằng sau tính chất cá nhân của bạn và lời hứa lớn lao của tính chất cá nhân đó cho tương lai. Bạn đang ở đây để thể hiện điều gì đó. Đó là ý nghĩa thật sự được trao cho tính chất cá nhân của bạn vì bạn không muốn tách biệt thêm nữa.

TRONG HAI LẦN HÔM NAY, hãy thực hành hai giai đoạn im lặng để thực hành bài thực hành mà Chúng Tôi đã minh họa cho đến nay.

BÀI THỰC HÀNH 12: *Hai lần thực hành, mỗi lần 15 phút.*

Bước 13

TÔI MUỐN TÁCH BIỆT ĐỂ TRỞ NÊN ĐỘC NHẤT.

Suy nghĩ này đại diện cho động cơ thật sự cho sự tách biệt, nhưng nó là không cần thiết. Chúng Tôi không đưa nó ra ở đây như lời khẳng định mà như là một biểu hiện của trạng thái hiện tại của bạn. Bạn muốn tách biệt vì điều này định nghĩa bản thân bạn; bản thân bạn được định nghĩa theo sự tách biệt, không phải theo sự hoà nhập. Sự tách biệt là nguồn gốc của mọi nỗi đau và sự bối rối trong tâm trí bạn. Cuộc sống vật lý của bạn thể hiện một cuộc sống tách biệt nhưng chỉ từ một góc nhìn nhất định. Theo góc nhìn khác, nó không thể hiện sự tách biệt chút nào. Nó thể hiện một biểu hiện độc nhất của một Thực Tại Vĩ Đại.

Trong hai lần hôm nay, hãy dành 15 phút tập trung vào ý tưởng cho ngày hôm nay. Hãy suy nghĩ nghiêm túc về ý nghĩa của bài học này và nhớ lại kinh nghiệm của chính bạn để suy ngẫm về sự liên quan của nó với cuộc sống của bạn. Hãy suy ngẫm về việc mong muốn tách biệt của bạn đã khiến bạn mất thời gian, năng lượng và đau đớn ra sao. Hãy nhận ra động lực để tách biệt của bạn và bạn sẽ biết rằng bạn muốn được tự do.

BÀI THỰC HÀNH 13: *Hai lần thực hành, mỗi lần 15 phút.*

Bước 14

ÔN TẬP

Một lần nữa hãy ôn lại tất cả các bài học được trao trước đây. Trong Bài Ôn Tập này, hãy đọc lại các hướng dẫn đã được trao trong từng bước. Ngoài ra, hãy xem xét tất cả các lần thực hành của bạn để xác định mức độ tham gia của bạn trong việc thực hành và kết quả mà bạn đã trải nghiệm. Trong suốt kế hoạch học tập của mình, bạn sẽ điều tra nội dung của trải nghiệm của chính mình. Điều này sẽ tự phát triển và cuối cùng sẽ tiết lộ cho bạn nhận thức về Tri Thức của chính bạn.

Hãy dành một lần thực hành hôm nay khoảng 45 phút để ôn lại tất cả các hướng dẫn và để xem xét kết quả và chất lượng của việc thực hành của bạn. Ngày mai chúng ta sẽ bắt đầu giai đoạn tiếp theo của quá trình chuẩn bị của chúng ta cùng nhau.

Bài thực hành 14: *Một lần thực hành 45 phút.*

Bước 15

TÔI SẼ LẮNG NGHE TRẢI NGHIỆM CỦA MÌNH HÔM NAY.

Hôm nay tôi sẽ lắng nghe trải nghiệm của mình để tìm ra nội dung của tâm trí mình.

Hãy nhận ra rằng nội dung thật sự của tâm trí bạn thì bị chôn vùi bên dưới tất cả những gì bạn đã thêm vào kể từ ngày bạn được sinh ra. Nội dung thật sự này muốn thể hiện chính nó trong bối cảnh cuộc sống hiện tại và hoàn cảnh hiện tại của bạn. Để nhận biết điều này, bạn phải lắng nghe cẩn thận và dần dần nhận ra sự khác biệt giữa nội dung thật sự của tâm trí bạn và những thông điệp của nó dành cho bạn, và tất cả những xung lực và mong muốn khác mà bạn cảm thấy. Việc tách suy nghĩ khỏi Tri Thức là một trong những thành tựu to lớn mà bạn sẽ có cơ hội học trong khóa học này.

Bài thực hành 45 phút hôm nay sẽ được dành cho việc lắng nghe bên trong. Điều này đòi hỏi bạn phải lắng nghe mà không phán xét bản thân, ngay cả khi nội dung của suy nghĩ của bạn là đầy lo ngại. Ngay cả khi nội dung của suy nghĩ của bạn là khó chấp nhận, bạn phải lắng nghe mà không phán xét để cho phép tâm trí bạn mở ra. Bạn đang lắng nghe để nghe được điều gì đó sâu hơn tâm trí, nhưng bạn phải đi qua tâm trí để đến đó.

Bài thực hành 15: *Một lần thực hành 45 phút.*

Bước 16

VƯỢT QUA KHỎI TÂM TRÍ TÔI LÀ TRI THỨC.

VƯỢT QUA KHỎI TÂM TRÍ BẠN LÀ TRI THỨC, cốt lõi thật sự của bản thể bạn, Bản Thể Thật Sự của bạn, không phải bản thể mà bạn đã xây dựng để chèo lái thế giới, mà là Bản Thể Thật Sự của bạn. Đến từ Bản Thể Thật Sự này là những suy nghĩ và ấn tượng, khuynh hướng và phương hướng. Hầu hết những gì Bản Thể Thật Sự của bạn truyền đạt cho bạn thì bạn vẫn chưa thể nghe được, nhưng dần dần bạn sẽ học cách lắng nghe khi tâm trí bạn trở nên tĩnh lặng và khi bạn phát triển sự tinh vi cần thiết của việc lắng nghe và nhận biết.

HÔM NAY HÃY THỰC HÀNH BA LẦN, MỖI LẦN 15 PHÚT. Hãy lắng nghe cẩn thận hơn ngày hôm trước. Hãy lắng nghe để nghe được những khuynh hướng sâu hơn. Một lần nữa, bạn phải lắng nghe mà không phán xét. Bạn không được chỉnh sửa bất cứ điều gì. Bạn phải lắng nghe sâu sắc để bạn có thể học cách lắng nghe.

BÀI THỰC HÀNH 16: *Ba lần thực hành, mỗi lần 15 phút.*

Bước 17

HÔM NAY TÔI MUỐN NGHE SỰ THẬT.

MONG MUỐN ĐỂ NGHE SỰ THẬT là điều vừa là một quá trình vừa là kết quả của sự chuẩn bị thật sự. Việc phát triển khả năng nghe và mong muốn nghe sẽ mang lại cho bạn những gì bạn tìm kiếm. Sự thật là hoàn toàn có lợi cho bạn, nhưng lúc đầu nó có thể khá sốc và gây thất vọng cho các kế hoạch và mục tiêu khác của bạn. Bạn phải mạo hiểm điều này nếu bạn muốn có được sự chắc chắn và sự trao quyền mà sự thật sẽ trao cho bạn. Sự thật luôn mang đến sự giải quyết xung đột, luôn cung cấp trải nghiệm về bản thân bạn, luôn trao cho bạn cảm nhận về thực tế hiện tại và luôn cung cấp định hướng để bạn tiến về phía trước.

HÔM NAY, TRONG BA LẦN THỰC HÀNH 15 PHÚT CỦA BẠN, hãy thực hành việc lắng nghe sự thật, cố gắng lắng nghe vượt qua khỏi tâm trí và cảm xúc. Một lần nữa, đừng lo lắng nếu tất cả những gì bạn nghe thấy chỉ là sự vội vã của suy nghĩ của chính bạn. Hãy nhớ, bạn đang phát triển khả năng lắng nghe. Đó là điều quan trọng nhất. Giống như việc rèn luyện một cơ bắp trong cơ thể, bạn đang rèn luyện khả năng lắng nghe của tâm trí. Do đó, ngày hôm nay hãy thực hành việc lắng nghe, dành những lần thực hành này để trao hết mình để bạn có thể cảm nhận được sự thật đang trỗi lên bên trong bạn.

BÀI THỰC HÀNH 17: *Ba lần thực hành, mỗi lần 15 phút.*

Bước 18

HÔM NAY TÔI CẢM THẤY SỰ THẬT ĐANG TRỖI LÊN TRONG CHÍNH MÌNH.

Sự thật phải được trải nghiệm một cách trọn vẹn. Nó không chỉ là một ý tưởng; nó không chỉ là một hình ảnh, mặc dù hình ảnh và ý tưởng có thể đi kèm với nó. Nó là một trải nghiệm, và vì vậy nó là thứ được cảm nhận sâu sắc. Nó có thể biểu hiện theo những cách hơi khác nhau đối với những người đang bắt đầu thâm nhập vào nó, nhưng dù sao thì nó vẫn sẽ trỗi lên. Nó là thứ bạn phải cảm nhận. Để có định hướng cảm nhận, tâm trí bạn phải tĩnh lặng. Sự thật là thứ bạn sẽ cảm nhận bằng toàn bộ cơ thể mình, bằng toàn bộ bản thể mình.

Tri Thức không nói với bạn mọi giây phút, nhưng nó luôn mang một thông điệp cho bạn. Việc đến gần Tri Thức có nghĩa là bạn ngày càng trở nên giống như Tri Thức hơn—toàn vẹn hơn, nhất quán hơn, trung thực hơn, cống hiến hơn, tập trung hơn, tự kỷ luật hơn, nhân từ hơn và yêu bản thân hơn. Tất cả những phẩm chất này được phát triển khi bạn tiếp cận nguồn gốc của những phẩm chất này.

Chính theo hướng này mà bạn sẽ thực hành di chuyển hôm nay khi bạn cảm thấy sự thật trỗi lên trong chính mình. Điều này sẽ kết nối mọi khía cạnh của bạn, trao cho bạn trải nghiệm đồng nhất về bản thân. Trong ba lần thực hành 15 phút, hãy tập trung hoàn toàn vào việc cảm nhận sự thật trỗi lên trong bản thân bạn. Hãy thực hành trong sự tâm lặng, và đừng nản lòng nếu khó khăn lúc đầu. Đơn giản hãy thực hành và bạn sẽ tiến triển.

Cũng trong suốt cả ngày, không nghi ngờ hay do dự, hãy theo đuổi mục tiêu đích thực của bạn trong cuộc sống. Từ mục tiêu đích thực này sẽ đến tất cả những điều quan trọng mà bạn cần phải hoàn thành và quyền lực to lớn của tầm nhìn và sự nhận biết mà sẽ cho phép bạn tìm thấy những cá nhân mà bạn đã đến thế giới để tìm.

BÀI THỰC HÀNH 18: *Ba lần thực hành, mỗi lần 15 phút.*

Bước 19

HÔM NAY TÔI MUỐN THẤY.

Mong muốn thấy cũng giống như mong muốn biết. Nó cũng đòi hỏi sự tinh chỉnh các khả năng của tâm trí bạn. Việc thấy với tầm nhìn rõ ràng có nghĩa là bạn không đang nhìn với ưu tiên. Nó có nghĩa là bạn có thể nhận thức được những gì thật sự đang xảy ra thay vì những gì bạn muốn thấy. Có điều gì đó thật sự đang xảy ra bên ngoài mong muốn của bạn. Điều này rất đúng. Do đó mong muốn thấy là mong muốn để thấy được một sự thật lớn hơn. Điều này đòi hỏi sự trung thực lớn hơn và sự cởi mở hơn của tâm trí.

Hôm nay trong hai lần thực hành của bạn, hãy thực tập việc nhìn vào một vật tầm thường đơn giản. Đừng rời mắt khỏi vật đó, nhưng hãy nhìn và thực tập nhìn một cách rất ý thức. Bạn không đang cố gắng thấy được bất cứ thứ gì. Bạn chỉ đơn giản đang nhìn với một tâm trí mở. Khi tâm trí mở, nó trải nghiệm được chiều sâu của chính nó, và nó trải nghiệm chiều sâu của thứ nó đang cảm nhận.

Hãy chọn một vật đơn giản mà có rất ít ý nghĩa đối với bạn và nhìn chăm chăm vào nó hai lần hôm nay trong ít nhất 15 phút. Hãy cho phép tâm trí bạn trở nên rất tĩnh lặng. Hít thở sâu và đều đặn khi bạn nhìn chăm chăm vào vật này. Hãy cho phép tâm trí bạn lắng xuống vào chính nó.

BÀI THỰC HÀNH 19: *Hai lần thực hành, mỗi lần 15 phút.*

Bước 20

TÔI SẼ KHÔNG ĐỂ SỰ NGHI NGỜ VÀ BỐI RỐI LÀM CHẬM TIẾN TRÌNH CỦA MÌNH.

Điều gì có thể làm chậm tiến trình của bạn ngoài sự do dự của chính bạn, và điều gì có thể nuôi dưỡng sự do dự ngoại trừ điều tạo ra sự hỗn loạn của tâm trí? Bạn có một mục tiêu lớn lao đang được minh họa trong chương trình chuẩn bị này. Đừng để sự nghi ngờ và bối rối cản trở bạn. Việc trở thành một học sinh thực thụ có nghĩa là bạn đang giả định rất ít và rằng bạn đang định hướng bản thân theo cách bạn không tự chỉ định cho mình nhưng được trao cho bạn từ một Quyền Năng Vĩ Đại. Quyền Năng Vĩ Đại muốn nâng bạn lên đến cấp độ khả năng của chính nó. Bằng cách này, bạn nhận được món quà quá trình chuẩn bị để bạn có thể trao tặng nó cho người khác. Bằng cách này, bạn được trao tặng thứ mà bạn không thể tự cung cấp cho bản thân. Bạn nhận ra quyền lực và khả năng cá nhân của mình vì chúng phải được phát triển để bạn có thể đi theo một chương trình thuộc bản chất này. Bạn cũng nhận ra sự hòa nhập của mình trong cuộc sống khi cuộc sống cố gắng phục vụ bạn trong quá trình phát triển thật sự của bạn.

DO ĐÓ, HÃY THỰC HÀNH CÙNG BÀI THỰC HÀNH mà bạn đã thử ngày hôm trước trong hai lần thực hành của bạn, và đừng để sự nghi ngờ hoặc bối rối ngăn cản bạn. Hãy là một học sinh thực thụ ngày hôm nay. Hãy cho phép bản thân bạn tập trung vào việc thực hành của mình. Hãy trao hết mình cho việc thực hành. Hãy là một học sinh thực thụ hôm nay.

BÀI THỰC HÀNH 20: *Hai lần thực hành, mỗi lần 15 phút.*

Bước 21

ÔN TẬP

Trong Bài Ôn Tập thứ ba của bạn, hãy ôn lại tất cả các bài học của tuần trước và kết quả của những bài học đó. Hôm nay hãy thực tập không đưa ra bất kỳ kết luận nào, mà đơn giản nhận ra con đường phát triển và ghi nhận tiến trình mà bạn đã đạt được cho đến nay. Còn quá sớm để đưa ra một kết luận chân thật, mặc dù có thể rất lôi cuốn để làm như vậy. Các học sinh mới bắt đầu thì không ở trong vị trí để đánh giá chương trình giảng dạy của mình. Quyền này phải được giành được và đến sau này nếu bạn muốn những đánh giá của mình có được hiệu lực thật sự và là khôn ngoan.

Do đó, trong lần thực hành của mình, hãy ôn lại phần thực hành cuối và tất cả những gì được trải nghiệm cho đến nay.

BÀI THỰC HÀNH 21: *Một lần thực hành 45 phút.*

Bước 22

TÔI ĐƯỢC BAO QUANH BỞI CÁC GIÁO VIÊN CỦA CHÚA.

BẠN THẬT SỰ ĐƯỢC BAO QUANH BỞI CÁC GIÁO VIÊN CỦA CHÚA, những người đã thực hiện một quá trình đào tạo tương tự theo nhiều cách như quá trình đào tạo mà bạn đang thực hiện lúc này. Mặc dù được trao trong nhiều hình thức khác nhau, trong nhiều thời đại khác nhau, trong nhiều thế giới khác nhau, một kiểu đào tạo rất giống nhau đã được trao cho họ, mà đã được điều chỉnh một cách khôn ngoan dựa theo trạng thái tinh thần trước đây và hoàn cảnh của họ trong cuộc sống.

HÔM NAY, TRONG HAI LẦN THỰC HÀNH 15 PHÚT, hãy cảm nhận sự hiện diện của các Giáo Viên của Chúa. Bạn vẫn chưa thể nhìn thấy họ bằng mắt mình, và bạn vẫn chưa thể nghe thấy họ bằng tai mình vì các giác quan này vẫn chưa được tinh chỉnh đủ, nhưng bạn có thể cảm nhận được sự hiện diện của họ, vì sự hiện diện của họ bao quanh và bảo vệ bạn. Trong bài thực hành của bạn, đừng để những suy nghĩ khác xen vào. Đừng đầu hàng trước sự nghi ngờ hay bối rối, vì bạn phải chuẩn bị để có được phần thưởng mà bạn tìm kiếm, và bạn phải biết rằng bạn không đơn độc trong thế giới này để có được sức mạnh, sự tự tin và nguồn khôn ngoan cần thiết để đạt được điều mà bạn được gửi đến đây để đạt được.

BẠN ĐƯỢC BAO QUANH BỞI CÁC GIÁO VIÊN CỦA CHÚA. Họ đang ở đây để yêu thương, hỗ trợ và hướng dẫn bạn.

BÀI THỰC HÀNH 22: *Hai lần thực hành, mỗi lần 15 phút.*

Bước 23

TÔI ĐƯỢC YÊU THƯƠNG, BAO QUANH VÀ HỖ TRỢ BỞI CÁC GIÁO VIÊN CỦA CHÚA.

CHÂN LÝ CỦA ĐIỀU NÀY SẼ TRỞ NÊN HIỂN NHIÊN khi bạn chuẩn bị, nhưng hiện tại nó có thể đòi hỏi niềm tin lớn. Ý tưởng này có thể thách thức những ý tưởng hoặc niềm tin hiện có, nhưng dù sao thì nó vẫn đúng. Kế Hoạch của Chúa là vô hình và được nhận ra bởi rất ít người vì rất ít người có được sự cởi mở của tâm trí và chất lượng của sự chú ý sẽ cho phép họ nhìn thấy những gì hiển nhiên đang diễn ra xung quanh họ, mà tại thời điểm này là hoàn toàn không hiển nhiên đối với họ. Các Giáo Viên của bạn yêu bạn, bao quanh bạn và hỗ trợ bạn, vì bạn đang trổi vào trong Tri Thức. Điều này kêu gọi họ đến bên bạn. Bạn là một trong số ít người có sự hứa hẹn và cơ hội để thoát khỏi giấc ngủ của trí tưởng tượng của chính bạn để bước vào ân sủng của Thực Tại.

DO ĐÓ, TRONG HAI LẦN THỰC HÀNH HÔM NAY, hãy cảm nhận tình yêu, sự hỗ trợ và chỉ dẫn này. Đó là một cảm giác. Đó không phải là ý tưởng. Đó là một cảm giác. Đó là điều bạn phải cảm nhận. Tình yêu là điều bạn phải cảm nhận để biết. Bạn thật sự được yêu thương, bao quanh và hỗ trợ bởi các Giáo Viên của mình, và bạn rất xứng đáng với món quà vĩ đại của họ dành cho bạn.

BÀI THỰC HÀNH 23: *Hai lần thực hành, mỗi lần 15 phút.*

Bước 24

TÔI XỨNG ĐÁNG VỚI TÌNH YÊU CỦA CHÚA.

BẠN THẬT SỰ XỨNG ĐÁNG VỚI TÌNH YÊU CỦA CHÚA. Thật vậy, bạn thật sự là tình yêu của Chúa. Không với bất kỳ sự giả vờ nào, ở cốt lõi của bạn, đây chính là Bản Thể Thật Sự của bạn. Đó không phải là Bản Thể mà bạn đã trải nghiệm, và cho đến khi bạn trải nghiệm nó, đừng giả vờ rằng đây là trải nghiệm của bạn. Nhưng hãy ghi nhớ trong nhận thức chân thật rằng đây chính là Bản Thể của bạn. Bạn là một con người, nhưng bạn vĩ đại hơn một con người. Làm sao bạn lại có thể không xứng đáng với tình yêu của Chúa nếu đó là bản chất của bạn? Các Giáo Viên của bạn vây quanh bạn và cung cấp điều là bản chất của bạn để bạn có thể trải nghiệm bản thân và mối quan hệ thật sự của mình với cuộc sống.

TRONG HAI LẦN THỰC HÀNH HÔM NAY CỦA BẠN, hãy một lần nữa thực hành việc nhận lãnh tình yêu, sự hỗ trợ và chỉ dẫn của các Giáo Viên của mình, và nếu bất kỳ suy nghĩ nào cản trở điều này, nếu bất kỳ cảm xúc nào ngăn cản điều này, hãy nhắc nhở bản thân bạn về sự xứng đáng to lớn của bạn. Bạn xứng đáng không phải vì những gì bạn đã làm trên thế giới. Bạn xứng đáng vì bản chất của bạn, bạn đã đến từ đâu và nơi bạn đang đi. Cuộc sống của bạn có thể đầy sai lầm và sai sót, quyết định sai lầm và lựa chọn tồi tệ, nhưng bạn vẫn đến từ Quê Hương Cổ Đại của mình, nơi bạn sẽ trở về. Giá trị của bạn trong mắt Chúa là không thay đổi. Chỉ có nỗ lực lớn để sửa chữa những sai lầm của bạn để bạn có thể trải nghiệm Bản Thể Thật Sự của mình để nó có thể được trao trong thế giới.

VÌ VẬY, TRONG NHỮNG LẦN THỰC HÀNH CỦA BẠN, hãy thực tập sự nhận lãnh và trải nghiệm sự xứng đáng thật sự. Đừng để bất kỳ suy nghĩ nào xung đột với sự thật vĩ đại nhất của cuộc sống.

BÀI THỰC HÀNH 24: *Hai lần thực hành, mỗi lần 15 phút.*

Bước 25

TÔI HỢP NHẤT LÀM MỘT VỚI CHÂN LÝ VĨ ĐẠI NHẤT CỦA CUỘC SỐNG.

CHÂN LÝ VĨ ĐẠI NHẤT CỦA CUỘC SỐNG LÀ GÌ? Nó là điều phải được trải nghiệm, vì không chân lý vĩ đại nào có thể chỉ được chứa đựng trong một ý tưởng, mặc dù ý tưởng có thể phản ánh chân lý đó trong trải nghiệm hiện tại của bạn. Chân lý vĩ đại là sản phẩm của mối quan hệ vĩ đại. Bạn có mối quan hệ vĩ đại với cuộc sống. Bạn có mối quan hệ vĩ đại với những Giáo Viên thật sự của bạn, những người đang ở bên trong bạn. Cuối cùng, bạn sẽ trải nghiệm mối quan hệ vĩ đại với những người trong cuộc sống bên ngoài của mình. Nhưng trước tiên, bạn phải trải nghiệm nguồn gốc của mối quan hệ vĩ đại của mình trong sự thiết lập thật sự của nó. Sau đó vấn đề chỉ là việc chuyển nó ra thế giới bên ngoài, điều mà bạn sẽ làm một cách tự nhiên theo thời gian.

TRONG HAI LẦN THỰC HÀNH CỦA BẠN, hãy thực hành cảm nhận mối quan hệ này. Một lần nữa, bạn được yêu cầu nhận lãnh vì bạn phải nhận lãnh điều này để có thể trao nó. Một khi nó được nhận lãnh, nó sẽ tự trao tặng bản thân một cách tự nhiên. Trong quá trình này, giá trị của bạn được thiết lập lại vì nó là khá rõ ràng. Bạn không cần phải trình bày sai lệch về bản thân hoặc trải nghiệm của mình. Việc chia sẻ một tình yêu vĩ đại một cách trung thực có nghĩa là bạn phải trải nghiệm nó. Chính trải nghiệm mà Chúng Tôi muốn trao cho bạn hôm nay.

BÀI THỰC HÀNH 25: *Hai lần thực hành, mỗi lần 15 phút.*

Bước 26

NHỮNG SAI LẦM CỦA TÔI SINH RA TRI THỨC CỦA TÔI.

THẬT VÔ NGHĨA ĐỂ BIỆN MINH CHO SAI LẦM, nhưng sai lầm có thể khiến bạn xem trọng sự thật, và trong đó nó có thể dẫn đến Tri Thức thật sự. Đây là giá trị duy nhất có thể có của nó. Chúng Tôi không dung túng cho sai lầm, nhưng nếu sai lầm xảy ra, Chúng Tôi muốn khiến nó phục vụ nhu cầu thật sự của bạn để bạn có thể học hỏi từ nó và không lặp lại nó nữa. Đó không đơn thuần để bạn quên đi sai lầm của mình, vì bạn không thể làm điều đó. Đó không đơn thuần để bạn biện minh cho sai lầm của mình, vì điều này sẽ khiến bạn trở nên không trung thực. Đó không đơn thuần để bạn coi sai lầm của mình như chỉ là phục vụ cho bạn, vì chúng thật sự đã đau đớn. Điều này thật sự có nghĩa là bạn nhận ra rằng sai lầm là sai lầm, và sau đó bạn cố gắng sử dụng nó cho lợi ích của chính mình. Nỗi đau của sai lầm và sự đau khổ của sai lầm phải được chấp nhận, vì điều này sẽ dạy bạn điều gì là chân thật và điều gì không, điều gì nên coi trọng và điều gì không nên. Việc sử dụng sai lầm của bạn để phát triển có nghĩa là bạn đã chấp nhận sai lầm, và bây giờ bạn đang cố gắng sử dụng nó để rút ra giá trị từ nó bởi vì cho đến khi giá trị được rút ra từ sai lầm, nó chỉ là sai lầm và sẽ là nguồn gốc của nỗi đau và sự khó chịu cho bạn.

HÔM NAY, TRONG HAI LẦN THỰC HÀNH 30 PHÚT CỦA BẠN, hãy nhìn vào những sai lầm cụ thể mà bạn đã mắc phải mà đã rất đau đớn. Đừng cố gắng gạt bỏ nỗi đau của chúng, nhưng hãy xem trong hoàn cảnh hiện tại của bạn trong cuộc sống, cách nào bạn có thể sử dụng chúng cho lợi ích của chính mình. Việc sử dụng sai lầm theo cách này có thể chỉ cho bạn thấy những sửa chữa hoặc điều chỉnh cần được thực hiện để nâng cao chất lượng cuộc sống của bạn. Hãy nhớ rằng bất kỳ giải pháp nào cho sai lầm thì luôn tạo ra sự công nhận thật sự và sự nhận biết thật sự trong mối quan hệ.

Trong các lần thực hành của bạn, hãy xem xét các sai lầm xuất hiện trong đầu khi bạn ngồi yên tĩnh một mình, và sau đó hãy xem cách nào mỗi sai lầm có thể được sử dụng cho lợi ích hiện tại của bạn. Điều gì cần được học từ chúng? Điều gì cần phải làm mà trước đây chưa được làm? Điều gì không được làm mà trước đây đã làm? Làm sao những sai lầm này có thể được nhận ra trước? Những dấu hiệu nào đến trước chúng và làm sao những dấu hiệu đó có thể được nhận ra trước sai lầm trong tương lai?

Hãy sử dụng những lần thực hành này cho quá trình tự vấn này và khi bạn hoàn thành, đừng nói về kết quả với bất kỳ người nào khác mà hãy để quá trình điều tra diễn ra một cách tự nhiên, như nó tự nhiên sẽ làm.

Bài thực hành 26: *Hai lần thực hành, mỗi lần 30 phút.*

Bước 27

TÔI CÓ MỘT SỰ KHÔN NGOAN MÀ TÔI MUỐN KHÁM PHÁ.

Lời khẳng định này đại diện cho ý muốn thật sự của bạn. Nếu bạn không đang cảm thấy điều này, điều đó có nghĩa là bạn đang theo đuổi điều gì khác không chân thật và không có nền tảng thật sự trong bản thể bạn. Nếu bạn từng cảm thấy sự thật đã phản bội bạn, thì bạn chưa nhận ra giá trị của nó. Có lẽ nó đã làm thất vọng các kế hoạch và mục tiêu của bạn. Có lẽ bạn đã mất đi thứ gì đó mà bạn thật sự mong muốn. Có lẽ nó đã ngăn cản bạn tìm kiếm thứ gì đó đáng mơ ước. Nhưng trong mọi trường hợp, nó đã cứu bạn khỏi nỗi đau và sự khốn khổ. Cho đến khi chức năng thật sự của bạn được nhận ra, thì bạn không thể cảm kích cách mà sự thật đã phục vụ bạn, vì cho đến khi chức năng của bạn được khám phá, bạn sẽ cố gắng khẳng định và biện minh cho các chức năng khác. Nếu các chức năng đó bị ngăn cản hoặc phủ nhận bởi sự thật, có thể sẽ có sự bối rối và xung đột lớn. Tuy nhiên, hãy nhớ rằng sự thật đã luôn cứu bạn khỏi một sai lầm lớn hơn mà nếu không bạn sẽ phạm phải.

Mọi người không thể trải nghiệm Tri Thức vì họ bận rộn với suy nghĩ và phán xét. Những suy nghĩ và phán xét này tạo ra một thế giới khép kín cho cá nhân đó, một thế giới khép kín nơi họ không thể nhìn ra bên ngoài. Họ chỉ có thể nhìn thấy nội dung của suy nghĩ của mình và điều này tô màu lên toàn bộ trải nghiệm cuộc sống của họ, đến mức họ không thể nhìn thấy cuộc sống chút nào.

Do đó, trong hai lần thực hành 30 phút của bạn, hãy nhìn và xem sự thật đã phục vụ bạn như thế nào. Hãy nhìn vào những trải nghiệm vui vẻ. Hãy nhìn vào những trải nghiệm đau đớn. Đặc biệt trong những trải nghiệm đau đớn, hãy nhìn vào cách mà sự thật đã phục vụ bạn. Hãy nhìn một cách cởi mở. Đừng bảo vệ một lập trường trước đây nếu bạn thấy bị dụ dỗ làm vậy. Nếu nổi đau vẫn còn tồn tại từ sự mất mát từ thời điểm trước đây, hãy chấp nhận nỗi đau đó và sự gây nản lòng của nó, nhưng hãy cố gắng nhìn và thấy bạn thật sự được phục vụ như thế nào bởi sự mất mát đó.

CÁCH NHÌN NÀY VỀ VIỆC ĐƯỢC PHỤC VỤ bởi kinh nghiệm của bạn là điều mà bạn phải trau dồi. Nó không biện minh cho kinh nghiệm đó. Hãy hiểu điều này. Nó đơn thuần trao cho bạn cơ hội để sử dụng kinh nghiệm của mình cho sự tiến bộ và trao quyền của bạn. Sự thật vận hành trong thế giới ảo tưởng để giúp những ai đang đáp lại sự thật trong cuộc đời họ. Bạn đang đáp lại sự thật, nếu không bạn sẽ không thực hiện chương trình phát triển này. Vì vậy, bạn đã đến điểm ngoặt nơi sự thật có vẻ như cạnh tranh với những thứ khác và do đó, rất khó để nhận ra. Trong chương trình phát triển này, sự thật sẽ được phân biệt với mọi thứ khác theo cách mà bạn có thể trải nghiệm nó trực tiếp và sẽ không bị nhầm lẫn về vẻ ngoài của nó hoặc sự tồn tại có ích của nó trong cuộc đời bạn. Vì sự thật đang ở đây để phục vụ bạn cũng như bạn đang ở đây để phục vụ sự thật.

BÀI THỰC HÀNH 27: *Hai lần thực hành, mỗi lần 30 phút.*

Bước 28

ÔN TẬP

Chúng ta sẽ bắt đầu Bài Ôn Tập thứ tư của chúng ta bằng một lời cầu nguyện đặc biệt.

"Tôi chấp nhận Tri Thức của mình như một món quà từ Chúa. Tôi chấp nhận các Giáo Viên của mình như những người anh chị của mình. Tôi chấp nhận thế giới của mình như một nơi mà Tri Thức có thể được giành lại và được đóng góp. Tôi chấp nhận quá khứ của mình như một minh chứng cho cuộc sống không có Tri Thức. Tôi chấp nhận những phép màu của cuộc đời mình như một minh chứng cho sự hiện diện của Tri Thức, và tôi trao bản thân lúc này để trau dồi những điều tốt đẹp nhất bên trong tôi để được trao tặng cho thế giới."

Một lần nữa chúng ta sẽ ôn lại tuần thực hành vừa qua, đọc lại tất cả các hướng dẫn và với mỗi bước, ôn lại những gì đã diễn ra trong thời gian thực hành của bạn. Hãy nhớ tự hỏi bản thân rằng bạn đã tham gia sâu sắc như thế nào trong việc thực hành—bạn đã muốn tìm kiếm và điều tra đến mức nào, bạn đã xem xét kỹ lưỡng đến mức nào kinh nghiệm của chính mình, và bạn cảm thấy có động lực đến mức nào để vượt qua bất kỳ rào cản nào có thể tồn tại.

Lần thực hành ôn tập 45 phút của chúng ta sẽ bắt đầu trao cho bạn quan điểm về sự phát triển của bạn trong quá trình chuẩn bị này. Điều này không chỉ có ích cho bản thân bạn mà còn cho những người mà bạn sẽ phục vụ trong tương lai, vì khi bạn đang nhận lãnh lúc này, bạn sẽ muốn cho đi trong bất kỳ bối cảnh nào và dưới bất kỳ hình thức nào phù hợp với bạn. Bạn phải hiểu được cách mọi người học và cách mọi người phát triển. Điều này phải xuất phát từ trải nghiệm của chính bạn và phải thể hiện tình yêu và lòng nhân từ mà là sự phát ra tự nhiên của Tri Thức của bạn. Một lần nữa, đừng để bất kỳ sự nghi ngờ hay bối rối nào ngăn cản bạn khỏi việc áp dụng thật sự của mình.

BÀI THỰC HÀNH 28: *Một lần thực hành 45 phút.*

Bước 29

TÔI SẼ QUAN SÁT BẢN THÂN HÔM NAY ĐỂ HỌC VỀ TRI THỨC.

Vào ngày thực hành đặc biệt này, hãy quan sát bản thân bạn trong suốt cả ngày, duy trì nhận thức về suy nghĩ và hành vi của bạn càng nhiều càng tốt. Để phát triển chất lượng này của việc quan sát bản thân, bạn phải thoát khỏi sự phán xét càng nhiều càng tốt, vì sự phán xét khiến bạn không thể quan sát. Bạn phải nghiên cứu bản thân như thể bạn là một người khác mà bạn có thể khách quan hơn nhiều.

CHÚNG TA SẼ THỰC HÀNH HÀNG GIỜ HÔM NAY. Hàng giờ, bạn sẽ cần có mặt để thấy suy nghĩ của mình và quan sát hành vi hiện tại của mình. Việc liên tục kiểm tra bản thân này sẽ giúp bạn tham gia nhiều hơn vào trải nghiệm hiện tại của mình và sẽ cho phép Tri Thức của bạn phát huy ảnh hưởng có lợi của nó lên bạn ở mức độ lớn hơn nhiều. Tri Thức biết bạn cần gì và biết cách phục vụ bạn, nhưng bạn phải học cách tiếp nhận. Dần dần, bạn cũng phải học cách cho đi để bạn có thể nhận được nhiều hơn. Việc nhận lãnh của bạn là quan trọng vì nó giúp bạn cho đi, và việc cho đi là bản chất của sự viên mãn trên thế giới này. Nhưng bạn không thể cho đi từ một trạng thái nghèo đói. Do đó, việc cho đi của bạn phải chân thành, xuất phát từ sự tiếp nhận tràn đầy mà bạn đã trau dồi trong chính mình, trong các mối quan hệ của bạn với người khác và với cuộc sống.

MỖI LẦN THỰC HÀNH CHỈ CẦN MẤT VÀI PHÚT nhưng cần có sự tập trung hoàn toàn của bạn. Bạn không cần nhắm mắt để làm việc này, mặc dù nếu phù hợp, việc đó sẽ có ích. Bạn có thể thực hành trong lúc đang trò chuyện với người khác. Thật ra, có rất ít hoàn cảnh có thể ngăn cản thời gian tự vấn này. Khi thực hành, bạn đơn giản hỏi bản thân: "Tôi cảm thấy thế nào?" và "Tôi đang làm gì lúc này?" Chỉ vậy thôi. Sau đó, hãy cảm nhận xem có điều gì bạn phải làm mà bạn không đang làm hay không. Nếu không cần sửa, hãy tiếp tục với những gì bạn đang làm. Nếu cần sửa, hãy sửa một cách nhanh nhất có thể. Hãy để sự hướng dẫn bên trong của bạn ảnh hưởng bạn, điều mà nó sẽ làm nếu bạn không bị chi phối bởi xung lực, nỗi sợ hãi hoặc tham vọng. Hãy quan sát bản thân hôm nay.

BÀI THỰC HÀNH 29: *Thực hành hàng giờ.*

Bước 30

HÔM NAY TÔI SẼ QUAN SÁT THẾ GIỚI CỦA MÌNH.

Hôm nay hãy quan sát thế giới của bạn, đi theo cùng một kế hoạch thực hành như được thực hành hôm qua. Hãy quan sát thế giới của bạn mà không phán xét và quan sát những gì bạn đang làm trên thế giới mà không phán xét. Sau đó hãy cảm nhận xem có gì cần phải làm hay không. Một lần nữa, các bài thực hành hàng giờ của bạn chỉ mất vài phút, và khi bạn thực tập, chúng sẽ trở nên nhanh hơn, sắc sảo hơn và hiệu quả hơn.

Chúng tôi muốn bạn nhìn thế giới mà không phán xét, vì điều này sẽ giúp bạn thấy thế giới như chính nó. Đừng nghĩ rằng bạn đã thấy thế giới như chính nó, vì những gì bạn đã thấy là sự phán xét của bạn đối với thế giới. Thế giới bạn sẽ thấy mà không phán xét là một thế giới khác với thế giới mà bạn từng thấy trước đây.

Bài thực hành 30: *Thực hành hàng giờ.*

Bước 31

TÔI MUỐN THẤY MỘT THẾ GIỚI MÀ TÔI CHƯA TỪNG THẤY TRƯỚC ĐÂY.

Điều này thể hiện mong muốn của bạn về Tri Thức. Nó thể hiện mong muốn của bạn về hòa bình. Tất cả đều là cùng một mong muốn. Mong muốn này xuất phát từ Tri Thức của bạn. Nó có thể cạnh tranh với những mong muốn khác. Nó có thể đe dọa những thứ khác, mặc dù nó không nhất thiết cần làm vậy. Do đó, lời khẳng định cho ngày hôm nay phản ánh ý muốn thật sự của bạn trong cuộc sống. Khi điều này được khẳng định, nó trở nên rõ ràng hơn đối với bạn, và bạn có thể trải nghiệm nó ngày càng nhiều hơn theo thời gian.

Hôm nay hàng giờ, hãy cảm nhận mong muốn của bạn để nhìn thấy một thế giới khác. Hãy nhìn vào thế giới mà không phán xét và tự nhủ rằng, "Tôi muốn nhìn thấy một thế giới khác." Hãy làm điều này hàng giờ. Cố gắng đừng bỏ lỡ bất kỳ lần thực hành nào. Hãy thực hành bất kể bạn cảm thấy thế nào, bất kể điều gì đang xảy ra. Bạn vĩ đại hơn các trạng thái cảm xúc của mình và vì vậy bạn không cần phải phủ nhận chúng, mặc dù chúng sẽ cần được kiểm soát dần dần. Bạn vĩ đại hơn những hình ảnh bạn nhìn thấy xung quanh mình, vì chúng chủ yếu đại diện cho sự phán xét của bạn đối với thế giới. Hãy thực hành hôm nay bằng cách nhìn mà không phán xét và cảm nhận khi bạn nhìn.

BÀI THỰC HÀNH 31: *Thực hành hàng giờ.*

Bước 32

SỰ THẬT ĐANG Ở BÊN TÔI. TÔI CÓ THỂ CẢM NHẬN NÓ.

Sự thật đang ở bên bạn. Bạn có thể cảm nhận được nó, và nó có thể chiếu vào tâm trí bạn và cảm xúc của bạn nếu bạn cho phép nó. Hôm nay hãy tiếp tục quá trình chuẩn bị của bạn trong việc phát triển mong muốn có được sự thật và khả năng trải nghiệm sự thật.

Trong hai lần thực hành dài của bạn, mỗi lần 30 phút, hãy ngồi yên lặng với mắt nhắm, hít thở sâu và đều, cố gắng cảm nhận sự thật vượt qua khỏi sự bồn chồn liên tục của tâm trí bạn. Hãy sử dụng hơi thở của bạn để đưa bạn đi sâu hơn, vì hơi thở của bạn sẽ luôn đưa bạn vượt qua khỏi suy nghĩ của bạn nếu bạn tuân thủ nó một cách có ý thức. Đừng để bất cứ điều gì làm bạn mất tập trung hoặc ngăn cản bạn. Nếu điều gì đó xâm nhập tâm trí bạn và bạn khó giải phóng nó, hãy tự nhủ rằng bạn sẽ xem xét nó sau một chút, nhưng ngay lúc này bạn đang có kỳ nghỉ nhỏ khỏi tâm trí của mình. Hãy thực tập cảm nhận sự thật. Đừng nghĩ về sự thật. Hãy thực tập cảm nhận sự thật.

BÀI THỰC HÀNH 32: *Hai lần thực hành, mỗi lần 30 phút.*

Bước 33

TÔI CÓ MỘT SỨ MỆNH TRONG CUỘC ĐỜI MÌNH ĐỂ HOÀN THÀNH.

BẠN CÓ MỘT SỨ MỆNH TRONG CUỘC ĐỜI ĐỂ HOÀN THÀNH, một sứ mệnh đã được giao cho bạn trước khi bạn đến đây, một sứ mệnh mà bạn sẽ xem xét lại sau khi bạn rời đi. Nó liên quan đến việc giành lại Tri Thức và sự tham gia thích hợp với những người khác để mang lại những kết quả cụ thể trên thế giới. Không quá quan trọng vào lúc này rằng bạn đánh giá cuộc sống hiện tại của mình để xem liệu nó có phản ánh mục đích lớn lao này hay không, vì giờ đây bạn đang tham gia vào việc giành lại Tri Thức. Khi Tri Thức của bạn trở nên mạnh mẽ hơn, nó sẽ tỏa sự nhân từ của nó lên bạn và thông qua bạn. Các hoạt động của bạn sau đó sẽ được điều chỉnh khi cần thiết. Do đó, bạn không cần phải đổ lỗi hoặc dung túng cho quá khứ hoặc các hoạt động hiện tại của mình, vì giờ đây bạn đang tuân theo một sức mạnh lớn hơn bên trong mình.

TRONG HAI LẦN THỰC HÀNH DÀI HÔM NAY CỦA MÌNH, hãy nghiền ngẫm ý tưởng rằng bạn có một sứ mệnh lớn lao trong cuộc đời. Hãy suy nghĩ về điều này. Đừng ngay lập tức bị thuyết phục bởi những phản ứng đầu tiên của chính bạn. Hãy suy nghĩ về nó một cách cẩn thận. Hãy nghĩ xem điều này có thể có ý nghĩa gì. Hãy nghĩ về những khoảnh khắc trong cuộc đời bạn khi bạn đã nghĩ về điều này trước đây hoặc đã cân nhắc đến khả năng đó. Trong hai lần thực hành của mình, bạn sẽ có cơ hội để cân nhắc điều này, nhưng hãy cẩn thận—khoan đưa ra kết luận.

BÀI THỰC HÀNH 33: *Hai lần thực hành, mỗi lần 30 phút.*

Bước 34

TÔI LÀ MỘT HỌC SINH MỚI BẮT ĐẦU CỦA TRI THỨC.

Bạn là một học sinh mới bắt đầu của Tri Thức. Bất kể bạn có thể tự coi mình có trực giác như thế nào, bất kể bạn có thể tự coi mình có năng lực về mặt tinh thần như thế nào, bất kể bạn có thể tự coi mình trung thực về mặt cảm xúc như thế nào, bất kể sự tiến bộ được công nhận của bạn là gì, bạn vẫn là một học sinh mới bắt đầu của Tri Thức. Hãy vui mừng rằng đó là như vậy, vì những học sinh mới bắt đầu đang ở trong vị trí để học mọi thứ và không cần phải bảo vệ thành tích của mình. Chúng Tôi không hạ thấp thành tích của bạn mà thay vào đó muốn chiếu ánh sáng của sự thật vào sự vĩ đại đang chờ được khám phá bên trong bạn, một sự vĩ đại sẽ trao cho bạn sự bình đẳng thật sự trong cuộc sống và dần dần sẽ tiết lộ những gì mà bạn đã đến đây để làm.

TRONG HAI LẦN THỰC HÀNH CỦA MÌNH, hãy bắt đầu bằng cách thừa nhận với bản thân rằng bạn là một học sinh mới bắt đầu của Tri Thức và nhắc nhở bản thân không đưa ra bất kỳ kết luận quá sớm nào về chương trình giảng dạy này hoặc về khả năng của bạn như một học sinh. Những phán xét như vậy là non nớt và hiếm khi phản ánh sự thật theo bất kỳ cách nào. Chúng thường là một hình thức tự làm nản lòng và do đó không phục vụ bất kỳ mục đích xứng đáng nào cả.

SAU KHI TUYÊN BỐ Ý TƯỞNG HÔM NAY VỚI CHÍNH MÌNH và nhắc nhở bản thân đừng phán xét, hãy thực hành 15 phút tâm lặng bên trong trong hai lần thực hành của bạn. Hãy cố gắng cảm nhận sự thật bên trong bạn. Hãy tập trung tâm trí bạn vào một điểm, có thể là một điểm vật chất hoặc một điểm tưởng tượng nếu cần. Hãy để mọi thứ lắng xuống bên trong. Hãy để bản thân bạn trở nên yên lặng nhất có thể, và đừng nản lòng nếu gặp khó khăn. Bạn là một học sinh mới bắt đầu của Tri Thức và do đó có thể học được mọi thứ.

BÀI THỰC HÀNH 34: *Hai lần thực hành, mỗi lần 15 phút.*

Bước 35

ÔN TẬP

BÀI ÔN TẬP NÀY SẼ CHO BẠN CƠ HỘI để học được điều gì đó về Con Đường Tri Thức trong Cộng Đồng Vĩ Đại. Trong hai lần thực hành 30 phút, hãy xem lại các hướng dẫn và trải nghiệm thực hành của bạn tuần trước. Hãy làm điều này với ít phán xét nhất có thể. Đơn giản nhìn và xem những gì đã được hướng dẫn, những gì bạn đã làm và kết quả là gì. Việc xem xét khách quan này sẽ trao cho bạn sự tiếp cận lớn nhất với sự nhận biết và hiểu biết, với ít nhất đau đớn và ít nhất sự ngược đãi bản thân. Lúc này bạn đang học cách trở nên khách quan về cuộc đời mình mà không kìm nén nội dung của cảm xúc của mình. Thay vì cố gắng phá hủy một khía cạnh của bản thân, bạn đơn giản đang cố gắng trau dồi một khía cạnh khác.

DO ĐÓ, TRONG BÀI ÔN TẬP CỦA BẠN, hãy sử dụng điều này như một cột mốc: "Tôi sẽ nhìn, nhưng tôi sẽ không phán xét." Bằng cách này, bạn sẽ có thể nhận ra các thứ. Hãy nhớ rằng bạn có thể dễ dàng hơn để hiểu được cuộc sống của người khác và bạn có thể hiểu ít như thế nào về cuộc sống của chính mình. Sự khách quan lớn hơn là khả thi với người khác vì bạn không đang cố gắng sử dụng cuộc sống của họ cho bất kỳ mục đích cụ thể nào và khi bạn càng làm như vậy, bạn sẽ càng ít có khả năng hiểu được họ, bản chất của họ, sự phát triển của họ hoặc định mệnh của họ. Do đó, khi bạn càng ít cố gắng sử dụng cuộc đời mình, bạn sẽ càng có thể hiểu được nó, cảm kích nó và làm việc với cơ chế nội tại của nó cho sự tiến bộ lớn hơn của bạn.

BÀI THỰC HÀNH 35: *Hai lần thực hành, mỗi lần 30 phút.*

Bước 36

CUỘC ĐỜI TÔI LÀ MỘT BÍ ẨN ĐỂ KHÁM PHÁ.

CUỘC ĐỜI BẠN THẬT SỰ LÀ MỘT BÍ ẨN và, đúng vậy, nó thật sự đòi hỏi bạn phải khám phá nó nếu bạn muốn hiểu được mục đích của nó, ý nghĩa của nó và phương hướng thật sự của nó. Điều này là thiết yếu cho hạnh phúc và sự viên mãn của bạn trên thế giới, vì nếu bạn đã đang nhìn kỹ vào cuộc đời mình, thì bạn sẽ nhận ra rằng bạn đã không được thoả mãn bởi những thứ nhỏ nhặt. Đối với bạn, người tìm kiếm Tri Thức, điều gì đó lớn lao hơn phải được trao. Bạn phải xuyên qua bề mặt của mọi thứ, mà có vẻ như đủ kích thích hầu hết mọi người. Bạn phải chấp nhận khát khao sâu sắc của mình, nếu không bạn sẽ tự gây ra cho mình nỗi đau và xung đột không cần thiết. Không quan trọng rằng người khác coi trọng điều gì. Quan trọng rằng bạn coi trọng điều gì. Nếu bạn đang tìm kiếm ý nghĩa lớn lao hơn, mà là ý nghĩa thật sự, thì bạn phải xuyên qua bề mặt của tâm trí mình.

TRONG HAI LẦN THỰC HÀNH HÔM NAY CỦA BẠN, một lần nữa khi thiền hãy tập trung vào việc cảm nhận sự hiện diện của các Giáo Viên Tâm Linh của bạn. Đây không phải là điều bạn phải cố gắng làm. Nó chỉ đơn giản có nghĩa là thư giãn, hít thở và cho phép tâm trí bạn mở ra. Chất lượng của mối quan hệ của bạn với các Giáo Viên của mình là thiết yếu để trao cho bạn sức mạnh và sự khích lệ, vì bạn có thể nghi ngờ chính đáng về các kỹ năng của mình, nhưng bạn có lý do chính đáng để hoàn toàn tin tưởng vào các kỹ năng của các Giáo Viên của bạn, những người đã đi qua con đường này trước đây trên con đường của họ đến với Tri Thức. Họ biết lối đi, mà họ lúc này đang tìm cách để chia sẻ với bạn.

BÀI THỰC HÀNH 36: *Hai lần thực hành, mỗi lần 15 phút.*

Bước 37

CÓ MỘT CON ĐƯỜNG ĐẾN VỚI TRI THỨC.

Làm sao có thể không có con đường đến với Tri Thức khi đó chính là Bản Thể Thật Sự của bạn? Làm sao có thể không có cách nào để Tri Thức thể hiện chính nó khi nó là hình thức thể hiện tự nhiên nhất? Làm sao có thể không có cách nào để Tri Thức hướng dẫn bạn trong mối quan hệ khi Tri Thức là nguồn hoàn hảo của mọi mối quan hệ của bạn? Có một con đường đến với Tri Thức. Nó đòi hỏi kỹ năng và mong muốn. Cả hai đều cần thời gian để phát triển. Bạn phải học cách coi trọng sự thật và không coi trọng sự giả dối, và cần thời gian để học cách tách biệt hai điều này và nhận ra chúng. Cần thời gian để học rằng sự giả dối không làm bạn thỏa mãn và rằng sự thật làm bạn thỏa mãn. Điều này phải học được thông qua thử nghiệm và sai lầm cũng như thông qua sự tương phản. Khi bạn tiếp cận Tri Thức, cuộc sống của bạn trở nên trọn vẹn hơn, chắc chắn hơn và trực tiếp hơn. Khi bạn rời xa nó, bạn bước lại vào sự bối rối, bực bội và tức giận.

Trong hai lần thực hành hôm nay của bạn, mà sẽ không phải là bài thực hành thiền, hãy dành ít nhất 15 phút để suy nghĩ về tất cả các cách để tiếp cận Tri Thức. Viết ra giấy tất cả các cách để đến với Tri Thức. Dành cả hai lần thực hành để làm điều này và khai thác hết mọi khả năng mà bạn có thể nghĩ ra. Hãy cố gắng trở nên thật cụ thể. Hãy sử dụng trí tưởng tượng của bạn, nhưng hãy vạch ra các lối đi có vẻ khá thực tế và có ý nghĩa đối với bạn. Bằng cách này, bạn sẽ biết mình nghĩ gì về cách tìm ra con đường đến Tri Thức, và từ đó bạn sẽ nhận ra rằng Chúa biết con đường đến với Tri Thức.

BÀI THỰC HÀNH 37: *Hai lần thực hành, mỗi lần 15 phút.*

Bước 38

CHÚA BIẾT CON ĐƯỜNG ĐẾN VỚI TRI THỨC.

LÀM SAO BẠN CÓ THỂ TÌM THẤY LỐI ĐI CỦA MÌNH KHI BẠN BỊ LẠC? Làm sao bạn có thể biết được sự chắc chắn khi bạn coi trọng thứ tạm thời nhiều đến thế? Làm sao bạn có thể biết được quyền lực của cuộc đời mình khi bạn quá bị đe dọa bởi mối đe dọa mất mát và hủy diệt? Cuộc sống tốt bụng với bạn, vì nó không chỉ cung cấp phần thưởng mà còn cung cấp con đường dẫn đến phần thưởng. Nếu để tuỳ vào bạn, thì sẽ thật sự tàn nhẫn, vì bạn sẽ phải thử mọi khả năng mà bạn có thể nghĩ ra. Và sau đó bạn sẽ thử những khả năng mà người khác đã nghĩ ra và ngay cả những cơ hội để đạt được Tri Thức mà người khác đã sử dụng thành công nhưng thật ra có thể không hiệu quả cho bạn. Trong khoảng thời gian ngắn ngủi của bạn trên thế giới này, làm sao bạn có thể hoàn thành tất cả những điều này và vẫn duy trì được sức sống của mình? Làm sao bạn có thể duy trì sự khích lệ của mình để có được Tri Thức khi rất nhiều con đường sẽ làm bạn thất vọng?

HÃY VỮNG TIN HÔM NAY KHI BIẾT RẰNG CHÚA biết con đường đến với Tri Thức, và bạn chỉ cần đi theo con đường đang được ban. Bằng cách này, Tri Thức đơn giản trỗi lên trong bạn vì nó được công nhận, vì chỉ có Chúa mới biết Tri Thức trong bạn, và chỉ có Tri Thức trong bạn mới biết Chúa. Khi cả hai cộng hưởng với nhau, chúng trở nên hiển nhiên hơn. Trong đây, bạn tìm thấy sự bình yên.

TRONG HAI LẦN THỰC HÀNH HÔM NAY CỦA MÌNH, mỗi lần 30 phút, hãy thực hành cảm nhận sự hiện diện của Chúa, trong im lặng, trong sự tâm lặng. Không nghĩ về Chúa, không suy đoán, không thắc mắc, không nghi ngờ, mà chỉ đơn giản cảm nhận. Không phải là ảo tưởng mà bạn đang tập trung vào lúc này, mặc dù bạn đã quen tập trung vào ảo tưởng. Trong sự tâm lặng và yên tĩnh, mọi thứ trở nên rõ ràng. Chúa rất tĩnh lặng, vì Chúa không đang đi đâu cả. Khi bạn trở nên tâm lặng, bạn sẽ cảm nhận được quyền năng của Chúa.

BÀI THỰC HÀNH 38: *Hai lần thực hành, mỗi lần 30 phút.*

Bước 39

QUYỀN NĂNG CỦA CHÚA ĐANG Ở CÙNG TÔI.

QUYỀN NĂNG CỦA CHÚA ĐANG Ở CÙNG BẠN. Nó nằm trong Tri Thức của bạn. Vậy thì hãy học cách giành lại Tri Thức của bạn, và bạn sẽ học cách giành lại quyền lực mà Chúa đã ban cho bạn, và bạn cũng sẽ giành lại quyền lực của mình, vì quyền lực của bạn sẽ là cần thiết để bạn tiếp cận với quyền năng của Chúa. Do đó, tất cả những gì thật sự quyền lực và tất cả những gì thật sự tốt đẹp sẽ được khẳng định trong bạn và trong Chúa. Vậy thì hãy để ngày hôm nay là ngày dành cho việc trải nghiệm sự hiện diện này và quyền lực này trong cuộc đời bạn. Bạn không cần phải tưởng tượng Chúa trong ảo tưởng. Bạn không cần dùng hình ảnh để củng cố sự hiểu biết hoặc niềm tin của mình. Bạn chỉ cần sử dụng các bài thực hành được đưa ra ở đây.

TRONG HAI LẦN THỰC HÀNH THIỀN SÂU MỖI LẦN 30 PHÚT CỦA BẠN, một lần nữa hãy bước vào sự tâm lặng và cho phép bản thân bạn cảm nhận quyền năng của Chúa. Hãy dùng quyền lực của chính bạn để định hướng tâm trí bạn, và đừng để sự nghi ngờ hay sợ hãi ngăn cản bạn. Quyền năng của Chúa tượng trưng cho bí ẩn của cuộc đời bạn, vì nó tượng trưng cho quyền lực mà bạn đã mang theo mình từ Chúa để được sử dụng thích hợp trên thế giới dựa theo Kế Hoạch Vĩ Đại. Do đó, hãy cho phép bản thân bước vào bài thực hành với sự cam kết, với sự giản dị và với sự khiêm nhường để bạn có thể cảm nhận được quyền năng của Chúa.

BÀI THỰC HÀNH 39: *Hai lần thực hành, mỗi lần 30 phút.*

Bước 40

HÔM NAY TÔI SẼ CẢM NHẬN ĐƯỢC QUYỀN NĂNG CỦA CHÚA.

Quyền năng của Chúa là rất trọn vẹn và rất bao trùm đến mức nó thấm nhuần mọi thứ. Chỉ những tâm trí bị tách biệt và lạc lối trong việc coi trọng suy nghĩ của riêng mình mới có thể bị tách biệt khỏi lòng nhân từ vĩ đại của Chúa. Những người đã đáp lại Chúa trở thành Sứ Giả của Chúa trong thời gian để họ có thể ban tặng những món quà của Sự Ân Sủng cho những người đang ở lại trong sự bối rối.

Những thứ có vẻ như các quyền lực của thế giới bạn—các thế lực của thiên nhiên, sự không thể tránh khỏi của cái chết của bạn, mối đe dọa luôn hiện hữu của bệnh tật, mất mát và hủy diệt và mọi biểu hiện của xung đột—tất cả đều là những chuyển động tạm thời trong sự tĩnh lặng vĩ đại của Chúa. Chính sự tĩnh lặng vĩ đại này đang kêu gọi bạn quay trở lại với sự bình an và sự tận hưởng trọn vẹn Chúa, nhưng bạn phải chuẩn bị.

Hôm nay bạn chuẩn bị trong hai lần thực hành 30 phút của mình. Trong việc thiền im lặng, hãy cố gắng cảm nhận quyền năng của Chúa. Bạn không cần phải tạo ra những hình ảnh kỳ diệu, vì quyền năng này là thứ bạn có thể cảm nhận được, vì nó ở khắp mọi nơi. Bất kể hoàn cảnh hay điều kiện của bạn như thế nào, có thuận lợi cho sự phát triển của bạn hay không, hôm nay bạn có thể cảm nhận được quyền năng của Chúa.

BÀI THỰC HÀNH 40: *Hai lần thực hành, mỗi lần 30 phút.*

Bước 41

TÔI KHÔNG SỢ QUYỀN NĂNG CỦA CHÚA.

Lời khẳng định này là rất quan trọng đối với hạnh phúc của bạn, vì bạn phải một lần nữa học cách tin tưởng vào quyền lực của tình yêu và quyền năng của Chúa. Để làm được điều này, bạn phải từ bỏ những ý tưởng, giả định và đánh giá trước đây của mình về những trải nghiệm đau đớn trong quá khứ. Thật đau đớn khi bị tách khỏi thứ mà bạn yêu trên hết, và cách duy nhất để duy trì sự tách biệt này là bằng việc phỉ báng thứ mà bạn yêu, trao cho nó một ý định xấu xa và sau đó tạo ra cảm giác tội lỗi trong chính bạn. Để cảm nhận và chấp nhận quyền năng của Chúa, sự xấu xa và cảm giác tội lỗi phải rời khỏi bạn. Bạn phải mạo hiểm khám phá thứ tự nhiên nhất. Đó giống như việc khai phá vùng đất mới và trở về nhà cùng một lúc.

Do đó, trong sự tâm lặng, hãy thực hành hai lần ngày hôm nay cảm nhận quyền năng của Chúa. Đừng tìm kiếm câu trả lời từ Chúa. Bạn không cần phải nói gì cả mà chỉ cần hiện diện, vì khi bạn học cách ở trong mối quan hệ với thứ là nguồn gốc của mọi mối quan hệ của bạn, thì thông tin bạn cần sẽ có thể dễ dàng đến với bạn để hướng dẫn bạn, an ủi bạn và sửa chữa bạn khi cần thiết. Nhưng trước tiên bạn phải cảm nhận được quyền năng của Chúa, và trong điều này bạn sẽ tìm thấy sức mạnh của chính mình.

BÀI THỰC HÀNH 41: *Hai lần thực hành, mỗi lần 30 phút.*

Bước 42

ÔN TẬP

Trong Bài Ôn Tập của bạn hôm nay, hãy ôn lại tất cả các hướng dẫn được đưa ra trong tuần qua và trải nghiệm thực hành của bạn. Hôm nay hãy đặc biệt chú ý đến việc bạn đã thực hành sâu sắc và cẩn thận như thế nào. Hãy đảm bảo rằng bạn không đang thay đổi hoặc điều chỉnh bài học để đáp ứng sở thích hoặc kỳ vọng của mình. Hãy nhớ rằng bạn chỉ cần tuân theo chương trình giảng dạy để nhận được phần thưởng thật sự của nó. Vai trò của bạn thì nhỏ. Vai trò của Chúng Tôi thì lớn. Chúng Tôi cung cấp cách thức. Bạn chỉ cần tuân theo chúng, với niềm tin và với kỳ vọng chân thật. Khi làm như vậy, bạn sẽ phát triển được sự kiên nhẫn, sự nhận biết, lòng tin, sự nhất quán và lòng tự trọng. Tại sao lại là lòng tự trọng? Bởi vì bạn phải coi trọng cao bản thân mình để cho phép bản thân tiếp cận những món quà to lớn của Tri Thức. Không gì có thể gỡ bỏ sự ghét bỏ bản thân và sự nghi ngờ bản thân một cách nhanh chóng và trọn vẹn hơn việc nhận lãnh những món quà dành cho bạn.

Do đó, trong lần thực hành dài hôm nay của bạn, hãy ôn lại tuần thực hành vừa qua. Đừng phán xét, hãy nhìn và xem những gì đã được cung cấp, những gì bạn đã làm và những gì có thể được làm để làm sâu hơn việc thực hành của bạn để bạn có thể nhận được lợi ích của nó trực tiếp hơn. Nếu bạn đang gặp khó khăn, hãy nhận ra vấn đề và cố gắng sửa chữa chúng. Hãy tham gia nhiều hơn trong tuần tới. Khi làm như vậy, bạn sẽ sửa chữa sự nghi ngờ bản thân và sự bối rối chỉ bằng cách định hướng ý muốn của mình.

BÀI THỰC HÀNH 42: *Một lần thực hành dài.*

Bước 43

Ý MUỐN CỦA TÔI LÀ ĐỂ BIẾT CHÚA.

Ý MUỐN CỦA BẠN LÀ ĐỂ BIẾT CHÚA. Đó là ý muốn thật sự của bạn. Bất kỳ mong muốn hay động lực nào khác là để trốn tránh điều này, điều đại diện cho ý muốn của bạn. Chính ý muốn của bạn đã trở nên đáng sợ đối với bạn. Bạn sợ những gì bạn biết và cảm nhận sâu sắc nhất. Điều này khiến bạn tìm nơi ẩn náu trong những thứ không đại diện bạn, và trong đây bạn đánh mất danh tính của mình và cố gắng xây dựng một danh tính liên quan đến những thứ mà bạn đã tìm kiếm như là lối thoát. Trong sự cô lập, bạn đau khổ, nhưng trong mối quan hệ, hạnh phúc sẽ được lấy lại.

Ý MUỐN CỦA BẠN LÀ ĐỂ BIẾT CHÚA. Đừng sợ ý muốn của bạn. Bạn được tạo ra bởi Chúa. Ý Chúa là để biết bạn. Ý muốn của bạn là để biết Chúa. Không có ý muốn nào khác. Mọi động cơ khác ngoài điều này thì chỉ được sinh ra từ sự bối rối và sợ hãi. Việc biết Chúa trao cho Chúa quyền lực và cũng trao cho bạn quyền lực.

TRONG HAI LẦN THỰC HÀNH HÔM NAY CỦA BẠN, trong việc thiền im lặng, hãy thực hành cảm nhận sức mạnh của ý muốn của chính bạn. Đừng để sự sợ hãi và nghi ngờ phủ bóng lên tâm trí bạn. Bạn không cần phải cố gắng cảm nhận ý Chúa. Nó đơn giản đang ở đó. Nó chỉ cần sự chú ý của bạn để bạn nhận ra nó. Do đó, hãy thực hành sâu sắc bằng cách đơn giản hiện diện đối với trải nghiệm này.

BÀI THỰC HÀNH 43: *Hai lần thực hành, mỗi lần 30 phút.*

Bước 44

TÔI MUỐN BIẾT ĐƯỢC SỨC MẠNH CỦA CHÍNH MÌNH.

Lời khẳng định này bạn có thể thấy rất chấp nhận được vì nhu cầu cấp thiết của bạn đối với nó trong hoàn cảnh hiện tại của bạn, nhưng lời khẳng định này sâu sắc hơn nhiều so với những gì bạn có thể nhận ra lúc đầu. Bạn có nhiều sức mạnh hơn nhiều so với những gì bạn đã tuyên bố, nhưng nó không thể được nhận ra hoàn toàn cho đến khi việc áp dụng nó được hướng theo cách thật sự tái tạo bạn và phát huy những khả năng thật sự của bạn.

Làm sao bạn có thể tiếp cận sức mạnh của mình khi bạn cảm thấy yếu đuối và bất lực, khi bạn cảm thấy không xứng đáng, nếu bạn bị gánh nặng bởi cảm giác tội lỗi hoặc sự bối rối hoặc trong cơn tức giận bạn đổ lỗi cho người khác về những thất bại hiển nhiên của chính mình? Việc giành lại sức mạnh của bạn có nghĩa là giải phóng tất cả những gì kìm hãm bạn. Bạn không giải phóng trở ngại của mình bằng cách tuyên bố rằng chúng không tồn tại. Bạn giải phóng chúng vì bạn coi trọng thứ gì đó lớn lao hơn. Sự cản trở của chúng chỉ đơn thuần là dấu hiệu cho thấy bạn phải vượt qua chúng. Sức mạnh của chính bạn khi đó được trau dồi. Bạn tìm kiếm sức mạnh của mình, và bạn sử dụng nó để tìm ra sức mạnh của mình. Chúng Tôi mong muốn bạn biết được sức mạnh của mình và sử dụng nó vì lợi ích của chính bạn.

Trong hai lần thực hành thiền của mình hôm nay, trong im lặng và trong tâm lặng, hãy cố gắng cảm nhận sức mạnh của chính bạn. Đừng để suy nghĩ ngăn cản bạn, vì sự sợ hãi và nghi ngờ chỉ là suy nghĩ—những thứ sương mù lướt qua tâm trí bạn như đám mây. Bên kia những đám mây của tâm trí bạn là vũ trụ vĩ đại của Tri Thức. Do đó, đừng để đám mây che tầm nhìn của bạn về những vì sao bên kia.

BÀI THỰC HÀNH 44: *Hai lần thực hành, mỗi lần 30 phút.*

Bước 45

MỘT MÌNH TÔI KHÔNG THỂ LÀM ĐƯỢC GÌ.

MỘT MÌNH BẠN KHÔNG THỂ LÀM ĐƯỢC GÌ. Không gì từng được hoàn thành một mình, ngay cả trong thế giới của bạn. Không gì từng được tạo ra một mình, ngay cả trong tâm trí bạn. Không sự công nhận nào có được bằng cách làm việc gì đó một mình. Mọi thứ đều là nỗ lực chung. Mọi thứ đều là sản phẩm của mối quan hệ.

ĐIỀU NÀY CÓ HẠ THẤP BẠN NHƯ MỘT CÁ NHÂN KHÔNG? Chắc chắn là không. Nó trao cho bạn môi trường và sự hiểu biết để nhận ra những thành tựu thật sự của mình. Bạn vĩ đại hơn tính chất cá nhân của mình, và do đó bạn có thể thoát khỏi những hạn chế của nó. Bạn làm việc thông qua cá nhân mà là con người bạn, nhưng bạn vĩ đại hơn thế. Hãy chấp nhận những hạn chế của một bản thể hạn chế, và đừng yêu cầu một bản thể hạn chế trở thành Chúa, nếu không bạn sẽ trao cho nó gánh nặng lớn và kỳ vọng lớn và rồi trừng phạt nó vì những thất bại của nó. Điều này dẫn đến sự ghét bỏ bản thân. Điều này khiến bạn phẫn nộ với cuộc sống vật chất của mình và ngược đãi bản thân bạn về mặt cá nhân, cảm xúc và thể chất. Hãy chấp nhận những hạn chế của mình để bạn có thể chấp nhận sự vĩ đại trong cuộc đời mình.

VÌ VẬY, TRONG HAI LẦN THỰC HÀNH HÔM NAY CỦA MÌNH, với đôi mắt mở, hãy tập trung vào những hạn chế của bạn. Hãy nhận ra chúng. Đừng phán xét chúng là tốt hay xấu. Chỉ cần nhận ra chúng. Điều này mang lại cho bạn sự khiêm nhường, và trong sự khiêm nhường, bạn sẽ ở trong vị trí để nhận lãnh sự vĩ đại. Nếu bạn đang bảo vệ những hạn chế của mình, thì làm sao bạn có thể nhận lãnh thứ vượt qua chúng?

BÀI THỰC HÀNH 45: *Hai lần thực hành, mỗi lần 15 phút.*

Bước 46

TÔI PHẢI NHỎ BÉ ĐỂ TRỞ NÊN VĨ ĐẠI.

Đó CÓ PHẢI LÀ MÂU THUẪN RẰNG BẠN PHẢI NHỎ BÉ để trở nên vĩ đại? Đó không phải là mâu thuẫn nếu bạn hiểu được ý nghĩa của nó. Việc nhận ra những hạn chế của bạn cho phép bạn làm việc rất thành công trong một bối cảnh hạn chế. Điều này thể hiện một thực tế lớn hơn những gì bạn có thể nhận ra trước đây. Sự vĩ đại của bạn không được chỉ dựa trên hy vọng hay kỳ vọng cao. Nó không được dựa trên chủ nghĩa lý tưởng mà dựa trên trải nghiệm thực tế. Hãy cho phép bản thân bạn trở nên nhỏ bé, và bạn sẽ trải nghiệm rằng sự vĩ đại đang ở bên bạn và sự vĩ đại là một phần của bạn.

TRONG HAI LẦN THỰC HÀNH HÔM NAY CỦA BẠN, hãy cho phép bản thân được giới hạn nhưng đừng phán xét. Không có sự lên án nào. Hãy tích cực dùng tâm trí bạn vào việc tập trung vào những hạn chế của bạn. Tập trung mà không lên án. Hãy nhìn một cách khách quan. Bạn được định để trở thành một phương tiện để Thực Tại Vĩ Đại thể hiện chính nó trong thế giới này. Phương tiện thể hiện của bạn là khá hạn chế, nhưng nó hoàn toàn đủ để hoàn thành nhiệm vụ mà bạn phải hoàn thành. Khi chấp nhận những hạn chế của nó, bạn có thể hiểu được cơ chế của nó và học cách làm việc với nó một cách có ích. Khi đó, nó không còn là một hạn chế nữa mà là một hình thức thể hiện đầy vui vẻ đối với bạn.

BÀI THỰC HÀNH 46: *Hai lần thực hành, mỗi lần 15 phút.*

Bước 47

TẠI SAO TÔI CẦN GIÁO VIÊN?

Sớm hay muộn bạn cũng sẽ hỏi câu hỏi này và có lẽ vào nhiều lần. Xuất phát từ kỳ vọng của bạn về bản thân mà bạn sẽ hỏi câu hỏi này. Tuy nhiên, khi bạn nhìn kỹ vào cuộc sống của mình, bạn sẽ thấy rằng bạn cần sự hướng dẫn cho mọi thứ bạn đã học. Có lẽ những thứ bạn cảm thấy bên trong mình thì có vẻ như do bạn tạo ra, nhưng chúng cũng là kết quả của sự hướng dẫn. Bạn đã được chuẩn bị thông qua các mối quan hệ cho mọi thứ bạn đã học, cho dù đó là một kỹ năng thực tiễn hay một nhận biết sâu sắc. Việc nhận ra điều này sẽ mang đến sự cảm kích lớn lao đối với mối quan hệ và sự khẳng định đầy đủ về sức mạnh của sự đóng góp trên thế giới.

Nếu bạn có ý định trung thực tiếp cận việc học bất kỳ kỹ năng nào, trước tiên bạn phải nhận ra mình biết ít bao nhiêu, sau đó bạn phải nhận ra mình cần phải học nhiều bao nhiêu, và sau đó bạn phải tìm kiếm hình thức hướng dẫn tốt nhất có thể. Điều này phải áp dụng cho việc giành lại Tri Thức. Bạn phải nhận ra mình biết ít như thế nào, mình cần biết nhiều bao nhiêu và sau đó tiếp nhận sự hướng dẫn được cung cấp. Đó có phải là điểm yếu để cần một giáo viên? Không. Đó là sự công nhận trung thực dựa trên sự đánh giá trung thực. Nếu bạn nhận ra mình biết ít như thế nào và mình cần biết nhiều bao nhiêu và quyền lực của chính Tri Thức, thì bạn sẽ hiểu rằng nhu cầu này là rất hiển nhiên. Làm sao bạn có thể trao cho những người nghĩ rằng họ đã có rồi, khi thực tế họ nghèo? Bạn không thể. Và sự nghèo đói của họ sẽ là do chính họ gây ra và tự họ duy trì.

Tại sao bạn lại cần Giáo Viên? Bởi vì bạn cần học. Và bạn cần phải quên đi những gì bạn đã học mà đang kìm bạn lại. Trong hai lần thực hành hôm nay của mình, với đôi mắt nhắm trong thiền định, hãy cân nhắc lý do tại sao bạn cần Giáo Viên. Hãy quan sát bất kỳ suy nghĩ nào dường như chỉ ra rằng bạn có thể tự mình làm được nếu bạn đủ thông minh hoặc đủ mạnh hoặc đáp ứng những tiêu chuẩn nào đó. Nếu những kỳ vọng này trỗi lên, hãy nhận ra bản chất của chúng. Chúng là sự khăng khăng rằng bạn nên tiếp tục thiếu hiểu biết bằng cách tuyên bố bản thân bạn là một người hướng dẫn đủ năng lực. Bạn không thể tự dạy mình những gì bạn không biết, và nỗ lực làm như vậy chỉ đơn thuần lưu thông lại thông tin cũ và ràng buộc bạn chặt chẽ hơn với nơi bạn đang ở lúc này.

Do đó, trong bài thực tập hôm nay hãy nhận ra nhu cầu của bạn về sự hướng dẫn đích thực và sự phản kháng của bạn, nếu có, đối với sự hiện diện của sự hướng dẫn đích thực mà đang dành cho bạn vào lúc này.

Bài thực hành 47: *Hai lần thực hành, mỗi lần 30 phút.*

Bước 48

SỰ HƯỚNG DẪN ĐÍCH THỰC ĐANG CÓ ĐÓ CHO TÔI.

Sự HƯỚNG DẪN ĐÍCH THỰC ĐANG CÓ ĐÓ. Nó đã đang chờ bạn đạt đến điểm trưởng thành, nơi bạn nhận ra sự cần thiết của nó trong cuộc đời bạn. Điều này tạo ra động lực đích thực cho việc học. Nó được sinh ra từ việc nhận ra hạn chế của bạn dưới góc độ nhu cầu thật sự của bạn. Bạn phải yêu bản thân để trở thành một học sinh của Tri Thức và liên tục yêu bản thân để có thể tiến bước. Không có trở ngại nào khác cho việc học ngoài điều này. Khi không có tình yêu thì sẽ có sự sợ hãi, vì không gì có thể thay thế được tình yêu. Nhưng tình yêu thì không thể thay thế được, và sự hỗ trợ đích thực đang có đó cho bạn.

TRONG HAI LẦN THỰC HÀNH THIỀN HÔM NAY CỦA BẠN, hãy cố gắng cảm nhận sự hiện diện của sự hỗ trợ đích thực đó. Trong sự tâm lặng và im lặng, hãy cảm nhận điều này trong cuộc đời bạn và xung quanh bạn. Những bài thực hành thiền này sẽ bắt đầu mở ra sự nhạy cảm lớn hơn bên trong bạn, một cảm nhận hoàn toàn mới. Bạn sẽ bắt đầu nhận biết được những thứ hiện hữu, mặc dù bạn không thể nhìn thấy chúng. Bạn sẽ có thể đáp lại ý tưởng và thông tin, mặc dù bạn vẫn chưa thể nghe được nguồn gốc của thông điệp. Đây chính là quá trình thật sự của tư duy sáng tạo, vì mọi người tiếp nhận ý tưởng; họ không tạo ra chúng. Bạn là một phần của một cuộc sống lớn hơn. Cuộc sống cá nhân của bạn là phương tiện để thể hiện nó. Khi đó, tính chất cá nhân của bạn trở nên tinh tế hơn và vui vẻ hơn, không còn là nhà tù đối với bạn nữa, mà là hình thức thể hiện vui vẻ của bạn.

SỰ HỖ TRỢ ĐÍCH THỰC ĐANG CÓ ĐÓ CHO BẠN. Hãy thực hành hôm nay để cảm nhận sự hiện diện thường trực của nó trong cuộc đời bạn.

BÀI THỰC HÀNH 48: *Hai lần thực hành, mỗi lần 30 phút.*

Bước 49

ÔN TẬP

Điều này đánh dấu việc hoàn thành tuần thứ bảy thực hành của bạn. Trong Bài Ôn Tập này, bạn được yêu cầu ôn lại tất cả bảy tuần thực hành, ôn lại tất cả các hướng dẫn và nhớ lại trải nghiệm của bạn khi sử dụng từng hướng dẫn. Điều này có thể đòi hỏi nhiều lần thực hành dài, nhưng nó là khá thiết yếu đối với bạn để hiểu được ý nghĩa của việc trở thành một học sinh và cách việc học thật sự được hoàn thành.

Hãy rất cẩn thận đừng phán xét bản thân bạn như một học sinh. Bạn không đang ở vị trí để phán xét bản thân như một học sinh. Bạn không có tiêu chuẩn, vì bạn không phải là Giáo Viên của Tri Thức về Bản Thân. Bạn sẽ thấy khi bạn tiến bước rằng một số thất bại của bạn sẽ dẫn đến thành công lớn hơn, và một số thứ bạn nghĩ là thành công lại có thể dẫn đến thất bại. Điều này sẽ làm rõ toàn bộ hệ thống đánh giá của bạn và sẽ dẫn bạn đến sự công nhận lớn hơn. Điều này sẽ giúp bạn trở nên nhân từ với chính mình và với những người khác mà bạn hiện đang phán xét về thành công của họ và thất bại của họ.

Do đó, hãy ôn lại bốn mươi tám bài học thực hành đầu tiên. Hãy cố gắng nhớ lại cách bạn đáp lại từng bước và bạn đã tham gia sâu sắc đến mức nào. Hãy cố gắng nhìn vào những thành công của bạn, những thành tựu của bạn và những trở ngại của bạn. Bạn đã đi xa đến đây. Xin chúc mừng! Bạn đã vượt qua bài kiểm tra đầu tiên. Hãy được khích lệ lúc này để tiến bước, vì Tri Thức đang ở bên bạn.

Bài thực hành 49: *Nhiều lần thực hành dài.*

Bước 50

HÔM NAY TÔI SẼ Ở BÊN TRI THỨC.

Hãy ở bên Tri Thức hôm nay để bạn có thể có được sự chắc chắn và quyền lực của Tri Thức dành cho bạn. Hãy cho phép Tri Thức trao cho bạn sự tĩnh lặng. Hãy cho phép Tri Thức trao cho bạn sức mạnh và năng lực. Hãy cho phép Tri Thức dạy bạn. Hãy cho phép Tri Thức tiết lộ vũ trụ như nó thật sự tồn tại, không phải như cách bạn phán xét nó.

Trong hai lần thực hành của bạn, hãy thực hành trong sự tâm lặng cảm nhận quyền lực của Tri Thức. Đừng đặt câu hỏi. Việc đó là không cần thiết lúc này. Đừng tranh cãi với chính mình về thực tế của nỗ lực của bạn, vì việc đó là lãng phí và vô nghĩa. Bạn không thể biết cho đến khi bạn nhận lãnh, và để nhận lãnh, bạn phải tin vào khuynh hướng biết của mình.

Hôm nay hãy ở bên Tri Thức. Trong các lần thực hành của bạn, đừng để bất cứ điều gì ngăn cản bạn. Bạn chỉ cần thư giãn và hiện diện. Từ những bài thực hành này, một sự hiện diện lớn hơn sẽ được nhận ra, và điều này sẽ bắt đầu xoa dịu nỗi sợ hãi của bạn.

Bài thực hành 50: *Hai lần thực hành, mỗi lần 30 phút.*

Bước 51

HÃY ĐỂ TÔI NHẬN RA NỖI SỢ CỦA MÌNH ĐỂ TÔI CÓ THỂ NHÌN THẤY SỰ THẬT VƯỢT KHỎI CHÚNG.

BẠN PHẢI NHẬN RA NHỮNG TRỞ NGẠI CỦA MÌNH để có thể nhìn qua khỏi chúng. Nếu chúng bị phớt lờ hoặc phủ nhận, nếu chúng được bảo vệ hoặc được gọi bằng những cái tên khác, thì bạn sẽ không nhận ra bản chất của sự kiềm hãm của mình. Bạn sẽ không hiểu được thứ đang áp bức bạn. Cuộc sống của bạn không được sinh ra từ sự sợ hãi. Nguồn của bạn không được sinh ra từ sự sợ hãi. Việc có thể nhận ra nỗi sợ hãi của mình có nghĩa là bạn phải nhận ra rằng bạn là một phần của thứ gì đó lớn lao hơn. Nhận ra điều này, bạn có thể học cách trở nên khách quan về cuộc đời mình và hiểu được hoàn cảnh hiện tại của mình mà không lên án bản thân, vì chính trong những hoàn cảnh này mà bạn phải trau dồi bản thân. Bạn phải bắt đầu từ nơi bạn đang ở. Để làm được điều này, bạn phải kiểm kê điểm mạnh và điểm yếu của mình.

TRONG HAI LẦN THỰC HÀNH HÔM NAY CỦA BẠN, hãy đánh giá sự tồn tại của những nỗi sợ của bạn và nhắc nhở bản thân rằng thực tế của bạn vượt qua khỏi chúng. Nhưng bạn phải nhận ra chúng để hiểu được sự hiện diện có hại của chúng trong cuộc sống của bạn. Nhắm mắt lại và lặp lại ý tưởng cho ngày hôm nay; sau đó hãy xem xét từng nỗi sợ trồi lên trong tâm trí bạn. Hãy nhắc nhở bản thân rằng sự thật vượt qua khỏi nỗi sợ đó. Hãy cho phép tất cả nỗi sợ hãi trồi lên và được đánh giá theo cách này.

ĐỂ KHÔNG SỢ HÃI, BẠN PHẢI HIỂU ĐƯỢC NỖI SỢ—cơ chế của nó, ảnh hưởng của nó lên con người, và kết quả của nó trong thế giới. Bạn phải nhận ra điều này mà không lừa dối và không ưu tiên. Bạn là một sinh thể vĩ đại đang làm việc trong một bối cảnh hạn chế, trong một môi trường hạn chế. Hiểu được hạn chế của môi trường của mình và hiểu được hạn chế của phương tiện của mình, và bạn sẽ không còn ghét bản thân vì bị hạn chế nữa.

BÀI THỰC HÀNH 51: *Hai lần thực hành, mỗi lần 30 phút.*

Bước 52

TÔI TỰ DO ĐỂ TÌM KIẾM NGUỒN CỦA TRI THỨC CỦA MÌNH.

NGUỒN CỦA TRI THỨC CỦA BẠN TỒN TẠI BÊN TRONG BẠN và cả bên ngoài bạn nữa. Không có sự phân biệt nào về nơi tồn tại của nguồn của Tri Thức, vì nó ở khắp mọi nơi. Cuộc đời bạn đã được cứu bởi vì Chúa đã gieo Tri Thức bên trong bạn. Nhưng bạn sẽ không nhận ra sự cứu rỗi của mình cho đến khi Tri Thức được phép trỗi lên và ban tặng những món quà của nó lên bạn. Có sự tự do nào là tự do ngoại trừ sự tự do cho phép bạn nhận được món quà của cuộc sống đích thực của mình? Mọi sự tự do khác là sự tự do để trở nên hỗn loạn, sự tự do để làm hại chính bạn. Sự tự do lớn nhất là để tìm Tri Thức của bạn và cho phép nó thể hiện chính nó thông qua bạn. Hôm nay, bạn tự do để tìm nguồn của Tri Thức của mình.

TRONG HAI LẦN THỰC HÀNH CỦA MÌNH TRONG TÂM LẶNG, hãy nhận lãnh nguồn của Tri Thức của bạn. Hãy nhắc nhở bản thân rằng bạn được tự do làm điều này. Bất kể sự sợ hãi hay căng thẳng, bất kể cảm giác tội lỗi hay xấu hổ nào, hãy cho phép bản thân bạn nhận lãnh nguồn của Tri Thức của bạn. Bạn được tự do nhận lãnh nguồn của Tri Thức của mình hôm nay.

BÀI THỰC HÀNH 52: *Hai lần thực hành, mỗi lần 30 phút.*

Bước 53

MÓN QUÀ CỦA TÔI LÀ DÀNH CHO NGƯỜI KHÁC.

Những món quà của bạn được dành để trao tặng cho người khác, nhưng trước tiên bạn phải nhận ra những món quà của mình và tách chúng ra khỏi những ý tưởng kìm hãm chúng, thay đổi chúng hoặc phủ nhận chúng. Làm sao bạn có thể hiểu được bản thân ngoại trừ trong bối cảnh của việc đóng góp cho người khác? Một mình bạn không thể làm gì cả. Một mình bạn không có ý nghĩa gì. Đó là vì bạn không là một mình. Điều này sẽ bị coi là gánh nặng và là mối đe dọa cho đến khi bạn nhận ra ý nghĩa to lớn của nó và rằng nó thật sự là món quà. Nó là sự cứu rỗi của cuộc đời bạn. Khi cuộc đời giành lại bạn, bạn giành lại cuộc đời và nhận được tất cả những phần thưởng của nó, vượt xa bất cứ thứ gì bạn có thể tự trao cho mình. Giá trị của cuộc đời bạn được hoàn thành và thể hiện đầy đủ thông qua sự đóng góp của bạn cho người khác bởi vì cho đến khi sự đóng góp tồn tại, bạn chỉ có thể một phần nhận ra bản thân mình—giá trị của mình, mục đích của mình, ý nghĩa của mình và hướng đi của mình.

Trong hai lần thực hành hôm nay của bạn, hãy cảm nhận mong muốn đóng góp của mình cho người khác. Bạn không cần phải xác định lúc này mình muốn đóng góp điều gì. Điều đó không quan trọng bằng mong muốn đóng góp của bạn, vì hình thức đóng góp sẽ dần dần trở nên hiển nhiên đối với bạn và cũng sẽ tiến hoá. Chính mong muốn đóng góp của bạn sinh ra từ động lực thật sự mà sẽ trao cho bạn niềm vui hôm nay.

BÀI THỰC HÀNH 53: *Hai lần thực hành, mỗi lần 30 phút.*

Bước 54

TÔI SẼ KHÔNG SỐNG TRONG LÝ TƯỞNG.

Lý TƯỞNG LÀ GÌ NẾU KHÔNG PHẢI LÀ NHỮNG Ý TƯỞNG VỀ NHỮNG ĐIỀU ĐƯỢC HY VỌNG dựa trên sự thất vọng? Lý tưởng của bạn bao gồm chính bạn, các mối quan hệ của bạn và thế giới mà bạn đang sống trong. Nó bao gồm Chúa và cuộc sống và tất cả các phạm vi trải nghiệm mà bạn có thể tưởng tượng ra. Khi không có trải nghiệm, thì có lý tưởng. Lý tưởng có thể có ích lúc đầu, vì nó có thể giúp bạn bắt đầu di chuyển theo một hướng chân thật, nhưng bạn không được dựa kết luận của mình hoặc danh tính của mình vào nó. Vì chỉ trải nghiệm mới có thể trao cho bạn thứ chân thật đối với bạn và thứ mà bạn có thể hoàn toàn chấp nhận. Đừng để lý tưởng dẫn dắt bạn, vì Tri Thức đang ở đây để dẫn dắt bạn.

TRONG HAI LẦN THỰC HÀNH HÔM NAY CỦA MÌNH, hãy nhận ra mức độ của lý tưởng của chính bạn. Hãy quan sát cẩn thận những gì bạn muốn bản thân mình trở thành, những gì bạn muốn thế giới mình trở thành, và những gì bạn muốn các mối quan hệ của mình trở thành. Lặp lại ý tưởng của ngày hôm nay và với mắt nhắm, hãy xem xét từng lý tưởng của bạn. Mặc dù lý tưởng của bạn có vẻ có ích và có vẻ như đại diện cho mong muốn của bạn về tình yêu và sự hòa hợp, nhưng trên thực tế chúng đang kìm hãm bạn, vì chúng thay thế cho thứ sẽ thật sự trao cho bạn những món quà mà bạn tìm kiếm.

BÀI THỰC HÀNH 54: *Hai lần thực hành, mỗi lần 30 phút.*

Bước 55

TÔI SẼ CHẤP NHẬN THẾ GIỚI NHƯ CHÍNH NÓ.

Lý TƯỞNG LÀ NỖ LỰC ĐỂ KHÔNG CHẤP NHẬN THẾ GIỚI NHƯ CHÍNH NÓ. Lý tưởng biện minh cho sự đổ lỗi và lên án. Nó thiết lập kỳ vọng về một cuộc sống chưa tồn tại và do đó khiến bạn dễ bị thất vọng nặng nề. Lý tưởng của bạn củng cố sự lên án của bạn.

Hãy chấp nhận thế giới hôm nay như chính nó, không phải như bạn muốn. Với sự chấp nhận, tình yêu sẽ đến, vì bạn không thể yêu một thế giới mà bạn muốn tồn tại. Bạn chỉ có thể yêu một thế giới đang tồn tại như chính nó. Hãy chấp nhận bản thân bạn lúc này như bạn đang tồn tại, và mong muốn thật sự về sự thay đổi và tiến bộ sẽ tự nhiên trỗi lên bên trong bạn. Lý tưởng biện minh cho sự lên án. Hãy nhận ra chân lý vĩ đại này, và bạn sẽ bắt đầu có được một trải nghiệm trực tiếp và sâu sắc hơn về cuộc sống và về những gì chân thật và không được dựa trên hy vọng hay kỳ vọng mà dựa trên sự tham gia thật sự.

Do đó, trong hai lần thực hành 30 phút hôm nay của bạn, hãy tập trung vào việc chấp nhận mọi thứ đúng như chính chúng. Bạn không đang dung túng cho bạo lực, xung đột hay sự thiếu hiểu biết khi làm như vậy. Bạn chỉ đơn thuần đang chấp nhận những hoàn cảnh đang tồn tại để bạn có thể làm việc với chúng một cách có ích. Khi không có sự chấp nhận này, bạn sẽ không có điểm khởi đầu cho sự tham gia thật sự. Hãy để thế giới là chính nó, vì chính thế giới này là nơi bạn đã đến để phục vụ.

BÀI THỰC HÀNH 55: *Hai lần thực hành, mỗi lần 30 phút.*

Bước 56

ÔN TẬP

Trong Bài Ôn Tập hôm nay, hãy ôn lại tuần học trước và sự tham gia của bạn vào các bài học. Hãy cố hiểu rằng mặc dù tiến độ có vẻ chậm lúc đầu, nhưng thứ chậm và đều sẽ tiến triển rất nhiều. Sự tham gia được áp dụng một cách kiên định sẽ giúp bạn đi thẳng đến thành tựu của mình.

Trong Bài Ôn Tập của bạn, Chúng Tôi một lần nữa nhắc nhở bạn hãy kiềm chế việc phán xét bản thân nếu bạn chưa đạt được kỳ vọng của mình. Chỉ cần nhận ra những gì cần thiết để làm theo hướng dẫn như chúng được trao và tham gia vào chúng một cách đầy đủ nhất có thể. Hãy nhớ rằng bạn đang học cách học, và hãy nhớ rằng bạn đang học cách giành lại lòng tự trọng của mình và những khả năng thật sự của mình.

Bài thực hành 56: *Một lần thực hành dài.*

Bước 57

TỰ DO ĐANG Ở BÊN TÔI.

Tự DO ĐANG Ở TRONG BẠN, chờ đợi để được sinh ra bên trong bạn, chờ đợi để được tuyên bố và chấp nhận, chờ đợi để được sống và áp dụng và chờ đợi để được tôn vinh và đi theo. Bạn, người đã sống dưới sức nặng của trí tưởng tượng của chính mình, bạn, người đã là tù nhân của suy nghĩ của chính mình và của suy nghĩ của người khác, bạn, người đã bị đe dọa bởi vẻ vẻ ngoài của thế giới này, giờ đây có hy vọng, vì tự do chân thật đang ở trong bạn. Nó đang chờ đợi bạn. Bạn đã mang nó theo mình từ Quê Hương Cổ Đại của mình. Bạn mang nó theo mình mỗi ngày, mỗi khoảnh khắc.

TRONG CHƯƠNG TRÌNH PHÁT TRIỂN NÀY, bạn bây giờ đang học cách hướng đến tự do và rời khỏi sự sợ hãi và bóng tối của trí tưởng tượng của chính bạn. Trong tự do, bạn sẽ tìm thấy sự ổn định và kiên định. Điều này sẽ trao cho bạn nền tảng để trên đó xây dựng tình yêu và cảm nhận của bạn về lòng tự trọng, và nền tảng này sẽ không bị lung lay bởi thế giới, vì nó lớn hơn thế giới. Nó không sinh ra từ sự lo lắng về sự tách biệt. Nó được sinh ra từ sự thật về sự hòa nhập hoàn toàn của bạn trong cuộc sống.

MỖI GIỜ HÔM NAY HÃY LẶP LẠI Ý TƯỞNG CỦA NGÀY HÔM NAY và dành giây lát để cảm nhận rằng tự do đang ở bên bạn. Khi bạn tiến gần hơn đến tự do xuyên suốt hôm nay, bạn sẽ có thể nhận ra ngày càng rõ điều gì đang kìm bạn lại. Bạn sẽ nhận ra rằng chính việc tuân thủ suy nghĩ của chính bạn mà đang kìm bạn lại. Chính sự quan tâm của bạn đến trí tưởng tượng của chính mình mà đang kìm hãm bạn. Điều này sẽ làm nhẹ gánh nặng của bạn, và bạn sẽ nhận ra rằng một lựa chọn chân thật đang có sẵn. Nhận thức này sẽ trao cho bạn sức mạnh để đến với tự do hôm nay.

TRONG HAI LẦN THỰC HÀNH THIỀN SÂU CỦA MÌNH, hãy lặp lại ý tưởng của ngày hôm nay và cố gắng cho phép tâm trí bạn tĩnh lặng, mà là khởi đầu của sự tự do của nó. Việc thực hành này trong sự tĩnh lặng sẽ giúp tâm trí bạn thoát khỏi những xiềng xích trói buộc nó—sự không tha thứ của nó từ quá khứ, sự lo lắng của nó về tương lai và sự tránh né của nó về hiện tại. Trong sự tâm lặng, tâm trí bạn vượt lên trên tất cả những gì khiến nó nhỏ bé, ẩn giấu và cô lập trong bóng tối của chính nó. Hôm nay tự do thật gần biết bao với bạn, người chỉ cần tâm lặng để nhận lãnh nó. Và phần thưởng của bạn thật lớn biết bao, bạn, người đã đến thế giới này, vì tự do đang ở bên bạn.

BÀI THỰC HÀNH 57: *Hai lần thực hành, mỗi lần 30 phút.*
Thực hành hàng giờ.

Bước 58

TRI THỨC ĐANG Ở BÊN TÔI.

HÔM NAY, CHÚNG TA KHẲNG ĐỊNH SỰ HIỆN DIỆN CỦA TRI Thức trong cuộc đời bạn. Hàng giờ hãy tuyên bố lời khẳng định này và sau đó dành giây phút để cố gắng cảm nhận sự hiện diện này. Bạn phải cảm nhận nó. Bạn không thể chỉ hình dung về nó, vì Tri Thức phải được trải nghiệm. Trong bất kỳ hoàn cảnh nào bạn gặp phải hôm nay, hãy lặp lại lời khẳng định này hàng giờ và cố gắng cảm nhận ý nghĩa của nó. Bạn sẽ thấy rằng có nhiều tình huống mà bạn nghĩ là không phù hợp để thực hành nhưng bạn có thể thực hành. Bằng cách này, bạn sẽ thấy rằng bạn có quyền lực để điều khiển trải nghiệm của mình để đáp ứng khuynh hướng thật sự của mình. Và bạn sẽ thấy rằng bất kỳ hoàn cảnh nào cũng là môi trường thích hợp cho sự chuẩn bị và áp dụng chân thật.

HÃY CỐ GẮNG THỰC HÀNH HÀNG GIỜ. Hãy luôn ý thức về thời gian của bạn. Nếu bạn bỏ lỡ một giờ, đừng lo lắng, nhưng hãy cam kết lại để thực hành trong những giờ còn lại khi bạn tiếp tục. Tri Thức ở bên bạn hôm nay. Hôm nay hãy ở bên Tri Thức.

BÀI THỰC HÀNH 58: *Thực hành hàng giờ.*

Bước 59

HÔM NAY TÔI SẼ HỌC TÍNH KIÊN NHẪN.

Rất khó để một tâm trí bị giày vò có thể kiên nhẫn. Rất khó để một tâm trí bồn chồn có thể kiên nhẫn. Rất khó để một tâm trí đã tìm kiếm tất cả giá trị của nó từ những thứ tạm thời có thể kiên nhẫn. Chỉ trong việc theo đuổi điều gì đó lớn lao hơn thì sự kiên nhẫn mới là cần thiết vì nó đòi hỏi việc áp dụng lớn hơn. Hãy nghĩ về cuộc đời bạn về mặt phát triển lâu dài, không phải về mặt cảm giác và lợi ích tức thời. Tri Thức không chỉ là sự kích thích. Nó là chiều sâu của quyền lực mang tính phổ quát và vĩnh cửu, và sự vĩ đại của nó được trao cho bạn để nhận lãnh và trao tặng.

Hãy thực hành mỗi giờ hôm nay khẳng định rằng bạn sẽ học tính kiên nhẫn và bạn sẽ quan sát cuộc đời mình thay vì chỉ trích cuộc đời mình. Hãy khẳng định rằng bạn sẽ trở nên khách quan về khả năng của mình và hoàn cảnh của mình để bạn có thể áp dụng sự chắc chắn lớn hơn vào chúng.

Hãy học tính kiên nhẫn hôm nay, và hãy kiên nhẫn học. Bằng cách này, bạn sẽ di chuyển nhanh hơn, chắc chắn hơn và yêu thương hơn.

BÀI THỰC HÀNH 59: *Thực hành hàng giờ.*

Bước 60

TÔI SẼ KHÔNG PHÁN XÉT THẾ GIỚI HÔM NAY.

Khi không có phán xét của bạn, Tri Thức có thể chỉ ra những gì bạn phải làm và những gì bạn phải hiểu. Tri Thức đại diện cho một phán xét lớn hơn, nhưng đó là một phán xét rất khác với phán xét của bạn, vì nó không xuất phát từ sự sợ hãi. Nó không sở hữu sự tức giận. Nó luôn được định để phục vụ và để nuôi dưỡng. Nó công bằng, ở chỗ nó trao sự công nhận thật sự cho trạng thái hiện tại của mỗi người mà không hạ thấp ý nghĩa của họ hoặc định mệnh của họ.

ĐỪNG PHÁN XÉT THẾ GIỚI HÔM NAY để bạn có thể thấy thế giới như chính nó. Đừng phán xét thế giới hôm nay để bạn có thể chấp nhận thế giới như chính nó. Hãy để thế giới đúng như chính nó để bạn có thể nhận ra nó. Một khi thế giới đã được nhận ra, bạn sẽ nhận ra rằng nó cần bạn nhiều đến mức nào và bạn sẽ muốn cống hiến cho nó nhiều bao nhiêu. Thế giới không cần sự đổ lỗi. Nó cần sự phục vụ. Nó cần sự thật. Và trên hết, nó cần Tri Thức.

MỖI GIỜ HÔM NAY, HÃY DÀNH GIÂY PHÚT và nhìn vào thế giới mà không phán xét. Hãy lặp lại lời khẳng định cho hôm nay và dành giây phút nhìn vào thế giới mà không phán xét. Bất kể vẻ ngoài nào bạn có thể nhìn thấy, dù nó làm bạn hài lòng hay không hài lòng, dù bạn thấy nó đẹp hay xấu, dù bạn nghĩ nó xứng đáng hay không xứng đáng, hãy nhìn vào nó mà không phán xét.

BÀI THỰC HÀNH 60: *Thực hành hàng giờ.*

Bước 61

TÌNH YÊU TRAO TẶNG CHÍNH NÓ THÔNG QUA TÔI.

TÌNH YÊU TRAO TẶNG CHÍNH NÓ THÔNG QUA BẠN khi bạn sẵn sàng trở thành phương tiện thể hiện của nó. Bạn không cần phải cố gắng yêu thương để xoa dịu cảm giác tự ti hoặc tội lỗi. Bạn không cần phải cố gắng yêu thương để giành được sự chấp thuận của người khác. Đừng củng cố cảm giác bất lực hoặc cảm giác không xứng đáng của bạn bằng cách cố gắng đặt một cảm xúc vui vẻ hoặc nhân từ lên trên chúng. Tình yêu bên trong bạn sẽ tự thể hiện, vì nó được sinh ra từ Tri Thức bên trong bạn, mà nó là một phần.

MỖI GIỜ HÔM NAY KHI BẠN NHÌN VÀO THẾ GIỚI, hãy nhận ra rằng tình yêu bên trong bạn sẽ tự nói cho bản thân. Nếu bạn không phán xét, nếu bạn có khả năng ở bên thế giới như chính nó và nếu bạn có khả năng hiện diện với người khác như chính họ, thì tình yêu bên trong bạn sẽ tự nói cho bản thân. Đừng cố gắng buộc tình yêu nói cho bạn. Đừng cố gắng buộc tình yêu thể hiện mong muốn của bạn hoặc nhu cầu của bạn, vì tự tình yêu sẽ nói thông qua bạn. Nếu bạn hiện diện đối với tình yêu, thì bạn sẽ hiện diện đối với thế giới, và tình yêu sẽ nói thông qua bạn.

BÀI THỰC HÀNH 61: *Thực hành hàng giờ.*

Bước 62

HÔM NAY TÔI SẼ HỌC CÁCH LẮNG NGHE CUỘC SỐNG.

Nếu bạn hiện diện với thế giới, thì bạn sẽ có thể nghe thấy thế giới. Nếu bạn hiện diện với cuộc sống, thì bạn sẽ có thể nghe thấy cuộc sống. Nếu bạn hiện diện với Chúa, thì bạn sẽ có thể nghe thấy Chúa. Nếu bạn hiện diện với chính mình, thì bạn sẽ có thể nghe thấy chính mình.

Vì vậy, hôm nay hãy thực hành lắng nghe. Hàng giờ hãy thực hành lắng nghe thế giới xung quanh bạn và thế giới bên trong bạn. Lặp lại lời khẳng định và sau đó thực hành điều này. Nó chỉ mất giây lát. Bạn sẽ thấy rằng bất kể hoàn cảnh của bạn như thế nào, sẽ có cách để bạn thực hành điều này hôm nay. Đừng để các hoàn cảnh của bạn thống trị bạn. Bạn có thể thực hành bên trong chúng. Bạn có thể tìm ra cách thực hành mà không tạo ra sự mắc cỡ hoặc không phù hợp với người khác. Cho dù bạn ở một mình hay đang tương tác với người khác, bạn có thể thực hành hôm nay. Hãy thực hành hàng giờ. Hãy thực hành lắng nghe. Hãy thực hành việc hiện diện. Việc thật sự lắng nghe có nghĩa là bạn không đang phán xét. Nó có nghĩa là bạn đang quan sát. Hãy nhớ rằng bạn đang phát triển một khả năng của tâm trí mà sẽ cần thiết để bạn có thể trao tặng và nhận lãnh sự vĩ đại của Tri Thức.

BÀI THỰC HÀNH 62: *Thực hành hàng giờ.*

Bước 63

ÔN TẬP

Như trước đây, trong Bài Ôn Tập của bạn, hãy ôn lại tuần thực hành vừa qua và xem xét mức độ tham gia của bạn và cách nó có thể được tăng cường và nâng cao. Tuần này việc thực hành của bạn đã được mở rộng. Nó đã được đem vào thế giới cùng với bạn để được áp dụng trong mọi tình huống, bất kể trạng thái cảm xúc của bạn, bất kể trạng thái cảm xúc của những người ảnh hưởng lên bạn và bất kể bạn đang ở đâu và bạn đang làm gì. Bằng cách này, mọi thứ đều trở thành một phần của việc thực hành của bạn. Khi đó, thế giới thay vì là một nơi đáng sợ áp bức bạn, trở thành một nơi hữu ích để trau dồi Tri Thức.

Hãy nhận ra sức mạnh mà bạn được trao tặng khi bạn có thể thực hành bất kể trạng thái cảm xúc của mình, vì bạn vĩ đại hơn cảm xúc của mình, và bạn không cần phải kìm nén chúng để nhận ra điều này. Để trở nên khách quan với các trạng thái bên trong của chính mình, bạn phải vận hành từ vị trí nơi bạn có thể quan sát chúng và không bị thống trị bởi chúng. Điều này sẽ cho phép bạn trở nên hiện diện với chính mình và sẽ trao cho bạn lòng nhân từ và sự hiểu biết thật sự. Khi đó, bạn sẽ không trở thành một bạo chúa với chính mình, và sự bạo chúa trong cuộc đời bạn sẽ chấm dứt.

Trong lần thực hành dài của bạn, hãy đánh giá tuần trước một cách cẩn thận nhất có thể mà không lên án. Hãy nhớ rằng bạn đang học cách thực hành. Hãy nhớ rằng bạn đang học cách phát triển các kỹ năng của mình. Hãy nhớ rằng bạn là một học sinh. Hãy là một học sinh mới bắt đầu, vì một học sinh mới bắt đầu sẽ đưa ra ít giả định và muốn học mọi thứ.

Bài thực hành 63: *Một lần thực hành dài.*

Bước 64

HÔM NAY TÔI SẼ LẮNG NGHE NGƯỜI KHÁC.

Trong ba dịp riêng biệt hôm nay, hãy thực hành lắng nghe người khác. Hãy lắng nghe mà không đánh giá và không phán xét. Lắng nghe mà không để tâm trí bạn bị phân tâm bởi bất cứ điều gì khác. Chỉ cần lắng nghe. Hãy thực hành với ba cá nhân khác nhau hôm nay. Hãy thực hành lắng nghe. Hãy tâm lặng khi bạn lắng nghe. Hãy cố gắng lắng nghe vượt qua khỏi lời nói của họ. Hãy cố gắng nhìn qua khỏi vẻ ngoài của họ. Đừng phóng chiếu hình ảnh lên họ. Chỉ cần lắng nghe.

Hãy thực hành lắng nghe người khác ngày hôm nay. Đừng tham gia với những gì họ đang nói. Bạn không cần phải trả lời họ một cách không phù hợp, nếu họ đang nói chuyện trực tiếp với bạn, để có thể thực hành với họ. Bạn sẽ tham gia toàn bộ tâm trí mình vào cuộc trò chuyện. Do đó, hãy dành thời gian để thực hành lắng nghe mà không nói. Hãy cho phép người khác thể hiện bản thân họ với bạn. Bạn sẽ thấy rằng họ có sự truyền đạt cho bạn lớn hơn những gì bạn có thể dự đoán lúc đầu. Bạn không cần phải hiểu được điều này. Đơn giản hãy thực hành lắng nghe hôm nay để bạn có thể nghe thấy sự hiện diện của Tri Thức.

BÀI THỰC HÀNH 64: *Ba lần thực hành.*

Bước 65

TÔI ĐÃ ĐẾN ĐỂ LÀM VIỆC TRÊN THẾ GIỚI.

Bạn đã đến thế giới để làm việc. Bạn đã đến thế giới để học và để đóng góp. Bạn đã đến từ nơi nghỉ ngơi đến nơi làm việc. Khi công việc hoàn thành, bạn trở về nơi nghỉ ngơi. Điều này chỉ có thể được biết, và Tri Thức của bạn sẽ tiết lộ điều này cho bạn khi bạn đã sẵn sàng.

BÂY GIỜ HÃY THỰC HÀNH HÀNG GIỜ. Hãy tự nhủ rằng bạn đã đến thế giới để làm việc, rồi dành giây lát để cảm nhận thực tế của điều này. Công việc của bạn thì lớn hơn công việc hiện tại của bạn. Công việc của bạn thì lớn hơn những gì bạn đang cố gắng làm với người khác và cho người khác. Công việc của bạn thì lớn hơn những gì bạn đang cố gắng làm cho chính mình. Hãy hiểu rằng bạn không biết công việc của mình là gì. Điều đó sẽ được tiết lộ cho bạn và nó sẽ tiến hoá cho bạn, nhưng hãy hiểu hôm nay rằng bạn đã đến thế giới để làm việc. Điều này sẽ xác nhận sức mạnh của bạn, mục đích của bạn và định mệnh của bạn. Điều này sẽ xác nhận thực tế của Quê Hương Thật Sự của bạn, mà từ đó bạn đã mang đến những món quà của mình.

BÀI THỰC HÀNH 65: *Thực hành hàng giờ.*

Bước 66

TÔI SẼ NGỪNG PHÀN NÀN VỀ THẾ GIỚI.

Phàn nàn về thế giới có nghĩa là nó không đang đáp ứng lý tưởng của bạn. Phàn nàn về thế giới có nghĩa là bạn không nhận ra rằng bạn đã đến đây để làm việc. Phàn nàn về thế giới không giúp bạn hiểu được những khó khăn của nó. Phàn nàn về thế giới có nghĩa là bạn không hiểu được thế giới như chính nó. Những lời phàn nàn của bạn chỉ ra rằng kỳ vọng nào đó đã bị thất vọng. Những sự thất vọng này là cần thiết để bạn bắt đầu hiểu được thế giới như chính nó và hiểu được bản thân bạn như chính bạn.

HÀNG GIỜ HÔM NAY HÃY TRAO LỜI KHẲNG ĐỊNH NÀY cho bản thân bạn và sau đó thực hành nó. Hàng giờ hãy dành một phút không phàn nàn về thế giới. Đừng để thời gian trôi qua không được chú ý, mà hãy hiện diện đối với việc thực hành. Hãy nhận ra mức độ mà những người khác đang phàn nàn về thế giới, và việc đó trao cho họ ít như thế nào và trao cho thế giới ít như thế nào. Thế giới đã bị lên án rồi bởi những người đang sống trong nó. Nếu nó muốn được yêu thương và trau dồi, thì những khó khăn của nó phải được nhận ra và những cơ hội của nó phải được chấp nhận. Ai có thể phàn nàn khi một môi trường được trao tặng nơi Tri Thức có thể được giành lại và được đóng góp? Thế giới chỉ cần Tri Thức và các biểu hiện của Tri Thức. Làm sao nó có thể đáng bị lên án?

BÀI THỰC HÀNH 66: *Thực hành hàng giờ.*

Bước 67

TÔI KHÔNG BIẾT MÌNH MUỐN GÌ CHO THẾ GIỚI.

Bạn không biết mình muốn gì cho thế giới vì bạn không hiểu thế giới, và bạn vẫn chưa thể nhìn thấy khó khăn của nó. Khi bạn nhận ra rằng bạn không biết mình muốn gì cho thế giới, điều này sẽ trao cho bạn động lực và cơ hội để quan sát thế giới, để nhìn một lần nữa. Việc này là thiết yếu cho sự hiểu biết của bạn. Nó là thiết yếu cho phúc lợi của bạn. Thế giới sẽ chỉ làm bạn thất vọng nếu nó bị hiểu lầm. Bạn sẽ chỉ làm bản thân thất vọng nếu bạn bị hiểu lầm. Bạn đã đến thế giới để làm việc. Hãy nhận ra cơ hội mà điều này trao cho bạn.

HÃY THỰC HÀNH HÀNG GIỜ HÔM NAY TRONG MỌI HOÀN CẢNH. Hãy nói lời khẳng định và sau đó cố gắng nhận ra sự thật của nó. Bạn không biết mình muốn gì cho thế giới, nhưng Tri Thức của bạn biết nó phải đóng góp gì. Nếu bạn không cố gắng thay thế Tri Thức bằng những thiết kế của riêng bạn cho thế giới, thì Tri Thức sẽ tự do thể hiện nó mà không bị cản trở, và bạn cùng thế giới sẽ là những người hưởng lợi lớn từ những món quà của nó.

BÀI THỰC HÀNH 67: *Thực hành hàng giờ.*

Bước 68

TÔI SẼ KHÔNG MẤT NIỀM TIN VÀO BẢN THÂN MÌNH HÔM NAY.

Đừng mất niềm tin vào bản thân mình hôm nay. Hãy duy trì việc thực hành của bạn. Hãy duy trì ý định học của bạn. Đừng đưa ra kết luận. Hãy có sự cởi mở này và sự dễ bị tổn thương này. Sự thật tồn tại mà không cần bạn cố gắng củng cố bản thân mình. Hãy cho phép bản thân trở thành người nhận lãnh nó.

Mỗi giờ hôm nay hãy thực hành nhắc nhở bản thân rằng bạn sẽ không mất niềm tin vào chính mình hôm nay. Đừng mất niềm tin vào Tri Thức, vào sự hiện diện của các Giáo Viên của bạn, vào sự nhân từ của cuộc sống hay vào sứ mệnh của bạn trên thế giới. Hãy cho phép tất cả những điều này được khẳng định để chúng có thể hoàn toàn bộc lộ bản thân với bạn theo thời gian. Nếu bạn hiện diện đối với chúng, chúng sẽ trở nên quá rõ ràng với bạn đến nỗi bạn sẽ thấy và cảm nhận chúng trong mọi thứ. Cách nhìn của bạn về thế giới sẽ được biến đổi. Trải nghiệm của bạn về thế giới sẽ được biến đổi. Và tất cả quyền lực và năng lượng của bạn sẽ hợp nhất để thể hiện chính nó.

Đừng mất niềm tin vào bản thân mình hôm nay.

BÀI THỰC HÀNH 68: *Thực hành hàng giờ.*

Bước 69

HÔM NAY TÔI SẼ THỰC HÀNH SỰ TÂM LẶNG.

TRONG HAI LẦN THỰC HÀNH 30 PHÚT CỦA BẠN HÔM NAY, hãy thực hành sự tâm lặng. Hãy cho phép việc thiền của bạn trở nên sâu sắc. Hãy trao bản thân bạn cho nó. Đừng bước vào thiền định với đòi hỏi và yêu cầu. Hãy bước vào thiền định để trao bản thân bạn cho nó. Đó là ngôi đền của Linh Hồn Thật Sự bên trong bạn nơi bạn mang chính mình đến. Vì vậy trong các lần thực hành của mình, hãy hiện diện và tâm lặng. Hãy cho phép bản thân đắm mình trong sự xa hoa của sự trống rỗng. Vì sự hiện diện của Chúa đầu tiên được trải nghiệm như sự trống rỗng vì nó thiếu chuyển động, và sau đó trong sự trống rỗng này, bạn bắt đầu cảm thấy sự hiện diện thấm nhuần mọi thứ và cung cấp mọi ý nghĩa trong cuộc sống.

HÃY THỰC HÀNH SỰ TÂM LẶNG HÔM NAY để bạn có thể biết.

BÀI THỰC HÀNH 69: *Hai lần thực hành, mỗi lần 30 phút.*

Bước 70

ÔN TẬP

Hôm nay kết thúc mười tuần thực hành. Xin chúc mừng! Bạn đã đi xa đến thế. Việc trở thành một học sinh thực thụ có nghĩa là bạn đang đi theo các bước như chúng được trao. Để làm được việc này, bạn phải học cách tôn trọng bản thân, tôn trọng nguồn của sự hướng dẫn của mình, nhận ra những hạn chế của mình và trân trọng sự vĩ đại của mình. Vì vậy đây là ngày vinh danh và ngày ghi nhận dành cho bạn.

Hãy ôn lại ba tuần thực hành cuối. Hãy đọc lại hướng dẫn và nhớ lại từng lần thực hành. Hãy nhớ lại những gì bạn đã cho đi và những gì bạn đã không cho đi. Hãy tôn vinh sự tham gia của bạn và cố gắng củng cố nó hôm nay. Hãy làm sâu sắc thêm quyết tâm của bạn để có được Tri Thức và làm sâu sắc thêm trải nghiệm của bạn về việc trở thành một người đi theo thật sự để trong tương lai bạn có thể học cách trở thành một người dẫn dắt thật sự. Hãy làm sâu sắc thêm trải nghiệm của bạn về việc là một người nhận thật sự để bạn có thể trở thành một người đóng góp thật sự.

Do đó, hãy để ngày ôn tập này là ngày vinh danh bạn và ngày củng cố cam kết của bạn. Hãy trung thực đánh giá sự tham gia của bạn. Hãy xem xét những thành công và thất bại rõ ràng của bạn. Thành công của bạn sẽ khích lệ bạn, và thất bại của bạn sẽ dạy cho bạn những gì bạn cần làm để làm sâu sắc hơn trải nghiệm của mình. Đây là ngày vinh danh dành cho bạn, người được vinh danh.

BÀI THỰC HÀNH 70: *Nhiều lần thực hành dài.*

Bước 71

TÔI ĐANG Ở ĐÂY ĐỂ PHỤC VỤ MỘT MỤC ĐÍCH LỚN LAO.

Bạn đang ở đây để phục vụ một mục đích lớn lao, vượt qua khỏi sự sinh tồn và sự thỏa mãn của những thứ bạn nghĩ mình muốn. Điều này đúng vì bạn có bản chất tâm linh. Bạn có một nguồn gốc tâm linh và một định mệnh tâm linh. Thất bại của bạn trong cuộc đời này là thất bại khi không đáp lại bản chất tâm linh của bạn, vốn đã bị bóp méo và phỉ báng bởi các tôn giáo trên thế giới bạn, vốn đã bị bỏ mặc và phủ nhận bởi khoa học của thế giới bạn. Bạn có bản chất tâm linh. Bạn có một mục đích lớn lao để phục vụ. Khi bạn tin tưởng vào khuynh hướng của mình cho mục đích này, thì bạn sẽ có thể đến gần hơn với nó. Khi bạn cảm thấy tự tin rằng nó đại diện cho một nguồn đích thực của tình yêu, thì bạn sẽ bắt đầu mở bản thân ra đối với nó, và đây sẽ là sự trở về lớn lao cho bạn.

Trong hai lần thực hành thiền hôm nay của mình, hãy cho phép bản thân mở ra đối với sự hiện diện của tình yêu trong cuộc đời bạn. Ngồi im lặng và hít thở sâu, hãy để bản thân bạn thật sự cảm nhận sự hiện diện của tình yêu, mà biểu hiện sự hiện diện của một mục đích lớn lao trong cuộc đời bạn.

BÀI THỰC HÀNH 71: *Hai lần thực hành, mỗi lần 30 phút.*

Bước 72

TÔI SẼ TIN TƯỞNG NHỮNG KHUYNH HƯỚNG SÂU THẲM CỦA MÌNH HÔM NAY.

Hãy tin tưởng những khuynh hướng sâu thẳm nhất của bạn vì chúng đáng tin, nhưng bạn phải học cách nhận biết chúng và phân biệt chúng với nhiều ham muốn, sự ép buộc và mong muốn khác mà bạn cảm thấy và ảnh hưởng đến bạn. Bạn chỉ có thể học được điều này thông qua kinh nghiệm. Bạn có thể học được điều này bởi vì những khuynh hướng sâu thẳm nhất của bạn luôn dẫn bạn vào những mối quan hệ có ý nghĩa và rời khỏi sự cô lập hoặc những tương tác đầy chia rẽ. Bạn phải thực hành điều này để học được nó, và sẽ tốn thời gian. Nhưng mỗi bước bạn thực hiện theo hướng này sẽ đưa bạn đến gần hơn với nguồn của tình yêu trong cuộc đời bạn và sẽ thể hiện cho bạn thấy Quyền Lực Vĩ Đại đang ở bên bạn mà bạn phải phục vụ và bạn phải học cách nhận lãnh.

Trong hai lần thực hành hôm nay của mình, trong im lặng và trong tâm lặng, hãy nhận lãnh Quyền Lực Vĩ Đại này và tin tưởng vào khuynh hướng sâu thẳm nhất của bạn khi bạn làm việc đó. Hãy cho phép bản thân dành toàn bộ sự chú ý của mình cho hai lần thực hành này, gạt mọi thứ khác sang một bên để cân nhắc sau. Hãy cho phép bản thân nhận ra những khuynh hướng sâu thẳm nhất của bạn, mà bạn phải học cách tin tưởng.

BÀI THỰC HÀNH 72: *Hai lần thực hành, mỗi lần 30 phút.*

Bước 73

TÔI SẼ ĐỂ NHỮNG SAI LẦM CỦA MÌNH DẠY TÔI.

VIỆC CHO PHÉP NHỮNG SAI LẦM CỦA BẠN HƯỚNG DẪN BẠN sẽ mang lại giá trị cho chúng. Chúng sẽ không có giá trị nào nếu không có điều này, và sẽ là một vết nhơ về bạn trong sự đánh giá của chính bạn. Do đó, việc sử dụng sai lầm để hướng dẫn là việc lợi dụng những hạn chế của chính bạn để chúng chỉ đường đến sự vĩ đại. Chúa muốn bạn học từ những sai lầm của mình để bạn có thể học về sự vĩ đại của Chúa. Điều này được thực hiện không phải để hạ thấp bạn mà để nâng bạn lên. Có nhiều sai lầm mà bạn đã phạm phải, và có một số sai lầm mà bạn vẫn sẽ mắc phải. Chính để bảo vệ chống lại việc lặp lại những sai lầm gây tổn hại và để học từ sai lầm mà Chúng Tôi muốn hướng dẫn bạn lúc này.

HÀNG GIỜ HÔM NAY, hãy lặp lại với chính mình rằng bạn muốn học từ sai lầm của mình và cảm nhận trong giây lát ý nghĩa của điều này. Do đó, thông qua nhiều lần thực hành hôm nay, bạn sẽ bắt đầu hiểu được tuyên bố mà bạn đang đưa ra và có lẽ sau đó sẽ nhận ra cách thức nó có thể được thực hiện. Nếu bạn sẵn sàng học hỏi từ những sai lầm của mình, thì bạn sẽ không còn quá sợ phải nhận ra chúng. Khi đó bạn sẽ muốn hiểu được chúng, chứ không phủ nhận chúng, không làm chứng gian chống lại chúng, không gọi chúng bằng những cái tên khác, mà thừa nhận chúng vì lợi ích của chính bạn. Từ sự công nhận này, bạn sẽ có thể hỗ trợ những người khác trong việc giành lại Tri Thức, vì họ cũng phải học cách học từ những sai lầm của mình.

BÀI THỰC HÀNH 73: *Thực hành hàng giờ.*

Bước 74

SỰ BÌNH AN Ở BÊN TÔI HÔM NAY.

Hôm nay sự bình an ở bên bạn. Hãy ở bên sự bình an và nhận lãnh phước lành của nó. Hãy đến với sự bình an với tất cả những gì làm bạn lo lắng. Hãy đến với gánh nặng của bạn. Hãy đến mà không tìm kiếm câu trả lời. Hãy đến mà không tìm kiếm sự hiểu biết. Hãy đến để tìm kiếm phước lành của nó. Bình an không thể can thiệp vào cuộc sống của xung đột, nhưng bạn có thể bước vào cuộc sống của bình an. Bạn đến với sự bình an, thứ đang chờ đợi bạn, và trong đó gánh nặng của bạn sẽ được giải thoát.

Trong hai lần thực hành dài hôm nay của bạn, hãy thực hành, trong sự tâm lặng, nhận lãnh sự bình an. Hãy cho phép bản thân bạn có được món quà này, và nếu có bất kỳ suy nghĩ nào ngăn cản bạn, hãy nhắc nhở bản thân về giá trị lớn lao của bạn—giá trị của Tri Thức của bạn và giá trị của bản thân bạn. Lúc này hãy biết rằng bạn đang sẵn sàng học hỏi từ những sai lầm của mình và rằng bạn không cần phải đồng nhất với chúng mà chỉ sử dụng chúng như một nguồn lực có giá trị cho sự phát triển của bạn, vì chúng có thể trở thành như vậy đối với bạn.

Do đó, hãy thực hành việc nhận lãnh. Hãy mở ra hơn một chút ngày hôm nay. Hãy gạt sang một bên mọi thứ khiến bạn bận tâm để xem xét sau nếu cần. Bình an ở bên bạn hôm nay. Hôm nay hãy ở bên sự bình an.

Bài thực hành 74: *Hai lần thực hành, mỗi lần 30 phút.*

Bước 75

Hôm nay tôi sẽ lắng nghe Bản Thể mình.

Hôm nay hãy lắng nghe Bản Thể của bạn, không phải bản thể nhỏ bé trong bạn mà luôn phàn nàn, lo lắng, thắc mắc và mong muốn, mà là Bản Thể Vĩ Đại trong bạn. Hãy lắng nghe Bản Thể Vĩ Đại trong bạn, mà là Tri Thức, thứ được hợp nhất với những Giáo Viên Tâm Linh của bạn, thứ được hợp nhất với Gia Đình Tâm Linh của bạn và thứ chứa đựng mục đích của bạn và tiếng gọi của bạn trong cuộc sống. Đừng lắng nghe để đặt câu hỏi, mà hãy học cách lắng nghe. Và khi việc lắng nghe của bạn dần dần trở nên sâu hơn, Bản Thể Thật Sự của bạn sẽ nói với bạn bất cứ khi nào cần thiết, và khi đó bạn sẽ có thể lắng nghe và đáp lại mà không bối rối.

Trong hai lần thực hành hôm nay của bạn, hãy thực hành lắng nghe Bản Thể của bạn. Không có câu hỏi nào để hỏi. Việc đó là không cần thiết. Có việc lắng nghe cần được phát triển. Hãy lắng nghe Bản Thể Thật Sự của bạn hôm nay để bạn có thể học về thứ mà Chúa biết và yêu thương.

Bài thực hành 75: *Hai lần thực hành, mỗi lần 30 phút.*

Bước 76

HÔM NAY TÔI SẼ KHÔNG PHÁN XÉT NGƯỜI KHÁC.

Khi không phán xét, bạn có thể thấy. Khi không phán xét, bạn có thể học. Khi không phán xét, tâm trí bạn trở nên mở ra. Khi không phán xét, bạn hiểu được chính mình. Khi không phán xét, bạn có thể hiểu được người khác.

Vào mỗi giờ hôm nay, hãy lặp lại câu nói này khi bạn chứng kiến bản thân và thế giới xung quanh mình. Hãy lặp lại câu nói này và cảm nhận tác động của nó. Hãy giải thoát phán xét của bạn trong vài phút, sau đó cảm nhận sự tương phản và trải nghiệm mà điều này sẽ mang lại cho bạn. Đừng phán xét người khác hôm nay. Hãy để người khác tiết lộ bản thân họ với bạn. Khi không phán xét, bạn sẽ không phải chịu đau khổ dưới vòng gai của chính mình. Khi không phán xét, bạn sẽ cảm nhận được sự hiện diện của các Giáo Viên đang hỗ trợ bạn.

Hãy cho phép các bài thực hành hàng giờ của bạn trở nên nhất quán. Nếu một giờ bị bỏ lỡ, hãy tha thứ cho bản thân và cam kết lại. Sai lầm là để dạy bạn, củng cố bạn và chỉ cho bạn thấy những gì bạn cần học.

Bất kể người khác đang làm gì, bất kể người đó có thể xúc phạm đến sự nhạy cảm của bạn, ý tưởng của bạn hoặc giá trị của bạn như thế nào, đừng phán xét người khác ngày hôm nay.

BÀI THỰC HÀNH 76: *Thực hành hàng giờ.*

Bước 77

ÔN TẬP

Trong bài ôn tập hôm nay, một lần nữa hãy ôn lại các bài thực hành và hướng dẫn trong tuần qua. Một lần nữa hãy xem xét những phẩm chất bên trong bạn mà đã giúp bạn trong việc chuẩn bị của mình, và những phẩm chất bên trong bạn mà đã khiến việc chuẩn bị của bạn trở nên khó khăn hơn. Hãy quan sát những thứ này một cách khách quan. Hãy học cách củng cố những khía cạnh của bản thân bạn mà khuyến khích và củng cố sự tham gia của bạn trong việc giành lại Tri Thức, và học cách điều chỉnh hoặc sửa chữa những phẩm chất cản trở việc đó. Bạn phải nhận ra cả hai để có được sự khôn ngoan. Bạn phải học về sự thật và bạn phải học về sai lầm. Bạn phải làm điều này để có thể tiến triển, và bạn phải làm điều này để phục vụ người khác. Trừ khi bạn học về sai lầm và có thể nhìn vào nó một cách khách quan và hiểu được cách nó đã phát sinh và cách nó có thể được giải quyết—cho đến khi bạn học được những điều này—thì bạn sẽ không biết cách phục vụ người khác, và những sai lầm của họ sẽ khiến bạn tức giận và bực bội. Với Tri Thức, kỳ vọng của bạn sẽ hài hòa với bản chất của người khác. Với Tri Thức, bạn sẽ học cách phục vụ và bạn sẽ quên cách lên án.

BÀI THỰC HÀNH 77: *Một lần thực hành dài.*

Bước 78

TÔI KHÔNG THỂ LÀM ĐƯỢC GÌ MỘT MÌNH.

Bạn không thể làm được gì một mình, vì bạn không một mình. Bạn sẽ không tìm thấy một chân lý nào lớn hơn. Tuy nhiên bạn sẽ không tìm thấy một chân lý nào sẽ đòi hỏi sự suy nghĩ và xem xét lớn hơn. Đừng chỉ chấp nhận nó, vì chân lý này là rất vĩ đại. Bạn cần phải nghiên cứu nó.

Mỗi giờ hôm nay hãy lặp lại câu nói này và xem xét tác động của nó. Hãy làm việc này trong mọi hoàn cảnh, vì dần dần bạn sẽ tìm ra cách để học trong mọi hoàn cảnh, cách để thực hành trong mọi hoàn cảnh, cách để mọi hoàn cảnh có thể có ích cho việc thực hành của bạn, và cách để việc thực hành của bạn có thể có ích cho mọi hoàn cảnh.

Bạn không thể làm gì một mình, và trong bài thực hành hôm nay của mình, bạn sẽ nhận được sự hỗ trợ của các Giáo Viên Tâm Linh của mình, những người sẽ cho bạn mượn sức mạnh của họ. Bạn sẽ cảm thấy điều này khi bạn cho mượn sức mạnh của chính mình. Bạn sẽ nhận ra rằng một sức mạnh lớn hơn sức mạnh của mình sẽ cho phép bạn tiến về phía trước, xuyên qua bức màn hiểu lầm lớn và nhận ra nguồn gốc của Tri Thức và nguồn gốc của các mối quan hệ của mình trong cuộc đời. Hãy chấp nhận những giới hạn của mình, vì một mình bạn không thể làm gì, nhưng với cuộc sống, bạn được trao cho mọi thứ để phục vụ. Với cuộc sống, bản chất thật sự của bạn được coi trọng và tôn vinh khi nó phục vụ người khác.

Bài thực hành 78: *Thực hành hàng giờ.*

Bước 79

TÔI SẼ CHO PHÉP SỰ KHÔNG CHẮC CHẮN TỒN TẠI HÔM NAY.

Việc cho phép sự không chắc chắn tồn tại có nghĩa là có niềm tin lớn. Điều này có nghĩa là một hình thức chắc chắn khác đang trỗi lên. Khi bạn cho phép sự không chắc chắn tồn tại, nó có nghĩa là bạn đang trở nên trung thực, vì thật ra bạn không chắc chắn. Khi cho phép sự không chắc chắn tồn tại, bạn đang trở nên kiên nhẫn, vì cần phải kiên nhẫn để giành lại sự chắc chắn của bạn. Khi cho phép sự không chắc chắn tồn tại, bạn đang trở nên khoan dung. Bạn đang lùi lại khỏi sự phán xét và trở thành nhân chứng của cuộc sống bên trong bạn và cuộc sống xung quanh bạn. Hãy chấp nhận sự không chắc chắn hôm nay để bạn có thể học hỏi. Khi không có sự kiêu ngạo, bạn sẽ tìm kiếm Tri Thức. Khi không có sự phán xét, bạn sẽ nhận ra nhu cầu thật sự của chính mình.

Vào mỗi giờ hôm nay, hãy lặp lại lời tuyên bố của ngày hôm nay và xem xét ý nghĩa của nó. Hãy xem xét điều này từ cảm xúc của chính bạn và xem xét điều này dưới góc độ những gì bạn thấy trong thế giới xung quanh mình. Sự không chắc chắn tồn tại cho đến khi bạn chắc chắn. Nếu bạn cho phép điều này tồn tại, bạn có thể cho phép Chúa phục vụ bạn.

BÀI THỰC HÀNH 79: *Thực hành hàng giờ.*

Bước 80

TÔI CHỈ CÓ THỂ THỰC HÀNH.

Bạn chỉ có thể thực hành. Cuộc sống là thực hành. Chúng Tôi đơn thuần đang chuyển hướng bài thực hành của bạn để nó phục vụ bạn và để nó có thể phục vụ người khác. Bạn thực hành mọi lúc, lặp đi lặp lại, hết lần này đến lần khác. Bạn thực hành sự bối rối, bạn thực hành sự phán xét, bạn thực hành sự đổ lỗi, bạn thực hành cảm giác tội lỗi, bạn thực hành sự tách biệt và bạn thực hành sự không nhất quán. Bạn củng cố phán xét của mình bằng cách tiếp tục thực hiện chúng. Bạn củng cố sự không chắc chắn của mình bằng cách tiếp tục nhấn mạnh chúng. Bạn thực hành sự ghét bỏ bản thân của mình bằng cách tiếp tục ảnh hưởng lên nó.

Nếu bạn nhìn vào cuộc đời mình một cách khách quan trong phút chốc, thì bạn sẽ thấy rằng toàn bộ cuộc đời bạn là việc thực hành. Do đó, bạn sẽ thực hành bất kể bạn có chương trình giảng dạy có ích cho mình hay không. Do đó, Chúng Tôi cung cấp chương trình giảng dạy mà bạn có thể thực hành lúc này. Nó sẽ thay thế các bài thực hành đã làm bối rối và hạ thấp bạn, đã gây xung đột cho bạn và đã dẫn bạn đến sai lầm và nguy hiểm. Chúng Tôi cung cấp cho bạn bài thực hành lớn hơn để bạn sẽ không thực hành những thứ làm suy yếu giá trị của bạn và sự chắc chắn của bạn.

Trong hai lần thực hành thiền của bạn hôm nay, hãy lặp lại câu nói rằng bạn chỉ có thể thực hành, và sau đó thực hành sự tâm lặng và nhận lãnh. Hãy tăng cường việc thực hành của mình, và bạn sẽ xác nhận những gì Chúng Tôi đang nói. Bạn chỉ có thể thực hành. Do đó, hãy thực hành vì điều tốt.

BÀI THỰC HÀNH 80: *Hai lần thực hành, mỗi lần 30 phút.*

Bước 81

TÔI SẼ KHÔNG LỪA DỐI BẢN THÂN HÔM NAY.

Hàng giờ hãy thực hành việc đưa ra tuyên bố này và cảm nhận tác động của nó. Hãy tăng cường cam kết của bạn đối với Tri Thức. Đừng rơi vào sự dễ dàng dễ thấy của việc lừa dối bản thân. Đừng thoải mái chỉ với các giả định hoặc niềm tin của người khác. Đừng chấp nhận những điều chung chung như là sự thật. Đừng chấp nhận vẻ ngoài như là đại diện cho thực tế của người khác. Đừng chấp nhận vẻ ngoài của chính bạn. Làm những việc này chứng tỏ rằng bạn không coi trọng bản thân hoặc cuộc đời mình và rằng bạn quá lười biếng để nỗ lực vì lợi ích của chính mình.

BẠN PHẢI BƯỚC VÀO SỰ KHÔNG CHẮC CHẮN ĐỂ TÌM RA TRI THỨC. Điều này có nghĩa gì? Nó đơn giản có nghĩa là bạn đang từ bỏ những giả định sai lầm, những ý tưởng an ủi bản thân và sự xa xỉ của việc lên án bản thân. Tại sao việc lên án bản thân lại là sự xa xỉ? Bởi vì nó dễ dàng và không đòi hỏi bạn phải xem xét sự thật. Bạn chấp nhận nó vì nó được chấp nhận trên thế giới này, và nó trao cho bạn rất nhiều điều để nói với bạn bè mình. Nó gợi lên sự đồng cảm. Do đó, nó là dễ dàng và yếu ớt.

ĐỪNG LỪA DỐI BẢN THÂN HÔM NAY. Hãy cho phép bản thân bạn xem xét sự bí ẩn và sự thật của cuộc đời mình. Hàng giờ hôm nay hãy lặp lại ý tưởng của ngày hôm nay và cảm nhận ý nghĩa của nó. Cũng trong hôm nay, trong hai lần thực hành dài, hãy lặp lại tuyên bố này và sau đó trao bản thân cho sự tâm lặng và nhận lãnh. Tới lúc này, bạn đang bắt đầu học cách chuẩn bị bản thân cho sự tâm lặng—sử dụng hơi thở của mình, tập trung tâm trí mình, từ bỏ suy nghĩ và nhắc nhở bản thân rằng bạn xứng đáng với nỗ lực như vậy. Hãy nhắc nhở bản thân về mục tiêu mà bạn đang cố gắng đạt được. Đừng lừa dối bản thân hôm nay. Đừng đầu hàng trước những gì dễ dàng và đau đớn.

BÀI THỰC HÀNH 81: *Hai lần thực hành, mỗi lần 30 phút. Thực hành hàng giờ.*

Bước 82

TÔI SẼ KHÔNG PHÁN XÉT NGƯỜI KHÁC HÔM NAY.

MỘT LẦN NỮA CHÚNG TA THỰC HÀNH BÀI HỌC NÀY, mà chúng ta sẽ lặp lại mỗi khoảng thời gian nhất định khi bạn tiến bước. Việc phán xét là quyết định để không biết. Đó là quyết định để không nhìn. Đó là quyết định để không lắng nghe. Đó là quyết định để không yên lặng. Đó là quyết định để đi theo một hình thức suy nghĩ tiện lợi mà giữ tâm trí bạn say ngủ và khiến bạn lạc lối trong thế giới. Thế giới đầy sai lầm. Làm sao nó có thể khác được? Do đó, nó không đòi hỏi sự lên án của bạn mà là sự hỗ trợ có ích của bạn.

ĐỪNG PHÁN XÉT NGƯỜI KHÁC NGÀY HÔM NAY. Hãy nhắc nhở bản thân về điều này hàng giờ và xem xét nó nhanh chóng. Hãy nhắc nhở bản thân về điều này trong hai lần thực hành thiền định của bạn, khi bạn đưa ra tuyên bố này và sau đó đi vào trạng thái tâm lặng và nhận lãnh. Đừng phán xét người khác ngày hôm nay để bạn có thể hạnh phúc.

BÀI THỰC HÀNH 82: *Hai lần thực hành, mỗi lần 30 phút.*
Thực hành hàng giờ.

Bước 83

TÔI XEM TRỌNG TRI THỨC HƠN TẤT CẢ MỌI THỨ.

Nếu bạn có thể trải nghiệm được chiều sâu và quyền lực của tuyên bố này, thì nó sẽ giải thoát bạn khỏi mọi hình thức ràng buộc. Nó sẽ xóa bỏ mọi xung đột trong suy nghĩ của bạn. Nó sẽ chấm dứt hoàn toàn mọi thứ làm phiền bạn và làm bạn bối rối. Bạn sẽ không xem mối quan hệ như là một hình thức thống trị hoặc là một hình thức trừng phạt. Điều này sẽ trao cho bạn một nền tảng hiểu biết hoàn toàn mới trong việc tham gia của bạn với người khác. Nó sẽ trao cho bạn một khuôn khổ tham chiếu mà trong đó bạn có thể phát triển bản thân về mặt tinh thần và thể chất, đồng thời giữ một góc nhìn lớn hơn. Điều gì đã làm bạn thất vọng ngoài việc sử dụng sai khả năng của mình? Điều gì khiến bạn đau buồn và tức giận ngoài việc sử dụng sai khả năng của người khác?

Hãy xem trọng Tri Thức. Nó nằm ngoài tầm hiểu biết của bạn. Hãy đi theo Tri Thức. Nó hướng dẫn bạn theo những cách mà bạn chưa từng trải nghiệm. Hãy tin tưởng Tri Thức. Nó đưa bạn trở về với chính bạn. Niềm tin luôn đi trước sự hiểu biết. Sự tham gia luôn đi trước sự tin tưởng. Do đó, hãy tham gia với Tri Thức.

Hãy nhắc nhở bản thân về lời khẳng định của bạn hàng giờ. Hãy cố gắng để rất nhất quán. Hôm nay đừng quên nhấn mạnh rằng bạn xem trọng Tri Thức hơn tất cả mọi thứ khác. Trong hai lần thực hành thiền của mình, hãy đưa ra lời tuyên bố này như một lời khẳng định và sau đó, trong sự tĩnh lặng, hãy cho phép bản thân nhận lãnh. Đừng sử dụng những bài thực hành này để có được câu trả lời hoặc thông tin, mà hãy cho phép bản thân trở nên yên lặng, vì một tâm trí yên lặng có thể học được mọi thứ và biết được mọi thứ. Từ ngữ chỉ là một hình thức giao tiếp. Bây giờ bạn đang học cách giao tiếp, vì tâm trí của bạn hiện đang mở ra vào trong sự kết nối lớn hơn.

BÀI THỰC HÀNH 83: *Hai lần thực hành, mỗi lần 30 phút.*
Thực hành hàng giờ.

Bước 84

ÔN TẬP

Hãy ôn lại các bài thực hành và hướng dẫn của tuần trước. Hãy ôn lại tiến trình của bạn một cách khách quan. Hãy nhận ra việc học của bạn phải lớn lao như thế nào. Các bước của bạn bây giờ là nhỏ, nhưng đáng kể. Các bước nhỏ dẫn bạn đến hết chặng đường. Bạn không được mong đợi phải nhảy những bước nhảy vọt lớn, nhưng mỗi bước nhỏ sẽ có vẻ như là một bước nhảy vọt lớn, vì nó sẽ trao cho bạn nhiều hơn nhiều những gì bạn từng có trước đây. Hãy cho phép cuộc sống bên ngoài của bạn được sắp xếp lại khi cuộc sống bên trong của bạn bắt đầu trỗi lên và chiếu ánh sáng của nó lên bạn. Hãy duy trì sự tập trung của bạn và hãy chấp nhận sự thay đổi trong cuộc sống bên ngoài của bạn, vì đó là vì lợi ích của bạn. Chỉ khi Tri Thức bị vi phạm thì dấu hiệu của sai lầm sẽ trở nên rõ ràng đối với bạn. Điều này sẽ khiến bạn hành động hiệu quả. Nếu Tri Thức không bị xúc phạm bởi sự thay đổi xung quanh bạn, thì bạn không cần phải như vậy. Theo thời gian, bạn sẽ đạt được sự bình yên của Tri Thức. Bạn sẽ chia sẻ sự bình yên của nó, sự chắc chắn của nó và những món quà thật sự của nó.

Do đó, hãy tiến hành việc ôn tập của bạn trong một lần thực hành dài hôm nay. Hãy ôn tập với sự nhấn mạnh và phân biệt cao độ. Đừng để bản thân bỏ lỡ việc ghi nhận quá trình học tập của bạn.

BÀI THỰC HÀNH 84: *Một lần thực hành dài.*

Bước 85

HÔM NAY TÔI TÌM THẤY HẠNH PHÚC TRONG NHỮNG ĐIỀU NHỎ NHẶT.

Bạn sẽ tìm thấy hạnh phúc trong những điều nhỏ nhặt vì hạnh phúc ở bên bạn. Bạn sẽ tìm thấy hạnh phúc trong những điều nhỏ nhặt vì bạn đang học cách trở nên tâm lặng và quan sát. Bạn sẽ tìm thấy hạnh phúc trong những điều nhỏ nhặt vì tâm trí bạn đang trở nên dễ nhận lãnh. Bạn sẽ trải nghiệm hạnh phúc trong những điều nhỏ nhặt vì bạn đang hiện diện đối với hoàn cảnh hiện tại của mình. Những điều nhỏ nhặt có thể mang những thông điệp lớn nếu bạn chú ý đến chúng. Khi đó những điều nhỏ nhặt sẽ không làm bạn bực bội.

MỘT TÂM TRÍ TĨNH LẶNG LÀ MỘT TÂM TRÍ TỈNH THỨC. Một tâm trí tĩnh lặng là một tâm trí đang học cách để được bình yên. Bình yên không phải là một trạng thái thụ động. Đó là trạng thái của hoạt động lớn nhất, vì nó kết nối cuộc đời bạn với mục đích và cường độ lớn, kích hoạt tất cả các quyền lực của bạn và trao cho chúng một hướng thống nhất. Điều này đến từ sự bình yên. Chúa thì tĩnh lặng, nhưng mọi thứ từ Chúa đều được biến thành hành động có ích và thống nhất. Đây là điều tạo nên hình hài và phương hướng cho tất cả các mối quan hệ có ý nghĩa. Đây là lý do tại sao các Giáo Viên của bạn đang ở bên bạn, vì có một Kế Hoạch.

HÃY THỰC HÀNH SỰ TÂM LẶNG HAI LẦN TRONG THIỀN SÂU HÔM NAY. Hãy nói lời khẳng định của bài học của bạn hàng giờ và xem xét nó nhanh chóng. Hãy để ngày của bạn được trao cho việc thực hành, để việc thực hành có thể thấm nhuần nó vào tất cả các hoạt động khác của bạn.

BÀI THỰC HÀNH 85: *Hai lần thực hành, mỗi lần 30 phút.*
Thực hành hàng giờ.

Bước 86

TÔI TÔN VINH NHỮNG NGƯỜI ĐÃ TRAO TẶNG CHO TÔI.

Việc tôn vinh những người đã trao tặng cho bạn sẽ tạo ra lòng biết ơn, mà là khởi đầu của tình yêu và sự trân trọng thật sự. Hôm nay trong hai lần thực hành sâu của mình, bạn được yêu cầu nghĩ về những người đã trao tặng cho bạn, nghĩ về họ và không nghĩ gì khác trong suốt thời gian thực hành của bạn. Bạn được yêu cầu xem xét rất sâu sắc những gì họ đã làm cho bạn. Với những người mà bạn tức giận và khó chịu, hãy cố gắng xem họ cũng đã phục vụ bạn như thế nào trong việc giành lại Tri Thức. Đừng làm chứng gian chống lại cảm xúc của bạn, nhưng bất kể cảm xúc của bạn đối với họ, nếu có cảm giác xấu, hãy cố gắng nhận ra sự phục vụ của họ đối với bạn. Vì bạn thật sự có thể bị tức giận hoặc khó chịu với một người mà bạn nhận ra đã phục vụ bạn, và thường là vậy. Có lẽ bạn thậm chí sẽ tức giận với chương trình giảng dạy này mà chỉ tìm cách phục vụ bạn. Tại sao bạn lại tức giận với chương trình giảng dạy này? Bởi vì Tri Thức sẽ đẩy ra mọi thứ cản đường nó. Đó là lý do tại sao đôi khi bạn tức giận và thậm chí không biết tại sao.

Hãy để hai lần thực hành của bạn khá là tập trung. Hãy tập trung. Hãy sử dụng quyền lực của tâm trí bạn. Hãy nghĩ về những cá nhân đã phục vụ bạn. Nếu bạn nghĩ đến những cá nhân mà bạn không nghĩ là đã phục vụ bạn, hãy nghĩ về cách họ cũng đã phục vụ bạn. Hãy để hôm nay là ngày của sự ghi nhận. Hãy để hôm nay là ngày của sự phục hồi.

BÀI THỰC HÀNH 86: *Hai lần thực hành, mỗi lần 30 phút.*

Bước 87

TÔI SẼ KHÔNG SỢ NHỮNG GÌ TÔI BIẾT.

Hàng giờ hôm nay hãy thực hành lặp lại câu nói này và xem xét ý nghĩa của nó. Hàng giờ bạn sẽ học cách giải phóng nỗi sợ khỏi cuộc sống của mình, vì Tri Thức sẽ xua tan mọi nỗi sợ, và bạn sẽ xua tan nỗi sợ để trao cho Tri Thức quyền của nó để thể hiện chính nó. Hãy tin tưởng những gì bạn biết. Đó là cho lợi ích lớn nhất. Bạn có thể tức giận và ngờ vực lớn lao đối với bản thân, nhưng điều này không hướng đến Tri Thức. Điều này hướng đến tâm trí cá nhân của bạn, thứ không thể hiểu được mục đích lớn lao của bạn. Nó không thể nào trả lời những câu hỏi lớn nhất của bạn hoặc cung cấp sự chắc chắn, mục đích, ý nghĩa và phương hướng trong cuộc đời bạn. Hãy tha thứ cho thứ dễ phạm sai lầm. Hãy tôn vinh thứ không thể sai lầm. Và hãy học cách phân biệt hai thứ này.

Trong hai lần thực hành dài của bạn hôm nay, hãy thực hành việc buông bỏ nỗi sợ hãi để bạn có thể biết. Việc cho phép tâm trí bạn tĩnh lặng và nhận lãnh mà không đưa ra yêu cầu sẽ là minh chứng cho thấy bạn đang tin tưởng Tri Thức. Nó sẽ giải thoát bạn khỏi những đau khổ và sự thù địch của thế giới này. Với điều này, bạn sẽ bắt đầu nhìn thấy một thế giới khác.

BÀI THỰC HÀNH 87: *Hai lần thực hành, mỗi lần 30 phút.*
Thực hành hàng giờ.

Bước 88

BẢN THỂ CAO CẢ CỦA TÔI KHÔNG PHẢI LÀ MỘT CÁ NHÂN.

Thường có sự nhầm lẫn giữa Bản Thể Cao Cả của bạn và những Giáo Viên Tâm Linh của bạn. Điều này rất khó giải quyết theo quan điểm của sự tách biệt. Nhưng khi bạn nghĩ về cuộc sống như một mạng lưới bao gồm các mối quan hệ đang tiến hoá, thì bạn bắt đầu trải nghiệm và nhận ra rằng Bản Thể Cao Cả của bạn thật sự là một phần của một cấu trúc lớn hơn của mối quan hệ. Đó là phần của bạn mà không tách biệt nhưng được gắn kết có ý nghĩa với những người khác. Do đó, Bản Thể Cao Cả của bạn được gắn kết với Bản Thể Cao Cả của những Giáo Viên của bạn. Bây giờ họ không có hai bản tính, vì họ không có bản thể nào khác. Bạn có hai bản thể: Bản Thể đã được tạo ra và bản thể mà bạn đã tạo ra. Việc đưa bản thể mà bạn đã tạo ra vào việc phục vụ Bản Thể Thật Sự của bạn sẽ gắn kết chúng với nhau thành một cuộc hôn nhân có ý nghĩa của mục đích và sự phục vụ và mãi mãi chấm dứt xung đột nội tâm.

HÀNG GIỜ HÔM NAY HÃY LẶP LẠI LỜI KHẲNG ĐỊNH CỦA BẠN và cảm nhận tác động của nó. Trong hai lần thực hành dài hơn của mình, hãy sử dụng lời khẳng định của bạn như lời khởi xướng cho việc thực hành của mình trong sự tâm lặng và nhận lãnh.

BÀI THỰC HÀNH 88: *Hai lần thực hành, mỗi lần 30 phút.*
Thực hành hàng giờ.

Bước 89

CẢM XÚC CỦA TÔI KHÔNG THỂ LÀM NẢN LÒNG TRI THỨC CỦA TÔI.

CẢM XÚC KÉO BẠN NHƯ NHỮNG CƠN GIÓ MẠNH. Chúng kéo bạn từ nơi này sang nơi khác. Có lẽ dần dần bạn sẽ có thể hiểu rõ hơn về cơ chế của chúng. Bài thực hành của chúng ta hôm nay là để nhấn mạnh rằng chúng không kiểm soát Tri Thức. Tri Thức không cần phải phá hủy cảm xúc của bạn. Nó chỉ muốn đóng góp cho chúng. Dần dần bạn sẽ hiểu nhiều hơn nhiều về cảm xúc của mình, và bạn sẽ nhận ra rằng cảm xúc của bạn có thể phục vụ một mục đích lớn lao, như tâm trí và cơ thể bạn cũng có thể làm. Tất cả những thứ từng là nguồn gốc của nỗi đau, sự khó chịu và sự tách biệt, khi được đưa vào phục vụ cho một quyền lực—mà là Quyền Lực Duy Nhất—khi đó sẽ trở thành phương tiện thể hiện để phục vụ một mục đích lớn lao. Ngay cả sự tức giận cũng phục vụ một mục đích lớn lao ở đây, vì nó cho bạn thấy rằng bạn đã vi phạm Tri Thức. Mặc dù sự tức giận của bạn có thể không hướng đến người khác, nhưng nó đơn giản là dấu hiệu cho thấy có điều gì đó không ổn và cần phải sửa chữa. Dần dần bạn sẽ hiểu được nguồn gốc của nỗi đau, và bạn sẽ hiểu được nguồn gốc của mọi cảm xúc.

HÃY THỰC HÀNH HÀNG GIỜ và vào lúc đầu của hai lần thiền dài của bạn, hãy lặp lại ý tưởng của ngày hôm nay và sau đó đi vào sự tâm lặng. Hôm nay hãy học cách trân trọng thứ chắc chắn và hiểu được thứ không chắc chắn, nhận ra thứ là nguyên nhân và thứ cản trở nguyên nhân nhưng dần dần có thể phục vụ cho nguyên nhân.

BÀI THỰC HÀNH 89: *Hai lần thực hành, mỗi lần 30 phút.*
Thực hành hàng giờ.

Bước 90

HÔM NAY TÔI SẼ KHÔNG ĐƯA RA BẤT KỲ GIẢ ĐỊNH NÀO.

ĐỪNG ĐƯA RA BẤT KỲ GIẢ ĐỊNH NÀO HÔM NAY khi bạn dành thêm một ngày nữa để giành lại Tri Thức. Đừng đưa ra bất kỳ giả định nào về tiến trình học tập của bạn. Đừng đưa ra bất kỳ giả định nào về thế giới của bạn. Hãy thực hành hôm nay có một tâm trí cởi mở để chứng kiến các sự kiện và để tìm cách học hỏi. Hãy tận hưởng sự tự do sẽ đến khi không có giả định, vì sự bí ẩn sẽ là nguồn của sự ân sủng cho bạn thay vì là nguồn của sự sợ hãi và lo lắng khi bạn học cách nhận lãnh nó.

Trong bài thực hành hàng giờ của bạn và trong hai lần thiền dài của bạn hôm nay, khi bạn thực hành sự tâm lặng và nhận lãnh, bạn có thể trải nghiệm giá trị và quyền lực của những từ này. Đừng đưa ra bất kỳ giả định nào hôm nay. Hãy nhắc nhở bản thân về điều này trong suốt cả ngày, vì việc đưa ra giả định chỉ là một thói quen và khi thói quen được giải thoát, tâm trí có thể thực hiện chức năng tự nhiên của nó mà không với hạn chế trước đây của nó.

BÀI THỰC HÀNH 90: *Hai lần thực hành, mỗi lần 30 phút.*
Thực hành hàng giờ.

Bước 91
ÔN TẬP

Bài Ôn Tập của chúng ta sẽ một lần nữa tập trung vào các hướng dẫn và thực hành của bạn trong tuần qua. Hãy dành thời gian này để trải nghiệm lại những gì đã xảy ra mỗi ngày và xem xét điều này từ trải nghiệm hiện tại của bạn. Hãy học cách học. Hãy tìm hiểu về quá trình học. Đừng sử dụng việc học như một hình thức phô trương. Đừng sử dụng việc học để cố gắng chứng minh giá trị của bạn với chính mình. Bạn không thể chứng minh giá trị của mình. Việc này vượt quá nỗ lực của bạn. Giá trị của bạn sẽ tự thể hiện bản thân nó khi bạn cho phép nó, điều mà bạn lúc này đang học cách làm. Hãy thực hành để thực hành. Một số ngày sẽ dễ hơn. Một số ngày sẽ khó hơn. Một số ngày bạn sẽ muốn thực hành. Những ngày khác bạn có thể không muốn thực hành. Mỗi ngày bạn thực hành vì bạn đang đại diện cho một Ý Muốn Lớn Lao. Điều này thể hiện sự kiên định, mà là biểu hiện của quyền lực. Điều này thể hiện sự cam kết lớn lao. Điều này trao cho bạn sự chắc chắn và ổn định và cho phép bạn đối xử một cách nhân từ với mọi thứ có sức mạnh nhỏ hơn.

Bài Ôn Tập dài hôm nay của bạn sẽ là việc xem xét quá trình học tập của bạn. Hãy nhớ đừng phán xét bản thân để bạn có thể học hỏi.

BÀI THỰC HÀNH 91: *Một lần thực hành dài.*

Bước 92

CÓ MỘT VAI TRÒ ĐỂ TÔI THỰC HIỆN TRONG THẾ GIỚI.

Bạn đã đến thế giới vào thời điểm quan trọng. Bạn đã đến để phục vụ thế giới trong những nhu cầu hiện tại của nó. Bạn đã đến để chuẩn bị cho các thế hệ tương lai. Liệu tất cả điều này có ý nghĩa với cá nhân bạn lúc này không? Có lẽ là không, vì bạn đang làm việc cho hiện tại và cho tương lai. Bạn đang làm việc cho cuộc sống mà bạn sẽ sống và cho những cuộc sống sẽ theo sau cuộc sống bạn. Điều này là toại nguyện đối với bạn lúc này, vì đây là món quà mà bạn đã đến để trao tặng. Khi không có sự giả vờ hay không chắc chắn, điều này sẽ tự nhiên trỗi lên từ bạn và sẽ tự trao tặng bản thân cho thế giới. Đan xen cuộc đời bạn với những cuộc đời khác theo một cách rất cụ thể, nó được định để nâng cao bạn và tất cả những ai bạn tiếp xúc. Kế Hoạch thì lớn hơn tham vọng cá nhân của bạn, và chỉ có tham vọng cá nhân của bạn mới có thể làm lu mờ tầm nhìn của bạn về những gì bạn phải làm. Vậy thì hãy biết ơn hôm nay vì có một vai trò để bạn hoàn thành trên thế giới. Bạn đã đến thế giới để hoàn thành vai trò này—cho sự hoàn thành của chính bạn, cho sự tiến bộ của thế giới bạn và để phục vụ Gia Đình Tâm Linh của bạn.

Trong hai lần thực hành hôm nay của mình, hãy tập trung và khẳng định rằng bạn có một vai trò để đóng. Đừng cố gắng lấp đầy vai trò đó dựa theo ý tưởng của bạn hoặc mong muốn của bạn, mà hãy để vai trò đó tự hoàn thành bản thân, vì Tri Thức bên trong bạn sẽ hoàn thành nó khi bạn đã chuẩn bị. Trong sự tâm lặng và chấp nhận, hãy khẳng định rằng bạn có một vai trò để đóng trên thế giới và hãy trải nghiệm quyền lực và sự thật của ý tưởng vĩ đại này.

BÀI THỰC HÀNH 92: *Hai lần thực hành, mỗi lần 30 phút.*

Bước 93

TÔI ĐƯỢC GỬI ĐẾN ĐÂY CHO MỘT MỤC ĐÍCH.

Bạn được gửi đến thế giới cho một mục đích, để đóng góp những món quà của bạn mà sẽ xuất phát từ Tri Thức. Bạn đã đến đây cho một mục đích, để nhớ lại Quê Hương Thật Sự của mình khi bạn đang ở trong thế giới. Mục đích vĩ đại mà bạn mang theo thì đang ở cùng bạn tại thời điểm này, và nó sẽ trỗi lên theo từng giai đoạn khi bạn thực hiện quá trình chuẩn bị mà Chúng Tôi đang cung cấp cho bạn. Mục đích này lớn hơn tất cả các mục đích mà bạn đã tưởng tượng cho bản thân. Nó lớn hơn tất cả các mục đích mà bạn đã cố gắng thực hiện cho bản thân. Nó không cần trí tưởng tượng của bạn hay sự sáng tạo của bạn, vì nó sẽ tự hoàn thành bản thân thông qua bạn và sẽ kết hợp bạn một cách hoàn hảo khi nó làm như vậy. Có một mục đích để bạn hoàn thành trong thế giới. Bây giờ bạn đang chuẩn bị từng bước để trải nghiệm và để học cách chấp nhận điều này để nó có thể cung cấp những món quà lớn lao của nó cho bạn.

Trong hai lần thực hành của bạn, hãy khẳng định sự thật của lời tuyên bố này. Trong sự tâm lặng và nhận lãnh, hãy để tâm trí bạn lắng xuống vào chức năng thật sự của nó. Hãy cho phép bản thân trở thành một học sinh, nghĩa là cho phép bản thân bạn nhận lãnh và có trách nhiệm trong việc sử dụng những gì được cung cấp cho bạn. Hãy để hôm nay là sự khẳng định về cuộc sống thật sự của bạn trên thế giới, chứ không phải cuộc sống mà bạn đã tạo ra cho chính mình.

BÀI THỰC HÀNH 93: *Hai lần thực hành, mỗi lần 30 phút.*

Bước 94

SỰ TỰ DO CỦA TÔI LÀ ĐỂ TÌM MỤC ĐÍCH CỦA MÌNH.

Tự do có thể có giá trị gì ngoại trừ việc giúp bạn tìm mục đích của mình và hoàn thành nó? Nếu không có mục đích, tự do chỉ là quyền được hỗn loạn, quyền được sống mà không có sự kiềm chế bên ngoài. Nhưng nếu không có sự kiềm chế bên ngoài, bạn sẽ chỉ thể hiện sự khắc nghiệt của sự kiềm chế bên trong của mình. Đây có phải là một sự cải thiện không? Nhìn chung thì nó không phải là sự cải thiện, mặc dù nó có thể dẫn đến cơ hội để khám phá bản thân.

ĐỪNG GỌI SỰ HỖN LOẠN LÀ TỰ DO, vì đây không phải là tự do. Đừng nghĩ rằng vì người khác không giới hạn bạn nên bạn đang ở trạng thái cao xa. Hãy nhận ra rằng tự do của bạn là để cho phép bạn tìm mục đích của mình và hoàn thành nó. Việc hiểu được tự do theo cách này sẽ giúp bạn sử dụng mọi khía cạnh của cuộc sống mình—hoàn cảnh hiện tại của mình, các mối quan hệ của mình, sự tham gia của mình, thành công của mình, sai lầm của mình, thuộc tính của mình và giới hạn của mình—mọi thứ để khám phá mục đích của mình. Vì khi một mục đích lớn lao bắt đầu thể hiện bản thân nó thông qua bạn theo cách mà bạn có thể nhận ra và chấp nhận, cuối cùng bạn sẽ cảm thấy rằng cuộc sống của mình đang được kết hợp hoàn toàn. Bạn sẽ không còn là những cá thể riêng biệt bên trong chính mình nữa, mà là một người, trọn vẹn và thống nhất, với mọi khía cạnh của bản thân đều tham gia vào việc phục vụ mục đích duy nhất này.

TỰ DO ĐỂ PHẠM SAI LẦM SẼ KHÔNG CỨU RỖI BẠN. Sai lầm có thể bị phạm phải trong bất kỳ hoàn cảnh nào, và tự do có thể được tìm thấy trong bất kỳ hoàn cảnh nào. Do đó, hãy tìm cách học về tự do. Tri Thức sẽ tự thể hiện bản thân khi nó không bị ràng buộc và khi bạn với tư cách là một con người đã phát triển đủ để có thể gánh sứ mệnh vĩ đại của nó trên thế giới. Những Giáo Viên Tâm Linh của bạn, những người ở bên bạn bên ngoài tầm nhìn của bạn, đang ở đây để khai tâm cho bạn vào Tri Thức. Họ có phương pháp riêng của họ để làm điều này, vì họ hiểu được ý nghĩa thật sự của tự do và mục đích thật sự của nó trên thế giới.

Do đó trong các lần thực hành của bạn, Chúng Tôi một lần nữa khẳng định quyền lực của lời tuyên bố này và trao cho bạn hai cơ hội để trải nghiệm nó sâu sắc bên trong chính bạn. Bạn không cần phải cố gắng suy đoán về điều này trong đầu, mà đơn giản thư giãn để nó có thể được trải nghiệm. Hãy tập trung hoàn toàn tâm trí bạn để cho phép nó trải nghiệm sự vĩ đại của sự hiện diện của Chúa đang ở cùng bạn và đang ở bên trong bạn, vì đây là việc nhìn hướng đến sự tự do nơi tự do thật sự tồn tại.

BÀI THỰC HÀNH 94: *Hai lần thực hành, mỗi lần 30 phút.*

Bước 95

LÀM SAO TÔI CÓ THỂ THOẢ MÃN BẢN THÂN ĐƯỢC?

LÀM SAO BẠN CÓ THỂ THOẢ MÃN BẢN THÂN ĐƯỢC khi bạn không biết mình là ai, khi bạn không biết mình đến từ đâu hay mình đang đi đâu, khi bạn không biết ai đã gửi bạn đến và ai sẽ đợi bạn khi bạn trở về? Làm sao bạn có thể thoả mãn bản thân một mình khi bạn là một phần của chính cuộc sống? Liệu bạn có thể thoả mãn bản thân khi tách khỏi cuộc sống không? Chỉ trong ảo tưởng và tưởng tượng mà bạn mới có thể nuôi dưỡng ý tưởng về việc thoả mãn bản thân. Không có sự thoả mãn nào ở đây, chỉ có sự bối rối ngày càng tăng. Theo năm tháng, bạn sẽ cảm thấy bóng tối ngày càng lớn bên trong mình, như thể một cơ hội lớn đã bị bỏ lỡ. Đừng đánh mất cơ hội này để nhận ra cuộc sống như nó thật sự tồn tại và nhận được sự thoả mãn như nó thật sự được trao cho bạn.

CHỈ TRONG TRÍ TƯỞNG TƯỢNG MÀ BẠN MỚI CÓ THỂ THOẢ MÃN BẢN THÂN, và trí tưởng tượng không phải là thực tế. Việc chấp nhận điều này thoạt đầu có vẻ như là sự hạn chế và sự thất vọng, vì bạn đã có sẵn thiết kế và động cơ cho sự thoả mãn cá nhân của mình, cho dù chúng đã được trải nghiệm hay chưa. Toàn bộ mục tiêu của bạn cho sự thoả mãn của mình bây giờ phải được nghi vấn, không phải để tước đi từ bạn bất cứ thứ gì có giá trị, mà là để giải thoát bạn khỏi sự ràng buộc mà dần dần sẽ chỉ lừa dối và làm bạn thất vọng. Do đó, việc chấp nhận sự vô vọng của nỗ lực thoả mãn bản thân của bạn cuối cùng sẽ cho phép bạn nhận lãnh món quà to lớn dành cho bạn và đang chờ đợi bạn. Món quà to lớn này được định để được trao thông qua bạn vào thế giới theo cách cụ thể đối với hạnh phúc của bạn và đối với hạnh phúc của những người sẽ tự nhiên được thu hút đến bạn.

LÀM SAO MÀ BẠN CÓ THỂ THOẢ MÃN BẢN THÂN ĐƯỢC? Hàng giờ hôm nay, hãy lặp lại câu hỏi này và dành một chút thời gian để cân nhắc nghiêm túc, bất kể hoàn cảnh của bạn như thế nào. Khi bạn thực hành hàng giờ, hãy nhìn ra thế giới và xem mọi người đang cố gắng thoả mãn bản thân ra sao, cả trong những tình huống hiện tại và trong những tình huống được hy vọng. Hãy hiểu rằng điều này vô cùng tách biệt họ ra khỏi cuộc sống như nó thật sự tồn tại. Hãy hiểu rằng điều này tách biệt họ ra khỏi sự bí ẩn của sự tồn tại của chính họ và sự kỳ diệu của cuộc sống mà họ được tự do để chạm trán mỗi khoảnh khắc mỗi ngày. Đừng để bản thân bạn trở nên nghèo khó như vậy. Ảo tưởng sẽ luôn vẽ nên một bức tranh hoành tráng cho bạn, nhưng nó không có cơ sở nào trong thực tế. Chỉ những ai cố gắng củng cố ảo tưởng của nhau mới cố gắng xây dựng mối quan hệ với nhau cho mục đích này, và sự thất vọng của họ sẽ là cùng nhau, điều mà họ sẽ có xu hướng đổ lỗi cho nhau. Do đó, đừng tìm kiếm thứ chỉ có thể mang lại cho bạn sự bất hạnh và chỉ phá hủy cơ hội to lớn cho mối quan hệ của bạn.

HÀNG GIỜ HÃY LẶP LẠI LỜI TUYÊN BỐ NÀY. Trong hai lần thực hành của mình, hãy bước vào sự tâm lặng và tiếp nhận để bạn có thể học cách nhận lãnh sự viên mãn như nó thật sự tồn tại.

BÀI THỰC HÀNH 95: *Hai lần thực hành, mỗi lần 30 phút.*
Thực hành hàng giờ.

Bước 96

Ý Chúa là để tôi được trút bỏ gánh nặng.

Bước đầu tiên của Chúa trong sự cứu chuộc của bạn và trao quyền cho bạn là để giải thoát bạn khỏi những thứ không cần thiết cho hạnh phúc của bạn, giải thoát bạn khỏi những thứ không thể nào thỏa mãn bạn, giải thoát bạn khỏi những thứ chỉ gây đau đớn cho bạn và gỡ khỏi đầu bạn chiếc vòng gai mà bạn đang đội, thứ tượng trưng cho nỗ lực của bạn để đạt được sự toại nguyện trong thế giới. Một Ý Muốn Vĩ Đại tồn tại bên trong bạn mà mong muốn được thể hiện bản thân nó. Khi bạn trải nghiệm điều này, cuối cùng bạn sẽ cảm thấy rằng mình được biết đến bởi chính mình. Cuối cùng bạn sẽ trải nghiệm hạnh phúc thật sự, vì cuộc sống của bạn cuối cùng sẽ được kết hợp. Bạn phải được trút gánh nặng để thực hiện khám phá này. Không gì có giá trị sẽ bị lấy đi khỏi bạn. Ý Chúa không phải để khiến bạn cô đơn và tuyệt vọng, mà là để trao cho bạn cơ hội nhận ra sự hứa hẹn thật sự của mình để bạn có thể tiến bước với sức mạnh và động lực thật sự.

Vì vậy, hãy chấp nhận lời đề nghị lớn lao đầu tiên này để trút gánh nặng cho bạn khỏi những xung đột vô vọng mà bạn cố gắng giải quyết, khỏi những theo đuổi vô nghĩa không đưa bạn đến đâu cả, khỏi những lời hứa giả của thế giới này, và khỏi lý tưởng của chính bạn mà vẽ nên một bức tranh mà thế giới không thể nào hỗ trợ được. Trong sự giản dị và khiêm nhường, bạn bắt đầu hiểu được sự vĩ đại của cuộc sống, và bạn sẽ biết rằng bạn đã từ bỏ chẳng gì cả để có được thứ có giá trị lớn nhất.

Hàng giờ hãy lặp lại lời tuyên bố này và suy nghĩ về nó. Hãy quan sát ý nghĩa của nó về mặt hoàn cảnh hiện tại của bạn. Hãy quan sát biểu hiện của nó trong cuộc sống của những người xung quanh bạn. Hãy quan sát thực tế của nó về mặt sự tồn tại của chính bạn, mà lúc này bạn đang học cách chứng kiến một cách khách quan.

TRONG HAI LẦN THỰC HÀNH DÀI CỦA BẠN HÔM NAY, hãy cố gắng tập trung vào ý tưởng này và áp dụng nó vào cuộc sống của bạn một cách cụ thể. Hãy chủ động dùng tâm trí mình và cố gắng nghĩ về ý nghĩa của câu nói này về mặt các tham vọng hiện tại của bạn, các kế hoạch hiện tại của bạn và vân vân. Nhiều thứ có thể bị nghi ngờ khi bạn làm việc này, nhưng hãy nhận ra rằng Tri Thức không bị ảnh hưởng bởi kế hoạch và mục tiêu của bạn hoặc bởi hy vọng và sự thất vọng của bạn. Nó chỉ đang chờ thời điểm khi nó có thể trỗi lên một cách tự nhiên bên trong bạn, và bạn sẽ là người đầu tiên nhận được những món quà to lớn của nó.

BÀI THỰC HÀNH 96: *Hai lần thực hành, mỗi lần 30 phút.*
Thực hành hàng giờ.

Bước 97

TÔI KHÔNG BIẾT SỰ VIÊN MÃN LÀ GÌ.

Câu nói này có phải là việc thừa nhận sự yếu đuối không? Nó có phải là việc đầu hàng trước sự tuyệt vọng không? Không, nó không phải vậy. Nó là khởi đầu của sự trung thực thật sự. Khi bạn nhận ra mình hiểu ít thế nào nhưng đồng thời cũng nhận ra lời đề nghị to lớn của Tri Thức dành cho bạn, thì khi đó bạn mới nắm bắt cơ hội này với sự khích lệ và cam kết to lớn. Bạn chỉ có thể tưởng tượng ra sự viên mãn, nhưng bên trong bạn, Tri Thức của sự viên mãn đang sống và rực cháy. Đây là ngọn lửa mà bạn không thể dập tắt. Đây là ngọn lửa đang tồn tại bên trong bạn ngay lúc này. Điều này thể hiện khát vọng lớn lao của bạn về sự viên mãn, về sự hợp nhất và về sự đóng góp. Xa bên dưới mọi hy vọng và nỗi sợ hãi của bạn, bên dưới mọi kế hoạch và tham vọng của bạn, ngọn lửa này đang rực cháy lúc này. Do đó hãy từ bỏ những ý tưởng của bạn về sự viên mãn, nhưng đừng tuyệt vọng, vì bạn đang đặt mình vào vị trí để nhận được những món quà dành cho bạn. Bạn đã mang những món quà này theo mình vào trong thế giới này. Chúng ẩn giấu bên trong bạn nơi bạn không thể tìm thấy chúng.

Bạn không biết sự viên mãn là gì. Một mình sự kích thích hạnh phúc thì không thể là sự viên mãn, vì sự viên mãn là một trạng thái yên lặng. Đó là trạng thái của sự chấp nhận bên trong. Đó là trạng thái của sự hòa nhập hoàn toàn. Đó là trạng thái vô thời gian mà đang thể hiện chính nó trong thời gian. Làm sao mà sự kích thích hạnh phúc nhất có thể trao cho bạn thứ có thể tồn tại trong mọi hoàn cảnh và không kết thúc khi sự kích thích kết thúc? Chúng Tôi không muốn tước đi từ bạn những sự kích thích hạnh phúc, vì chúng có thể rất tốt. Nhưng chúng chỉ tồn tại trong chốc lát và chỉ có thể trao cho bạn cái nhìn thoáng qua về khả năng lớn hơn. Ở đây Chúng Tôi muốn đưa bạn trực tiếp đến khả năng lớn hơn bằng cách trau dồi những nguồn lực lớn lao trong tâm trí bạn và dạy bạn cách nhìn thế giới để bạn có thể học được mục đích thật sự của nó.

Do đó, hàng giờ hôm nay, hãy lặp lại ý tưởng của ngày hôm nay và xem xét nó một cách nghiêm túc về mặt bản thân bạn và thế giới xung quanh bạn. Hôm nay, trong hai lần thực hành dài của bạn, một lần nữa hãy dành thời gian nghiêm túc xem xét ý tưởng này. Hãy nhớ nghĩ về cuộc sống của chính bạn trong những lần thực hành này và áp dụng ý tưởng hôm nay vào các kế hoạch mà bạn nhận thức được liên quan đến sự viên mãn của chính mình. Những bài thiền định suy nghĩ này đòi hỏi công việc trí óc. Ở đây bạn sẽ không yên tĩnh. Bạn sẽ điều tra. Bạn sẽ khám phá. Bạn sẽ tích cực sử dụng tâm trí mình để thâm nhập vào những thứ mà bạn nhận ra đang tồn tại ở đó. Đây là thời gian để nghiêm túc xem xét nội tâm. Khi bạn nhận ra rằng những gì bạn nghĩ mình biết chỉ là một dạng tưởng tượng, thì bạn sẽ nhận ra nhu cầu lớn của mình đối với Tri Thức.

Bạn phải hiểu những gì mình có để có thể học cách nhận được nhiều hơn. Nếu bạn nghĩ rằng bạn có nhiều hơn bạn thật sự có, thì bạn đang nghèo khó mà thậm chí không nhận ra điều đó và sẽ không hiểu được Kế Hoạch Vĩ Đại đã được tạo ra cho lợi ích của bạn. Bạn phải bắt đầu từ nơi mình đang ở, vì bằng cách này, bạn có thể tiến lên, mỗi bước đều chắc chắn, mỗi bước tiến lên, được xây dựng trên bước trước đó. Sẽ không có sự thụt lùi ở đây, vì bạn sẽ được thiết lập vững chắc trên con đường đến với Tri Thức.

BÀI THỰC HÀNH 97: *Hai lần thực hành, mỗi lần 30 phút.*
Thực hành hàng giờ.

Bước 98

ÔN TẬP

Trong Bài Ôn Tập của bạn, một lần nữa hãy ôn lại tất cả các hướng dẫn của bài học và mọi thứ bạn đã trải nghiệm cho đến nay trong tuần thực hành vừa qua. Hãy trung thực đánh giá sự tham gia của bạn vào các bài học này và nhận ra những gì chúng đã trao cho bạn về mặt hiểu biết. Hãy cố gắng thật công bằng trong đánh giá của mình. Hãy nhớ rằng bạn là một học sinh. Đừng tuyên bố rằng bạn đã nhận thấy nhiều hơn những gì bạn thật sự đã trải nghiệm.

Sự đơn giản của cách tiếp cận này có thể có vẻ hiển nhiên, nhưng đối với nhiều người thì nó rất khó để đạt được, vì họ quá quen với suy nghĩ rằng họ có nhiều hơn họ có hoặc ít hơn họ có, đến nỗi rất khó để họ đánh giá hoàn cảnh thật sự của mình mặc dù hoàn cảnh của họ là khá rõ ràng.

Do đó trong lần thực hành dài của bạn, hãy ôn lại các bài học của bạn và xem xét từng bài học một cách sâu sắc, nhớ lại hoạt động của bạn với chúng vào ngày chúng được đưa ra và sự hiểu biết của bạn về chúng tại thời điểm này. Hãy ôn lại từng bước trong sáu bước trước đó một cách rất cẩn thận và cẩn thận đừng đưa ra kết luận không đại diện cho trải nghiệm thật sự của bạn. Thà không chắc chắn còn hơn là có những kết luận sai lầm.

BÀI THỰC HÀNH 98: *Một lần thực hành dài.*

Bước 99

TÔI SẼ KHÔNG ĐỔ LỖI CHO THẾ GIỚI HÔM NAY.

Hôm nay hãy thực hành không đổ lỗi cho thế giới, không phán xét những sai lầm hiển nhiên của nó và không khẳng định hay đổ trách nhiệm cho người khác về những sai lầm này. Hãy nhìn thế giới một cách im lặng. Hãy cho phép tâm trí bạn tĩnh lặng.

Hãy thực hành điều này hàng giờ và nhìn thế giới bằng đôi mắt mở. Trong hai lần thực hành dài của mình, hãy thực hành với đôi mắt mở nhìn vào thế giới. Không quan trọng bạn nhìn vào thứ gì, vì tất cả đều giống nhau. Sự tập trung của bạn hôm nay sẽ là để nhìn mà không phán xét, vì điều này sẽ phát triển các khả năng thật sự của tâm trí bạn.

Do đó, trong các lần thực hành của mình, hãy thực hành nhìn với mắt mở, nhìn mà không phán xét. Hãy nhìn môi trường xung quanh bạn. Hãy chỉ nhìn vào những thứ thật sự có ở đó. Đừng tham gia vào sự tưởng tượng. Đừng để suy nghĩ của bạn đi lan man đến quá khứ hoặc tương lai. Chỉ chứng kiến những gì đang ở đó. Khi suy nghĩ trỗi lên mà là phán xét, chỉ cần gạt bỏ chúng mà không cân nhắc chúng, vì hôm nay bạn đang thực hành việc nhìn—nhìn mà không phán xét để bạn có thể thấy những gì thật sự đang ở đó.

Bài thực hành 99: *Hai lần thực hành, mỗi lần 30 phút.*
Thực hành hàng giờ.

Bước 100

HÔM NAY TÔI LÀ MỘT HỌC SINH MỚI BẮT ĐẦU CỦA TRI THỨC.

Bạn là một học sinh mới bắt đầu của Tri Thức. Hãy chấp nhận điểm bắt đầu này. Đừng tuyên bố nhiều hơn cho bản thân, vì bạn không hiểu con đường đến Tri Thức. Trên con đường đến những giả định lớn hơn, bạn có lẽ đã thu thập những phần thưởng lớn cho bản thân. Nhưng điều đó dẫn đến một hướng khác với con đường đến Tri Thức, nơi mọi thứ không chân thật được từ bỏ và mọi thứ chân thật được trân trọng. Con đường đến Tri Thức không phải là con đường mà mọi người tưởng tượng ra cho bản thân, vì nó không được sinh ra từ trí tưởng tượng.

Do đó, hãy là một học sinh mới bắt đầu của Tri Thức. Hàng giờ hãy lặp lại lời tuyên bố này và cân nhắc nó nghiêm túc. Bất kể quan điểm của bạn về bản thân là gì, dù là cao xa hay hạ thấp, bất kể bạn đã làm gì trước đây, bất kể bạn coi thành tích của mình là gì, bạn đều là một học sinh mới bắt đầu của Tri Thức. Là một học sinh mới bắt đầu, bạn sẽ muốn học mọi thứ có thể được học, và bạn sẽ không có gánh nặng của việc bảo vệ những gì bạn nghĩ mình đã có rồi. Điều này sẽ làm giảm đáng kể gánh nặng của bạn trong cuộc sống, và trao cho bạn cơ hội có được động lực và sự nhiệt tình thật sự, những thứ hiện đang thiếu.

Hãy là một học sinh mới bắt đầu của Tri Thức. Hãy bắt đầu hai lần thực hành dài của bạn với lời khẳng định này và cho phép bản thân ngồi trong sự tâm lặng và tiếp nhận. Không thỉnh cầu, không hỏi và không có kỳ vọng hay yêu cầu, hãy để tâm trí bạn tĩnh lặng, vì bạn là một học sinh mới bắt đầu của Tri Thức và vẫn chưa biết phải cầu xin hay mong đợi điều gì.

BÀI THỰC HÀNH 100: *Hai lần thực hành, mỗi lần 30 phút.*
Thực hành hàng giờ.

Bước 101

THẾ GIỚI CẦN TÔI, NHƯNG TÔI SẼ ĐỢI.

TẠI SAO LẠI ĐỢI KHI THẾ GIỚI CẦN BẠN? Chẳng phải điều này có vẻ mâu thuẫn với giáo lý mà Chúng Tôi đang trình bày à? Nó thật ra không mâu thuẫn chút nào nếu bạn hiểu được ý nghĩa của nó. Vì thế giới cần bạn, nên việc chờ đợi có vẻ là bất công và vô trách nhiệm. Chẳng phải điều này mâu thuẫn với những gì Chúng Tôi đang dạy à? Không, nó không mâu thuẫn nếu bạn hiểu được ý nghĩa của nó. Nếu bạn đã nghiêm túc cân nhắc những gì Chúng Tôi đã trao cho bạn cho đến nay trong quá trình chuẩn bị của bạn, bạn sẽ nhận ra rằng Tri Thức bên trong bạn tự nó sẽ đáp lại thế giới. Và bạn sẽ cảm thấy được thúc đẩy để cho đi ở một số nơi nhất định và không được thúc đẩy để cho đi ở những nơi khác. Phản hồi lớn lao này bên trong bạn sẽ không được sinh ra từ sự yếu đuối cá nhân, sự bất an cá nhân hoặc nhu cầu để được chấp nhận hoặc công nhận. Nó sẽ không phải là một hình thức trốn tránh hoặc tội lỗi. Thật ra, nó sẽ không liên quan gì đến bạn cả. Đó là lý do tại sao nó rất lớn lao, vì nó không nhằm khắc phục sự nhỏ bé của bạn, mà để chứng minh quyền lực của Tri Thức đang tồn tại trên thế giới để bạn có thể là minh chứng cho nó và trở thành phương tiện để thể hiện nó.

TẠI SAO LẠI CHỜ ĐỢI KHI THẾ GIỚI CẦN BẠN? Bởi vì bạn vẫn chưa sẵn sàng để cho đi. Tại sao lại chờ đợi khi thế giới cần bạn? Bởi vì bạn vẫn chưa hiểu được nhu cầu của nó. Tại sao lại chờ đợi khi thế giới cần bạn? Bởi vì bạn sẽ cho đi vì những lý do sai lầm và việc đó sẽ chỉ củng cố khó khăn của bạn. Thời điểm cho đi sẽ đến, và cuộc đời bạn sẽ tự cho nó đi, và bạn sẽ sẵn sàng để chấp nhận điều này, để đáp lại nó và để đi theo sự hướng dẫn của Tri Thức bên trong bạn. Nếu bạn muốn thật sự phục vụ thế giới, thì bạn phải chuẩn bị, và đó là những gì chúng ta đang thực hiện lúc này.

ĐỪNG ĐỂ NHỮNG ĐAU KHỔ CỦA THẾ GIỚI khiến bạn vô cùng căng thẳng. Đừng để những mối đe dọa hủy diệt khơi dậy sự sợ hãi của bạn. Đừng để những bất công của thế giới này kích thích sự giận dữ của bạn, vì nếu như vậy thì bạn đang nhìn mà không với Tri Thức. Bạn đang nhìn thấy lý tưởng đã bị thất vọng của chính mình. Đây không phải là cách nhìn, và do đó, nó không phải là cách cho đi. Bạn được gửi đến để cho đi, và việc cho đi của bạn là nội tại cho bạn. Bạn không cần phải kiểm soát nó, vì nó sẽ tự cho nó đi khi bạn đã chuẩn bị. Do đó, phục vụ thế giới của bạn tại thời điểm này là sự chuẩn bị của bạn để trở thành một người đóng góp, và mặc dù điều này sẽ không trao cho bạn sự thỏa mãn tức thời đối với nhu cầu cho đi của bạn, nhưng nó sẽ mở đường để một phục vụ lớn hơn được thực hiện.

Trong hai lần thực hành hôm nay của mình, hãy chủ động suy nghĩ về ý tưởng của ngày hôm nay và xem xét nó về mặt hành vi của bạn, khuynh hướng của bạn, ý tưởng của bạn và niềm tin của bạn.

BÀI THỰC HÀNH 101: *Hai lần thực hành, mỗi lần 30 phút.*

Bước 102

CÓ NHIỀU THỨ ĐÃ HỌC MÀ TÔI PHẢI QUÊN ĐI.

CUỘC SỐNG CỦA BẠN ĐẦY NHỮNG NHU CẦU VÀ Ý TƯỞNG CỦA CHÍNH BẠN, đầy những yêu cầu và tham vọng của chính bạn, đầy những nỗi sợ hãi của chính bạn và đầy những phức tạp của chính bạn. Do đó, phương tiện cho đi của bạn bị nặng gánh và bị làm lộn xộn, và năng lượng của bạn phần lớn bị sử dụng sai. Đó là lý do tại sao bước đầu tiên của Chúa là để gỡ gánh nặng cho bạn. Cho đến khi điều này xảy ra, bạn sẽ chỉ cố gắng giải quyết tình huống của mình mà không biết phải làm gì, mà không hiểu được khó khăn của mình và không chấp nhận sự hỗ trợ mà bạn chắc chắn sẽ cần. Do đó, hãy chấp nhận việc quên đi những thứ đã học của bạn, vì điều đó sẽ gỡ gánh nặng cho bạn và trao cho bạn sự đảm bảo rằng một cuộc sống lớn lao hơn là khả thi và sẽ xảy ra cho bạn, người đã đến đây để cho đi.

HÀNG GIỜ HÃY LẶP LẠI LỜI TUYÊN BỐ NÀY và xem xét nó. Hãy xem xét thực tế của nó về mặt nhận thức của bạn về thế giới. Trong hai lần thực hành dài của mình, một lần nữa hãy thực hành sự tĩnh lặng của tâm trí trong im lặng, nơi không gì được cố gắng thực hiện và không gì bị tránh né. Bạn chỉ đang dùng tâm trí mình để tĩnh lặng để nó có thể học cách tự đáp lại với thứ kêu gọi nó. Với mỗi bước bạn thực hiện trong quá trình quên đi, Tri Thức sẽ lấp đầy những gì đã thay thế nó. Việc này xảy ra ngay lập tức, vì bạn chỉ đang đưa mình vào vị trí để nhận lãnh để việc cho đi của bạn có thể hào phóng, chân thành và viên mãn đối với bạn.

BÀI THỰC HÀNH 102: *Hai lần thực hành, mỗi lần 30 phút.*
Thực hành hàng giờ.

Bước 103

TÔI ĐƯỢC TÔN VINH BỞI CHÚA.

Bạn được tôn vinh bởi Chúa, nhưng lời tuyên bố này có thể gia tăng cảm giác không chắc chắn của bạn, khơi dậy cảm giác tội lỗi của bạn, làm hoang mang cảm giác tự hào của bạn và kích thích mọi kiểu xung đột đang thật sự tồn tại bên trong bạn lúc này. Trong quá khứ, bạn đã cố gắng trở thành thứ gì đó không chân thật, và nó đã làm bạn thất vọng. Bây giờ bạn sợ trở thành bất cứ thứ gì vì sợ rằng thất bại sẽ lại đeo bám bạn một lần nữa. Do đó, sự vĩ đại có vẻ như là sự nhỏ bé và sự nhỏ bé có vẻ như là sự vĩ đại, và mọi thứ đều bị nhìn nhận ngược lại hoặc bị đảo ngược so với ý nghĩa thật sự của chúng.

Bạn được tôn vinh bởi Chúa cho dù bạn có chấp nhận điều này hay không. Điều đó đúng bất kể đánh giá của con người, vì chỉ những thứ vượt ngoài sự đánh giá mới là đúng. Chúng Tôi đang đưa bạn đến thứ vượt ngoài sự đánh giá, mà sẽ là khám phá vĩ đại nhất có thể có trong cuộc đời này hoặc trong bất kỳ cuộc đời nào.

Hàng giờ hãy lặp lại lời tuyên bố này và xem xét nó một cách nghiêm túc. Trong hai lần thực hành của mình, hãy để tâm trí bạn một lần nữa tĩnh lặng và đón nhận để bạn có thể học cách nhận lãnh vinh dự mà Chúa dành cho bạn. Chắc chắn rằng vinh dự này phải được dành cho phần của bạn mà bạn hầu như không nhận thức được. Không phải hành vi của bạn mà được tôn vinh. Không phải lý tưởng của bạn mà được tôn vinh. Không phải niềm tin của bạn, giả định của bạn, yêu cầu của bạn hay nỗi sợ hãi của bạn. Những thứ này có thể tốt hoặc xấu. Chúng có thể phục vụ bạn hoặc phản bội bạn. Nhưng vinh dự được dành cho thứ gì đó lớn lao hơn, mà giờ đây bạn đang học cách nhận ra.

BÀI THỰC HÀNH 103: *Hai lần thực hành, mỗi lần 30 phút. Thực hành hàng giờ.*

Bước 104

Chúa biết về tôi nhiều hơn cả chính tôi.

Chúa biết về bạn nhiều hơn cả chính bạn. Điều đó hẳn là hiển nhiên nếu bạn đã xem xét bản thân một cách trung thực. Nhưng hãy cân nhắc đến những ý nghĩa của điều này. Nếu Chúa biết về bạn nhiều hơn chính bạn, thì chẳng phải đánh giá của Chúa là điều mà bạn muốn tìm hiểu sao? Tất nhiên là vậy. Và chẳng phải đánh giá của bạn về bản thân là sai lầm sao? Chỉ riêng trong điều này thôi mà bạn đã phạm tội, vì tội lỗi chỉ là sai lầm. Sai lầm kêu gọi sự sửa chữa, chứ không phải sự lên án. Bạn sẽ tự lên án mình và nghĩ rằng Chúa sẽ theo gương bạn và trao cho bạn sự lên án lớn hơn. Đó là lý do tại sao con người đã tạo ra Chúa theo hình ảnh của họ, và đó là lý do tại sao bạn phải quên đi những gì mình đã tạo ra, để bạn có thể tìm thấy những gì mình biết và để những sáng tạo của bạn trên thế giới này có thể mang lại điều tốt đẹp và có giá trị lâu dài.

Chúa biết về bạn nhiều hơn chính bạn. Đừng giả vờ rằng bạn có thể tự tạo ra bản thân, vì bạn đã được tạo ra rồi và những gì được tạo ra một cách chân thật thì vĩ đại và hạnh phúc hơn nhiều so với cuộc sống mà bạn đã nhận ra cho đến nay. Chính sự bất hạnh của bạn đang đưa bạn đến với sự thật, vì nó đang đưa bạn đến một giải pháp thật sự. Tất nhiên, điều này là đúng.

Hàng giờ hãy lặp lại lời tuyên bố này và xem xét nó một cách nghiêm túc. Khi bạn làm như vậy, hãy quan sát thế giới xung quanh bạn để cố gắng tìm hiểu ý nghĩa của ý tưởng hôm nay trên thế giới. Trong những lần thực hành tâm lặng dài của bạn, hãy để tâm trí bạn trở nên tĩnh lặng để nó có thể học cách tận hưởng sự vĩ đại của nó. Hãy cho nó cơ hội được tự do, và ngược lại nó sẽ trao cho bạn sự tự do.

BÀI THỰC HÀNH 104: *Hai lần thực hành, mỗi lần 30 phút.*
  Thực hành hàng giờ.

Bước 105

ÔN TẬP

Trong Bài Ôn Tập của bạn, hãy làm theo các ví dụ trước và ôn lại tuần hướng dẫn và tuần thực hành. Hôm nay hãy đặc biệt cân nhắc những ý tưởng mà Chúng Tôi đã trình bày. Hãy hiểu rằng những ý tưởng này phải được xem xét và trải nghiệm qua nhiều giai đoạn phát triển. Ý nghĩa của chúng là quá sâu sắc và quá vĩ đại để có thể hoàn toàn hiển nhiên đối với bạn lúc này, nhưng chúng sẽ đóng vai trò như một lời nhắc nhở rằng Tri Thức đang ở bên bạn và bạn đã đến để trao tặng Tri Thức trong thế giới.

Lời dạy của Chúng Tôi do đó sẽ đơn giản hóa mọi thứ, mà sẽ giải quyết những xung đột mà bạn đang mang lúc này và sẽ khiến xung đột trong tương lai trở nên không cần thiết. Vì ở mức độ bạn ở bên Tri Thức, xung đột không tồn tại. Một cuộc sống không xung đột là sự đóng góp lớn nhất có thể được trao tặng vào thế giới, vì đây là cuộc sống sẽ kích hoạt sự khởi đầu của Tri Thức trong tất cả mọi người, một tia lửa có thể tự mang mình vào tương lai vượt xa sau cuộc sống cá nhân của bạn. Chính tia lửa vĩ đại này mà bạn được định để trao trong thế giới, vì khi đó sự trao tặng của bạn sẽ không có kết thúc và sẽ phục vụ cho thế hệ hiện tại của bạn và các thế hệ tiếp theo.

Những phước lành mà bạn đang trải nghiệm ngày hôm nay trong thế giới của mình là kết quả của những sự cộng hưởng này mà được truyền từ thế hệ này sang thế hệ khác khi Tri Thức được duy trì trên thế giới. Cơ hội để bạn có được Tri Thức thì được sinh ra từ sự trao tặng của những người đã sống trước đây, giống như sự trao tặng của bạn sẽ trao cơ hội có được tự do cho những người sẽ theo sau. Đây là mục đích lớn lao của bạn trong cuộc sống: để giữ cho Tri Thức tồn tại trên thế giới. Nhưng trước tiên bạn phải học về Tri Thức—học cách nhận ra nó, học cách chấp nhận nó, học cách phân biệt nó với những thúc đẩy khác trong tâm trí bạn và học về nhiều giai đoạn phát triển sẽ cần thiết khi đi theo Tri Thức đến với sự hoàn thành lớn lao của nó. Đó là lý do tại sao bạn là một học sinh mới bắt đầu của Tri Thức.

Trong lần thực hành dài của mình, hãy thực hiện Bài Ôn Tập của bạn càng chi tiết càng tốt. Hãy cho phép sự bối rối và không chắc chắn tồn tại, vì điều này là cần thiết trong giai đoạn điều tra này. Do đó, hãy vui mừng bởi tất cả những điều có thể thật sự được nhận ra, và hãy biết rằng Tri Thức đang ở bên bạn, vì vậy bạn được tự do để không chắc chắn.

Bài thực hành 105: *Một lần thực hành dài.*

Bước 106

KHÔNG CÓ BẬC THẦY NÀO ĐANG SỐNG TRÊN THẾ GIỚI.

KHÔNG CÓ BẬC THẦY NÀO ĐANG SỐNG TRÊN THẾ GIỚI, vì Sự Tinh Thông được đạt bên ngoài thế giới. Có những học sinh vượt bậc. Có những học sinh có thành tựu lớn. Nhưng không có Bậc Thầy nào đang sống trên thế giới. Sự hoàn hảo không được tìm thấy ở đây, chỉ có sự đóng góp. Bất kỳ ai còn ở lại thế giới thì đang ở lại để học những bài học của thế giới. Những bài học của thế giới phải được học không chỉ trong cuộc sống cá nhân của bạn, mà còn trong cuộc sống của sự đóng góp. Sự giáo dục chân thật của bạn vượt xa những gì bạn đã nhận ra cho đến nay. Nó không chỉ đơn thuần là việc sửa chữa sai lầm. Nó là việc đóng góp những món quà.

KHÔNG CÓ BẬC THẦY NÀO ĐANG SỐNG TRÊN THẾ GIỚI. Do đó, bạn có thể giải thoát bản thân khỏi gánh nặng to lớn của việc cố gắng hoặc đòi hỏi Sự Tinh Thông cho bản thân. Bản thân bạn không thể là một Bậc Thầy, vì cuộc sống là Bậc Thầy. Đó là sự khác biệt to lớn mà sẽ tạo nên mọi khác biệt cho bạn khi bạn hiểu được ý nghĩa và lợi ích thật sự của nó.

TRONG HAI LẦN THỰC HÀNH HÔM NAY CỦA MÌNH, hãy nghĩ đến tất cả những cá nhân mà bạn coi là Bậc Thầy—những cá nhân mà bạn đã gặp, nghe nói đến hoặc tưởng tượng, những cá nhân trong quá khứ và những cá nhân đang sống lúc này. Hãy nghĩ đến tất cả những phẩm chất đã khiến họ là Bậc Thầy và cách bạn sử dụng những phẩm chất đó để phán xét bản thân và để đánh giá cuộc sống mình và hành vi của mình. Mục đích của những học sinh vượt bậc không phải là để trở thành tiêu chuẩn cho sự lên án bản thân bởi những người có năng lực thấp hơn. Đó không phải là món quà của họ, mặc dù họ dần dần phải hiểu rằng món quà của họ sẽ rất bị hiểu sai.

HÃY CHẤP NHẬN VIỆC GỠ GÁNH NẶNG CỦA BẠN khi Chúng Tôi nhắc nhở bạn rằng không có Bậc Thầy nào đang sống trên thế giới. Trong hai lần thực hành dài của mình, hãy cố gắng nhận ra điều này. Hãy cố gắng nhận ra sự nhẹ nhõm đang được trao cho bạn. Nhưng đừng mắc sai lầm khi nghĩ rằng điều này dẫn đến sự thụ động từ phía bạn, vì sự tham gia của bạn vào việc giành lại Tri Thức sẽ lớn hơn bao giờ hết. Cam kết của bạn đối với sự trỗi lên của Tri Thức sẽ lớn hơn bao giờ hết. Bây giờ sự tham gia và cam kết của bạn có thể tiến bước nhanh hơn, vì chúng đang được gỡ gánh nặng của lý tưởng của bạn, thứ chỉ có thể dẫn bạn đi lạc.

BÀI THỰC HÀNH 106: *Hai lần thực hành, mỗi lần 30 phút.*

Bước 107

HÔM NAY TÔI SẼ HỌC CÁCH TRỞ NÊN HẠNH PHÚC.

VIỆC HỌC CÁCH TRỞ NÊN HẠNH PHÚC đơn giản là việc học cách trở nên tự nhiên. Việc học cách trở nên hạnh phúc là việc học cách chấp nhận Tri Thức hôm nay. Tri Thức thì hạnh phúc hôm nay. Nếu bạn không hạnh phúc, thì bạn không đang ở bên Tri Thức. Hạnh phúc không phải lúc nào cũng có nghĩa là có nụ cười trên môi. Nó không phải là một hành vi. Hạnh phúc chân thật là một cảm nhận về bản thân, cảm nhận về sự trọn vẹn và thỏa mãn. Nếu mất mát đã xảy ra trong cuộc đời bạn, mất đi người thân yêu, thì bạn vẫn có thể hạnh phúc, mặc dù bạn có thể rơi nước mắt. Rơi nước mắt là không sao, vì điều này không nhất thiết phải phản bội một hạnh phúc lớn lao bên trong bạn, vì đây cũng có thể là những giọt nước mắt hạnh phúc. Hạnh phúc không phải là một dạng hành vi. Hãy để Chúng Tôi nhắc nhở bạn về điều này. Nó là một cảm nhận về sự thỏa mãn bên trong. Tri Thức sẽ trao điều này cho bạn vì nó sẽ đơn giản hóa cuộc sống của bạn và cho phép tâm trí bạn tập trung vào những gì nó được giao để làm trong thực tế. Điều này sẽ trao quyền cho bạn, đơn giản hóa bạn và mang lại sự hài hòa lớn hơn những gì bạn có thể biết trước đây.

VÌ VẬY, TRONG HAI LẦN THỰC HÀNH HÔM NAY CỦA MÌNH, hãy để tâm trí bạn một lần nữa bước vào sự tĩnh lặng. Đây là thời gian tĩnh lặng. Đây không phải là bài thực hành để tâm trí điều tra, mà là bài thực hành để tĩnh lặng tâm trí.

BÀI THỰC HÀNH 107: *Hai lần thực hành, mỗi lần 30 phút.*

Bước 108

HẠNH PHÚC LÀ ĐIỀU TÔI PHẢI HỌC LẠI.

BÂY GIỜ MỌI THỨ PHẢI ĐƯỢC ĐÁNH GIÁ LẠI. Bây giờ mọi thứ phải được nhìn nhận một cách mới mẻ, vì có việc nhìn với Tri Thức và có việc nhìn không với Tri Thức. Chúng mang lại những kết quả khác nhau. Chúng khuyến khích những đánh giá khác nhau và những phản ứng khác nhau. Chúng Tôi đã nói rằng hạnh phúc không phải là một dạng hành vi, vì nó sâu sắc hơn thế nhiều. Do đó, đừng cố gắng sử dụng ý tưởng này để giành được sự ủng hộ của người khác hoặc để thể hiện với chính mình rằng bạn hạnh phúc hơn bạn thật sự. Chúng Tôi không muốn phủ một lớp vỏ của hành vi lên trên trải nghiệm hiện tại của bạn. Chúng Tôi muốn hướng dẫn bạn đến với trải nghiệm chân thật với bản chất của bạn, thể hiện bản chất của bạn và đóng góp bản chất của bạn cho cuộc sống.

DO ĐÓ, HÃY HỌC LẠI VỀ HẠNH PHÚC. Trong hai lần thực hành của bạn, hãy dùng tâm trí bạn vào việc điều tra. Hãy xem xét các ý tưởng của bạn về hạnh phúc và các kiểu hành vi mà bạn nghĩ rằng chúng phải đại diện. Hãy nghĩ về tất cả các cách bạn đã cố gắng thực hiện để trở nên hạnh phúc hơn bạn thật sự. Hãy nghĩ về tất cả các kỳ vọng và yêu cầu mà bạn đã đặt lên bản thân để được hạnh phúc và để chứng minh với bản thân và với người khác giá trị của bạn. Khi bạn nhận ra những thứ này, hãy nhận ra rằng khi không có nỗ lực này, hạnh phúc sẽ tự trỗi lên, vì bạn vốn hạnh phúc. Khi không có sự kiềm chế, hạnh phúc của bạn sẽ trỗi lên, mà không cần bạn áp đặt nó lên tâm trí bạn và cơ thể bạn. Khi không có sự áp đặt của bạn, hạnh phúc sẽ tự trỗi lên. Hãy suy nghĩ về điều này hôm nay, nhưng đừng bằng lòng với những kết luận đơn giản, vì bạn là một học sinh mới bắt đầu của Tri Thức, và những kết luận lớn lao sẽ đến sau này.

BÀI THỰC HÀNH 108: *Hai lần thực hành, mỗi lần 30 phút.*

Bước 109

Hôm nay tôi sẽ không vội vàng.

Hôm nay hãy bước từng bước một cách thanh nhã. Đừng vội vàng. Bạn không cần phải vội vàng vì bạn đang ở bên Tri Thức. Bạn có thể giữ các cuộc hẹn của mình trên thế giới và giữ chúng đúng lịch trình, nhưng bên trong bạn thì đừng vội vàng. Bạn có thể tìm kiếm Tri Thức, sự viên mãn và đóng góp, nhưng đừng vội vàng. Khi bạn vội vàng, thì bạn đang bỏ bê bước hiện tại của mình để có những bước bạn thấy ưa thích hơn, và làm sao các bước có thể được ưa thích hơn ngoại trừ khi bạn đang phớt lờ bước trước mặt mình? Bạn chỉ cần bước bước trước mặt mình, và bước tiếp theo sẽ tự nhiên trỗi lên. Đừng vội vàng. Bạn không thể đi nhanh hơn bạn có thể. Đừng bỏ lỡ tất cả những gì Chúng Tôi đang trao cho bạn để thực hành, mà sẽ đòi hỏi bạn không vội vàng.

Trong suốt ngày hôm nay, hãy nhắc nhở bản thân hàng giờ hãy không vội vàng. Hãy tự nhủ, "Hôm nay mình sẽ không vội vàng," và dành giây phút suy nghĩ về điều này. Bạn có thể đáp ứng các trách nhiệm trần tục của mình mà không cần phải vội vàng. Bạn có thể đạt được các mục tiêu lớn lao của mình mà không cần phải vội vàng. Hãy hài lòng rằng bạn là một học sinh mới bắt đầu, vì những học sinh mới bắt đầu không biết mình đang đi đâu vì họ đang ở vị trí để đón nhận, không phải để điều khiển. Đây là một phước lành lớn lao dành cho bạn lúc này và sẽ dần trao cho bạn quyền lực để điều khiển tâm trí mình và công việc của mình bằng Tri Thức. Bạn sẽ là một người cai trị nhân từ, người sẽ không lên án sai lầm và sẽ không trừng phạt tội nhân, như bạn lúc này đang tưởng tượng Chúa làm.

Tri Thức không vội vàng. Tại sao bạn phải vội vàng? Tri Thức có thể di chuyển bạn nhanh hay chậm. Khi đó bạn có thể di chuyển nhanh hay chậm, nhưng bên trong bản thân, bạn không vội vàng. Đây là một phần của bí ẩn cuộc sống mà giờ đây bạn có thể học cách khám phá.

BÀI THỰC HÀNH 109: *Thực hành hàng giờ.*

Bước 110

HÔM NAY TÔI SẼ TRUNG THỰC VỚI CHÍNH MÌNH.

"HÔM NAY TÔI SẼ HOÀN TOÀN TRUNG THỰC, nhận thấy những gì tôi thật sự biết và những gì tôi chỉ tin hoặc hy vọng. Tôi sẽ không giả vờ rằng tôi biết những điều tôi không biết. Tôi sẽ không giả vờ rằng tôi giàu hơn tôi thật sự hoặc nghèo hơn tôi thật sự. Tôi sẽ cố gắng ở chính xác nơi tôi đang ở hôm nay."

HÃY CỐ GẮNG Ở CHÍNH XÁC NƠI BẠN ĐANG Ở HÔM NAY. Hãy giản dị. Hãy thanh thản. Hãy quan sát thế giới xung quanh bạn. Thực hiện các nhiệm vụ trần tục của bạn. Đừng tự đề cao mình. Đừng hạ thấp mình. Hôm nay hãy để mọi thứ vận hành như nó thật sự vận hành, mà không cố gắng tự bạn điều khiển hay thao túng. Ngoại lệ duy nhất cho điều này là việc sử dụng tính kỷ luật bản thân của bạn để bạn có thể thực hiện các bài thực hành của mình cho hôm nay.

TRONG HAI LẦN THỰC HÀNH DÀI CỦA MÌNH, hãy lặp lại lời khẳng định cho hôm nay và bước vào sự tâm lặng. Ở đây bạn phải sử dụng quyền lực của tâm trí mình. Ở đây bạn không đang cố gắng làm bất cứ điều gì lừa dối hoặc không thực tế. Bạn đang cho phép tâm trí mình đi vào trạng thái tự nhiên của nó, vào trong trạng thái bình yên.

BÀI THỰC HÀNH 110: *Hai lần thực hành, mỗi lần 30 phút.*
Thực hành hàng giờ.

Bước 111

HÔM NAY TÔI SẼ THANH THẢN.

Hãy thanh thản hôm nay khi biết rằng Tri Thức đang ở bên bạn, biết rằng các Giáo Viên của bạn ở bên bạn và biết rằng Gia Đình Tâm Linh của bạn đang ở bên bạn. Đừng để những căng thẳng hay gánh nặng lo âu kéo bạn ra khỏi việc thực hành của mình hôm nay.

Khi bạn trải qua hôm nay, hãy thực hành hàng giờ, nhắc nhở bản thân hãy thanh thản, vì Tri Thức là người dẫn đường của bạn lúc này. Nếu nó không lo lắng, thì bạn không cần phải lo lắng. Hãy giải thoát bản thân khỏi những bận tâm theo thói quen, khỏi xiềng xích theo thói quen. Hãy củng cố quyết tâm của bạn để làm việc này, và nó sẽ dần dần trở nên dễ dàng hơn. Sau đó nó sẽ tự diễn ra một cách tự nhiên nhất. Tâm trí bạn có những thói suy nghĩ. Chúng chỉ là vậy thôi. Khi chúng được thay thế bằng những thói quen mới, Tri Thức sẽ bắt đầu tỏa sáng thông qua cấu trúc mà bạn đã áp đặt lên nó. Ở đây Tri Thức sẽ bắt đầu tỏa sáng, hướng dẫn hành động của bạn, dẫn bạn đến nhận biết sâu sắc và khám phá quan trọng và trao cho bạn sức mạnh và sự chắc chắn lớn hơn bạn từng biết.

Do đó, trong các lần thực hành hàng giờ của mình, hãy sử dụng tính kỷ luật của bạn cho lợi ích mình. Trong hai lần thực hành thiền của bạn, hãy rất tỉnh táo nhưng với một tâm trí tĩnh lặng.

Bài thực hành 111: *Hai lần thực hành, mỗi lần 30 phút.*
Thực hành hàng giờ.

Bước 112

ÔN TẬP

Hôm nay cho Bài Ôn Tập của bạn, chúng ta sẽ làm việc gì đó hơi khác một chút. Hàng giờ hãy nhắc nhở bản thân nhớ về Tri Thức. Hãy lặp lại với chính mình, "Tôi sẽ nhớ về Tri Thức. Tôi sẽ nhớ về Tri Thức," hãy nhớ trong đầu suốt hôm nay rằng bạn vẫn chưa biết Tri Thức là gì, nhưng lại chắc chắn rằng nó đang ở bên bạn. Nó được sinh ra từ Chúa. Nó là Ý Chúa bên trong bạn. Nó là Bản Thể Thật Sự của bạn. Vì vậy, bạn học cách đi theo thứ vĩ đại. Trong trạng thái hạn chế của mình, bạn có thể tiếp cận được thứ không có giới hạn. Vì vậy, bạn trở thành cầu nối đến Tri Thức ngày hôm nay.

Vì vậy, hãy lặp lại hàng giờ rằng bạn sẽ nhớ về Tri Thức. Đừng quên việc thực hành của mình hôm nay để bạn có thể củng cố và trao quyền cho bản thân.

BÀI THỰC HÀNH 112: *Thực hành hàng giờ.*

Bước 113

TÔI SẼ KHÔNG BỊ THUYẾT PHỤC BỞI NGƯỜI KHÁC.

Bất kỳ tâm trí nào quyết tâm hơn tâm trí của bạn đều có thể thuyết phục bạn và phủ ảnh hưởng lên bạn. Không có gì quá bí ẩn về điều này. Nó đơn giản là kết quả của việc một tâm trí tập trung hơn tâm trí khác. Các tâm trí có các mức độ ảnh hưởng tương đối lên nhau, tùy vào sự tập trung của chúng và tùy vào kiểu ảnh hưởng mà chúng phủ lên. Hãy để Tri Thức thuyết phục bạn, vì đó là sự vĩ đại mà bạn mang theo. Đừng để ý kiến hoặc ý muốn của người khác thuyết phục bạn. Hãy chỉ để Tri Thức của họ ảnh hưởng bạn, vì chỉ có điều này mới có thể ảnh hưởng đến Tri Thức của bạn. Điều này sẽ khá khác với cảm giác bị thống trị, thao túng hoặc thuyết phục bởi người khác.

Vì vậy, hãy giữ mình. Hãy đi theo Tri Thức. Nếu người khác kích thích Tri Thức của bạn, thì hãy chú ý đến người đó để bạn có thể học về quyền lực thật sự của sự thuyết phục. Tuy nhiên đừng để những sự thuyết phục của thế giới này—những than phiền của nó, những lý tưởng yêu dấu của nó, đạo đức của nó, những đòi hỏi của nó hay những thỏa hiệp của nó—ảnh hưởng bạn, vì bạn đang đi theo Tri Thức, và bạn không cần phải đi theo những sự thuyết phục của thế giới.

Hãy nhắc nhở bản thân về ý tưởng của hôm nay vào mỗi giờ và thực hành sự tâm lặng một cách sâu sắc trong hai lần thực hành thiền của bạn hôm nay. Hãy chỉ cho phép Tri Thức thuyết phục bạn, vì đây là tất cả những gì bạn cần đi theo trên thế giới.

BÀI THỰC HÀNH 113: *Hai lần thực hành, mỗi lần 30 phút.*
Thực hành hàng giờ.

Bước 114

NHỮNG NGƯỜI BẠN ĐÍCH THỰC CỦA TÔI ĐANG Ở BÊN TÔI. TÔI KHÔNG ĐƠN ĐỘC.

LÀM SAO BẠN CÓ THỂ ĐƠN ĐỘC khi các Giáo Viên của bạn đang ở bên bạn? Bạn có thể có người bạn nào đích thực hơn người ở bên Tri Thức của bạn? Những tình bạn này không được sinh ra bởi thế giới này. Chúng đã được tạo ra bên ngoài thế giới này, và chúng tồn tại để phục vụ bạn lúc này. Bạn sẽ cảm thấy sự hiện diện của những người đang ở bên bạn một khi tâm trí bạn lắng xuống. Khi bạn ngừng bận tâm với những mong muốn và nỗi sợ mãnh liệt của chính mình, thì bạn sẽ bắt đầu cảm thấy sự hiện diện thật thanh nhã, thật dịu dàng và đầy trấn an này.

HÀNG GIỜ HÔM NAY, hãy nhắc nhở bản thân rằng bạn bè của bạn đang ở bên bạn. Trong hai lần thực hành sâu của mình, hãy cho phép tâm trí bạn đón nhận sự hiện diện của họ để bạn có thể hiểu được bản chất thật sự của mối quan hệ trên thế giới. Bằng việc thực hành, sự hiểu biết này sẽ trở nên mạnh mẽ đến mức bạn có thể tiếp nhận ý tưởng, sự khích lệ và sự chỉnh sửa từ những người hiệu lực hơn bạn, những người tồn tại để phục vụ bạn trong chức năng thật sự của bạn trên thế giới. Họ là những người khởi xướng bạn vào Tri Thức, và họ có mối quan hệ với Tri Thức của bạn, vì Tri Thức của bạn chứa đựng các mối quan hệ đích thực của bạn với mọi sự sống.

BÀI THỰC HÀNH 114: *Hai lần thực hành, mỗi lần 30 phút.*
Thực hành hàng giờ.

Bước 115

HÔM NAY TÔI SẼ LẮNG NGHE QUYỀN LỰC CỦA TRI THỨC.

Hôm nay hãy lắng nghe quyền lực của Tri Thức. Nó đòi hỏi sự chú ý của bạn. Nó đòi hỏi mong muốn của bạn. Nó đòi hỏi việc từ bỏ những thứ làm bạn bận tâm và lo lắng, những thứ bạn không thể tự mình giải quyết. Hãy lắng nghe Tri Thức hôm nay để nó có thể an ủi bạn và ở bên bạn. Trong sự im lặng của nó, bạn cũng sẽ tìm thấy sự tự tin và trấn an vững chắc. Vì nếu Tri Thức im lặng, bạn không cần phải lo lắng về cuộc sống của mình, và nếu Tri Thức lên tiếng, bạn chỉ cần đi theo để bạn có thể học về quyền lực của Tri Thức dành cho bạn.

Bạn trở nên tâm lặng vì Tri Thức tĩnh lặng. Bạn trở nên có khả năng hành động vì Tri Thức có khả năng hành động. Bạn học cách nói một cách giản dị vì Tri Thức nói một cách giản dị. Bạn học cách thanh thản vì Tri Thức thanh thản. Bạn học cách cho đi vì Tri Thức cho đi. Chính là để kết nối bạn lại vào mối quan hệ với Tri Thức của bạn mà bây giờ bạn đang tham gia vào chương trình phát triển này.

Hàng giờ hôm nay, hãy nhắc nhở bản thân lắng nghe Tri Thức và dành giây phút để làm việc đó trong bất kỳ hoàn cảnh nào bạn gặp phải. Hoạt động đầu tiên của bạn khi lắng nghe là việc tâm lặng. Hãy thực hành việc này một cách sâu sắc hơn trong hai lần thực hành thiền của mình hôm nay, khi bạn thực hành việc tâm lặng và nhận lãnh vì bạn mong muốn lắng nghe Tri Thức hôm nay.

BÀI THỰC HÀNH 115: *Hai lần thực hành, mỗi lần 30 phút.*
Thực hành hàng giờ.

Bước 116

HÔM NAY TÔI SẼ KIÊN NHẪN VỚI TRI THỨC.

HÃY KIÊN NHẪN VỚI TRI THỨC để bạn có thể đi theo Tri Thức. Tri Thức thì tĩnh lặng hơn bạn rất nhiều. Nó quyền lực hơn bạn rất nhiều. Nó chắc chắn hơn bạn rất nhiều, và mọi hành động của nó đều sâu sắc và có ý nghĩa. Có sự tương phản giữa bạn và Tri Thức bởi vì bạn đang sống trong bản thể mà bạn đã tạo ra cho chính mình, và bạn đã tạm thời mất liên lạc với Tri Thức. Nhưng Tri Thức đang ở bên bạn, vì bạn không bao giờ có thể rời khỏi nó. Nó sẽ luôn ở đó để cứu chuộc bạn, để cứu bạn và để giành bạn lại cho chính nó, vì nó là Bản Thể Thật Sự của bạn. Đừng để niềm tin và giả định trá hình thành Tri Thức. Hãy để tâm trí bạn ngày càng trở nên yên lặng và tĩnh lặng khi bạn thực hiện các hoạt động trong ngày.

HÃY LẶP LẠI Ý TƯỞNG NÀY HÀNG GIỜ và trong hai lần thực hành thiền sâu của bạn, hãy cho phép bản thân bước vào sự tĩnh lặng và sự chắc chắn mà Tri Thức sở hữu cho bạn. Bằng cách này, tâm trí bạn sẽ cộng hưởng với Tâm Trí của vũ trụ và bạn sẽ bắt đầu giành lại những khả năng và ký ức cổ xưa của mình. Ở đây, ý tưởng về Gia Đình Tâm Linh sẽ bắt đầu có ý nghĩa đối với bạn, và bạn sẽ nhận ra rằng bạn đã đến thế giới để phục vụ.

BÀI THỰC HÀNH 116: *Hai lần thực hành, mỗi lần 30 phút.*
Thực hành hàng giờ.

Bước 117

TỐT HƠN ĐỂ ĐƠN GIẢN CÒN HƠN LÀ NGHÈO KHÓ.

Sự đơn giản cho phép bạn tiếp cận cuộc sống và tận hưởng sự tốt lành của nó trong từng khoảnh khắc. Sự phức tạp là trạng thái của sự tự tách biệt mà khiến bạn không thể tận hưởng cuộc sống và nhận thức được vai trò của mình trong đó. Đây là nguồn gốc của mọi sự nghèo đói to lớn, vì không có thành tựu thế gian nào và không của cải thế gian nào có thể xóa bỏ cảm giác cô lập và nghèo khó đi kèm với sự tách biệt như vậy.

Vì vậy, hôm nay hãy thực hành sự tâm lặng một cách sâu sắc hơn so với trước đây để bạn có thể trải nghiệm quyền lực của Tri Thức đang ở bên bạn. Hãy cho phép bản thân mình trở nên đơn giản, vì trong sự đơn giản, mọi thứ có thể được trao cho bạn. Nếu bạn coi mình là phức tạp, hoặc các vấn đề của bạn là phức tạp, thì đó là vì bạn đang nhìn bản thân và các vấn đề của mình mà không với Tri Thức và do đó bị lạc lối trong các đánh giá của mình. Ở đây bạn đang nhầm lẫn những thứ có giá trị lớn lao với những thứ có giá trị nhỏ hơn, những thứ có mức độ ưu tiên cao với những thứ có mức độ ưu tiên thấp hơn. Sự thật phải luôn mang lại sự đơn giản, vì sự đơn giản mang lại giải pháp và hiểu biết đúng đắn, đồng thời thiết lập sự bình yên và tự tin cho những ai có thể đón nhận nó.

Hãy thực hành một cách sâu sắc hôm nay. Hãy lặp lại ý tưởng của hôm nay hàng giờ, và trong hai lần thực hành thiền sâu của mình, hãy nhắc nhở bản thân rằng Tri Thức đang ở bên bạn và sau đó đi vào sự tâm lặng. Hãy cho phép bản thân được đơn giản và tin tưởng rằng Tri Thức sẽ hướng dẫn bạn trong mọi cách.

BÀI THỰC HÀNH 117: *Hai lần thực hành, mỗi lần 30 phút.*
Thực hành hàng giờ.

Bước 118

TÔI SẼ KHÔNG TRÁNH NÉ THẾ GIỚI HÔM NAY.

KHÔNG CẦN PHẢI TRÁNH NÉ THẾ GIỚI vì thế giới không thể thống trị bạn khi bạn ở bên Tri Thức. Khi bạn ở bên Tri Thức, bạn đang ở đây để phục vụ thế giới. Khi đó, thế giới không còn là nhà tù nữa. Nó không còn là nguồn gây khó chịu và thất vọng liên tục. Nó trao cho bạn cơ hội để cho đi và cơ hội để tái lập sự hiểu biết thật sự của mình. Đừng tìm nơi ẩn náu trong những thứ tâm linh, vì mục đích của bạn là để trao tặng cho thế giới. Hãy để thế giới như chính nó, và sự lên án của bạn đối với nó sẽ không quay lại ám ảnh bạn. Vì khi không có sự lên án, chỉ có cơ hội để cho đi. Điều này sẽ sử dụng Tri Thức của bạn, thứ sẽ tự nó cho đi, và bạn sẽ là phương tiện cho việc cho đi của nó.

HÃY NGHĨ VỀ ĐIỀU NÀY LÚC NÀY. Hãy cho phép bản thân trong hai lần thực hành của bạn trải nghiệm sự hiện diện của Tri Thức trong cuộc đời mình. Đừng đòi hỏi gì từ nó. Đừng tìm cách nghi vấn nó. Hãy đơn giản cho phép bản thân bạn trải nghiệm nó, vì với điều này, tất cả những gì bạn tìm kiếm sẽ tự nhiên trở về với bạn mà không cần nỗ lực của bạn. Hãy sử dụng tính kỷ luật bản thân của mình chỉ để hướng tâm trí bạn theo đúng hướng. Một khi nó đã tham gia như vậy, nó sẽ tự động quay về với Tri Thức. Vì đó là đích đến của nó, đó là tình yêu của nó, đó là người bạn đồng hành thật sự của nó và đó là hôn nhân thật sự của nó trong cuộc sống.

BÀI THỰC HÀNH 118: *Hai lần thực hành, mỗi lần 30 phút.*

Bước 119

ÔN TẬP

Trong Bài Ôn Tập đặc biệt này, hãy ôn lại hai tuần thực hành vừa qua, ôn lại từng hướng dẫn và nhớ lại từng ngày thực hành. Hãy cố gắng nhớ lại bạn đã suy nghĩ nghiêm túc như thế nào về bài thực hành mỗi ngày và bạn đã sử dụng bài thực hành đó tốt như thế nào. Đừng nghĩ rằng bạn có thể phàn nàn một cách chính đáng về quá trình chuẩn bị này trừ khi bạn đang sử dụng nó tới mức tối đa của nó. Vai trò của bạn ở đây chỉ để đi theo các bước như chúng được đưa ra và không thay đổi chúng dựa theo sở thích của bạn. Bằng cách này, bạn đặt mình vào vị trí để tiếp nhận, mà là vị trí mà bây giờ bạn cần phải có được cho bản thân.

Trong hai lần thực hành dài hôm nay của bạn, mỗi lần dành cho một tuần thực hành, hãy ôn lại hai tuần qua. Hãy cố gắng rất tử tế với bản thân, nhưng hãy nhận ra nếu bạn chưa đáp ứng được yêu cầu và đừng lừa dối bản thân về mặt này. Hãy cam kết lại để làm sâu sắc hơn việc thực hành của mình và quyết tâm của mình, nhắc nhở bản thân về sự đơn giản trong cuộc sống và giá trị đích thực đang được trao cho bạn. Bằng cách này, bạn sẽ học được cách sống mới. Bạn sẽ học cách nhận và cách cho, và cuộc đời bạn sẽ thoát khỏi bóng tối của sự phức tạp. Vì sự đơn giản phải luôn thuộc về ánh sáng; nó phải luôn thuộc về điều tốt.

Do đó, hãy trao bản thân cho Bài Ôn Tập này để bạn có thể hiểu cách bạn học. Những Bài Ôn Tập này sẽ thể hiện cho bạn thấy các khả năng học của chính bạn và những khuynh hướng học của chính bạn. Chúng sẽ dạy cho bạn những điều cần thiết mà bạn sẽ cần biết trong tương lai khi bạn sẽ cũng có thể giúp người khác học.

BÀI THỰC HÀNH 119: *Hai lần thực hành dài.*

Bước 120

TÔI SẼ NHỚ TRI THỨC CỦA MÌNH HÔM NAY.

Hãy nhớ Tri Thức của bạn hôm nay. Hãy nhớ rằng nó đang ở bên bạn bất kể bạn đi đâu hay đang làm gì. Hãy nhớ rằng nó được trao cho bạn để phục vụ bạn, nuôi dưỡng bạn và nâng bạn lên. Hãy nhớ rằng bạn không cần phải bực bội với thế giới vì bạn có thể chấp nhận thế giới như chính nó. Hãy nhớ rằng bạn chấp nhận thế giới như chính nó để bạn có thể trao cho nó, vì thế giới đang phát triển như bạn vậy. Hãy nhớ rằng Tri Thức đang ở bên bạn, và bạn chỉ cần ở bên Tri Thức để nhận ra tác động trọn vẹn của nó.

Hãy nhắc nhở bản thân hàng giờ hôm nay rằng Tri Thức đang ở bên bạn và dành giây lát để suy ngẫm về điều này. Đừng để cảm xúc dữ dội hoặc sự trầm cảm sâu sắc phủ bóng lên việc thực hành của bạn, vì việc thực hành của bạn lớn hơn những trạng thái cảm xúc của bạn, những thứ thay đổi như gió mây nhưng không thể che giấu vũ trụ bên trên chúng.

Do đó, hãy nhận ra sự nhỏ bé của trạng thái cảm xúc của bạn và sự vĩ đại của Tri Thức. Bằng cách này, Tri Thức sẽ cân bằng trạng thái cảm xúc của bạn và sẽ tiết lộ cho bạn nguồn gốc của cảm xúc của chính bạn, mà là nguồn gốc của biểu hiện của bạn trên thế giới. Đây là bí ẩn của cuộc sống mà bây giờ bạn đang học cách khám phá.

BÀI THỰC HÀNH 120: *Thực hành hàng giờ.*

Bước 121

Hôm nay tôi được tự do để cho đi.

Bạn được tự do để cho đi hôm nay vì cuộc sống của bạn đang trở nên đơn giản và nhu cầu của bạn đang được đáp ứng. Điều này giải phóng bạn để cho đi, vì một khi bạn đã nhận lãnh, bạn sẽ chỉ muốn cho đi.

Bạn sẽ có một bài thực hành đặc biệt hai lần hôm nay khi bạn phải nghĩ đến một người cần giúp đỡ và sau đó trao cho họ một phẩm chất mà bạn muốn bản thân nhận được. Hãy gửi cho người đó phẩm chất đó. Hãy gửi cho họ tình yêu hoặc sức mạnh hoặc niềm tin hoặc sự khích lệ hoặc quyết tâm hoặc sự đầu hàng hoặc sự chấp nhận hoặc tính kỷ luật bản thân—bất cứ thứ gì họ cần để mang lại giải pháp trong cuộc sống của mình. Bạn được tự do để trao tặng điều này hôm nay, vì nhu cầu của riêng bạn đang được đáp ứng.

Do đó, trong mỗi bài thực hành của bạn, với mắt nhắm, hãy nghĩ về những cá nhân và trao cho họ những gì bạn biết họ cần. Đừng cố gắng giải quyết vấn đề của họ thay cho họ. Đừng cố gắng củng cố kết quả mong muốn, vì bạn thường không thể biết được kết quả đúng cho bất kỳ người nào khác. Nhưng bạn luôn có thể trao sức mạnh tính cách và củng cố các khả năng tâm trí của họ. Điều này sẽ trao cho bạn cảm nhận về mục đích của chính bạn và sẽ khẳng định lại những phẩm chất này bên trong bạn, vì bạn phải sở hữu chúng để trao tặng chúng, và khi trao tặng chúng, bạn nhận ra rằng chúng đang nằm trong sở hữu của bạn rồi.

Khi bạn thực hành hôm nay, đừng nghi ngờ rằng những gì bạn làm cho người khác sẽ được nhận bởi họ vì lợi ích của chính họ.

BÀI THỰC HÀNH 121: *Hai lần thực hành, mỗi lần 30 phút.*

Bước 122

HÔM NAY TÔI CHO ĐI MÀ KHÔNG MẤT MÁT GÌ.

Những gì bạn đang được yêu cầu cho đi sẽ chỉ có thể gia tăng khi bạn cho nó đi. Đó không phải là thứ vật chất mà bạn cho đi, mặc dù những thứ vật chất có thể được cho đi vì mục đích tốt. Đó không phải là thứ mà bạn có thể định lượng, vì bạn không biết được phạm vi của nó. Bạn đang cho đi sức mạnh và sự khích lệ.

Hôm nay trong hai lần thực hành của bạn, hãy tiếp tục cho đi cho người khác. Đây là một hình thức cầu nguyện tích cực. Đừng nghĩ rằng quyền lực của nó không được tiếp nhận bởi những người mà bạn đã tập trung vào. Hãy nhớ rằng hôm nay đừng cố gắng xác định kết quả của khó khăn của họ hoặc nhu cầu của họ, mà hãy đơn giản khuyến khích và trao quyền cho họ để tiến bước bằng chính khả năng của họ. Bạn muốn kích thích Tri Thức bên trong họ như Tri Thức hiện đang được kích thích bên trong bạn. Khi đó, sự cho đi này sẽ không có kỳ vọng được đáp lại, vì bạn đang cho đi thứ giúp người khác trở nên mạnh mẽ trong cuộc sống của họ. Bạn không ở vị trí để phán xét kết quả, vì kết quả của việc cho đi của bạn sẽ không được tiết lộ cho đến sau này khi món quà đã được chấp nhận và đã tìm thấy vị trí của nó trong người nhận. Do đó, hãy cho đi một cách tự do mà không mong đợi và cho đi để có thể trải nghiệm quyền lực của món quà của bạn hôm nay.

BÀI THỰC HÀNH 122: *Hai lần thực hành, mỗi lần 30 phút.*

Bước 123

TÔI SẼ KHÔNG THƯƠNG HẠI BẢN THÂN MÌNH HÔM NAY.

LÀM SAO BẠN CÓ THỂ THƯƠNG HẠI BẢN THÂN MÌNH khi Tri Thức đang ở bên bạn? Việc thương hại chỉ có thể khẳng định lại một ý tưởng cũ về bản thân bạn, một ý tưởng không có sự thật nào, không có hy vọng và không có bất kỳ nền tảng có ý nghĩa nào. Đừng thương hại bản thân mình ngày hôm nay, vì bạn không đáng thương hại. Nếu ngày hôm nay buồn hoặc bối rối, thì đó chỉ là vì bạn đã mất liên lạc với Tri Thức, mà bạn có thể thực hành hôm nay để lấy lại.

KHI BẠN THỰC HÀNH HÔM NAY, hãy nhận ra nhiều hình thức tự thương hại tinh vi mà bạn dùng. Hãy nhận ra nhiều hình thức thao túng tinh vi của người khác khi bạn cố gắng khiến họ thích hoặc chấp nhận bạn dựa theo quan điểm về bản thân bạn mà bạn đang cố gắng có được. Khi bạn ở bên Tri Thức, bạn không cần phải tuyên bố về bản thân; bạn không cần phải thể hiện bản thân; bạn không cần phải điều khiển người khác để thích hoặc chấp nhận bạn, vì Tri Thức đang ở bên bạn.

VÌ VẬY, ĐỪNG THƯƠNG HẠI BẢN THÂN, vì bạn không đáng thương hại. Hôm nay hãy là một học sinh mới bắt đầu của Tri Thức, vì điều đó không hề đáng thương hại chút nào. Bạn không thể tưởng tượng được một điểm quan sát lớn hơn thế.

DO ĐÓ, HÀNG GIỜ HÃY LẶP LẠI Ý TƯỞNG NÀY. Hãy cho phép nó đi vào tâm trí bạn và suy ngẫm trong giây lát. Trong hai lần thực hành của bạn, hãy lặp lại lời khẳng định này và sau đó tiến vào sự tâm lặng. Không có sinh vật đáng thương nào có thể tiến vào sự im lặng, vì sự im lặng là trải nghiệm của mối quan hệ sâu sắc, và sự tâm lặng là sự chấp nhận tình yêu sâu sắc. Ai có thể đáng thương trong những hoàn cảnh như vậy?

BÀI THỰC HÀNH 123: *Hai lần thực hành, mỗi lần 30 phút.*
Thực hành hàng giờ.

Bước 124

HÔM NAY TÔI SẼ KHÔNG GIẢ VỜ RẰNG TÔI HẠNH PHÚC.

Bạn không cần phải giả vờ rằng bạn hạnh phúc, vì điều này sẽ chỉ che giấu cảm giác thương hại bản thân, làm trầm trọng thêm sự bối rối của bạn và làm sâu sắc thêm khó khăn của bạn. Hôm nay hãy là chính mình, nhưng hãy quan sát bản thân, ghi nhớ rằng Tri Thức đang ở bên bạn khi bạn liên tục đến gần rồi rời khỏi Tri Thức. Bởi vì Tri Thức không dao động, nó là nguồn gốc của sự chắc chắn, nhất quán và ổn định cho bạn. Bởi vì nó không sợ thế giới, nó là nguồn gốc của sự không sợ hãi cho bạn. Bạn không đáng thương, vì vậy bạn không cần phải giả vờ.

ĐỪNG GIẢ VỜ HẠNH PHÚC HÔM NAY, vì người thật sự hài lòng có thể phủ bất kỳ biểu hiện nào lên thế giới, nhưng trong biểu hiện của họ sẽ là quyền lực của Tri Thức. Đây là điều quan trọng nhất. Tri Thức không phải là một dạng hành vi. Nó là một trải nghiệm sâu sắc về cuộc sống. Do đó, đừng cố gắng thuyết phục bản thân hoặc người khác với biểu hiện của hành vi, vì điều này là không cần thiết.

HÃY LẶP LẠI LỜI TUYÊN BỐ NÀY HÀNG GIỜ và cảm nhận quyền lực của nó cùng món quà của tự do của nó. Hãy cho phép bản thân chính xác như bạn đang là hôm nay. Trong hai lần thực hành thiền sâu của mình, hãy cho phép bản thân bước vào sự tĩnh lặng, vì khi bạn không cố gắng trở thành ai đó, bạn có thể có được sự xa xỉ của sự tĩnh lặng, mà là sự xa xỉ của tình yêu.

BÀI THỰC HÀNH 124: *Hai lần thực hành, mỗi lần 30 phút. Thực hành hàng giờ.*

Bước 125

HÔM NAY TÔI KHÔNG CẦN PHẢI TRỞ THÀNH AI ĐÓ.

Bạn đã là một ai đó rồi, vậy tại sao lại cố gắng trở thành một ai đó? Tốt hơn để là người mà bạn đã sẵn là. Người mà bạn đã sẵn là chính là quyền lực của Tri Thức được mang trong phương tiện của bản chất của một cá nhân. Điều này đã được thiết lập rồi, và nó đang được phát triển ngay lúc này. Tại sao lại cố gắng trở thành một cái gì đó ngày hôm nay khi bạn đã là một cái gì đó rồi? Tại sao lại không là chính bạn? Hãy tìm ra bạn là gì. Việc này đòi hỏi sự can đảm lớn lao, vì bạn phải chấp nhận nguy cơ làm thất vọng cách nhìn lý tưởng của mình về bản thân và thế giới. Điều này đòi hỏi sự khích lệ vì bạn phải chấp nhận nguy cơ phải từ bỏ việc ghét bỏ bản thân, mà là cách bạn tách mình khỏi cuộc sống.

VÌ VẬY, HÔM NAY HÃY LÀ CHÍNH BẠN. Hãy nhắc nhở bản thân vào mỗi giờ. Và trong hai lần thực hành thiền định hôm nay của mình, hãy cho phép bản thân tâm lặng và nhận lãnh, vì bạn không cố gắng trở thành ai đó hôm nay.

BÀI THỰC HÀNH 125: *Hai lần thực hành, mỗi lần 30 phút.*
Thực hành hàng giờ.

Bước 126

ÔN TẬP

BÀI ÔN TẬP HÔM NAY SẼ TẬP TRUNG VÀO tuần đào tạo vừa qua. Nó sẽ nhấn mạnh một lần nữa rằng bạn đang học cách học. Bạn đang học cách hiểu cách bạn học. Bạn đang học cách hiểu điểm mạnh của mình và điểm yếu của mình. Bạn đang học cách hiểu khuynh hướng của mình—những phẩm chất trong bản thân mà bạn phải trau dồi và những phẩm chất mà bạn phải kiềm chế và ý thức điều khiển. Bạn đang học cách quan sát bản thân. Vì vậy, cuối cùng bạn đang học cách trở nên khách quan với chính mình. Sự khách quan này là đặc biệt quan trọng, vì nó cho phép bạn sử dụng những gì có sẵn để phục vụ bạn mà không bị bạn lên án. Bằng cách này, việc phục vụ của bạn đối với bản thân trở nên tức thời và hiệu quả.

NẾU BẠN CÓ THỂ HỌC CÁCH TRỞ NÊN KHÁCH QUAN VỚI CHÍNH MÌNH, thì bạn có thể học cách trở nên khách quan với thế giới. Điều này sẽ cho phép Tri Thức tỏa sáng thông qua bạn, vì bạn sẽ không cố gắng biến thế giới thành thứ bạn muốn nó trở thành, và bạn sẽ không cố gắng biến bản thân thành thứ bạn muốn mình trở thành. Đây là khởi đầu của sự quyết tâm thật sự và hạnh phúc thật sự, nhưng thậm chí còn lớn hơn thế, nó là khởi đầu của sự đóng góp thật sự.

TRONG MỘT LẦN THỰC HÀNH DÀI HÔM NAY CỦA MÌNH, hãy ôn lại tuần trước, ghi nhớ những điều này. Hãy tăng cường trải nghiệm của bạn về Tri Thức hôm nay bằng cách hỗ trợ các biểu hiện bên ngoài của nó và đừng nghi ngờ quyền lực của quá trình chuẩn bị này để đưa bạn đến với chính Tri Thức.

BÀI THỰC HÀNH 126:   *Một lần thực hành dài.*

Bước 127

HÔM NAY TÔI SẼ KHÔNG CỐ GẮNG TRẢ THÙ CHÚA.

Đừng cố trả thù Chúa bằng cách trở thành một người khốn khổ, vì Chúa chỉ biết bạn là một phần của Tạo Hóa. Đừng cố trả thù Chúa bằng cách khiến thế giới trở nên khốn cùng, vì Chúa đã tạo ra một thế giới tươi đẹp và đầy cơ hội. Đừng cố trả thù Chúa bằng cách từ chối yêu thương hoặc chấp nhận bản thân, vì Chúa vẫn biết bạn như chính bạn. Đừng cố trả thù Chúa ngày hôm nay bằng cách phá hoại các mối quan hệ của bạn vì mục đích ích kỷ của riêng bạn, vì Chúa hiểu các mối quan hệ của bạn như chúng thật sự tồn tại và cũng hiểu sự hứa hẹn lớn lao của chúng. Bạn không thể trả thù Chúa. Bạn chỉ có thể làm hại chính mình.

Do đó, hãy chấp nhận rằng bạn đã thua trận chiến chống lại Chúa. Trong thất bại của bạn là chiến thắng lớn nhất của bạn, vì Chúa chưa bao giờ mất bạn, mặc dù bạn đã mất Chúa tạm thời trong trí tưởng tượng của mình. Tình yêu của bạn dành cho Chúa sâu sắc đến mức bạn vẫn còn sợ nó, vì nó đại diện cho quyền lực vĩ đại nhất bên trong bạn mà bạn có thể sở hữu. Bạn phải học điều này thông qua trải nghiệm trực tiếp. Do đó, đừng cố gắng trả thù Chúa ngày hôm nay bằng cách củng cố một ý tưởng về bản thân bạn mà chỉ được dựa trên sai lầm và giả định, vì Tri Thức đang ở bên bạn. Bạn là người chiến thắng hạnh phúc trong thất bại của chính mình.

Trong hai lần thực hành hôm nay của mình, hãy lặp lại ý tưởng này rồi cố gắng suy nghĩ về nó. Các lần thực hành hôm nay của chúng ta sẽ là dùng tâm trí vào việc khám phá và phân tích. Đây là một ứng dụng hữu ích của tâm trí bạn. Hãy suy nghĩ về thông điệp này và tất cả các ý tưởng của bạn về nó, và bạn sẽ bắt đầu hiểu được hệ thống niềm tin hiện tại của chính mình. Bạn sẽ có thể hiểu điều này một cách khách quan. Sau đó bạn sẽ có thể làm việc với nó, vì tâm trí được cố định trong một cấu trúc nhất định cho đến khi nó được sử dụng cho các mục đích khác. Đừng chấp nhận cấu trúc này như là thực tế của bạn, vì biểu hiện bên ngoài của tâm trí bạn là một cấu trúc mà bạn đã áp đặt lên nó. Tuy nhiên sự hài hòa và bản chất thật sự bên trong của nó đang tìm cách được thể hiện. Để điều này có thể xảy ra, bạn phải có một cấu trúc phù hợp trong tâm trí để giúp tâm trí thể hiện chính nó trong thế giới vật chất mà không bị hạn chế hay bóp méo. Do đó, chính theo hướng này mà chúng ta sẽ làm việc ngày hôm nay.

BÀI THỰC HÀNH 127: *Hai lần thực hành, mỗi lần 30 phút.*

Bước 128

CÁC GIÁO VIÊN CỦA TÔI ĐANG Ở BÊN TÔI. TÔI KHÔNG CẦN PHẢI SỢ HÃI.

Những Giáo Viên Nội Tâm của bạn đang ở bên bạn, và bạn không cần phải sợ hãi. Nếu bạn có đủ sự tự tin vào Tri Thức, dựa trên trải nghiệm thực tế, và đủ sự tự tin vào sự hiện diện của những Giáo Viên của bạn, dựa trên trải nghiệm thực tế, thì điều này sẽ trao cho bạn sự chắc chắn và niềm tin vào cuộc sống. Điều này sẽ chống lại mọi nỗi sợ hãi không cần thiết. Điều này sẽ giúp tâm trí bạn thanh thản.

Chỉ có mối quan tâm rằng Tri Thức của bạn đang bị vi phạm sẽ xuất phát từ Tri Thức, và khi đó chỉ để chỉ ra rằng bạn cần đánh giá lại hành động và ý tưởng của mình. Tri Thức có nguyên tắc tự điều chỉnh. Đó là lý do tại sao nó là Sự Hướng Dẫn Nội Tâm của bạn. Nếu bạn đang đi ngược lại Tri Thức của mình, thì bạn sẽ không thoải mái với chính mình, và điều này sẽ tạo căng thẳng. Phần lớn nỗi sợ mà bạn trải nghiệm lúc này lúc khác chỉ đơn giản là vấn đề do chính bạn tạo ra, trí tưởng tượng tiêu cực của chính bạn. Nhưng rồi thì, có nỗi sợ được sinh ra từ việc vi phạm Tri Thức. Đây là sự khó chịu thay vì sự sợ hãi, vì nó hiếm khi mang theo mình bất kỳ hình ảnh nào, mặc dù ý tưởng có thể đến trong đầu bạn như một hình thức cảnh báo nếu bạn đang cố gắng thực hiện một hành vi hoặc một lối suy nghĩ nguy hiểm hoặc hủy hoại.

Nỗi sợ được sinh ra từ trí tưởng tượng tiêu cực thì bao gồm phần lớn nỗi sợ mà bạn có. Bạn phải học cách chống lại điều này, vì đó là việc sử dụng không phù hợp tâm trí bạn. Ở đây bạn tạo ra một trải nghiệm cho chính mình, trải nghiệm nó rồi gọi nó là thực tế. Trong khi đó, bạn hoàn toàn không hiện diện với cuộc sống. Bạn chỉ đơn thuần đang ở trong ảo tưởng bên trong chính mình. Sự tưởng tượng tiêu cực làm bạn kiệt quệ về mặt cảm xúc, thể chất và tinh thần. Nó có thể leo thang đến mức nó có thể thống trị hoàn toàn suy nghĩ của bạn. Vì làm sao bạn có thể tách biệt trong vũ trụ này ngoại trừ trong suy nghĩ của chính mình? Bạn thật ra không thể tách biệt khỏi Chúa. Bạn thật ra không thể tách biệt khỏi Tri Thức. Bạn chỉ có thể trốn trong những suy nghĩ của chính mình và đan xen chúng lại với nhau để tạo ra một danh tính và trải nghiệm riêng biệt cho chính mình mà mặc dù khá có thật, nhưng thật ra hoàn toàn là ảo tưởng.

TRONG HAI LẦN THỰC HÀNH THIỀN HÔM NAY CỦA MÌNH, một lần nữa hãy bước vào sự tâm lặng. Hôm nay sẽ không có sự suy đoán hay hoạt động tâm trí nào, vì tâm trí sẽ một lần nữa nghỉ ngơi để có thể trải nghiệm thực tế của nó. Đừng để nỗi sợ hãi hay lo lắng làm bạn nản lòng. Hãy nhớ rằng, đây chỉ là sự tưởng tượng tiêu cực của bạn. Chỉ Tri Thức mới có thể chỉ ra nếu bạn đang làm việc gì đó không phù hợp, và điều đó chỉ xảy ra khi đối mặt với các sự kiện tức thời. Bạn sẽ thấy rằng điều này khá khác với trí tưởng tượng tiêu cực và sẽ đòi hỏi một phản hồi khác từ bạn.

BÀI THỰC HÀNH 128: *Hai lần thực hành, mỗi lần 30 phút.*

Bước 129

CÁC GIÁO VIÊN CỦA TÔI ĐANG Ở BÊN TÔI. TÔI SẼ Ở BÊN HỌ.

CÁC GIÁO VIÊN CỦA BẠN ĐANG Ở BÊN BẠN. Họ không nói chuyện với bạn ngoại trừ những dịp rất hiếm hoi, và khi đó chỉ khi bạn có khả năng lắng nghe. Thỉnh thoảng họ sẽ gửi suy nghĩ của họ vào tâm trí bạn, và bạn sẽ trải nghiệm điều này như tia lửa cảm hứng của riêng bạn. Bạn vẫn chưa nhận thức được cách tâm trí của bạn được kết nối với tất cả các tâm trí khác, nhưng dần dần bạn sẽ bắt đầu trải nghiệm điều này trong bối cảnh thế giới của chính bạn. Biểu hiện của điều này sẽ trở nên rõ ràng đến mức bạn sẽ tự hỏi làm sao bạn có thể từng nghi ngờ nó.

CÁC GIÁO VIÊN CỦA BẠN ĐANG Ở BÊN BẠN và hôm nay trong hai lần thực hành dài của mình, hãy thực hành việc ở bên họ. Bạn không cần phải tạo ra hình ảnh về họ để có được trải nghiệm này. Bạn không cần phải nghe được một giọng nói hay nhìn thấy một khuôn mặt, vì sự hiện diện của họ là đủ để trao cho bạn một trải nghiệm trọn vẹn rằng bạn thật sự đang ở bên họ. Nếu bạn tâm lặng, hít thở sâu và không dệt nên ảo tưởng—ảo tưởng hạnh phúc hay ảo tưởng đầy sợ hãi—thì bạn sẽ bắt đầu trải nghiệm những gì thật sự đang ở đó. Các Giáo Viên của bạn đang thật sự ở đó. Và hôm nay bạn có thể thực hành việc ở bên họ.

BÀI THỰC HÀNH 129: *Hai lần thực hành, mỗi lần 30 phút.*

Bước 130

CÁC MỐI QUAN HỆ SẼ ĐẾN VỚI TÔI KHI TÔI ĐÃ CHUẨN BỊ.

Tại sao phải nỗ lực để có mối quan hệ trên thế giới khi các mối quan hệ chân thật sẽ đến với bạn khi bạn đã chuẩn bị? Để hiểu được điều này, bạn phải có niềm tin lớn lao vào quyền lực của Tri Thức bên trong bạn và bên trong người khác. Khi nhận thức này phát triển, nền tảng cho sự nỗ lực và theo đuổi đầy tuyệt vọng của bạn sẽ rời đi, mang lại sự bình yên và thành tựu thật sự cho bạn.

Các cá nhân sẽ đến với bạn thông qua các cách thức bí ẩn vì bạn đang trau dồi Tri Thức. Giống như các bạn có mối quan hệ với nhau ở cấp độ cá nhân, các bạn cũng có mối quan hệ ở cấp độ Tri Thức. Đây là cấp độ mà bạn sẽ bắt đầu trải nghiệm, lúc đầu trong những mức gia tăng nhỏ. Cuối cùng, nếu bạn theo đuổi việc chuẩn bị của mình một cách phù hợp, trải nghiệm này sẽ phát triển và trở nên khá sâu sắc đối với bạn.

Bạn không cần phải tìm kiếm mối quan hệ. Bạn chỉ cần trao hết mình cho quá trình chuẩn bị của mình và tin tưởng rằng người khác sẽ đến với bạn khi bạn cần họ. Điều này sẽ đòi hỏi bạn phải đánh giá nhu cầu của mình đối lập với mong muốn của mình. Nếu mong muốn của bạn không đại diện cho nhu cầu chân thật của bạn, thì bạn sẽ khiến cuộc sống mình trở nên vô cùng bối rối. Bạn sẽ đặt gánh nặng lên bản thân và lên những người bạn liên kết, điều này chỉ có thể áp bức họ, và cả bạn nữa. Khi không có sự áp bức này, mọi người sẽ được tự do đến với bạn như bạn thật sự cần họ.

Hãy nhắc nhở bản thân về điều này hàng giờ hôm nay, và trong hai lần thực hành dài của mình, hãy để tâm trí bạn đi vào trạng thái tiếp nhận. Hãy cho phép bản thân bạn cảm nhận sự hiện diện của các Giáo Viên của mình. Đừng làm trầm trọng thêm bản thân với mong muốn có được mối quan hệ và với các yêu cầu của bạn đối với người khác hoặc những gì họ có thể sở hữu. Hãy tin tưởng hôm nay rằng Tri Thức sẽ thu hút tất cả mọi người đến với bạn như bạn thật sự cần họ.

BÀI THỰC HÀNH 130: *Hai lần thực hành, mỗi lần 30 phút.*
Thực hành hàng giờ.

Bước 131

HÔM NAY TÔI SẼ TÌM KIẾM TRẢI NGHIỆM VỀ MỤC ĐÍCH THẬT SỰ TRONG CUỘC SỐNG.

Hãy tìm kiếm trải nghiệm về mục đích thật sự. Điều này cung cấp nền tảng cho mọi mối quan hệ có ý nghĩa. Đừng tìm kiếm các mối quan hệ bên ngoài bối cảnh này, vì chúng sẽ thiếu nền tảng và mặc dù có thể rất hấp dẫn, sẽ chứng tỏ là rất khó khăn đối với bạn. Cho dù bạn đang tìm kiếm hôn nhân, tình bạn tuyệt vời hay ai đó để giúp bạn trong công việc, hãy nhớ rằng Tri Thức sẽ thu hút tất cả các cá nhân đến với bạn như bạn thật sự cần họ.

Do đó, hôm nay hãy tập trung vào mục đích chứ không phải vào mối quan hệ. Khi trải nghiệm của bạn về mục đích càng lớn, thì sự hiểu biết của bạn về mối quan hệ càng lớn. Mặc dù bạn sẽ thấy mọi người đến với nhau cho sự vui thích và kích thích, nhưng có một thành phần lớn hơn nhiều trong cuộc gặp gỡ của họ. Ít người nhận ra điều này, nhưng nó được trao cho bạn để nhận ra điều này thông qua thực hành và trải nghiệm. Bạn có thể chắc chắn rằng nếu bạn không đang cố gắng biến người khác thích hợp với ý tưởng của riêng bạn về mục đích, thì bạn sẽ mở bản thân ra đối với trải nghiệm đích thực của mục đích. Khi bạn bắt đầu quan sát bản thân một cách khách quan, bạn sẽ bắt đầu thấy được những biểu hiện của ý muốn của chính mình đối lập với Tri Thức, và điều này sẽ rất thiết yếu cho việc học của bạn.

Hôm nay hãy nhắc nhở bản thân hàng giờ về ý định của bạn để nhận ra mục đích của mình. Hãy để hôm nay là một bước theo hướng đó—một bước sẽ giúp bạn tiết kiệm nhiều năm tháng, một bước sẽ đưa bạn tiến xa mãi mãi đến mục tiêu Tri Thức của mình, vì Tri Thức đang thu hút bạn. Trong hai lần thực hành sâu của mình, hãy cho phép Tri Thức thu hút bạn. Hãy cảm nhận sức hút lớn lao bên trong bạn, điều mà bạn sẽ tự nhiên cảm thấy nếu bạn không bị bận tâm bởi những điều nhỏ nhặt.

BÀI THỰC HÀNH 131:   *Hai lần thực hành, mỗi lần 30 phút.*
                                  Thực hành hàng giờ.

Bước 132

HÃY ĐỂ TÔI HỌC CÁCH TRỞ NÊN TỰ DO ĐỂ TÔI CÓ THỂ THAM GIA.

SỰ ĐỘC LẬP CỦA BẠN KHỎI QUÁ KHỨ—những phán xét trong quá khứ, những mối quan hệ trong quá khứ, những nỗi đau trong quá khứ, những vết thương trong quá khứ và những khó khăn của bạn trong quá khứ—trao cho bạn sự độc lập trong hiện tại. Điều này không phải để củng cố sự tách biệt của bạn hay khiến cho nó trọn vẹn hơn, mà thay vào đó là để giúp bạn tham gia một cách có ý nghĩa vào mối quan hệ. Hãy để đây là một sự hiểu rõ ràng: Bạn không thể làm gì trên thế giới nếu không có mối quan hệ. Bạn không thể hoàn thành được điều gì; bạn không thể tiến triển trong bất kỳ hướng nào; bạn không thể nhận ra bất kỳ sự thật nào; bạn không thể đóng góp bất kỳ thứ gì có giá trị nếu không có mối quan hệ. Vì vậy khi sự độc lập của bạn khỏi quá khứ tăng lên, thì sự hứa hẹn của bạn về sự tham gia trong hiện tại và tương lai cũng tăng lên. Vì tự do là để trao quyền cho bạn để tham gia.

HÃY NHỚ Ý TƯỞNG NÀY HÀNG GIỜ và xem xét nó trong tất cả những trải nghiệm của bạn hôm nay. Trong hai lần thực hành thiền của mình, hãy để sức hút của Tri Thức kéo bạn vào sâu hơn bên trong bạn. Hãy cho phép bản thân có được trải nghiệm này về tự do.

BÀI THỰC HÀNH 132: *Hai lần thực hành, mỗi lần 30 phút.*
Thực hành hàng giờ.

Bước 133

ÔN TẬP

Hôm nay chúng ta sẽ ôn lại tuần chuẩn bị vừa qua. Hãy ôn lại một cách khách quan mà không lên án, một lần nữa nhận ra những tiến bộ của bạn và hạn chế của bạn, đồng thời củng cố quyết tâm của bạn. Vì Chúng Tôi muốn trau dồi mong muốn của bạn về Tri Thức cũng như năng lực của bạn. Chính suy nghĩ đúng đắn, hành động đúng đắn và động lực chân thật mà sẽ đẩy bạn một cách tự nhiên theo hướng bạn được định phải đi. Mỗi bước tiến về phía trước sẽ trao cho bạn cảm nhận lớn hơn về mục đích, ý nghĩa và phương hướng trong cuộc sống, đồng thời giải thoát bạn khỏi việc cố gắng giải quyết những vấn đề không cần giải quyết và khỏi việc cố gắng hiểu được mọi thứ vì bạn sợ hãi và lo lắng. Khi bạn càng bình yên với bản chất của mình, thì bản chất của bạn càng có thể thể hiện sự vĩ đại mà bạn đã mang theo mình. Do đó, bạn sẽ trở thành ánh sáng lên mọi thứ xung quanh mình, và bạn sẽ ngạc nhiên trước những sự kiện trong cuộc sống của chính mình, mà bản thân nó sẽ là một phép màu.

Trong lần thực hành dài hôm nay của mình, hãy thực hiện việc ôn tập của bạn một cách sâu sắc và chân thành. Đừng để bất cứ điều gì ngăn cản bạn thực hành hôm nay. Chính việc thực hành của bạn là món quà của bạn cho Chúa, vì bạn trao bản thân trong bài thực hành của mình, và bạn cũng nhận được món quà của mình.

BÀI THỰC HÀNH 133: *Một lần thực hành dài.*

Bước 134

TÔI SẼ KHÔNG ĐỊNH NGHĨA MỤC ĐÍCH CỦA MÌNH CHO BẢN THÂN.

Bạn không cần phải định nghĩa mục đích của mình khi theo thời gian mục đích của bạn sẽ đơn thuần trồi lên và được bạn biết đến. Đừng sống theo định nghĩa. Hãy sống theo trải nghiệm và sự hiểu biết. Bạn không cần phải định nghĩa mục đích của mình, và nếu bạn cố gắng làm như vậy, hãy luôn nhớ rằng đó chỉ là một thứ tiện lợi tạm thời. Đừng quá tín nhiệm nó. Bằng cách này, thế giới không thể khiến bạn tức giận, vì thế giới có thể làm gì đối với bạn ngoài việc làm suy yếu định nghĩa của bạn về bản thân? Nếu bạn không sống theo định nghĩa của mình, thì thế giới không thể làm hại bạn, vì nó không thể chạm đến nơi Tri Thức bên trong bạn. Chỉ Tri Thức mới có thể chạm đến Tri Thức. Chỉ Tri Thức trong người khác mới có thể chạm đến Tri Thức bên trong bạn. Chỉ Tri Thức bên trong bạn mới có thể chạm đến Tri Thức trong người khác.

VÌ VẬY, ĐỪNG ĐỊNH NGHĨA MỤC ĐÍCH CỦA BẠN HÔM NAY. Hãy đừng có định nghĩa để trải nghiệm về mục đích có thể phát triển. Và khi nó phát triển, nó sẽ trao cho bạn nội dung của mục đích của bạn, mà không bị bóp méo hay lừa dối. Bạn sẽ không cần phải bảo vệ điều này trên thế giới, mà chỉ cần mang nó như một viên ngọc trong trái tim bạn.

HÀNG GIỜ HÃY NHẮC NHỞ BẢN THÂN đừng định nghĩa mục đích của mình, và bắt đầu nghĩ về cái giá phải trả khi làm như vậy về mặt trải nghiệm trong quá khứ của chính bạn. Trong hai lần thực hành thiền của mình, hãy để bản thân tâm lặng. Khi thở ra, hãy nói từ RAHN. RAHN. RAHN. Bạn chỉ cần nói từ RAHN khi thở ra trong lúc thiền. Hãy để đây là trọng tâm hoàn toàn của bạn. Từ này sẽ giúp kích thích Tri Thức Cổ Xưa bên trong bạn và trao cho bạn sức mạnh mà bạn cần nhất vào lúc này.

BÀI THỰC HÀNH 134:   *Hai lần thực hành, mỗi lần 30 phút.*
   Thực hành hàng giờ.

Bước 135

TÔI SẼ KHÔNG ĐỊNH NGHĨA ĐỊNH MỆNH CỦA MÌNH HÔM NAY.

Giống như mục đích của bạn, định mệnh của bạn vẫn nằm ngoài định nghĩa của bạn. Bạn chỉ cần thực hiện một bước theo hướng đó để cảm nhận sự hiện diện ngày càng tăng của Tri Thức trong cuộc sống mình. Khi bạn càng gần hơn với Tri Thức, bạn sẽ càng trải nghiệm nó nhiều hơn. Khi bạn càng trải nghiệm nó nhiều hơn, bạn sẽ càng muốn trở nên gần hơn vì đây là một sức hút tự nhiên. Đây là tình yêu đích thực, sức hút của những thứ giống nhau. Đây là điều trao cho vũ trụ mọi ý nghĩa của nó. Đây là điều kết nối cuộc sống hoàn toàn với nhau. Hãy tự do hôm nay khỏi định nghĩa, và để tâm trí bạn theo cấu trúc tự nhiên của nó. Hãy để trái tim bạn đi theo con đường tự nhiên của nó. Hãy để Tri Thức thể hiện chính nó thông qua tâm trí bạn, thứ có cấu trúc bên ngoài bây giờ đang trở nên rộng mở và tự do.

Hãy nhắc nhở bản thân về việc thực hành của bạn HÀNG GIỜ. Trong hai lần thiền sâu hôm nay của mình, hãy tiếp tục bài thực hành RAHN của bạn, nói từ RAHN vào mỗi hơi thở ra. Hãy cho phép bản thân cảm nhận sự hiện diện của cuộc sống của chính bạn, sự hiện diện của các Giáo Viên của bạn và chiều sâu của Tri Thức của chính bạn. Hãy cho phép tính kỷ luật bản thân của bạn được thực hiện một cách có ý nghĩa hôm nay, để dùng tâm trí của bạn theo cách này. Vì khi tâm trí được đưa đến gần đích đến thật sự của nó, nó sẽ phản hồi một cách phù hợp và mọi thứ sẽ đi theo tiến trình tự nhiên của nó. Khi đó bạn sẽ cảm thấy rằng Ân Sủng đang ở bên bạn.

BÀI THỰC HÀNH 135: *Hai lần thực hành, mỗi lần 30 phút.*
Thực hành hàng giờ.

Bước 136

MỤC ĐÍCH CỦA TÔI LÀ ĐỂ GIÀNH LẠI TRI THỨC CỦA MÌNH VÀ CHO PHÉP NÓ THỂ HIỆN CHÍNH NÓ TRONG THẾ GIỚI.

ĐIỀU NÀY SẼ TRẢ LỜI NHỮNG CÂU HỎI của bạn về mục đích của mình. Khi bạn đi theo mục đích này, tiếng gọi của bạn trong cuộc sống—mà là một vai trò cụ thể mà bạn sẽ được yêu cầu đảm nhận—sẽ tự nhiên trỗi lên từng bước một. Nó sẽ không đòi hỏi định nghĩa của bạn. Nó sẽ đơn giản trỗi lên, và bạn sẽ hiểu nó một cách sâu sắc hơn và trọn vẹn hơn với mỗi bước, vì mỗi bước sẽ hoàn thành nó thậm chí còn nhiều hơn.

TRI THỨC CỦA BẠN LÀ MỤC ĐÍCH CỦA BẠN. Hãy nhắc nhở bản thân về điều này hàng giờ, và hãy vui mừng vì câu trả lời đã được trao. Nhưng câu trả lời không chỉ là một ý tưởng. Nó là cơ hội để chuẩn bị, vì mọi câu trả lời chân thật cho mọi câu hỏi chân thành đều là một dạng chuẩn bị nào đó. Chính sự chuẩn bị mà bạn cần chứ không chỉ là câu trả lời. Tâm trí bạn đã đầy ắp câu trả lời rồi, và chúng đã làm gì ngoài việc tăng thêm gánh nặng cho suy nghĩ của bạn? Vậy thì hãy làm theo quá trình chuẩn bị được đưa ra vào hôm nay và mỗi ngày trong chương trình của Chúng Tôi để bạn có thể nhận được câu trả lời cho câu hỏi của mình. Mục đích của bạn là để giành lại Tri Thức của mình, và đó là điều chúng ta sẽ thực hiện hôm nay.

MỘT LẦN NỮA, HÃY NHẮC NHỞ BẢN THÂN VỀ LỜI KHẲNG ĐỊNH CỦA BẠN hàng giờ. Hãy suy nghĩ về nó trong suốt cả ngày để nó có thể là trọng tâm duy nhất của sự hiểu biết của bạn hôm nay. Trong hai lần thực hành thiền dài của mình, hãy tiếp tục lặp lại từ RAHN, mà sẽ kích thích Tri Thức Cổ Xưa bên trong bạn. Bạn không cần phải hiểu được hiệu lực của bài thực hành này để nhận được toàn bộ lợi ích của nó. Để nhận được toàn bộ lợi ích của nó, bạn chỉ cần thực hành nó như được đưa ra.

BÀI THỰC HÀNH 136: *Hai lần thực hành, mỗi lần 30 phút.*
Thực hành hàng giờ.

Bước 137

TÔI SẼ CHẤP NHẬN BÍ ẨN CỦA CUỘC ĐỜI MÌNH.

CUỘC ĐỜI BẠN LÀ MỘT ĐIỀU BÍ ẨN. Nguồn gốc của bạn, mục đích của bạn ở đây và đích đến khi bạn rời đi đều rất bí ẩn. Chúng chỉ có thể được trải nghiệm để được hiểu. Làm sao bạn có thể, tại thời điểm này, hiểu được bí ẩn của cuộc đời mình? Bạn sẽ phải ở cuối cuộc đời mình để hiểu được những gì đã xảy ra đến lúc đó, và bạn chưa ở cuối cuộc đời mình trên thế giới này. Bạn sẽ phải nhìn thế giới từ Quê Hương Cổ Đại của mình để hiểu được ý nghĩa thật sự của thế giới. Bạn đang ở trong thế giới ngay lúc này, vì vậy bạn phải hiện diện đối với thế giới. Tuy nhiên bí ẩn này có thể được trải nghiệm và phải được trải nghiệm. Bạn không thể hiểu được nó vào lúc này, nhưng tại thời điểm này, bạn có thể trải nghiệm nó một cách trọn vẹn. Trong trải nghiệm này, nó sẽ trao cho bạn tất cả những thứ mà bây giờ bạn cần để thực hiện bước quan trọng đang chờ bạn thực hiện.

VÌ VẬY, ĐỪNG LÀM NẶNG GÁNH TÂM TRÍ MÌNH với yêu cầu phải hiểu, vì đó là việc tìm kiếm điều không thể và sẽ chỉ làm bạn bối rối và tăng thêm gánh nặng cho suy nghĩ của bạn. Thay vào đó, hãy trao bản thân cho việc trải nghiệm sự bí ẩn của cuộc đời mình với sự kinh ngạc và cảm kích rằng thế giới vĩ đại hơn nhiều so với những gì các giác quan của bạn đã báo cáo cho đến nay, và rằng cuộc đời bạn thì vĩ đại hơn nhiều so với những gì phán xét của bạn đã xác định.

HÃY LẶP LẠI Ý TƯỞNG NÀY HÀNG GIỜ và thực hành bài thiền RAHN của bạn hai lần hôm nay với sự sâu sắc và chân thành lớn lao. Hãy để việc thực hành của bạn hôm nay khẳng định lại cam kết của bạn với Tri Thức, vì bạn chỉ cần làm theo các bước khi chúng được đưa ra.

BÀI THỰC HÀNH 137:   *Hai lần thực hành, mỗi lần 30 phút.*
Thực hành hàng giờ.

Bước 138

TÔI CHỈ CẦN LÀM THEO CÁC BƯỚC NHƯ ĐƯỢC ĐƯA RA.

Sự thật của điều này là rất rõ ràng, nếu bạn nghĩ đến nhiều điều mà bạn đã học được chỉ bằng cách làm theo các bước trong quá trình chuẩn bị. Việc không tham gia và cố gắng hiểu là hoàn toàn vô ích, hoàn toàn gây nản lòng và không có kết quả vui vẻ hay thỏa mãn nào cả. Chúng Tôi đang chuẩn bị cho bạn tham gia vào cuộc sống, không phải phán xét nó, vì cuộc sống sẽ chứa đựng lời hứa lớn hơn những gì phán xét của bạn có thể tiết lộ được. Sự hiểu biết của bạn được sinh ra từ sự tham gia và là kết quả của sự tham gia. Vì vậy, hãy học cách để tham gia và sau đó để hiểu, vì đây là trình tự thật sự của mọi thứ.

Hôm nay hãy nhớ các bài thực hành hàng giờ của bạn và cho phép hai lần thiền trong sự tâm lặng của bạn trở nên sâu sắc hơn. Đừng để bất kỳ suy nghĩ sợ hãi, lo lắng hay nghi ngờ bản thân ngăn cản bạn khỏi hoạt động lớn lao của mình. Khả năng của bạn để thực hành bất kể trạng thái cảm xúc của mình chứng tỏ rằng sự hiện diện của Tri Thức đang ở trong bạn, vì Tri Thức vượt qua khỏi mọi trạng thái cảm xúc và không bị ràng buộc bởi chúng. Nếu bạn muốn nhìn thấy các vì sao, thì bạn phải nhìn qua khỏi những đám mây. Nỗi sợ hãi của bạn là gì nếu không phải là đám mây đang trôi qua tâm trí bạn? Chúng chỉ thay đổi bản chất của bề mặt tâm trí bạn, nhưng chiều sâu của tâm trí bạn luôn mãi mãi không thay đổi.

BÀI THỰC HÀNH 138: *Hai lần thực hành, mỗi lần 30 phút.*
Thực hành hàng giờ.

Bước 139

TÔI ĐÃ ĐẾN THẾ GIỚI ĐỂ PHỤC VỤ.

Bạn đã đến thế giới để phục vụ, nhưng trước tiên bạn phải nhận lãnh. Trước tiên, bạn phải quên đi những gì bạn đã tự dạy bản thân để bạn có thể giành lại thứ bạn đã mang theo mình. Sự chuẩn bị này là thiết yếu cho thành công của bạn và cho cả hạnh phúc của bạn. Đừng nghĩ rằng chỉ thông qua một mình sự hiểu biết mà bạn sẽ có thể nhận ra và trao tặng những món quà thật sự của mình. Sự tham gia của bạn chính là sự chuẩn bị của bạn, vì bạn đang được chuẩn bị để tham gia vào cuộc sống. Do đó, Chúng Tôi ngày càng thu hút bạn vào bí ẩn của cuộc sống và biểu hiện của cuộc sống. Bằng cách này, bạn sẽ có thể nhìn bí ẩn như một điều bí ẩn với sự ngạc nhiên, và bạn sẽ có thể nhìn sự biểu hiện của cuộc sống một cách thực tế và khách quan. Với điều này, bạn sẽ có thể trở thành cầu nối từ Quê Hương Cổ Đại của mình đến với thế giới hữu hình. Qua cây cầu này, Minh Triết của Tri Thức có thể tự thể hiện và bạn có thể tìm thấy sự viên mãn lớn nhất của mình.

HÃY THỰC HÀNH BÀI THIỀN RAHN của bạn hai lần hôm nay với độ sâu và sự tập trung cao độ, và hãy ghi nhớ ý tưởng của mình hàng giờ để bạn có thể tận dụng mọi sự kiện xảy ra hôm nay cho lợi ích của chính mình.

BÀI THỰC HÀNH 139: *Hai lần thực hành, mỗi lần 30 phút.*
Thực hành hàng giờ.

Bước 140

ÔN TẬP

Hôm nay bạn hoàn thành hai mươi tuần thực hành. Bạn đã đi được xa thế này, và từ đây bạn sẽ tiến lên với sức mạnh và sự chắc chắn lớn hơn, vì Tri Thức sẽ bắt đầu hướng dẫn bạn và thúc đẩy bạn ngày càng nhiều hơn khi bạn chú ý đến nó. Bạn muốn trở thành người hầu và Bậc Thầy cùng một lúc vì người hầu đang ở trong bạn và Bậc Thầy đang ở trong bạn. Con người bạn không phải là Bậc Thầy, nhưng Bậc Thầy đang ở trong bạn. Con người bạn là người hầu, nhưng bạn đang trong mối quan hệ với Bậc Thầy, và do đó sự hợp nhất của bạn là trọn vẹn. Do đó, mọi khía cạnh của bản thân bạn đều tìm thấy đúng vị trí của chúng. Mọi thứ đều được đưa vào sự đồng hướng và hài hòa với một mục đích và một mục tiêu. Cuộc sống của bạn đơn giản vì nó hài hòa và cân bằng. Tri Thức sẽ chỉ ra mọi thứ phải được thực hiện cho bạn—về mặt thể chất, cảm xúc và tinh thần—để phát triển sự cân bằng này và duy trì nó trong hoàn cảnh hiện tại của bạn. Đừng nghĩ rằng bất kỳ khía cạnh quan trọng nào sẽ bị bỏ qua hoặc không được thực hiện.

XIN CHÚC MỪNG VÌ THÀNH TÍCH CỦA BẠN cho đến nay. Hãy ôn lại sáu ngày thực hành vừa qua và đánh giá sự hiểu biết của bạn về tiến trình của mình một cách phù hợp. Hãy cho phép bản thân trở thành một học sinh mới bắt đầu của Tri Thức để bạn có thể nhận được nhiều nhất. Bạn sẽ tiến bước từ đây với sự chắc chắn và tốc độ cao hơn cũng như sự tham gia lớn hơn khi bạn học cách sử dụng mọi thứ cho lợi ích của mình.

BÀI THỰC HÀNH 140: *Một lần thực hành dài.*

Bước 141

TÔI SẼ TỰ TIN HÔM NAY.

Hôm nay hãy tự tin rằng bạn đang trong quá trình chuẩn bị trên con đường đến với Tri Thức. Hãy tự tin hôm nay rằng Tri Thức đang ở với bạn và ở bên bạn và rằng bạn hiện đang học từng bước một để nhận được ân sủng của nó, sự chắc chắn của nó và sự chỉ dẫn của nó. Hãy tự tin hôm nay rằng bạn được sinh ra từ tình yêu của Chúa và rằng cuộc đời bạn trên thế giới này, chuyến viếng thăm ngắn ngủi này ở đây, chỉ là một cơ hội để thiết lập lại danh tính thật sự của bạn ở nơi mà nó đã bị lãng quên. Hãy tự tin hôm nay rằng những nỗ lực mà bạn lúc này đang thực hiện vì chính mình sẽ dẫn bạn đến mục tiêu lớn lao mà bạn đã đến đây để tìm kiếm, vì quá trình chuẩn bị này đến từ Quê Hương Cổ Đại của bạn để phục vụ bạn khi bạn còn ở trong thế giới, vì bạn đã đến thế giới để phục vụ.

Hãy lặp lại lời khẳng định này hàng giờ và xem xét nó dưới góc độ của mọi thứ xảy ra hôm nay. Trong hai lần thực hành dài của mình, hãy lặp lại lời tuyên bố và sau đó cho phép bản thân bước vào sự bình yên và tâm lặng. Hãy cho phép sự tự tin của bạn xua tan sự sợ hãi, nghi ngờ và căng thẳng. Hãy hỗ trợ những nỗ lực của bạn ngày hôm nay, vì chúng đòi hỏi sự hỗ trợ của bạn thay mặt cho sự chắc chắn lớn lao mà bạn hiện đang học cách đón nhận.

BÀI THỰC HÀNH 141: *Hai lần thực hành, mỗi lần 30 phút.*
Thực hành hàng giờ.

Bước 142

TÔI SẼ KIÊN ĐỊNH HÔM NAY.

Hãy thực hành một cách kiên định hôm nay bất kể điều gì đang xảy ra bên trong bạn hay bên ngoài. Sự kiên định này đại diện cho một Quyền Lực Lớn Lao bên trong bạn. Sự kiên định này sẽ trao cho bạn sự chắc chắn và ổn định trước mọi xáo trộn, trước mọi sự kiện bên ngoài và trước mọi trạng thái cảm xúc bên trong bạn. Sự kiên định này sẽ ổn định và cân bằng bạn và theo thời gian sẽ đưa mọi thứ vào đúng trật tự bên trong bạn. Bạn thực hành sự kiên định để bạn có thể học nó và trải nghiệm nó. Khi bạn làm điều này, nó sẽ ban cho bạn quyền lực mà bạn sẽ cần để trở thành một người đóng góp trong thế giới này.

Do đó, hôm nay hãy thực hành một cách kiên định. Hãy thực hành hàng giờ, nhắc nhở bản thân phải kiên định. Trong hai lần thiền của mình, hãy thực hành giữ cho tâm trí bạn ổn định và tập trung, cho phép tâm trí lắng xuống vào chính nó để nó có thể trải nghiệm bản chất của chính nó. Đừng kìm nén những gì đang xảy ra bên trong bạn. Đừng kiểm soát những gì đang xảy ra bên ngoài. Chỉ đơn giản duy trì sự kiên định, và mọi thứ sẽ tìm thấy sự cân bằng và mối quan hệ phù hợp với điều này. Do đó, bạn đang mang Tri Thức vào trong thế giới, vì Tri Thức hoàn toàn kiên định. Điều này sẽ biến bạn thành một người có sự hiện diện và quyền lực to lớn. Những người khác theo thời gian sẽ đến để trải nghiệm sự kiên định của bạn khi nó được nhận lãnh đầy đủ hơn bởi bạn và được phát triển đầy đủ hơn. Họ sẽ tìm thấy nơi nghỉ ngơi trong sự kiên định của bạn, và điều này cũng sẽ nhắc nhở họ về mục đích của họ, mục đích đang chờ được khám phá.

BÀI THỰC HÀNH 142: *Hai lần thực hành, mỗi lần 30 phút.*
Thực hành hàng giờ.

Bước 143

HÔM NAY TÔI SẼ TÂM LẶNG.

HÃY TÂM LẶNG HÔM NAY TRONG HAI LẦN THỰC HÀNH THIỀN CỦA BẠN để bạn có thể nhận được sự hiện diện của Tri Thức bên trong bạn. Hãy dành giây phút để tâm lặng trong bài thực hành hàng giờ của bạn để bạn có thể nhận ra mình đang ở đâu và mình đang làm gì. Bằng cách này, bạn có thể tiếp cận khía cạnh lớn hơn của tâm trí để nó có thể phục vụ bạn mỗi giờ để bạn có thể mang nó ra thế giới. Hãy tâm lặng hôm nay để bạn có thể quan sát thế giới. Hãy tâm lặng hôm nay để bạn có thể nhìn thấy thế giới. Hãy tâm lặng hôm nay để bạn có thể nghe được thế giới. Thực hiện các nhiệm vụ hàng ngày của mình, nhưng hãy tâm lặng bên trong bạn. Bằng cách này, Tri Thức sẽ thể hiện bản thân nó và sau đó sẽ bắt đầu hướng dẫn bạn như nó được định làm.

BÀI THỰC HÀNH 143: *Hai lần thực hành, mỗi lần 30 phút.*
Thực hành hàng giờ.

Bước 144

HÔM NAY TÔI SẼ TÔN VINH CHÍNH MÌNH.

Hãy tôn vinh chính mình bởi vì Di Sản của bạn, bởi vì định mệnh của bạn và bởi vì mục đích của bạn. Hãy tôn vinh chính mình vì cuộc sống tôn vinh bạn. Hãy tôn vinh chính mình vì Chúa được tôn vinh trong Tạo Hoá của Chúa trong bạn. Điều này làm lu mờ mọi đánh giá mà bạn đã đưa ra về chính mình. Điều này lớn hơn bất kỳ lời chỉ trích nào mà bạn đã áp đặt lên chính mình. Điều này lớn hơn bất kỳ sự kiêu hãnh nào mà bạn đã sử dụng để bù đắp nỗi đau của mình.

TRONG SỰ GIẢN DỊ VÀ KHIÊM NHƯỜNG, HÃY NHẮC NHỞ BẢN THÂN hàng giờ hãy tôn vinh chính mình. Trong hai lần thực hành sâu của bạn hôm nay, hãy cho phép bản thân trải nghiệm sự hiện diện của Tri Thức, vì điều này tôn vinh bạn và tôn vinh cả Tri Thức. Hãy tôn vinh bản thân hôm nay để Tri Thức được tôn vinh, vì thực ra bạn chính là Tri Thức. Đây chính là Bản Thể Thật Sự của bạn, nhưng đó là một Bản Thể mà bạn chỉ lúc này đang bắt đầu giành lại.

BÀI THỰC HÀNH 144: *Hai lần thực hành, mỗi lần 30 phút.*
Thực hành hàng giờ.

Bước 145

TÔI SẼ TÔN VINH THẾ GIỚI HÔM NAY.

Hãy tôn vinh thế giới hôm nay, vì đó là nơi bạn đã đến để giành lại Tri Thức và để ban tặng những món quà của nó. Do đó thế giới trong vẻ đẹp của nó và trong sự đau khổ của nó đang cung cấp môi trường phù hợp để bạn hoàn thành mục đích của mình. Hãy tôn vinh thế giới vì Chúa đang ở trong thế giới tôn vinh thế giới. Hãy tôn vinh thế giới vì Tri Thức đang ở trong thế giới tôn vinh thế giới. Hãy tôn vinh thế giới vì khi không có sự phán xét của bạn, bạn sẽ nhận ra rằng nó là một nơi của ân sủng, một nơi của vẻ đẹp và một nơi ban phước cho bạn khi bạn học cách ban phước cho nó.

Hãy lặp lại bài học của bạn hàng giờ. Trong hai lần thực hành dài của mình, hãy trải nghiệm việc yêu thế giới. Hãy cho phép Tri Thức ban tặng ân sủng của nó. Bạn không cần phải cố gắng yêu thương ở đây, mà đơn thuần rộng mở và để Tri Thức thể hiện tình cảm lớn lao của nó.

Hãy tôn vinh thế giới hôm nay để bạn có thể được tôn vinh vì đang có mặt trên thế giới, vì thế giới tôn vinh bạn khi bạn tôn vinh chính mình. Thế giới được công nhận khi bạn công nhận chính mình. Thế giới cần tình yêu của bạn và việc ban phước của bạn. Nó cũng cần những việc làm tốt của bạn. Bằng cách này, bạn được tôn vinh, vì bạn đã đến đây để cho đi.

BÀI THỰC HÀNH 145: *Hai lần thực hành, mỗi lần 30 phút.*
Thực hành hàng giờ.

Bước 146

TÔI SẼ TÔN VINH CÁC GIÁO VIÊN CỦA MÌNH HÔM NAY.

CÁC GIÁO VIÊN CỦA BẠN, NHỮNG NGƯỜI BÍ ẨN và sống bên ngoài cõi hữu hình, ở bên bạn khi bạn đang ở trong thế giới. Bây giờ khi bạn đã bắt đầu những bước đi đến việc giành lại Tri Thức, hoạt động của họ trong cuộc sống của bạn sẽ trở nên mạnh mẽ hơn và rõ ràng hơn. Bạn sẽ bắt đầu chú ý đến điều này, và nhu cầu của họ để bạn phát triển sẽ lớn hơn, giống như nhu cầu của bạn về họ sẽ lớn hơn.

HÀNG GIỜ VÀ TRONG HAI LẦN THỰC HÀNH DÀI CỦA MÌNH, hãy nhớ đến các Giáo Viên của bạn và tích cực nghĩ về họ. Do đó hãy tôn vinh các Giáo Viên của bạn, vì điều này tuyên bố rằng các mối quan hệ cổ xưa của bạn thật sự đang sống và đang hiện diện ngay lúc này để trao cho bạn hy vọng, sự chắc chắn và quyền lực. Hãy tôn vinh các Giáo Viên của mình để bạn có thể trải nghiệm chiều sâu của mối quan hệ của chính bạn với họ. Bên trong mối quan hệ của bạn với các Giáo Viên của mình là tia sáng của ký ức nhắc nhở bạn về Quê Hương Cổ Đại của bạn và về định mệnh thật sự của bạn. Hãy tôn vinh các Giáo Viên của mình để bạn có thể được tôn vinh, vì chính danh dự của bạn mà bạn phải giành lại. Bất kể bất kỳ sai lầm nào bạn đã phạm phải, chính danh dự của bạn mà bạn phải giành lại. Nếu việc này được thực hiện một cách chân thật, nó sẽ được thực hiện trong sự khiêm nhường và giản dị. Vì khi bạn tôn vinh bản thân, bạn tôn vinh sự vĩ đại của cuộc sống, mà trong đó bạn là một phần nhỏ nhưng không thể thiếu.

BÀI THỰC HÀNH 146: *Hai lần thực hành, mỗi lần 30 phút.*
Thực hành hàng giờ.

Bước 147

ÔN TẬP

Trong Bài Ôn Tập tuần này của mình, hãy cho phép bản thân nhận ra những bài học đang được trình bày cho bạn. Hãy đặc biệt chú ý để nhận ra quyền lực đang được trao cho bạn khi bạn dùng ý chí của mình vì điều tốt đẹp. Cũng chú ý đến yêu cầu rằng bạn chấp nhận bản thân vượt ra khỏi sự hiểu biết hiện tại của mình, rằng bạn tôn trọng bản thân vượt ra khỏi sự đánh giá hiện tại của mình về bản thân, và rằng bạn trải nghiệm cuộc sống vượt ra khỏi suy nghĩ và định kiến của chính bạn. Hãy nhận ra cơ hội đang được trao cho bạn, và nhận ra rằng mỗi khoảnh khắc bạn dành trong việc áp dụng chân thành sẽ thúc đẩy sự tiến bộ của bạn rất nhiều và thiết lập sự tiến bộ lâu dài cho bạn. Nếu bạn nghĩ về những gì bạn muốn trao tặng cho thế giới, thì hãy trao tặng sự tiến bộ của bạn. Từ điều này, mọi điều tốt đẹp mà bạn đã đến để trao tặng, dựa theo bản chất của bạn và thiết kế của bạn, sẽ được trao tặng hoàn toàn. Vì vậy, món quà của bạn dành cho thế giới lúc này là sự chuẩn bị của bạn để bạn có thể học cách trao tặng.

Trong lần thực hành dài của bạn, hãy ôn lại tuần qua—bài học của bạn, bài thực hành của bạn, trải nghiệm của bạn, thành tựu của bạn và khó khăn của bạn. Hãy xem xét điều này một cách khách quan và xác định cách bạn có thể trao hết mình cho các bài thực hành của mình trong tương lai.

BÀI THỰC HÀNH 147: *Một lần thực hành dài.*

Bước 148

VIỆC THỰC HÀNH CỦA TÔI LÀ MÓN QUÀ CỦA TÔI CHO CHÚA.

Việc thực hành của bạn là món quà của bạn cho Chúa, vì Chúa muốn bạn nhận lãnh Tri Thức để bạn có thể trao tặng nó cho thế giới. Do đó, bạn được tôn vinh như là người nhận và như là phương tiện cho Tri Thức, Chúa được tôn vinh như là nguồn gốc của Tri Thức, và tất cả những ai nhận lãnh nó cũng sẽ được tôn vinh. Đây là món quà của bạn lúc này—để thực hiện quá trình chuẩn bị thật sự mà bạn đang tham gia lúc này.

Vì vậy, hãy coi mỗi lần thực hành hôm nay như một hình thức cho đi. Vào mỗi giờ, hãy trao bản thân trong mỗi hoàn cảnh mà bạn thấy mình đang ở trong. Trong hai lần thực hành thiền sâu của bạn, hãy trao hết mình. Đừng đến để cầu xin ý tưởng hay thông tin, mà hãy đến để nhận và đến để cho đi. Khi bạn cho đi bản thân, bạn sẽ nhận và trong đây bạn sẽ học được quy luật cổ xưa rằng việc cho là việc nhận. Điều này phải được sinh ra hoàn toàn trong trải nghiệm của bạn để bạn có thể hiểu đầy đủ ý nghĩa của nó và ứng dụng của nó trong thế giới.

Việc thực hành của bạn là món quà của bạn cho Chúa. Việc thực hành của bạn là món quà của bạn cho chính mình. Hãy đến với bài thực hành của bạn hôm nay để cho đi, vì khi cho đi, bạn sẽ nhận ra chiều sâu của nguồn lực của chính mình.

BÀI THỰC HÀNH 148: *Hai lần thực hành, mỗi lần 30 phút.*
Thực hành hàng giờ.

Bước 149

VIỆC THỰC HÀNH CỦA TÔI LÀ MÓN QUÀ CỦA TÔI CHO THẾ GIỚI.

Bạn trao tặng cho thế giới thông qua sự phát triển của chính mình tại thời điểm này, vì bạn đang chuẩn bị trao tặng một món quà lớn hơn bạn từng trao tặng trước đây. Vì vậy, mỗi ngày bạn thực hành theo từng bước được đưa ra, bạn trao tặng một món quà cho thế giới. Tại sao vậy? Đó là vì bạn công nhận giá trị của mình. Bạn công nhận Quê Hương Cổ Đại của mình và Định Mệnh Cổ Xưa của mình. Bạn công nhận những người đã gửi bạn đến và những người sẽ đón nhận bạn khi bạn rời khỏi thế giới này. Tất cả những điều này được trao tặng cho thế giới mỗi khi bạn thực hành một cách chân thành, vào mỗi ngày, vào mỗi giờ. Đây là một món quà lớn lao cho thế giới hơn bạn có thể hiểu được, nhưng dần dần bạn sẽ thấy được nhu cầu tổng thể mà nó đáp ứng.

Do đó, việc thực hành của bạn là một món quà cho thế giới, vì nó trao tặng những gì mà bạn đang khẳng định bên trong chính mình. Những gì bạn khẳng định bên trong chính mình, thì bạn khẳng định cho mọi cá nhân, trong mọi hoàn cảnh, trong mọi thế giới và trong mọi chiều không gian. Do đó, bạn khẳng định thực tại của Tri Thức. Do đó, bạn khẳng định Quê Hương Cổ Đại của mình khi bạn đang ở đây.

Hàng giờ hãy trao tặng cho thế giới thông qua việc thực hành trao tặng của bạn. Hãy nhắc nhở bản thân về điều này. Trong hai lần thực hành dài của mình, hãy trao hết mình vào sự tâm lặng và im lặng. Hãy cho đi trái tim của mình và cho đi tâm trí của mình. Hãy cho đi tất cả những gì bạn nhận ra mình có thể cho đi, vì đây là một món quà cho thế giới. Mặc dù bạn vẫn chưa thể thấy được kết quả, hãy tin rằng việc trao tặng này sẽ vượt qua khỏi tâm trí của riêng bạn và sẽ chạm đến tất cả các tâm trí trong vũ trụ, vì tất cả các tâm trí thật sự được kết nối trong thực tế.

BÀI THỰC HÀNH 149: *Hai lần thực hành, mỗi lần 30 phút.*
Thực hành hàng giờ.

Bước 150

HÔM NAY TÔI SẼ HỌC CÁCH HỌC.

HÔM NAY BẠN HỌC CÁCH HỌC. Bạn học cách học vì bạn cần phải học. Bạn cần học cách học để việc học của bạn có thể hiệu quả và nhanh chóng, có chiều sâu và tính nhất quán và tạo ra sự tiến bộ vững chắc mà bạn có thể dựa vào trong mọi hoàn cảnh trong tương lai. Đừng nghĩ rằng bạn đã hiểu được quá trình học, vì bạn đang học về điều này ngay lúc này khi bạn hiểu được ý nghĩa của sự tiến bộ, ý nghĩa của sự thất bại, ý nghĩa của sự khích lệ, ý nghĩa của sự nản lòng, ý nghĩa của sự nhiệt tình và ý nghĩa của sự thiếu nhiệt tình. Đó là lý do tại sao vào cuối mỗi tuần, bạn ôn lại các bài thực hành của mình để bạn có thể hiểu được tiến trình của mình và hiểu được cơ chế học tập. Điều này là thiết yếu để bạn nhận ra, vì cho đến khi bạn nhận ra, bạn sẽ hiểu sai các bước của mình, bạn sẽ hiểu sai các hành động của mình, bạn sẽ không hiểu được cách để đi theo chương trình giảng dạy và bạn sẽ không bao giờ học được cách tự mình giảng dạy chương trình giảng dạy.

DO ĐÓ, HÔM NAY BẠN HỌC CÁCH HỌC. Điều này đặt bạn vào vị trí là một học sinh mới bắt đầu của Tri Thức, điều này trao cho bạn mọi quyền và mọi sự khuyến khích để học mọi thứ cần thiết, mà không giả định, không tự phụ, không phủ nhận và không gian dối dưới bất kỳ hình thức nào. Khi bạn học cách học, bạn sẽ nhận ra cơ chế học tập. Điều này sẽ trao cho bạn sự khôn ngoan và lòng nhân từ trong cách ứng xử với mọi người. Bạn không thể dạy người khác từ lý tưởng, vì khi đó bạn đặt lên họ gánh nặng của kỳ vọng của chính bạn. Bạn đòi hỏi ở họ những gì mà ngay cả cuộc sống cũng không thể cung cấp. Nhưng sự chắc chắn của kinh nghiệm của bạn và Tri Thức của bạn, mà bạn sẽ trao cho người khác, sẽ là vững chắc, và họ sẽ có thể đón nhận nó và sử dụng nó theo cách của riêng họ. Khi đó bạn sẽ không đặt bất kỳ yêu cầu cá nhân nào lên họ trong quá trình học của họ, mà sẽ cho phép Tri Thức bên trong bạn trao cho Tri Thức bên trong họ. Khi đó bạn sẽ là người chứng kiến sự hướng dẫn và cả việc học nữa.

Vì vậy, hôm nay hãy chứng kiến quá trình học tập của chính bạn và học cách học. Vào mỗi giờ, hãy nhắc nhở bản thân rằng bạn đang học cách học. Trong hai lần thực hành thiền của bạn, hãy cho phép bản thân bước vào sự tâm lặng và bình yên. Hãy quan sát bản thân khi bạn tiến về phía trước và khi bạn kìm bản thân lại. Hãy sử dụng ý chí của bạn vì lợi ích của chính bạn một cách nhân từ và cứng rắn, và đừng phán xét sự tiến bộ của bạn vì bạn không ở vị trí để phán xét, vì bạn đang học cách học.

BÀI THỰC HÀNH 150: *Hai lần thực hành, mỗi lần 30 phút.*
Thực hành hàng giờ.

Bước 151

TÔI SẼ KHÔNG DÙNG NỖI SỢ HÃI ĐỂ HỖ TRỢ CHO PHÁN XÉT CỦA MÌNH.

Đừng dùng nỗi sợ để hỗ trợ cho những phán xét của bạn về bản thân và thế giới, vì những phán xét này được sinh ra từ sự không chắc chắn và căng thẳng của bạn. Do đó, chúng thiếu nền tảng của Tri Thức. Do đó, chúng thiếu ý nghĩa và giá trị mà chỉ Tri Thức mới có thể ban tặng. Đừng dựa vào phán xét của bạn về bản thân và thế giới. Khi bạn rút lui khỏi chúng, bạn sẽ nhận ra rằng nguồn gốc của chúng là nỗi sợ hãi, vì bạn chỉ đang cố gắng an ủi bản thân bằng những phán xét của mình, để cung cấp một sự an toàn, ổn định và danh tính giả tạo mà bạn cảm thấy mình đang thiếu. Do đó, đừng có thứ thay thế cho Minh Triết và Tri Thức, và hãy cho phép Minh Triết và Tri Thức trỗi lên một cách tự nhiên.

Hàng giờ hãy lặp lại lời tuyên bố của mình, và xem xét nó dưới góc độ của mọi thứ đang xảy ra hôm nay. Trong hai lần thực hành sâu của mình, hãy xem xét ý nghĩa của ý tưởng ngày hôm nay khi bạn suy nghĩ cẩn thận về nó. Hãy đặt tâm trí bạn vào trạng thái làm việc khi bạn cố gắng thâm nhập vào ý nghĩa của bài học hôm nay. Đừng được an ủi bởi những kết luận vội vàng. Hãy điều tra sâu sắc bằng tâm trí của bạn trong các lần thực hành của mình. Hãy sử dụng tâm trí mình một cách tích cực. Hãy xem xét nhiều điều bên trong chính bạn trong khi duy trì sự tập trung vào ý tưởng ngày hôm nay. Nếu bạn làm việc này, bạn sẽ hiểu được nhiều điều về sự khôn ngoan và sự ngu ngốc, và sự hiểu biết của bạn sẽ được sinh ra từ lòng nhân từ và sự cảm kích thật sự với bản thân. Bởi vì chỉ từ một nơi của tình yêu bản thân mà bạn mới có thể cung cấp sự chỉnh sửa cho bản thân và cho người khác.

BÀI THỰC HÀNH 151: *Hai lần thực hành, mỗi lần 30 phút.*
Thực hành hàng giờ.

Bước 152

TÔI SẼ KHÔNG ĐI THEO SỰ SỢ HÃI TRONG THẾ GIỚI.

Nhân loại bị điều khiển bởi những làn sóng sợ hãi kéo mọi người đi đây đi đó, những làn sóng sợ hãi mà thống trị hành động của họ, suy nghĩ của họ, kết luận của họ, niềm tin của họ và giả định của họ. Đừng đi theo những làn sóng sợ hãi đang di chuyển khắp thế giới. Thay vào đó, hãy kiên định và tĩnh lặng trong Tri Thức. Hãy cho phép bản thân quan sát thế giới từ điểm tâm lặng và chắc chắn này. Đừng bị lung lay bởi những làn sóng sợ hãi. Bằng cách này, bạn sẽ có thể đóng góp cho thế giới và không chỉ là nạn nhân của nó. Bạn đang ở đây để cho đi, không phải để phán xét, và trong sự tâm lặng, bạn không phán xét thế giới. Do đó hãy nhận ra những làn sóng sợ hãi, nhưng đừng để chúng chạm đến bạn, vì trong Tri Thức, chúng không thể chạm đến bạn vì Tri Thức vượt qua khỏi mọi nỗi sợ hãi.

Hãy lặp lại ý tưởng của bạn cho ngày hôm nay hàng giờ, và xem xét nó dưới góc độ của tất cả những gì bạn trải nghiệm ngày hôm nay. Trong hai lần thực hành dài của mình, hãy tích cực dùng tâm trí để cố gắng hiểu được bài học hôm nay. Một lần nữa, đây là một hình thức áp dụng tâm trí. Chúng ta sẽ không thực hành sự tĩnh lặng và im lặng tâm trí ngày hôm nay mà là áp dụng tâm trí để bạn có thể học cách suy nghĩ có ích. Vì khi tâm trí bạn không tĩnh lặng, nó nên suy nghĩ có ích. Nó phải điều tra. Đừng dựa vào những kết luận ban đầu. Đừng dựa vào những ý tưởng an ủi bản thân. Hãy cho phép bản thân dễ bị ảnh hưởng hôm nay, vì bạn chỉ dễ bị ảnh hưởng đối với Tri Thức. Tuy nhiên Tri Thức sẽ bảo vệ bạn khỏi mọi thứ gây hại trong thế giới này và sẽ cung cấp sự an ủi và ổn định mà thế giới không bao giờ có thể thay đổi. Hãy học điều này hôm nay để bạn có thể trở thành nguồn của Tri Thức trong thế giới để Nguồn của bạn có thể thể hiện chính nó thông qua bạn.

BÀI THỰC HÀNH 152: *Hai lần thực hành, mỗi lần 30 phút.*
Thực hành hàng giờ.

Bước 153

NGUỒN CỦA TÔI MUỐN THỂ HIỆN NÓ THÔNG QUA TÔI.

Bạn được tạo ra để trở thành biểu hiện của Nguồn của mình. Bạn được tạo ra để trở thành phần mở rộng của Nguồn của mình. Bạn được tạo ra để trở thành một phần của Nguồn của mình. Cuộc đời bạn là sự truyền đạt, vì sự truyền đạt là cuộc sống. Sự truyền đạt là sự mở rộng của Tri Thức. Nó không đơn thuần là việc chia sẻ những ý tưởng nhỏ từ một tâm trí tách biệt với một tâm trí khác. Sự truyền đạt thì lớn hơn nhiều, vì sự truyền đạt tạo ra sự sống và kéo dài sự sống, và bên trong điều này là mọi niềm vui và sự viên mãn. Bên trong điều này là chiều sâu của mọi ý nghĩa. Ở đây bóng tối và ánh sáng hòa trộn với nhau và chấm dứt sự tách biệt của chúng. Ở đây mọi sự đối lập hòa trộn và tan chảy vào nhau. Đây là sự hợp nhất của mọi sự sống.

DO ĐÓ, HÃY CHO PHÉP BẢN THÂN BẠN TRẢI NGHIỆM BẢN THÂN như một phương tiện truyền tải, và biết rằng những gì bạn thật sự muốn truyền tải cũng sẽ được thể hiện đầy đủ, vì bản thể thật sự của bạn là sự mở rộng của Bản Thể mà là chính cuộc sống. Trong điều này, bạn sẽ được xác nhận hoàn toàn và cuộc sống sẽ được xác nhận xung quanh bạn. Những món quà của bạn sẽ được đón nhận và hợp nhất bởi cuộc sống, vì sự cho đi thuộc bản chất này chỉ có thể mang lại kết quả lớn hơn, vượt ra ngoài sự hiểu biết của nhân loại.

HÃY NHẮC NHỞ BẢN THÂN HÀNG GIỜ rằng bạn được định để thể hiện ý muốn của Nguồn của mình. Trong hai lần thực hành hôm nay của mình, hãy cho phép bản thân một lần nữa bước vào sự tâm lặng và bình yên. Hãy cho phép bản thân trở thành một phương tiện mở để qua đó cuộc sống có thể tự do chảy, để qua đó cuộc sống có thể thể hiện bản thân hôm nay.

BÀI THỰC HÀNH 153:   *Hai lần thực hành, mỗi lần 30 phút.*
   Thực hành hàng giờ.

Bước 154

ÔN TẬP

Hãy ôn lại bài thực hành của tuần trước. Hãy ôn lại tất cả các hướng dẫn đã được đưa ra và cả các bài thực hành của bạn nữa. Hãy xem xét bạn đã bước vào sự bình an một cách sâu sắc như thế nào. Hãy xem xét bạn đã sử dụng tâm trí mình một cách sâu sắc như thế nào để điều tra. Hãy nhớ rằng bài thực hành của bạn là một hình thức cho đi. Do đó, hãy trao bản thân cho việc ôn lại các bài thực hành của bạn. Hãy xem bằng cách nào việc cho đi của bạn có thể trở nên trọn vẹn và sâu sắc hơn để bạn có thể nhận được những phần thưởng ngày càng lớn hơn, cho chính bạn và cho thế giới.

Trong lần thực hành dài hôm nay của mình, hãy ôn lại tuần rèn luyện vừa hoàn thành. Nhớ đừng phán xét bản thân. Nhớ hãy là người chứng kiến quá trình học tập của bạn. Nhớ rằng việc thực hành của bạn là một hình thức cho đi.

BÀI THỰC HÀNH 154:   *Một lần thực hành dài.*

Bước 155

THẾ GIỚI BAN PHƯỚC CHO TÔI KHI TÔI NHẬN LÃNH.

BÂY GIỜ BẠN ĐANG HỌC CÁCH NHẬN LÃNH. Thế giới ban phước cho bạn khi bạn học cách nhận lãnh, vì Tri Thức sẽ chảy vào bạn khi bạn trở thành một bình chứa rộng mở cho Tri Thức. Và bạn sẽ thu hút thứ chính là sự sống vào trong bạn, vì sự sống luôn được thu hút đến những người cho đi.

HÃY HIỂU ĐIỀU NÀY MỘT CÁCH SÂU SẮC NHẤT HÔM NAY khi bạn nhắc nhở bản thân hàng giờ rằng cuộc sống ban tặng cho bạn khi bạn tâm lặng. Trong hai lần thực hành thiền của mình, một lần nữa hãy bước vào sự tâm lặng và cảm nhận sự sống được thu hút vào bạn. Đây là sự thu hút tự nhiên. Khi sự cho đi và tâm lặng của bạn trở nên lớn hơn, bạn sẽ cảm thấy cuộc sống được thu hút vào bạn, vì dần dần bạn sẽ trở thành nguồn dinh dưỡng cho cuộc sống.

BÀI THỰC HÀNH 155: *Hai lần thực hành, mỗi lần 30 phút.*
Thực hành hàng giờ.

Bước 156

HÔM NAY TÔI SẼ KHÔNG LO LẮNG VỀ BẢN THÂN MÌNH.

Sự lo lắng về bản thân là một dạng suy nghĩ theo thói quen, được sinh ra từ trí tưởng tượng tiêu cực và từ những sai lầm chưa được sửa chữa. Điều này làm tăng thêm cảm giác thất bại của bạn, do đó ảnh hưởng đến sự thiếu tự tin và lòng tự trọng của bạn. Do đó, bài học của chúng ta hôm nay là để củng cố những gì chân thật bên trong bạn. Nếu bạn ở bên Tri Thức, Tri Thức sẽ chăm lo cho mọi thứ cần sự chú ý của bạn. Đừng nghĩ rằng bất cứ thứ gì cho lợi ích của bạn sẽ bị bỏ mặc. Mọi nhu cầu có bản chất tâm linh lớn hơn và cả bản chất trần tục nhất cũng sẽ được đáp ứng và hiểu bởi bạn, vì không có sự bỏ mặc nào trong Tri Thức. Bạn, người đã quen bỏ mặc, người đã không sử dụng tâm trí của mình một cách đúng đắn trong quá khứ, người đã không thể thấy hoặc nghe thấy thế giới, giờ đây có thể được an ủi, vì bạn không cần phải lo lắng về bản thân hôm nay.

Để đạt được điều này, bạn phải mở rộng niềm tin của mình và sự tin tưởng của mình rằng Tri Thức sẽ cung cấp cho bạn. Điều này theo thời gian sẽ cho phép bạn nhận lãnh món quà của Tri Thức, mà sẽ xua tan mọi nghi ngờ và bối rối. Bạn phải chuẩn bị cho trải nghiệm này. Trong điều này, bạn phải mở rộng niềm tin và sự tin tưởng của mình. Hãy tự tin hôm nay. Hãy nhận ra những thứ đòi hỏi sự chú ý của bạn, ngay cả khi chúng mang tính chất trần tục, và hãy chăm lo chúng thật tốt, vì Tri Thức không tìm cách đưa bạn ra khỏi thế giới mà là đưa bạn vào thế giới, vì bạn đã đến đây để cho đi.

Hãy củng cố sự hiểu biết của bạn về ý tưởng hôm nay bằng cách lặp lại nó hàng giờ và dành giây lát để thật sự cân nhắc nó. Hãy củng cố việc thực hành của bạn hôm nay bằng cách sử dụng nó trong các bài thực hành sâu của mình, nơi bạn bước vào sự tâm lặng và im lặng. Bạn chỉ có thể bước vào sự tâm lặng và im lặng nếu bạn không lo về bản thân. Do đó, cam kết của bạn để trao bản thân cho việc thực hành của mình là sự khẳng định về sự an toàn và sự chắc chắn đang ở bên bạn.

BÀI THỰC HÀNH 156: *Hai lần thực hành, mỗi lần 30 phút.*
Thực hành hàng giờ.

Bước 157

TÔI KHÔNG CÔ ĐỘC TRONG VŨ TRỤ.

BẠN KHÔNG CÔ ĐỘC TRONG VŨ TRỤ vì bạn là một phần của vũ trụ. Bạn không cô độc trong vũ trụ vì tâm trí bạn được kết nối với mọi tâm trí. Bạn không cô độc trong vũ trụ vì vũ trụ đang ở bên bạn. Bây giờ bạn đang học cách ở bên vũ trụ để mối quan hệ của bạn với cuộc sống có thể được khôi phục hoàn toàn và để nó có thể thể hiện chính nó trong thế giới của bạn. Thế giới đưa ra một ví dụ tồi tệ về điều này, vì nhân loại đã đánh mất mối quan hệ của mình với cuộc sống và giờ đây đang tuyệt vọng tìm kiếm trong cõi tưởng tượng và ảo tưởng để tìm lại thứ đã bị mất. Do đó hãy vui mừng ngày hôm nay, vì cách thức để giành lại cuộc sống đã được trao cho bạn để bạn có thể trao bản thân cho việc thực hành của mình và cho định mệnh của mình. Bằng cách này, bạn được xác nhận. Bạn không cô độc trong vũ trụ. Chiều sâu của ý tưởng này thì lớn hơn nhiều so với có vẻ lúc đầu. Nó là một tuyên bố về chân lý tuyệt đối, nhưng nó phải được trải nghiệm để được hiểu.

DO ĐÓ, MỖI GIỜ HÃY NHẮC NHỞ BẢN THÂN về lời tuyên bố này. Hãy cố gắng cảm nhận nó trong bất kỳ hoàn cảnh nào bạn thấy mình đang ở trong. Trong hai lần thực hành thiền dài của mình, hãy cố gắng trải nghiệm sự hòa nhập hoàn toàn của bạn trong cuộc sống. Bạn không cần phải nghĩ về ý tưởng hay nhìn thấy hình ảnh, mà chỉ cần cảm nhận sự hiện diện của cuộc sống mà trong đó bạn là một phần. Bạn đang ở trong cuộc sống. Bạn đắm chìm trong cuộc sống. Cuộc sống đang ôm lấy bạn. Vượt qua mọi hình ảnh mà thế giới có thể trình bày, vượt qua mọi hành động mà thế giới có thể thể hiện, bạn đang ở trong vòng tay yêu thương của cuộc sống.

BÀI THỰC HÀNH 157: *Hai lần thực hành, mỗi lần 30 phút.*
Thực hành hàng giờ.

Bước 158

TÔI GIÀU CÓ NÊN TÔI CÓ THỂ CHO ĐI.

Chỉ người giàu mới có thể cho đi, vì họ không nghèo khổ. Chỉ người giàu mới có thể cho đi, vì họ không thoải mái với một tài sản trừ khi nó được cho đi. Chỉ người giàu mới có thể cho đi, vì họ không thể hiểu được tài sản của mình cho đến khi nó được cho đi. Chỉ người giàu mới có thể cho đi, vì họ muốn trải nghiệm lòng biết ơn như phần thưởng duy nhất của họ.

BẠN GIÀU CÓ VÀ BẠN CÓ THỂ CHO ĐI. Bạn đang sở hữu của cải của Tri Thức rồi, và đây là món quà vĩ đại nhất có thể. Bất kỳ hành động nào khác, bất kỳ ân huệ nào khác, bất kỳ món đồ nào khác là món quà thì chỉ có ý nghĩa khi nó được thấm nhuần với Tri Thức. Đây là bản chất vô hình của tất cả các món quà chân thật và tất cả sự cho đi chân thật. Bạn có một kho lớn của bản chất này, mà bạn phải học cách nhận lãnh. Bạn giàu có vượt xa nhận thức của chính mình. Ngay cả khi bạn nghèo về tài chính, ngay cả khi bạn nghĩ rằng bạn cô đơn, bạn vẫn giàu có. Việc cho đi của bạn sẽ thể hiện điều này hôm nay. Sự cho đi của bạn sẽ thể hiện nguồn gốc, chiều sâu và ý nghĩa của sự giàu có của bạn và sẽ thấm nhuần tất cả sự cho đi của bạn với bản chất của chính sự cho đi. Dần dần bạn sẽ thấy rằng bạn sẽ cho đi mà không cần cố gắng và rằng chính cuộc đời bạn sẽ là một món quà. Khi đó, cuộc đời bạn sẽ thể hiện sự giàu có mà mỗi người sở hữu nhưng họ vẫn chưa học cách đón nhận.

HÃY LẶP LẠI Ý TƯỞNG NÀY HÀNG GIỜ, và trong hai lần thực hành thiền dài của bạn, hãy trải nghiệm sự giàu có của chính mình. Hãy trải nghiệm sự hiện diện và chiều sâu của Tri Thức. Hãy là người nhận lãnh Tri Thức và trao bản thân cho Tri Thức, vì khi trao bản thân cho việc thực hành của mình, bạn xác nhận sự giàu có của chính mình, mà chỉ cần được xác nhận để được nhận thấy trọn vẹn.

BÀI THỰC HÀNH 158: *Hai lần thực hành, mỗi lần 30 phút.*
Thực hành hàng giờ.

Bước 159

NGƯỜI NGHÈO KHÔNG THỂ CHO ĐI.
TÔI KHÔNG NGHÈO.

NGƯỜI NGHÈO KHÔNG THỂ CHO ĐI, VÌ HỌ NGHÈO KHÓ. Họ được yêu cầu tiếp nhận. Bạn không nghèo khó, vì món quà của Tri Thức đang ở bên bạn. Do đó, bạn đang ở trong vị trí để cho đi, và trong việc cho đi của mình, bạn sẽ nhận ra giá trị của mình và bất kỳ cảm giác nghèo khó nào cũng sẽ rời khỏi bạn. Hãy tự tin rằng Tri Thức sẽ cung cấp mọi thứ vật chất mà bạn thật sự cần. Mặc dù nó có thể không cung cấp những gì bạn mong muốn, nó sẽ cung cấp những gì bạn cần và với số lượng phù hợp. Do đó, bạn sẽ có những gì bạn cần để đóng góp dựa theo bản chất của mình và tiếng gọi của mình trên thế giới. Nhưng bạn sẽ không bị nặng gánh với những thứ chỉ có thể làm bạn nặng gánh. Bạn sẽ có chính xác những gì bạn cần, và thế giới sẽ không làm bạn nặng gánh với sự thiếu thốn của nó hoặc sự dư thừa của nó. Do đó, mọi thứ sẽ có sự cân bằng hoàn hảo. Tri Thức sẽ cung cấp cho bạn những gì bạn cần, và những gì bạn cần là những gì bạn thật sự muốn. Bạn vẫn chưa thể đánh giá được nhu cầu của mình, vì bạn bị lạc lối trong những gì bạn muốn. Nhưng nhu cầu của bạn sẽ tự bộc lộ thông qua Tri Thức, và dần dần bạn sẽ hiểu được bản chất của nhu cầu và cách nó có thể được đáp ứng.

BẠN KHÔNG NGHÈO, vì món quà Tri Thức đang ở bên bạn. Hãy lặp lại lời tuyên bố của ngày hôm nay hàng giờ và xem xét nó dưới góc độ của những quan sát của bạn về người khác. Trong những lần thực hành sâu của mình, hãy cho phép bản thân trải nghiệm sự giàu có của Tri Thức mà bạn lúc này đang sở hữu.

BÀI THỰC HÀNH 159: *Hai lần thực hành, mỗi lần 30 phút.*
Thực hành hàng giờ.

Bước 160

THẾ GIỚI THÌ NGHÈO, NHƯNG TÔI THÌ KHÔNG.

THẾ GIỚI THÌ NGHÈO, NHƯNG BẠN THÌ KHÔNG NGHÈO. Bất kể hoàn cảnh của bạn như thế nào, điều này là đúng vì bạn đang giành lại sự giàu có của Tri Thức. Vậy thì hãy hiểu được ý nghĩa của sự nghèo khó. Vậy thì hãy hiểu được ý nghĩa của sự giàu có. Đừng nghĩ rằng những người sở hữu nhiều đồ vật hơn bạn thì giàu hơn bạn theo bất kỳ cách nào, vì khi không có Tri Thức, họ là nghèo khó và sẽ thu thập nhiều thứ chỉ để bù đắp cho sự khốn khổ và không chắc chắn của mình. Do đó, sự nghèo khó của họ bị trầm trọng hoá bởi việc thu thập của họ.

THẾ GIỚI THÌ NGHÈO, NHƯNG BẠN THÌ KHÔNG, vì bạn đã mang Tri Thức với mình vào thế giới nơi Tri Thức đã bị lãng quên và phủ nhận. Do đó, trong quá trình giành lại sự giàu có của chính bạn, thế giới cũng sẽ giành lại sự giàu có của nó, vì bạn sẽ kích thích Tri Thức trong tất cả mọi người, và sự giàu có của họ sẽ bắt đầu bộc lộ bản thân trong sự hiện diện của bạn và trong sự hiện diện của Tri Thức dẫn dắt bạn.

VÌ VẬY, ĐỪNG YÊU CẦU BẤT CỨ THỨ GÌ TỪ THẾ GIỚI ngoại trừ một vài thứ vật chất mà bạn cần để hoàn thành chức năng của mình. Đây là một yêu cầu nhỏ so với những gì bạn đã đến để cho đi. Và nếu nhu cầu của bạn không vượt quá những gì bạn cần, thì thế giới sẽ vui vẻ trao chúng cho bạn để đổi lấy một món quà lớn hơn mà bạn sở hữu.

HÃY CÂN NHẮC Ý TƯỞNG CHO NGÀY HÔM NAY VÀO MỖI GIỜ. Đừng để bất kỳ giờ nào trôi qua mà không có sự công nhận này. Hãy củng cố quyết tâm của bạn để sử dụng từng bài thực hành trong mọi hoàn cảnh trong ngày để cuộc sống của bạn có thể có ý nghĩa trong mọi sự kiện của nó. Trong hai lần thực hành dài của mình hôm nay, hãy bước vào sự tâm lặng và bình yên để tìm hiểu thêm về sự giàu có mà bạn sở hữu.

BÀI THỰC HÀNH 160: *Hai lần thực hành, mỗi lần 30 phút.*
Thực hành hàng giờ.

Bước 161

ÔN TẬP

Trong Bài Ôn Tập hôm nay, hãy xem xét từng bài học và từng bài thực hành của mỗi ngày trong tuần qua. Hãy tìm hiểu thêm về quá trình học. Hãy nhận ra rằng để học được điều này, bạn không thể nhìn cuộc đời mình với sự lên án, vì bạn đang học cách học. Hãy nhận ra rằng sự giàu có là rõ ràng trong cuộc đời bạn nhờ vào các bài thực hành mà bạn đang thực hiện, điều mà bạn không thể làm nếu bạn không có Tri Thức. Bạn đang thực hiện quá trình chuẩn bị này nhờ Tri Thức, và mỗi ngày bạn cam kết cho việc thực hành của mình nhờ Tri Thức. Mỗi ngày bạn hoàn thành việc thực hành của mình nhờ Tri Thức. Do đó, khi không có sự phủ nhận hay can thiệp của bạn, bản thân Tri Thức sẽ hướng dẫn bạn trong quá trình chuẩn bị của bạn và sẽ trỗi lên khi bạn thực hiện từng bước. Thành công theo cách này thì thật dễ biết bao. Thật đơn giản để nhận khi không sự phủ nhận hay khăng khăng từ phía bạn. Vì khi không có sự tưởng tượng, cuộc sống là rõ ràng. Vẻ đẹp của nó là rõ ràng. Ân sủng của nó là rõ ràng. Mục đích của nó là rõ ràng. Công việc mà nó đòi hỏi là rõ ràng. Phần thưởng của nó là rõ ràng. Ngay cả những khó khăn của thế giới này cũng là rõ ràng. Mọi thứ trở nên rõ ràng khi tâm trí bạn trở nên tĩnh lặng và trong sáng.

Do đó, trong lần thực hành dài, hãy ôn lại các bài thực hành trong tuần. Hãy dành toàn bộ sự chú ý cho việc này. Hãy trao bản thân cho việc thực hành của bạn và biết rằng Tri Thức bên trong bạn đang thúc đẩy bạn.

Bài thực hành 161: *Một lần thực hành dài.*

Bước 162

TÔI SẼ KHÔNG SỢ HÃI HÔM NAY.

Hôm nay đừng để nỗi sợ chế ngự tâm trí bạn. Đừng để thói tưởng tượng tiêu cực chiếm lấy sự chú ý và cảm xúc của bạn. Hãy tham gia vào cuộc sống như chính nó, mà bạn có thể nhận thức mà không lên án. Sự sợ hãi thì giống như một căn bệnh đến và chiếm đóng bạn. Nhưng bạn không cần phải đầu hàng sự sợ hãi vì nguồn gốc của bạn và gốc rễ của bạn được chôn sâu trong Tri Thức, và giờ đây bạn đang trở nên mạnh mẽ hơn trong Tri Thức.

Hãy nhắc nhở bản thân hàng giờ đừng để nỗi sợ chế ngự bạn. Khi bạn bắt đầu cảm thấy tác động của nó, bất kể nó tác động đến bạn theo cách nào, hãy rút lui khỏi nó và tuyên bố lòng trung thành của bạn với Tri Thức. Hãy trao sự tự tin của bạn cho Tri Thức. Trong hai lần thực hành sâu của mình hôm nay, hãy trao bản thân cho Tri Thức. Hãy trao tâm trí bạn và trái tim bạn để bạn có thể được củng cố trong sự chắc chắn nơi nỗi sợ không bao giờ có thể xâm nhập. Sự không sợ hãi của bạn trong tương lai không được sinh ra từ sự giả vờ, mà được sinh ra từ sự chắc chắn của bạn trong Tri Thức. Bằng cách này, bạn sẽ là nơi trú ẩn bình an và là nguồn của cải cho người khác. Đây là những gì bạn được định để trở thành. Đây là lý do tại sao bạn đã vào thế giới.

BÀI THỰC HÀNH 162: *Hai lần thực hành, mỗi lần 30 phút.*
Thực hành hàng giờ.

Bước 163

TÔI SẼ CẢM NHẬN TRI THỨC HÔM NAY.

Hãy cảm nhận phẩm chất trường tồn của Tri Thức, mà luôn dành đó cho bạn vượt qua khỏi suy nghĩ và sự bận tâm với bản thân của bạn. Hàng giờ, hãy cảm nhận Tri Thức hôm nay. Hãy lặp lại ý tưởng cho hôm nay và dành giây lát để cảm nhận sự hiện diện của nó. Sự hiện diện của Tri Thức là thứ bạn có thể mang theo mình khắp nơi bạn đi, vào trong mỗi cuộc gặp gỡ, vào trong mỗi hoàn cảnh. Nó phù hợp mọi nơi. Trong điều này, bạn sẽ có thể nhìn thấy mọi hoàn cảnh và sự kiện. Bạn sẽ có thể lắng nghe. Bạn sẽ có thể cho đi. Bạn sẽ có thể hiểu được. Sự ổn định này là điều mà thế giới rất cần, và bạn, người giàu có với Tri Thức, có điều này để cho đi.

Hãy cảm nhận Tri Thức hôm nay trong các lần thực hành sâu của mình. Hãy trao bản thân cho việc này, vì đây là món quà của bạn cho Chúa và cho thế giới. Hãy để hôm nay là ngày của sự củng cố và ngày của sự xác nhận. Đừng để bất kỳ thất bại nhỏ nào hôm nay ngăn cản bạn thực hiện nhiệm vụ lớn lao của mình. Hãy nhận ra rằng mọi sự thất bại chỉ có thể ngăn cản bạn trong tiến trình của mình, và bạn chỉ cần bước về phía trước để tiếp tục. Vậy thì, phản hồi đối với bất kỳ thất bại nào, lớn hay nhỏ, đơn giản là quyết định để tiếp tục. Vì bạn chỉ cần đi theo các bước được đưa ra ở đây để đạt được kết quả của quá trình chuẩn bị này dành cho bạn. Con đường đến Tri Thức là thật đơn giản biết bao. Con đường của nó là thật rõ ràng biết bao khi bạn đi theo sự cung cấp của nó từng bước một.

BÀI THỰC HÀNH 163: *Hai lần thực hành, mỗi lần 30 phút.*
Thực hành hàng giờ.

Bước 164

HÔM NAY TÔI SẼ TÔN VINH NHỮNG GÌ TÔI BIẾT.

Hãy tôn vinh những gì bạn biết ngày hôm nay. Hãy giữ chặt những gì bạn biết. Hãy cho phép Tri Thức của bạn hướng dẫn bạn một cách cụ thể. Đừng cố gắng sử dụng Tri Thức để thoả mãn bản thân, vì khi đó bạn sẽ chỉ đang sử dụng những gì bạn nghĩ là Tri Thức và một lần nữa, bạn sẽ tự dệt ảo tưởng cho chính mình, thứ sẽ bẫy bạn và hút hết từ bạn sức sống, sự nhiệt tình và sự chắc chắn. Hãy để Tri Thức di chuyển bạn ngày hôm nay. Hãy tiếp tục các hoạt động bình thường của mình. Hãy tuân theo mọi quy trình của cuộc sống mà là bổn phận của bạn, nhưng hãy để Tri Thức ở bên bạn để nó có thể ban tặng món quà bí ẩn của mình ở mọi nơi bạn đi và chỉ cho bạn hướng đi cụ thể khi điều đó thật sự cần.

Hãy lặp lại lời tuyên bố này hàng giờ và xem xét nó trong hoàn cảnh hiện tại của bạn. Trong lần thực hành sâu của mình hôm nay, một lần nữa hãy trao bản thân cho sự tâm lặng và bình yên. Hãy tôn vinh Tri Thức hôm nay bằng cách trao bản thân cho Tri Thức và bằng cách ở bên Tri Thức.

BÀI THỰC HÀNH 164: *Hai lần thực hành, mỗi lần 30 phút.*
Thực hành hàng giờ.

Bước 165

NHIỆM VỤ CỦA TÔI THÌ NHỎ.
SỨ MỆNH CỦA TÔI THÌ LỚN.

Các nhiệm vụ của bạn trên thế giới thì nhỏ. Chúng là để đảm bảo các nguồn lực mà bạn cần về mặt vật chất và để duy trì liên minh với những người có lợi cho phúc lợi của bạn và cho cả phúc lợi của họ. Những nhiệm vụ này là quan trọng, nhưng sứ mệnh của bạn còn lớn hơn. Đừng làm suy yếu khả năng của bạn để tiếp nhận sứ mệnh của mình bằng cách thất bại trong các nhiệm vụ của mình. Đây chỉ là một hình thức né tránh bản thân. Hãy thực hiện các nhiệm vụ của bạn cụ thể vào ngày hôm nay liên quan đến công ăn việc làm của bạn và sự tương tác của bạn với người khác. Đừng nhầm lẫn điều này với sứ mệnh của bạn, mà là thứ gì đó lớn lao hơn nhiều mà bạn chỉ mới bắt đầu nhận lãnh và trải nghiệm. Do đó, các nhiệm vụ của bạn sẽ cung cấp nền tảng cho bạn khi bạn thực hiện việc chuẩn bị để khôi phục và đóng góp Tri Thức.

Hãy nhớ rằng mọi sự bối rối chỉ là sự nhầm lẫn về các cấp độ khác nhau. Đừng nhầm lẫn sứ mệnh với nhiệm vụ. Đây là một sự phân biệt rất quan trọng mà bạn cần thực hiện. Nhiệm vụ của bạn trên thế giới là cụ thể, nhưng sứ mệnh của bạn còn lớn hơn nhiều. Khi sứ mệnh của bạn bắt đầu thể hiện bản thân bên trong bạn, người đang học cách nhận lãnh nó, nó cũng sẽ tạo ra ảnh hưởng cụ thể hơn lên nhiệm vụ của bạn. Điều này diễn ra dần dần và hoàn toàn tự nhiên đối với bạn. Điều này chỉ đòi hỏi rằng bạn có kỷ luật, nhất quán và đủ tin tưởng để đi theo các bước của nó.

Do đó, hãy thực hiện nhiệm vụ của mình hôm nay để bạn có thể là một học sinh mới bắt đầu của Tri Thức. Hãy nhắc nhở bản thân về việc thực hành của mình hàng giờ, và trong hai lần thực hành dài của bạn, hãy tích cực dùng tâm trí mình để xem xét ý tưởng cho ngày hôm nay. Ý nghĩa thật sự của nó thì không hời hợt, và bạn phải điều tra nó để hiểu được giá trị đầy đủ của nó. Đừng tự mãn với những kết luận vội vã. Đừng đứng bên ngoài Tri Thức và cố gắng tự mình phán xét nó. Hãy bước vào nó để bạn có thể là một học sinh hôm nay, vì bạn bây giờ là một học sinh của Tri Thức. Bây giờ bạn đang trao bản thân cho thế giới trong quá trình chuẩn bị của mình.

BÀI THỰC HÀNH 165: *Hai lần thực hành, mỗi lần 30 phút.*
Thực hành hàng giờ.

Bước 166

SỨ MỆNH CỦA TÔI LÀ LỚN. VÌ VẬY, TÔI ĐƯỢC TỰ DO LÀM NHỮNG VIỆC NHỎ.

Chỉ trong những ý tưởng hoành tráng của bạn, mà là vỏ bọc cho sự sợ hãi, lo lắng và tuyệt vọng, thì bạn mới tránh né những điều nhỏ mà bạn được yêu cầu phải làm trong thế giới. Một lần nữa, đừng nhầm lẫn sự vĩ đại của sứ mệnh của bạn với sự nhỏ bé của nhiệm vụ của bạn. Sự vĩ đại thể hiện bản thân trong những điều nhỏ nhặt nhất, trong hành động nhỏ nhất, trong suy nghĩ thoáng qua nhất, trong cử chỉ đơn giản nhất và trong những hoàn cảnh tầm thường nhất. Vì vậy, hãy duy trì những hành động nhỏ của bạn trong thế giới để Tri Thức có thể dần dần thể hiện bản thân thông qua chúng. Hành động trên thế giới thì nhỏ, ngược với sự vĩ đại của Tri Thức. Trước quá trình chuẩn bị của bạn, thế giới được coi là vĩ đại và Tri Thức là nhỏ bé, nhưng bây giờ bạn đang học được rằng điều ngược lại mới đúng—rằng Tri Thức là vĩ đại và thế giới thì nhỏ bé. Điều này cũng có nghĩa là các hoạt động của bạn trên thế giới là nhỏ bé, nhưng chúng là phương tiện để qua đó Tri Thức có thể thể hiện bản thân nó.

VÌ VẬY, HÃY BẰNG LÒNG LÀM NHỮNG VIỆC NHỎ trên thế giới. Hãy giản dị và khiêm nhường trong thế giới để sự vĩ đại có thể chảy thông qua bạn mà không bị cản trở.

BÀI THỰC HÀNH 166: *Hai lần thực hành, mỗi lần 30 phút.*
Thực hành hàng giờ.

Bước 167

VỚI TRI THỨC, TÔI ĐƯỢC TỰ DO TRONG THẾ GIỚI.

VỚI TRI THỨC, BẠN ĐƯỢC TỰ DO TRONG THẾ GIỚI. Bạn được tự do để tham gia. Bạn được tự do để rời đi. Bạn được tự do lập thỏa thuận. Bạn được tự do hoàn thành và thay đổi thỏa thuận. Bạn được tự do để đầu hàng bản thân. Bạn được tự do để giải thoát bản thân. Trong Tri Thức, bạn được tự do.

ĐỂ BẠN CÓ THỂ HIỂU ĐƯỢC Ý NGHĨA THẬT SỰ của điều này và nhận ra giá trị tức thời của nó cho bạn trong hoàn cảnh hiện tại của bạn, thì bạn phải hiểu rằng bạn không thể sử dụng Tri Thức để thoả mãn bản thân. Đó phải là sự hiểu biết rõ ràng. Đừng bao giờ quên điều này, vì nếu bạn nghĩ rằng bạn đang sử dụng Tri Thức để thoả mãn bản thân, thì bạn sẽ hiểu sai Tri Thức và sẽ không trải nghiệm được nó. Bạn sẽ đơn thuần cố gắng củng cố ảo tưởng của mình và nỗ lực trốn thoát của mình. Việc này chỉ có thể làm tối thêm những đám mây hiện đang phủ lên bạn. Việc này chỉ có thể làm bạn thất vọng như một hình thức kích thích tạm thời và làm trầm trọng thêm cảm giác cô lập và đau khổ của bạn.

TRONG TRI THỨC, BẠN ĐƯỢC TỰ DO. Không có sự hạn chế nào lúc này, vì Tri Thức sẽ đơn giản trao bạn đi nơi bạn được định để được trao, và Tri Thức sẽ thể hiện bản thân thông qua bạn nơi nó được định để được thể hiện. Điều này sẽ giải thoát bạn khỏi mọi sự tham gia và tương tác không phù hợp và sẽ dẫn bạn đến những cá nhân đang chờ đợi bạn. Điều này sẽ dẫn bạn đến những hoàn cảnh có lợi ích lớn nhất cho bạn và cho những người liên quan. Ở đây, Tri Thức là người hướng dẫn. Ở đây, bạn là người nhận. Ở đây, bạn là người đóng góp. Không có sự tự do nào lớn hơn thế này, vì trong đây bạn được tự do.

HÃY NHẮC NHỞ BẢN THÂN VỀ Ý TƯỞNG NÀY VÀO MỖI GIỜ, và trong hai lần thực hành thiền sâu của bạn, một lần nữa hãy đi vào sự tâm lặng và im lặng. Một lần nữa hãy để tâm trí bạn tĩnh lặng, vì trong đây bạn được tự do. Hãy chuẩn bị bản thân cho các bài thực hành của mình bằng cách lặp lại ý tưởng và cam kết bản thân với việc thực hành của mình. Khi không có sự thống trị của bạn, tâm trí bạn sẽ được tự do và sẽ trải nghiệm chiều sâu của chính nó trong Tri Thức.

BÀI THỰC HÀNH 167: *Hai lần thực hành, mỗi lần 30 phút.*
Thực hành hàng giờ.

Bước 168

ÔN TẬP

Hãy ôn lại tuần đã qua. Hãy ôn lại từng bài học như được đưa ra và từng bài thực hành mà bạn đã trải nghiệm. Hãy ôn lại toàn bộ tuần để bạn có thể củng cố việc học mà bạn đang thực hiện lúc này. Hãy nhớ rằng bạn đang học cách học. Hãy nhớ rằng bạn là một học sinh mới bắt đầu của Tri Thức. Hãy nhớ rằng đánh giá của bạn, nếu nó không xuất phát từ Tri Thức, sẽ không có ích. Khi không có đánh giá này, sẽ rõ ràng cách làm sao để tăng cường sự tham gia của bạn, cách làm sao để tăng cường sự chuẩn bị của bạn và cách làm sao để điều chỉnh cuộc sống bên ngoài của bạn để hỗ trợ bạn trong nỗ lực của mình. Bạn có thể làm việc này mà không cần lên án bản thân. Bạn có thể làm việc này vì nó là cần thiết, và bạn có thể đáp lại những gì cần thiết mà không trừng phạt bản thân mình hoặc thế giới. Việc chuẩn bị này là cần thiết, vì nó đại diện cho ý muốn của bạn.

Trong lần thực hành dài hôm nay của mình, hãy ôn lại tuần qua một cách chân thành và sâu sắc. Hãy dành toàn bộ sự chú ý của mình để bạn có thể nhận được những món quà mà bạn đang chuẩn bị nhận lúc này.

Bài thực hành 168: *Một lần thực hành dài.*

Bước 169

THẾ GIỚI ĐANG Ở TRONG TÔI. TÔI BIẾT ĐIỀU NÀY.

THẾ GIỚI ĐANG Ở TRONG BẠN. Bạn có thể cảm nhận được điều đó. Thông qua Tri Thức, bạn có thể cảm nhận được sự hiện diện của mọi mối quan hệ. Đây là trải nghiệm về Chúa. Đây là lý do tại sao các mối quan hệ có ý nghĩa của bạn với những cá nhân khác lại có nhiều hứa hẹn đến vậy, vì trong sự kết hợp thật sự với người khác, bạn có thể bắt đầu trải nghiệm sự kết hợp với mọi sự sống. Đây là lý do tại sao bạn chân thành tìm kiếm mối quan hệ. Đây là động lực thật sự của bạn trong mối quan hệ—để trải nghiệm sự kết hợp và để thể hiện mục đích của bạn. Mọi người nghĩ rằng các mối quan hệ của mình là để thỏa mãn ảo tưởng của mình và để củng cố bản thân chống lại sự căng thẳng của chính mình. Điều này phải được quên đi để mục đích thật sự của mối quan hệ có thể được tiết lộ và được hiểu. Do đó, việc quên đi diễn ra trước tiên trong quá trình học. Trong đây, bạn học cách học. Trong đây, bạn học cách tiếp nhận.

HÃY THỰC HÀNH HÀNG GIỜ HÔM NAY, nhớ về ý tưởng của bạn. Hôm nay trong những lần thiền sâu của mình, một lần nữa hãy dùng từ RAHN để đưa bạn đi sâu hơn vào chiều sâu của Tri Thức. Hãy lặp lại ý tưởng vào lúc đầu thực hành và sau đó, vào mỗi lần thở ra, hãy lặp lại từ RAHN lặng lẽ với chính mình. Hãy cho phép điều này tập trung tâm trí của bạn. Hãy cho phép điều này kết nối bạn với chiều sâu của Tri Thức. Ở đây bạn đi sâu hơn so với bạn từng đi trước đây. Trong đây, bạn sẽ tìm thấy tất cả những gì bạn tìm kiếm, và sẽ không có sự bối rối về thế giới.

BÀI THỰC HÀNH 169: *Hai lần thực hành, mỗi lần 30 phút.*
Thực hành hàng giờ.

Bước 170

HÔM NAY TÔI ĐANG ĐI THEO NGHI LỄ CHUẨN BỊ CỔ XƯA.

Quá trình chuẩn bị này mà bạn đang thực hiện có nguồn gốc cổ xưa. Nó đã được sử dụng trong nhiều thế kỷ, trong thế giới này và trong cả các thế giới khác. Nó chỉ được điều chỉnh trong ngôn ngữ của nó và sự phù hợp của nó với thời đại hiện tại của bạn, nhưng nó chuẩn bị cho tâm trí theo cách mà tâm trí đã luôn được chuẩn bị trong Con Đường Tri Thức, vì Tri Thức không thay đổi và các quá trình chuẩn bị chỉ tự điều chỉnh theo các sự kiện hiện tại và sự hiểu biết hiện tại để chúng có thể phù hợp với người nhận. Tuy nhiên, cơ chế thật sự của quá trình chuẩn bị thì không thay đổi.

Bạn đang thực hiện Nghi Lễ Cổ Xưa trong việc khôi phục lại Tri Thức. Được sinh ra từ Ý Muốn Vĩ Đại của vũ trụ, quá trình chuẩn bị này đã được xây dựng cho việc tiến triển của học sinh của Tri Thức. Lúc này bạn đang làm việc song song với nhiều cá nhân khác, cả trong thế giới này và trong các thế giới khác. Vì Tri Thức đang được dạy trong mọi thế giới nơi sự sống thông minh tồn tại. Do đó, nỗ lực của bạn được hỗ trợ và tô điểm bởi nỗ lực của những người đang chuẩn bị cùng bạn. Trong đây, bạn đại diện cho một cộng đồng những người học. Vậy thì đừng nghĩ rằng nỗ lực của bạn là đơn độc. Vậy thì đừng nghĩ rằng bạn đơn độc trên thế giới này khi thực hiện việc khôi phục lại Tri Thức. Vậy thì đừng nghĩ rằng bạn không phải là một phần của cộng đồng những người học. Điều này sẽ dần trở nên rõ ràng hơn với bạn khi bạn bắt đầu nhận ra những người đang chuẩn bị cùng bạn. Điều này sẽ dần trở nên rõ ràng hơn khi trải nghiệm của bạn về sự hiện diện của các Giáo Viên của mình trở nên sâu sắc hơn. Điều này sẽ dần trở nên rõ ràng hơn khi những kết quả của Tri Thức của bạn trở nên hiển nhiên ngay cả với bạn. Điều này sẽ dần trở nên rõ ràng hơn khi bạn coi cuộc sống mình là một phần của Cộng Đồng Vĩ Đại của các thế giới.

Hãy nhắc nhở bản thân về việc thực hành của mình hàng giờ. Trong các bài thực hành sâu của mình trong sự tâm lặng, hãy nhận lãnh lợi ích từ tất cả những người thực hành cùng bạn. Hãy nhắc nhở bản thân rằng bạn không cô độc và rằng phần thưởng của họ được trao cho bạn cũng như phần thưởng của bạn được trao cho họ. Do đó, các bạn cùng nhau chia sẻ thành tựu của mình. Quyền lực của nỗ lực của bạn thì được hỗ trợ rất nhiều bởi nỗ lực và sự cho đi của người khác đến mức nó vượt xa khả năng của chính bạn. Khi điều này được nhận ra, nó sẽ trao cho bạn mọi sự khích lệ và sẽ xóa bỏ mãi mãi ý tưởng rằng bạn không đủ khả năng cho các nhiệm vụ được giao cho bạn. Vì sự cho đi của bạn được bổ sung bằng sự cho đi của người khác, và điều này đại diện cho Ý Chúa trong vũ trụ.

BÀI THỰC HÀNH 170: *Hai lần thực hành, mỗi lần 30 phút.*
Thực hành hàng giờ.

Bước 171

VIỆC CHO ĐI CỦA TÔI LÀ VIỆC XÁC NHẬN SỰ GIÀU CÓ CỦA TÔI.

VIỆC CHO ĐI CỦA BẠN LÀ VIỆC XÁC NHẬN SỰ GIÀU CÓ CỦA BẠN vì bạn cho đi từ của cải của mình. Chúng Tôi không đang nói đến việc cho đi vật thể ở đây, vì bạn có thể cho đi tất cả tài sản của mình và sau đó không còn lại gì. Nhưng khi bạn cho đi Tri Thức, Tri Thức sẽ gia tăng. Và khi bạn thấm nhuần món quà vật thể của mình với Tri Thức, Tri Thức sẽ gia tăng. Đó là lý do tại sao khi bạn nhận lãnh Tri Thức, bạn sẽ muốn cho nó đi vì đây là biểu hiện tự nhiên của sự nhận lãnh của chính bạn.

LÀM SAO BẠN CÓ THỂ LÀM CẠN KIỆT TRI THỨC khi Tri Thức là Quyền Lực và Ý Muốn của vũ trụ? Phương tiện của bạn thật nhỏ bé, nhưng thứ thể hiện bản thân thông qua bạn lại thật vĩ đại. Mối quan hệ của bạn với cuộc sống thật vĩ đại; và do đó bạn, người đang ở bên cuộc sống, thì thật vĩ đại. Không có sự tự phụ ở đây. Không có sự tự thổi phồng ở đây, vì bạn nhận ra rằng bạn vừa nhỏ bé vừa vĩ đại cùng một lúc, và bạn công nhận nguồn gốc của sự nhỏ bé của mình và nguồn gốc của sự vĩ đại của mình. Bạn công nhận giá trị của sự nhỏ bé của mình và giá trị của sự vĩ đại của mình. Khi đó, bạn công nhận toàn thể cuộc sống, và không gì bị bỏ sót khỏi sự đánh giá lớn lao của bạn về bản thân, mà xuất phát từ tình yêu và sự hiểu biết thật sự. Vậy thì, đây là sự hiểu biết mà bạn phải dần trau dồi, một lần nữa nhận ra rằng nỗ lực của bạn để làm việc đó thì được tô điểm bởi nỗ lực của những người cũng là học sinh của Tri Thức trong thế giới của bạn. Ngay cả những học sinh ở các thế giới khác cũng tô điểm cho nỗ lực của bạn, vì trong Tri Thức, không có thời gian và khoảng cách. Do đó, bạn có sự hỗ trợ lớn lao dành cho mình ngay lúc này, và trong đây bạn nhận ra mối quan hệ thật sự của mình với cuộc sống.

HÃY THỰC HÀNH HÀNG GIỜ và trong bài thiền sâu của mình, hãy để từ RAHN đưa bạn vào Tri Thức. Trong im lặng và tâm lặng, khi bạn chìm vào chiều sâu của Tri Thức, hãy nhận lãnh sự bình yên và sự xác nhận mà là quyền bẩm sinh của bạn.

BÀI THỰC HÀNH 171:   *Hai lần thực hành, mỗi lần 30 phút.*
                                  Thực hành hàng giờ.

Bước 172

TÔI PHẢI GIÀNH LẠI TRI THỨC CỦA MÌNH.

BẠN PHẢI GIÀNH LẠI TRI THỨC CỦA MÌNH. Đó không chỉ là một ưu tiên cạnh tranh với các ưu tiên khác. Việc nó là một yêu cầu trong cuộc sống trao cho nó sự cần thiết và tầm quan trọng mà nó thật sự xứng đáng. Đừng nghĩ rằng tự do của bạn bị cản trở theo bất kỳ cách nào bởi sự cần thiết này, vì tự do của bạn là kết quả của sự cần thiết này và sẽ được sinh ra từ sự cần thiết này. Ở đây bạn bước vào thế giới của phương hướng thiết yếu thay vì những lựa chọn hời hợt. Ở đây bạn trở nên nghiêm túc tham gia vào cuộc sống thay vì là một người quan sát tách rời mà chỉ có thể chứng kiến ý tưởng của chính mình.

Do đó, sự cần thiết của Tri Thức, là tầm quan trọng mà nó mang lại cho bạn và cho thế giới của bạn. Do đó hãy chào đón sự cần thiết, vì nó giải thoát bạn khỏi sự trầm trọng và sự vô hiệu hoá của sự mâu thuẫn. Nó giải cứu bạn khỏi những lựa chọn vô nghĩa và hướng bạn đến điều thật sự thiết yếu đối với phúc lợi của bạn và phúc lợi của thế giới. Tri Thức là một sự cần thiết. Cuộc đời bạn là một sự cần thiết. Tầm quan trọng của nó không chỉ dành cho một mình bạn, mà còn cho thế giới.

NẾU BẠN CÓ THỂ HIỂU ĐƯỢC CHÂN LÝ CỦA ĐIỀU NÀY, nó sẽ che phủ mọi cảm giác vô giá trị hoặc lười biếng mà bạn có thể vẫn có. Bởi vì nếu cuộc đời bạn là cần thiết, thì nó có mục đích, ý nghĩa và phương hướng. Nếu cuộc đời bạn là cần thiết, thì tất cả những cuộc đời khác cũng là cần thiết. Trong đây, bạn sẽ không muốn làm hại bất kỳ ai mà thay vào đó sẽ tìm cách xác nhận Tri Thức trong mọi người. Do đó, sự cần thiết này mang theo sức mạnh và phương hướng mà bạn yêu cầu, và trao cho bạn ân sủng và chiều sâu mà bạn phải nhận được cho chính mình. Một cuộc sống cần thiết là một cuộc sống có ý nghĩa. Tri Thức là cần thiết. Hãy trao bản thân cho sự cần thiết của bạn, và bạn sẽ cảm thấy rằng chính bạn là một điều cần thiết. Điều này sẽ xua tan cảm giác vô giá trị và tội lỗi của bạn và đưa bạn trở lại mối quan hệ với cuộc sống.

MỘT LẦN NỮA HÃY THỰC HÀNH HÀNG GIỜ, và trong hai lần thực hành thiền của mình, hãy để từ RAHN đưa bạn đi sâu hơn vào sự hiện diện của Tri Thức. Quyền lực của từ này, một từ không được biết đến trong ngôn ngữ của bạn, sẽ cộng hưởng với Tri Thức của bạn và sẽ kích thích nó. Do đó, cách thức là bí ẩn, nhưng kết quả thì cụ thể.

BÀI THỰC HÀNH 172: *Hai lần thực hành, mỗi lần 30 phút.*
Thực hành hàng giờ.

Bước 173

HÔM NAY TÔI SẼ LÀM NHỮNG GÌ CẦN THIẾT.

Việc làm những gì cần thiết sẽ kết nối bạn với sức sống trong cuộc sống, vì cuộc sống trên thế giới, trong mọi hình thức của nó, tham gia vào những gì cần thiết. Điều này thoạt đầu có vẻ áp bức đối với con người, vì họ quen sống trong ảo tưởng, nơi mọi thứ được ưu tiên và không có gì là thật sự cần thiết.

Tuy nhiên, chính khi có điều gì đó thật sự cần thiết trong cuộc sống, ngay cả khi đó là hoàn cảnh khốn cùng, thì con người mới có thể tạm thời giải thoát bản thân khỏi ảo tưởng của mình và cảm thấy mục đích, ý nghĩa và phương hướng. Vậy thì, đây là một món quà dành cho nhân loại, nhưng mọi người thường chỉ trao cho mình món quà này trong những hoàn cảnh khốn cùng.

Chính trong hoàn cảnh hạnh phúc hơn mà giờ đây bạn phải học cách tiếp nhận điều này và chào đón sự cần thiết như một ân sủng cứu rỗi trong cuộc đời mình, vì bạn muốn được cần đến, bạn muốn được hoà nhập, bạn muốn trở nên thiết yếu và bạn muốn trở thành một phần thiết yếu của cộng đồng. Tất cả điều này đều là cần thiết. Nó không đơn thuần là sở thích của bạn. Nó không thể xuất phát từ một lựa chọn hời hợt mà từ một niềm tin sâu sắc, vì việc trao tặng lớn lao của bạn phải xuất phát từ một niềm tin sâu sắc nếu nó muốn trở nên vĩ đại và trọn vẹn. Nếu không, khi nhìn thấy khó khăn hoặc thất vọng đầu tiên, bạn sẽ rời đi và sẽ rút lui vào trong tưởng tượng và ảo tưởng.

Vậy thì hãy chào đón những điều cần thiết của ngày hôm nay. Hãy làm những việc nhỏ mà không phàn nàn, vì chúng là nhỏ. Hãy làm theo quy trình chuẩn bị của mình hôm nay, vì nó là cần thiết và nó là vĩ đại. Đừng nhầm lẫn giữa thứ lớn và thứ nhỏ, vì thứ nhỏ chỉ để thể hiện thứ lớn. Đừng cố biến thứ nhỏ thành lớn hay thứ lớn thành nhỏ. Hãy hiểu được mối quan hệ thật sự của chúng với nhau, vì bên trong bạn có cả thứ lớn và thứ nhỏ. Bên trong bạn, thứ lớn muốn thể hiện bản thân thông qua thứ nhỏ.

Do đó, hãy thực hiện các hoạt động tầm thường của bạn hôm nay. Hãy làm những gì cần thiết ngày hôm nay. Hãy nhắc nhở bản thân hàng giờ về ý tưởng của chúng ta cho ngày hôm nay, và hãy trao bản thân cho việc thực hành của mình để ngày của bạn có thể là ngày của việc cho đi và nhận lãnh. Trong các bài thực hành thiền sâu của mình, hãy đi vào sự tâm lặng, sử dụng từ RAHN để đưa bạn sâu vào trong thiền định. Hãy làm việc này vì nó là cần thiết. Hãy làm việc này với sự cần thiết và bạn sẽ cảm nhận được quyền lực của ý chí của chính mình.

BÀI THỰC HÀNH 173: *Hai lần thực hành, mỗi lần 30 phút.*
Thực hành hàng giờ.

Bước 174

CUỘC ĐỜI TÔI LÀ CẦN THIẾT.

CUỘC ĐỜI BẠN LÀ CẦN THIẾT. Nó không phải là một tai nạn sinh học. Không đơn thuần là một hoàn cảnh ngẫu nhiên mà bạn đã đến thế giới này. Cuộc đời bạn là cần thiết. Nếu bạn có thể nhớ lại những gì bạn đã trải qua để đến thế giới này và sự chuẩn bị được cần—cả trong và ngoài thế giới này—để bạn xuất hiện ở đây, thì bạn sẽ nhận ra tầm quan trọng của việc bạn ở đây và tầm quan trọng của Tri Thức mà bạn mang trong mình. Cuộc đời bạn là cần thiết. Không có hình thức tự phụ nào ở đây. Nó đơn giản là việc nhận ra sự thật. Trong sự đánh giá của bạn về bản thân, cuộc đời bạn hoặc là đáng thương hoặc là hoành tráng. Tuy nhiên sự cần thiết của cuộc đời bạn thì không liên quan gì đến đánh giá của bạn, mặc dù đánh giá của bạn có thể đưa bạn đến gần hơn hoặc đưa bạn đi xa hơn khỏi sự công nhận chân thật này.

CUỘC ĐỜI BẠN LÀ CẦN THIẾT. Hãy hiểu được điều này và nó sẽ xóa bỏ cảm giác phán xét bản thân và lên án của bạn. Hãy hiểu được điều này và nó sẽ mang sự khiêm nhường vào trong những ý tưởng tự cao tự đại của bạn. Hãy hiểu được điều này và kế hoạch của bạn sau đó có thể dần được điều chỉnh theo Tri Thức, vì cuộc đời bạn là cần thiết.

HÃY LẶP LẠI LỜI TUYÊN BỐ NÀY HÀNG GIỜ và xem xét nó bất kể cảm xúc của bạn, hoàn cảnh của bạn và bất kỳ suy nghĩ nào đang chiếm ưu thế trong tâm trí bạn, vì Tri Thức thì lớn hơn suy nghĩ và để điều khiển suy nghĩ. Trong hai lần thực hành thiền của mình, hãy để từ RAHN đưa bạn đi sâu vào việc thực hành. Hãy cảm nhận sự cần thiết của cuộc đời mình—giá trị của nó và tầm quan trọng của nó. Đây là điều mà bạn có thể trải nghiệm trực tiếp. Nó không đòi hỏi việc đánh giá của bạn. Nó không đòi hỏi bạn phải coi mình vĩ đại hơn người khác. Nó đơn thuần là một trải nghiệm sâu sắc về thực tế, vì cuộc đời bạn là cần thiết. Nó là cần thiết cho bạn. Nó là cần thiết cho thế giới của bạn. Nó là cần thiết cho chính cuộc sống.

BÀI THỰC HÀNH 174:   *Hai lần thực hành, mỗi lần 30 phút.*
                     Thực hành hàng giờ.

Bước 175

ÔN TẬP

Trong Bài Ôn Tập của bạn về các bài thực tập của tuần này, một lần nữa hãy nhận ra giá trị của việc trao bản thân cho việc thực hành. Vậy thì, việc trao bản thân cho việc thực hành là bước đầu tiên để hiểu được ý nghĩa thật sự của việc cho đi và ý nghĩa thật sự của mục đích trong thế giới.

Trong lần thực hành dài của bạn, hãy ôn lại tuần vừa qua. Hãy xem lại sự tham gia của bạn với bài thực hành mỗi ngày và xem xét ý nghĩa của ý tưởng mỗi ngày. Hãy dành toàn bộ sự chú ý của bạn trong suốt thời gian thực hành dài của mình hôm nay, và nhận ra khi bạn chứng kiến sự phát triển của chính mình rằng bạn đang chuẩn bị bản thân để trao tặng cho người khác.

BÀI THỰC HÀNH 175: *Một lần thực hành dài.*

Bước 176

TÔI SẼ ĐI THEO TRI THỨC HÔM NAY.

Vào mỗi giờ hôm nay hãy trải nghiệm bản thân bạn theo Tri Thức. Hãy đưa ra những quyết định nhỏ về những thứ nhỏ khi cần thiết, nhưng đừng đưa ra quyết định lớn không với Tri Thức. Bạn có một tâm trí cá nhân để đưa ra những quyết định nhỏ và không đáng kể. Nhưng những quyết định lớn hơn nên được đưa ra với Tri Thức.

Hãy đi theo Tri Thức hàng giờ hôm nay. Hãy cho phép sự bình an của nó và sự chắc chắn của nó ở bên bạn. Hãy cho phép phương hướng tổng thể của nó được nhận biết bởi bạn. Hãy cho phép hiệu lực của nó tác động đến bạn. Hãy để nó trao bản thân cho bạn khi bạn lúc này đang học cách trao bản thân cho nó.

Trong hai lần thực hành thiền dài của mình hôm nay, dùng từ RAHN, hãy đi sâu vào Tri Thức. Hãy đi sâu vào sự hiện diện của cuộc sống. Hãy đi sâu vào trải nghiệm này. Hãy tiếp tục hướng tâm trí bạn đến thành tựu này. Hãy tiếp tục gạt sang một bên bất cứ điều gì ảnh hưởng đến bạn hoặc kìm hãm bạn. Bằng cách này, bạn rèn luyện tâm trí đồng thời chuẩn bị nó cho thứ tự nhiên nhất đối với nó để xảy ra.

Hãy đi theo Tri Thức ngày hôm nay. Nếu Tri Thức chỉ ra điều gì đó và bạn rất chắc chắn về điều này, thì hãy đi theo nó và quan sát. Hãy xem điều gì xảy ra và cố gắng học cách phân biệt Tri Thức với những xung lực của bạn, mong muốn của bạn, nỗi sợ của bạn và sự né tránh của bạn. Điều này phải được học thông qua kinh nghiệm. Bằng cách này, Tri Thức và mọi thứ giả vờ là Tri Thức sẽ được tách ra trong sự tương phản. Điều này sẽ trao cho bạn sự chắc chắn lớn hơn và sự tự tin lớn hơn, những thứ bạn sẽ cần trong thời gian tới.

BÀI THỰC HÀNH 176: *Hai lần thực hành, mỗi lần 30 phút.*
Thực hành hàng giờ.

Bước 177

TÔI SẼ HỌC CÁCH TRỞ NÊN TRUNG THỰC HÔM NAY.

CÓ MỘT SỰ TRUNG THỰC LỚN HƠN ĐANG CHỜ bạn khám phá. Có một sự trung thực lớn hơn mà bạn phải sử dụng cho chính mình. Chỉ biết mình cảm thấy thế nào là chưa đủ. Đó là một yêu cầu lớn hơn để cảm nhận những gì bạn biết. Đây là một sự trung thực lớn hơn và một sự trung thực hài hòa với chính cuộc sống, một sự trung thực phản ánh sự tiến bộ thật sự của tất cả chúng sinh trên thế giới. Đây không đơn thuần là việc thể hiện và đòi hỏi rằng ý định cá nhân của bạn phải được thực hiện. Thay vào đó, nó đòi hỏi rằng sự cần thiết của cuộc sống bên trong bạn có thể thể hiện bản thân theo cách chân thực với chính cuộc sống. Hình thức và cách thức của biểu hiện này sẽ được chứa đựng trong những thông điệp mà bạn sẽ cần truyền tải đến người khác khi đến lúc điều đó cần xảy ra.

VẬY THÌ HÃY HỌC CÁCH CẢM NHẬN NHỮNG GÌ BẠN BIẾT. Đây là sự trung thực lớn hơn. Nó đòi hỏi cả sự cởi mở và kiềm chế. Nó đòi hỏi sự kiểm tra bản thân. Nó đòi hỏi sự khách quan về cuộc đời bạn. Nó đòi hỏi sự tâm lặng và bình yên cũng như khả năng dùng tâm trí của bạn một cách tích cực để khám phá. Vì vậy, tất cả những gì bạn đã học được cho đến nay đều được đóng góp và sử dụng trong bài thực hành hôm nay.

HÃY NHẮC NHỞ BẢN THÂN HÀNG GIỜ VỀ BÀI THỰC HÀNH HÔM NAY và nghiêm túc xem xét nó trong khoảnh khắc bạn thấy mình đang ở trong. Trong các bài thực hành dài hôm nay, một lần nữa hãy bước vào sự tâm lặng và dùng tâm trí bạn trong hoạt động có ý nghĩa này. Tâm trí phải được đưa vào gần Quê Hương Cổ Đại của nó để nó tìm thấy sự thoải mái và bình yên. Điều này đòi hỏi tính kỷ luật vào lúc đầu, nhưng một khi đã kết nối đã được thực hiện, quá trình này tự diễn ra một cách tự nhiên.

HÃY HỌC CÁCH TRỞ NÊN TRUNG THỰC HƠN HÔM NAY. Hãy học cách nhận ra cấp độ lớn hơn của sự trung thực, cấp độ chân thật của sự trung thực mà xác nhận chính bản chất của bạn và không phản bội mục đích cao cả của bạn.

BÀI THỰC HÀNH 177: *Hai lần thực hành, mỗi lần 30 phút.*
Thực hành hàng giờ.

Bước 178

HÔM NAY TÔI SẼ NHỚ NHỮNG NGƯỜI ĐÃ TRAO TẶNG CHO TÔI.

ĐÂY LÀ MỘT NGÀY ĐẶC BIỆT ĐỂ CÔNG NHẬN SỰ HIỆN DIỆN của các mối quan hệ chân thật trong cuộc đời bạn. Đây là một ngày đặc biệt để ghi nhận những món quà đã được trao tặng cho bạn. Đây là một ngày dành cho lòng biết ơn.

DO ĐÓ, HÀNG GIỜ HÃY LẶP LẠI CÂU NÓI NÀY và dành giây phút để nhớ lại những người đã trao tặng cho bạn. Hãy cố gắng suy nghĩ thật kỹ về những cá nhân đã mang lại lợi ích cho bạn, bằng cách thể hiện cả sự khôn ngoan của họ và sai lầm của họ. Hãy nghĩ đến những người đã thể hiện con đường nên đi và con đường không nên đi. Khi bạn tìm hiểu sâu hơn về điều này trong hai lần thực hành dài của mình hôm nay, hãy cố gắng suy nghĩ kỹ hơn và cho phép bất kỳ cá nhân nào đến trong đầu trở thành chủ đề để bạn điều tra. Đây là thời gian thực hành tích cực trong các lần thiền của bạn.

TRONG NHỮNG LẦN THỰC HÀNH DÀI CỦA MÌNH, hãy lặp lại lời tuyên bố vào lúc đầu thực hành và cho phép các cá nhân đến với bạn. Hãy học cách nhận ra đóng góp của họ cho việc giành lại Tri Thức. Hãy học cách nhận ra đóng góp của họ cho sức khỏe thể chất và tinh thần của bạn. Hãy học cách nhận ra cách họ đã phục vụ bạn. Bằng cách này, toàn bộ khái niệm của bạn về việc cho đi và nhận lãnh và về việc phục vụ trên thế giới có thể được mở rộng và phát triển. Điều này sẽ trao cho bạn một tầm nhìn thật sự về thế giới để bạn có thể học cách trở nên nhân từ với bản thân và với người khác.

Do đó đây là ngày xác nhận và ngày biết ơn. Hãy cho phép các hoạt động của bạn trở nên có ý nghĩa và hiệu quả để bạn có thể nhận được phần thưởng của chúng.

BÀI THỰC HÀNH 178: *Hai lần thực hành, mỗi lần 30 phút.*
Thực hành hàng giờ.

Bước 179

HÔM NAY TÔI SẼ CẢM ƠN THẾ GIỚI VÌ ĐÃ DẠY TÔI ĐIỀU GÌ LÀ THẬT.

THẾ GIỚI TRONG SỰ HOÀNH TRÁNG CỦA NÓ VÀ TRONG SỰ ĐIÊN RỒ CỦA NÓ đang dạy bạn điều gì để xem trọng và dạy bạn nhận ra điều gì là thật. Sự tương phản phải rõ ràng trong quá trình học để bạn có thể phân biệt được những điều này. Để phân biệt thứ chân thật với thứ sai và thứ có ý nghĩa với thứ vô nghĩa, bạn phải có sự tương phản trong quá trình học. Bạn phải nếm trải thứ vô nghĩa để tìm ra bản chất và nội dung thật sự của nó, và bạn phải nếm trải thứ có ý nghĩa để tìm ra bản chất và nội dung thật sự của nó. Thế giới liên tục cung cấp cho bạn cơ hội để làm cả hai.

LÚC NÀY NHU CẦU CỦA BẠN LÀ ĐỂ NẾM TRẢI SỰ THẬT ngày càng nhiều, và đó là lý do tại sao Chúng Tôi nhấn mạnh điều này trong bài thực hành hàng ngày của bạn lúc này. Bạn đã nuông chiều bản thân trong thứ giả dối nhiều đến mức nó đã thống trị tâm trí và sự chú ý của bạn. Bây giờ Chúng Tôi trao cho bạn sự thật, nhưng bạn cũng phải học cách hưởng lợi từ những gì thứ giả dối đã trao cho bạn. Khi đó bạn sẽ không cần phải điều tra thứ giả dối nữa. Thứ giả dối đã tự trình bày bản thân với bạn. Bây giờ bạn đang học cách để nhận ra vẻ ngoài của nó và sử dụng lợi ích mà nó có thể mang lại cho bạn. Lợi ích duy nhất mà thứ giả dối có thể trao cho bạn là để học cách nhận ra sự thiếu thực chất của nó để bạn có thể mong muốn biết thứ gì là thật và có khả năng lớn hơn để nhận lãnh nó.

VÌ VẬY, HÃY CẢM ƠN THẾ GIỚI NGÀY HÔM NAY VÌ ĐANG ỦNG HỘ BẠN, vì sự hoành tráng của nó và vì sự điên rồ của nó, vì những khoảnh khắc truyền cảm hứng của nó và vì sự phô bày lớn lao về ảo tưởng của nó. Thế giới mà bạn thấy cho đến nay phần lớn bao gồm ảo tưởng của các cá nhân, nhưng có một thế giới lớn hơn để bạn nhìn thấy, một thế giới thật sự đang ở đó, một thế giới sẽ khơi dậy trong bạn Tri Thức, sự cảm kích và cả nỗ lực thật sự. Vì mục đích của bạn là để phục vụ quá trình tiến hóa của thế giới này, cũng như mục đích của thế giới là để phục vụ quá trình tiến hóa của bạn.

TRONG HAI LẦN THỰC HÀNH DÀI CỦA MÌNH HÔM NAY, hãy tích cực điều tra ý tưởng này bằng tâm trí của bạn. Hãy dùng tâm trí mình để hiểu được cách thế giới đã hỗ trợ bạn. Hãy suy nghĩ thật kỹ về điều này. Đây không phải là việc điều tra hời hợt. Đây là việc điều tra mà bạn phải tiến hành với sự cần thiết và nghiêm túc, vì nó sẽ quyết định trải nghiệm của bạn trong cuộc sống, cả trong hiện tại và trong tương lai.

VÀO HÀNG GIỜ HÃY NHỚ ĐẾN LỜI TUYÊN BỐ CỦA CHÚNG TA cho ngày hôm nay và nhớ nó khi bạn nhìn thế giới. Đừng để hôm nay bị lãng phí lên bạn. Hôm nay là ngày của sự công nhận, ngày của lòng biết ơn và ngày của sự khôn ngoan.

BÀI THỰC HÀNH 179: *Hai lần thực hành, mỗi lần 30 phút.*
Thực hành hàng giờ.

Bước 180

TÔI PHÀN NÀN VÌ TÔI ĐANG THIẾU TRI THỨC.

KHI BẠN PHÀN NÀN VỀ CUỘC SỐNG, thì bạn đang cầu xin để có Tri Thức. Tri Thức có tuyên bố riêng của nó về cuộc sống, nhưng nó rất khác với lời than thở mà bạn nghe thấy trong chính mình và xung quanh mình. Do đó, khi bạn tiếp cận Tri Thức ngày hôm nay, hãy nhận ra bản chất của lời than phiền—cách nó nhấn mạnh điểm yếu của bạn và sự thống trị của thế giới lên bạn và cách nó trái ngược với những gì bạn đang học lúc này. Bây giờ bạn đang học cách khám phá ra sự vĩ đại của mình và sự thống trị của bạn lên thế giới. Bạn đang trong mối quan hệ với thế giới. Hãy để mối quan hệ này trở nên lành mạnh và có ý nghĩa. Hãy để đóng góp của thế giới được trao cho bạn. Hãy để đóng góp của bạn được trao cho thế giới.

VẬY THÌ HÃY CẢM ƠN THẾ GIỚI MỘT LẦN NỮA HÔM NAY vì những gì nó đã ban tặng cho bạn. Trong các lần thiền sâu của mình hôm nay, hãy bước vào sự tâm lặng và im lặng. Hãy dùng từ RAHN để giúp bạn đi sâu vào điều này. Hãy dùng từ RAHN để định hướng tâm trí và suy nghĩ của bạn để tâm trí bạn có thể trở nên thống nhất với âm thanh của từ cổ xưa này.

ĐÂY LÀ NGÀY CỦA SỰ ĐÓNG GÓP QUAN TRỌNG. Đừng phàn nàn về hôm nay. Hãy nhận ra rằng mọi thứ xảy ra đều là cơ hội để bạn áp dụng việc thực hành của mình và phát triển các khả năng thật sự của tâm trí mình. Sự phàn nàn của bạn chỉ là việc phủ nhận những đóng góp của thế giới dành cho bạn. Do đó, đừng phủ nhận điều này. Đừng phàn nàn về thế giới ngày hôm nay để bạn có thể nhận được những món quà của nó.

BÀI THỰC HÀNH 180: *Hai lần thực hành, mỗi lần 30 phút.*

Bước 181

HÔM NAY TÔI NHẬN ĐƯỢC TÌNH YÊU CỦA TRI THỨC.

Tri Thức sở hữu hạt giống thật sự của tình yêu, không phải tình yêu chỉ là một cảm xúc, không phải tình yêu là một hình thức say sưa từ một mong muốn cấp bách sinh ra từ sự sợ hãi. Tri Thức là hạt giống của tình yêu thật sự, không phải tình yêu tìm cách chinh phục, sở hữu và thống trị, mà là tình yêu tìm cách phục vụ, trao quyền và giải thoát cho người khác. Hãy trở thành người nhận tình yêu này hôm nay để nó có thể chảy thông qua bạn vào thế giới, vì khi không có sự phủ nhận của bạn, nó chắc chắn sẽ làm việc này.

Hàng giờ hãy lặp lại lời tuyên bố này và cảm nhận tác động đầy đủ của nó, bất kể bạn thấy mình đang ở trong hoàn cảnh nào. Hãy cho phép mỗi hoàn cảnh hỗ trợ cho việc thực hành của mình, và bạn sẽ thấy rằng việc thực hành của mình sẽ có tác động ngày càng hiệu lực hơn lên cuộc sống bên ngoài của mình. Trong hai lần thực hành sâu của mình hôm nay, hãy bước vào sự hiện diện của Tri Thức và nhận lãnh tình yêu của nó. Hãy xác nhận giá trị của mình và khả năng nhận lãnh của mình. Hãy từ bỏ những giả định của bạn về bản thân và thế giới, và cho phép bản thân có một trải nghiệm sẽ chứng minh sự thật vượt qua mọi giả định. Đây là việc thực hành của bạn hôm nay. Đây là món quà của bạn dành cho bản thân, cho thế giới của mình và cho Đấng Tạo Hoá của mình để bạn có thể nhận được món quà của tình yêu.

BÀI THỰC HÀNH 181: *Hai lần thực hành, mỗi lần 30 phút.*
Thực hành hàng giờ.

Bước 182

ÔN TẬP

Hôm nay đánh dấu một bước ngoặt quan trọng trong quá trình chuẩn bị của bạn. Hôm nay đánh dấu việc hoàn thành giai đoạn đầu tiên trong quá trình chuẩn bị của bạn và bắt đầu một giai đoạn mới. Hãy ôn lại tuần qua trong một lần thực tập dài và sau đó dành thời gian để suy nghĩ xem bạn đã đi được bao xa và bạn cần phải đi bao xa. Hãy nhận ra quyền lực và sức mạnh ngày càng tăng của bạn. Hãy nghĩ về cuộc sống bên ngoài của bạn và nhận ra nhiều bao nhiêu thứ cần phải hoàn thành ở đó, cả vì lợi ích của chính bạn và vì phúc lợi của người khác. Hãy nhận ra bạn biết ít như thế nào và nhiều bao nhiêu thứ đang dành cho bạn. Đừng để bất kỳ sự nghi ngờ bản thân nào ngăn cản bạn trong nỗ lực của mình, vì bạn chỉ cần tham gia để nhận được món quà vĩ đại nhất mà cuộc sống có thể ban tặng.

Hãy ôn lại tuần qua và nghĩ đến những gì đã diễn ra trong quá trình chuẩn bị của bạn cho đến nay. Hãy quan sát sự phát triển đã diễn ra bên trong bạn trong vài tháng qua—cảm giác ngày càng tăng về sự hiện diện, cảm giác ngày càng tăng về sự chắc chắn bên trong, cảm giác ngày càng tăng về quyền lực bên trong. Hãy chấp nhận thực tế rằng cuộc sống bên ngoài của bạn đang bắt đầu mở ra. Một số thứ bị cố định trước đây giờ được nới lỏng để chúng có thể được sắp xếp lại vì lợi ích của bạn. Hãy cho phép cuộc sống bên ngoài của bạn được sắp xếp lại, vì giờ đây bạn không tìm cách thống trị nó để bảo vệ cá nhân mình. Khi một sự chắc chắn lớn hơn trỗi lên bên trong bạn, các hoàn cảnh bên ngoài phải được sắp xếp lại vì lợi ích của chính bạn. Do đó, bạn trở thành nguồn của sự thay đổi chứ không chỉ là người nhận nó.

Hãy nhận ra bạn đã đi được bao xa, nhưng hãy nhớ rằng bạn là một học sinh mới bắt đầu của Tri Thức. Hãy để đây là điểm khởi đầu của mình để bạn có thể giả định ít và nhận được nhiều. Từ điểm tham chiếu lớn lao này, bạn sẽ có thể nhìn qua khỏi định kiến và sự lên án của nhân loại. Bạn sẽ có thể nhìn qua khỏi quan điểm cá nhân và có tầm nhìn về thế giới mà thế giới đang tuyệt vọng để nhận.

BÀI THỰC HÀNH 182: *Một lần thực hành dài.*

NHỮNG BƯỚC ĐI ĐẾN TRI THỨC

PHÂN HAI

Trong nửa sau của chương trình chuẩn bị của chúng ta, chúng ta sẽ thực hiện việc khám phá những lĩnh vực mới, để tiếp tục trau dồi trải nghiệm của bạn về Tri Thức và chuẩn bị bạn để trở thành người đóng góp Tri Thức trong thế giới. Trong những ngày sắp tới, chúng ta sẽ khám phá những thứ mà bạn quen thuộc và những thứ mà bạn không quen thuộc, những thứ mà bạn đã nhận ra trước đây và những thứ mà bạn chưa từng thấy trước đây. Bí ẩn của cuộc đời bạn kêu gọi bạn bởi vì từ bí ẩn này, mọi thứ có giá trị cụ thể trên thế giới sẽ đến.

Do đó trong các bước tiếp theo, hãy trao bản thân với sự tận tụy ngày càng tăng. Hãy làm dịu cảm giác nghi ngờ của bạn. Hãy cho phép bản thân tiến bước với sự chắc chắn lớn hơn. Chỉ sự tham gia của bạn là được cần, vì khi bạn kích thích Tri Thức, Tri Thức sẽ tự trỗi lên. Nó sẽ tự trỗi lên khi các điều kiện tinh thần và thể chất của cuộc sống bạn đã được chuẩn bị và điều chỉnh phù hợp.

Bây giờ chúng ta hãy tiến bước với bước tiếp theo của quá trình chuẩn bị của bạn.

Bước 183

TÔI TÌM KIẾM TRẢI NGHIỆM CHỨ KHÔNG PHẢI CÂU TRẢ LỜI.

HÃY TÌM KIẾM TRẢI NGHIỆM HÔM NAY, vì trải nghiệm sẽ trả lời mọi câu hỏi và khiến việc đặt câu hỏi trở nên không cần thiết. Hãy tìm kiếm trải nghiệm hôm nay để nó có thể dẫn bạn đến trải nghiệm ngày càng lớn hơn. Tốt hơn cho bạn để đặt câu hỏi với Tri Thức và sau đó nhận được trải nghiệm mà Tri Thức có thể trao cho bạn. Bạn đã quen với việc nhận được rất ít phản hồi cho những câu hỏi của mình. Một câu trả lời là rất ít. Một câu trả lời đích thực phải là lời mời tham gia vào quá trình chuẩn bị lớn lao, một quá trình chuẩn bị mà bạn không chuẩn bị cho chính mình nhưng đã được chuẩn bị cho bạn. Do đó, đừng tìm kiếm những thứ nhỏ nhặt mà trao cho bạn sự nhẹ nhõm hay thoải mái phút lát. Hãy tìm kiếm thứ là nền tảng của cuộc đời bạn, thứ có thể trao cho bạn cuộc sống chưa từng có.

HÔM NAY TRONG HAI LẦN THỰC HÀNH SÂU CỦA MÌNH, hãy nhận lãnh trải nghiệm này. Bạn có thể sử dụng từ RAHN nếu bạn thấy có ích, nhưng hãy đi sâu vào trải nghiệm của Tri Thức. Đừng tìm kiếm câu trả lời. Các ý tưởng sẽ đến với bạn theo thời điểm của riêng chúng và theo cách riêng của chúng. Bạn có thể chắc chắn về điều đó. Khi tâm trí bạn đã được chuẩn bị, nó sẽ trở nên thật sự tiếp nhận và thật sự có khả năng thực hiện những gì nó nhận được. Đây là sự công nhận mà bạn cần. Nó phải được sinh ra từ trải nghiệm lớn lao.

HÀNG GIỜ HÃY NHẮC NHỞ BẢN THÂN VỀ VIỆC THỰC HÀNH CỦA MÌNH, và nhận ra rằng đó là trải nghiệm đích thực mà bạn đang tìm kiếm chứ không chỉ là câu trả lời. Tâm trí bạn đầy những câu trả lời, và chúng vẫn chưa trả lời câu hỏi của bạn cho đến nay.

BÀI THỰC HÀNH 183: *Hai lần thực hành, mỗi lần 30 phút.*
Thực hành hàng giờ.

Bước 184

CÂU HỎI CỦA TÔI THÌ LỚN HƠN NHỮNG GÌ TÔI TỪNG NHẬN RA TRƯỚC ĐÂY.

Những gì bạn thật sự cầu xin thì lớn hơn nhiều so với những gì bạn đã từng xem xét trước đây. Mặc dù câu hỏi của bạn có thể đã trỗi lên từ những hoàn cảnh trước mắt, nhưng bạn đang cầu xin nhiều hơn là giải pháp tức thời cho những thứ tức thời. Giải pháp tức thời sẽ được đưa ra, nhưng từ một Nguồn Vĩ Đại. Chính Nguồn Vĩ Đại này mà bạn đang tìm kiếm, vì bạn đang tìm cách nhận ra bản chất của mình ở đây, và bạn đang tìm kiếm quá trình chuẩn bị sẽ cho phép bạn đóng góp món quà của mình để công việc của bạn trên thế giới có thể được hoàn thành. Do đó hãy hiểu rằng bạn đang ở đây để phục vụ. Bạn đang ở đây để cho đi. Và khi làm như vậy, bạn sẽ tìm thấy sự viên mãn của mình. Điều này sẽ tạo ra hạnh phúc cho bạn.

TRONG HAI LẦN THỰC HÀNH DÀI CỦA MÌNH HÔM NAY, một lần nữa hãy bước vào sự tâm lặng và im lặng, ghi nhớ rằng sự tâm lặng trau dồi tâm trí để tiếp nhận. Trong sự tâm lặng, bạn thấy những điều đã được biết đến rồi mà bạn đã bỏ mặc cho đến giờ. Từ những lần thực hành này, tâm trí bạn sẽ trở nên tinh tế hơn và có chiều sâu hơn, tập trung hơn và có trọng tâm lớn hơn trong mọi khía cạnh của cuộc sống bạn.

THỨ BẠN ĐANG TÌM KIẾM HÔM NAY là thứ gì đó lớn hơn bạn từng xem xét trước đây. Bạn đang tìm cách biết được ý nghĩa của Tri Thức của mình thông qua biểu hiện của nó.

BÀI THỰC HÀNH 184: *Hai lần thực hành, mỗi lần 30 phút.*

Bước 185

TÔI ĐÃ ĐẾN THẾ GIỚI VÌ MỘT MỤC ĐÍCH.

Một lần nữa Chúng Tôi khẳng định chân lý vĩ đại này, mà trong Tri Thức của bạn, bạn sẽ biết là đúng. Bất kể giai đoạn hiện tại của bạn trong việc phát triển cá nhân là gì, thực tế của mục đích của bạn trong cuộc đời vẫn là thật. Do đó, thỉnh thoảng Chúng Tôi nhắc lại một số bài học nhất định mà thiết yếu cho phúc lợi và sự phát triển của bạn. Chúng Tôi thỉnh thoảng trao cho chúng những cách diễn đạt khác nhau để bạn có thể có trải nghiệm ngày càng lớn hơn về chúng. Bằng cách này, chúng có thể tìm đường vào trái tim bạn để trái tim bạn có thể tìm đường vào nhận thức của bạn.

Bạn đang ở đây để phục vụ. Bạn đang ở đây để cho đi. Bạn đang ở đây vì bạn giàu có với Tri Thức. Bất kể hoàn cảnh của bạn như thế nào trong cuộc sống, cảm giác nghèo khó của chính bạn sẽ được xóa bỏ mãi mãi khi Tri Thức trỗi lên bên trong bạn, vì không thể có cảm giác thiếu thốn nào khi Tri Thức đang được trải nghiệm và thể hiện. Đây là lời hứa của chương trình chuẩn bị này. Đây là lời hứa của cuộc đời bạn. Đây là định mệnh của bạn và sứ mệnh của bạn ở đây. Từ đây, tiếng gọi cụ thể của bạn trên thế giới sẽ được trao cho bạn. Nó sẽ khá cụ thể đối với các hoạt động và hành vi của bạn. Trước khi điều này có thể xảy ra, tâm trí bạn phải được trau dồi, và cuộc sống của bạn phải được sắp xếp lại và đưa vào trạng thái cân bằng thật sự để nó có thể phản ánh Tri Thức của bạn chứ không chỉ nỗi sợ và mong muốn của bạn. Một cuộc sống lớn hơn phải đến từ một Nguồn Vĩ Đại bên trong bạn. Một cuộc sống lớn hơn bây giờ đang trở nên khả thi đối với bạn.

Bạn đang ở đây để phục vụ, nhưng để phục vụ bạn phải nhận. Trong những lần thực hành dài của mình hôm nay, hãy thực hành việc nhận lãnh. Hãy đi sâu hơn trong việc thực hành tâm lặng của bạn. Hãy trau dồi việc thực hành này. Bây giờ bạn đang học các kỹ năng cụ thể sẽ giúp bạn thực hiện điều này. Khi ý muốn của bạn đang được trải nghiệm, các phương pháp sẽ theo sau một cách tự nhiên. Chúng Tôi chỉ cung cấp nhiêu đó phương pháp cần thiết để hướng tâm trí bạn theo đúng hướng. Từ đây, bạn có thể tinh chỉnh việc thực hành của mình để đáp ứng nhu cầu của mình mà không phản bội các hướng dẫn được đưa ra trong khóa học này.

Do đó, hãy đi theo các hướng dẫn được đưa ra và thực hiện các điều chỉnh nhỏ khi cần thiết. Khi bạn học cách làm việc với bản chất của mình, bạn sẽ học cách sử dụng nó cho chính mình. Hãy thực hành hàng giờ để việc thực hành của bạn có thể đi cùng bạn mọi nơi và để mọi thứ xảy ra với bạn hôm nay có thể là một phần của việc thực hành của bạn.

BÀI THỰC HÀNH 185: *Hai lần thực hành, mỗi lần 30 phút.*
Thực hành hàng giờ.

Bước 186

TÔI ĐƯỢC SINH RA TỪ MỘT DI SẢN CỔ ĐẠI.

BẠN ĐƯỢC SINH RA TỪ MỘT DI SẢN CỔ ĐẠI. Điều này sẽ tự nhiên trỗi lên trong tâm trí bạn, mặc dù nó vượt ngoài lời nói và vượt ngoài mô tả. Về bản chất, đó là một trải nghiệm tinh khiết về cuộc sống và sự hòa nhập. Những gì được ghi nhớ trong trải nghiệm này là những mối quan hệ mà bạn đã vun đắp cho đến nay trong quá trình tiến hóa của mình cho đến thời điểm này. Chỉ việc khôi phục lại các mối quan hệ mới có thể được mang tiếp tục sau cuộc đời bạn trên thế giới này. Những cá nhân mà bạn đã khôi phục lại cho chính mình như Gia Đình Tâm Linh của bạn lúc này đang tồn tại như Gia Đình Tâm Linh của bạn. Họ hình thành nên khối Tri Thức ngày càng tăng và sự hòa nhập trong cuộc sống mà giờ đây bạn có khả năng trải nghiệm.

BẠN ĐANG Ở ĐÂY ĐỂ PHỤC VỤ GIA ĐÌNH TÂM LINH CỦA MÌNH, nhóm học tập nhỏ của bạn mà đã cùng nhau làm việc qua nhiều thời đại và hoàn cảnh để trau dồi và phát triển các thành viên của chúng để nhóm của bạn có thể tham gia với các nhóm khác và vân vân. Giống như những dòng suối hợp lại thành những khối nước chuyển động ngày càng lớn hơn, bạn đi theo con đường tất yếu của mình đến nguồn của cuộc đời bạn. Đây là con đường tự nhiên, con đường chân thật, con đường tồn tại vượt khỏi mọi suy đoán và triết lý, vượt khỏi mọi nỗi sợ và tham vọng của nhân loại. Đây là cách của mọi thứ—mãi mãi bí ẩn, vượt khỏi sự hiểu biết của bạn nhưng vẫn hoàn toàn sẵn sàng phục vụ bạn trong những hoàn cảnh trước mắt của cuộc sống bạn. Đó là sự vĩ đại của bí ẩn của cuộc đời bạn, và đó là ứng dụng của nó ngay cả trong những chi tiết nhỏ nhất của cuộc sống bạn. Do đó, cuộc đời bạn ở đây là trọn vẹn.

BẠN ĐƯỢC SINH RA TỪ MỘT DI SẢN VĨ ĐẠI. Vì vậy, sự vĩ đại ở cùng bạn vì các mối quan hệ của bạn. Hãy nhận lãnh Di Sản này trong sự tâm lặng trong hai lần thực hành thiền sâu của bạn hôm nay và công nhận nó hàng giờ. Hãy để hôm nay thể hiện cả thực tế và sự phủ nhận về chân lý vĩ đại này, vì khi bạn nhìn thế giới trong sự phủ nhận của nó cố gắng thực hiện những sự thay thế cho Tri Thức, thì bạn sẽ học cách xem trọng Tri Thức và nhận ra rằng Tri Thức đang ở đây rồi.

BÀI THỰC HÀNH 186: *Hai lần thực hành, mỗi lần 30 phút.*
Thực hành hàng giờ.

Bước 187

TÔI LÀ CÔNG DÂN CỦA CỘNG ĐỒNG VĨ ĐẠI CỦA CÁC THẾ GIỚI.

BẠN KHÔNG CHỈ LÀ MỘT CON NGƯỜI trong một thế giới này. Bạn là công dân của Cộng Đồng Vĩ Đại của các thế giới. Đây là vũ trụ vật lý mà bạn nhận ra thông qua các giác quan của mình. Nó lớn hơn nhiều so với những gì bạn có thể hiểu được lúc này. Mức độ của các mối quan hệ của nó thì lớn hơn nhiều so với những gì bạn thậm chí có thể tưởng tượng, vì thực tế thì luôn lớn hơn trí tưởng tượng.

BẠN LÀ CÔNG DÂN CỦA MỘT VŨ TRỤ VẬT LÝ LỚN LAO. Điều này không chỉ công nhận Dòng Dõi của bạn và Di Sản của bạn mà còn công nhận mục đích của bạn trong cuộc sống tại thời điểm này, vì thế giới nhân loại đang phát triển vào trong cuộc sống của Cộng Đồng Vĩ Đại của các thế giới. Bạn biết điều này, mặc dù niềm tin của bạn có thể chưa tính đến nó.

HÔM NAY, HÀNG GIỜ, hãy xác nhận quyền công dân của bạn trong Cộng Đồng Vĩ Đại của các thế giới, vì điều này khẳng định một cuộc sống lớn lao mà bạn lúc này đang bắt đầu khám phá. Trong hai lần thực hành thiền của mình, một lần nữa hãy bước vào sự tâm lặng và yên tĩnh. Trải nghiệm ngày càng tăng này về sự tâm lặng sẽ giúp bạn hiểu được mọi thứ, vì tâm trí bạn được tạo ra để kết hợp Tri Thức, và đây là cách sự hiểu biết đến. Việc tích lũy ý tưởng và việc tích lũy lý thuyết thì không tạo thành Tri Thức hay sự hiểu biết, vì sự hiểu biết được sinh ra từ sự kết nối và trải nghiệm thật sự. Trong đây, nó không có thứ nào sánh bằng trên thế giới và do đó có thể phục vụ cho thế giới mà bạn nhận thức.

BÀI THỰC HÀNH 187: *Hai lần thực hành, mỗi lần 30 phút.*
Thực hành hàng giờ.

Bước 188

CUỘC ĐỜI TÔI TRÊN THẾ GIỚI NÀY THÌ QUAN TRỌNG HƠN TÔI TỪNG NHẬN RA TRƯỚC ĐÂY.

ĐÂY CÓ PHẢI LÀ MỘT Ý TƯỞNG HOÀNH TRÁNG KHÔNG? Không, không phải. Ý tưởng này có phản bội nhu cầu phải khiêm tốn của bạn không? Không, không có. Bạn đang ở đây vì một mục đích lớn hơn bạn từng tưởng tượng, vì trí tưởng tượng của bạn không chứa đựng ý nghĩa của mục đích của bạn trong cuộc đời. Trong cuộc sống, chỉ có mục đích và tất cả những thứ thay thế cho mục đích này, những thứ được sinh ra từ trí tưởng tượng đầy sợ hãi. Bạn đang ở đây để sống một cuộc sống lớn hơn bạn từng nhận ra, và sự vĩ đại này là thứ bạn mang trong mình. Nó có thể được thể hiện trong lối sống đơn giản nhất và hoạt động đơn giản nhất. Các hoạt động là vĩ đại vì bản chất mà chúng truyền tải, chứ không phải vì sự kích thích mà chúng có thể khơi dậy trong người khác.

HÃY HIỂU ĐƯỢC SỰ PHÂN BIỆT NÀY THẬT CẨN THẬN, và bạn sẽ bắt đầu học cách phân biệt sự vĩ đại với sự nhỏ bé và học cách sự nhỏ bé có thể phục vụ cho sự vĩ đại. Điều này sẽ tích hợp mọi khía cạnh của chính bạn, vì một phần của bạn là vĩ đại và một phần của bạn là nhỏ bé. Tâm trí cá nhân của bạn và cơ thể vật lý của bạn là nhỏ bé và được định để phục vụ cho sự vĩ đại của Tri Thức. Điều này kết hợp bạn. Đây cũng là điều kết hợp cuộc sống. Không có sự bất bình đẳng nào ở đây, vì mọi thứ đang làm việc cùng nhau để phục vụ một mục đích lớn lao, mà bạn đã đến để phục vụ.

TRONG NHỮNG LẦN THỰC HÀNH DÀI CỦA BẠN HÔM NAY, hãy tích cực dùng tâm trí mình vào việc cố gắng hiểu được những điều này. Sự hiểu biết của bạn sẽ được sinh ra từ việc điều tra của bạn, không đơn thuần từ những ý tưởng mà bạn thấy an ủi bản thân hoặc dễ chấp nhận. Hãy sử dụng tâm trí bạn để điều tra. Với mắt nhắm, hãy nghĩ về những điều này. Hãy tập trung thật cẩn thận, và khi sự tập trung của bạn kết thúc, hãy giải phóng mọi ý tưởng và bước vào sự tâm lặng. Do đó, tâm trí được sử dụng một cách có chủ đích, và sau đó nó được đưa vào sự tâm lặng. Đây là hai chức năng của tâm trí mà bạn sẽ thực hành ngày hôm nay.

Hãy nhắc nhở bản thân về việc thực hành của mình hàng giờ và sử dụng hôm nay để phát triển bản thân, mà là món quà của bạn cho thế giới.

Bài thực hành 188: *Hai lần thực hành, mỗi lần 30 phút.*
Thực hành hàng giờ.

Bước 189

GIA ĐÌNH TÂM LINH CỦA TÔI HIỆN DIỆN KHẮP MỌI NƠI.

GIA ĐÌNH TÂM LINH CỦA BẠN THÌ VĨ ĐẠI HƠN BẠN NHẬN RA. Nó hiện diện trong nhiều thế giới. Ảnh hưởng của nó ở khắp mọi nơi. Đó là lý do tại sao thật vô nghĩa để coi mình là đơn độc khi bạn là một phần của thứ thật vĩ đại đang phục vụ cho mục đích vĩ đại nhất trong mọi mục đích. Bạn phải từ bỏ sự lên án bản thân và cảm giác nhỏ bé của mình để biết được điều này, vì bạn đã đồng nhất với hành vi của mình trên thế giới, mà là nhỏ bé. Bạn đã đồng nhất với tâm trí cá nhân của mình và cơ thể vật chất của mình, mà là nhỏ bé. Tuy nhiên bây giờ bạn đang bắt đầu nhận ra mối quan hệ của mình với chính cuộc sống thông qua Tri Thức, mà là vĩ đại. Điều này được thực hiện mà không trừng phạt tâm trí cá nhân hoặc cơ thể vật lý, vì chúng trở nên hữu ích và thú vị khi chúng học cách phục vụ một mục đích lớn lao. Khi đó cơ thể có được sức khỏe và tâm trí cá nhân được sử dụng, mang lại cho chúng ý nghĩa mà chúng hiện đang thiếu.

NHU CẦU VẬT LÝ CỦA BẠN LÀ VỀ SỨC KHỎE, nhưng sức khỏe của bạn là để phục vụ cho một mục đích lớn lao. Bạn cần sử dụng đúng cách tâm trí cá nhân của mình, việc này sẽ trao cho nó ý nghĩa và giá trị, vì nó chỉ tìm cách được bao gồm trong những gì có ý nghĩa. Điều cho phép tâm trí cá nhân của bạn và cơ thể vật lý của bạn tìm thấy vị trí đúng đắn của chúng trong cuộc sống của bạn chính là Tri Thức, thứ cung cấp mục đích, ý nghĩa và phương hướng cho bạn.

ĐIỀU NÀY ĐÚNG TRONG MỌI THẾ GIỚI. Điều này đúng khắp cả vũ trụ vật lý nơi bạn là công dân. Hãy mở rộng tầm nhìn của bạn về bản thân để bạn có thể học cách trở nên khách quan về thế giới của mình. Đừng chỉ áp đặt các giá trị, giả định và mục tiêu của con người lên thế giới của bạn, vì điều này sẽ làm bạn mù quáng trước mục đích và sự tiến hóa của thế giới và khiến bạn khó cảm kích rằng bạn là công dân của một cuộc sống vĩ đại hơn.

Hôm nay trong hai lần thực hành dài của mình, hãy dùng tâm trí trong việc điều tra tích cực về ý tưởng này. Hãy dành mười lăm phút đầu tiên để tham gia vào việc điều tra này trong hai lần thực hành dài của bạn. Hãy cố gắng nghiêm túc điều tra ý nghĩa của ý tưởng ngày hôm nay. Sau đó khi việc điều tra của bạn hoàn tất, hãy để tâm trí bạn bước lại vào sự tâm lặng. Hãy nhận ra sự tương phản giữa việc tham gia tích cực của tâm trí và sự tâm lặng của tâm trí. Hãy hiểu rằng cả hai đều quan trọng và bổ sung cho nhau. Hàng giờ hãy lặp lại ý tưởng và xem xét nó khi bạn nhìn thế giới xung quanh mình.

BÀI THỰC HÀNH 189:   *Hai lần thực hành, mỗi lần 30 phút.*
　　　　　　　　　　Thực hành hàng giờ.

Bước 190

THẾ GIỚI ĐANG TRỖI VÀO TRONG CỘNG ĐỒNG VĨ ĐẠI CỦA CÁC THẾ GIỚI VÀ ĐÓ LÀ LÝ DO TẠI SAO TÔI ĐÃ ĐẾN.

Bạn đã đến thế giới tại một bước ngoặt vĩ đại, một bước ngoặt mà bạn chỉ thấy một phần trong cuộc đời mình. Đó là bước ngoặt khi thế giới của bạn tiếp xúc với các thế giới xung quanh nó. Đây là quá trình tiến hóa tự nhiên của nhân loại, cũng như đó là quá trình tiến hóa tự nhiên của mọi sự sống thông minh trong mọi thế giới. Thế giới của bạn đang tìm kiếm Cộng Đồng Vĩ Đại. Điều này sẽ đòi hỏi rằng cộng đồng nội tại của thế giới bạn trở nên thống nhất. Đây cũng là một phần trong quá trình tiến hóa của mọi sự sống thông minh trong mọi thế giới. Bạn đã đến đây để phục vụ điều này. Có nhiều cấp độ phục vụ và nhiều thứ cần được đóng góp—ở cấp độ cá nhân, ở cấp độ cộng đồng và ở cấp độ thế giới. Bạn là một phần của sự chuyển động vĩ đại này của cuộc sống, vì bạn không ở đây cho mục đích của riêng mình. Bạn đang ở đây để phục vụ thế giới, và do đó được phục vụ lại.

Hôm nay trong hai lần thực hành dài của bạn, hãy điều tra ý tưởng cho ngày hôm nay. Hãy suy nghĩ nghiêm túc về nó, quan sát những ý tưởng hài hoà với nó và những ý tưởng không đồng ý với nó. Hãy xem xét cảm xúc của bạn, cả ủng hộ và phản đối ý tưởng này. Hãy xem xét ưu tiên của bạn, định kiến của bạn, niềm tin của bạn, hy vọng của bạn, nỗi sợ hãi của bạn và vân vân. Việc này tạo thành nửa đầu của mỗi lần thực hành. Trong nửa sau, hãy bước vào sự tĩnh lặng và im lặng, dùng từ RAHN nếu bạn thấy hữu ích. Hãy nhớ rằng cả hai hoạt động tâm trí này đều là cần thiết và bổ sung cho nhau, như bạn sẽ học được trong tương lai. Hàng giờ hãy lặp lại ý tưởng cho ngày hôm nay. Hãy cho phép nó cung cấp những gì bạn cần để thấy thế giới theo một cách mới.

BÀI THỰC HÀNH 190:   *Hai lần thực hành, mỗi lần 30 phút.*
                     Thực hành hàng giờ.

Bước 191

TRI THỨC CỦA TÔI THÌ VĨ ĐẠI HƠN NHÂN TÍNH CỦA TÔI.

Tri Thức của bạn được sinh ra từ Cuộc Sống Phổ Quát. Nó bao phủ nhân tính của bạn nhưng trao cho nhân tính của bạn ý nghĩa thật sự. Cuộc Sống Vĩ Đại muốn thể hiện chính nó trong thế giới của bạn, trong kỷ nguyên của bạn và trong những hoàn cảnh thật sự đang tồn tại lúc này. Do đó, thứ vĩ đại thể hiện bản thân thông qua thứ nhỏ bé, và thứ nhỏ bé trải nghiệm bản thân như thứ vĩ đại. Đây là cách thức của mọi sự sống. Nhân tính của bạn không có ý nghĩa trừ khi nó phục vụ cho một bối cảnh lớn hơn và là một phần của Thực Tại Vĩ Đại. Khi không có điều này, nó giống như một hình thức ràng buộc hơn—một sự kiềm chế, một sự giam cầm và một sự áp đặt lên bản chất của bạn thay vì sự xác nhận bản chất của bạn.

Tri Thức của bạn thì vĩ đại hơn nhân tính của bạn. Do đó nhân tính của bạn có thể có ý nghĩa, vì nó có thứ gì đó để phục vụ. Nếu không có sự phục vụ, nhân tính của bạn chỉ là một sự kiềm chế, thứ giam hãm bạn và giam cầm bạn. Nhưng nhân tính của bạn được định để phục vụ một Thực Tại Vĩ Đại mà bạn mang trong mình ngày hôm nay. Thực Tại này đang ở trong bạn, nhưng bạn không sở hữu nó. Bạn không thể sử dụng nó để thoả mãn bản thân. Bạn chỉ có thể nhận lãnh nó và cho phép nó tự thể hiện bản thân. Nó sẽ tự thể hiện bản thân thông qua nhân tính của bạn, và nó sẽ trao cho bạn trải nghiệm vĩ đại hơn về bản thân bạn.

Trong những lần thực hành dài của mình hôm nay, hãy cho phép bản thân bạn một lần nữa bước vào sự tâm lặng, và hàng giờ hãy lặp lại ý tưởng này để bạn có thể xem xét ý nghĩa thật sự của nó. Đừng chấp nhận những giả định đơn thuần hoặc những kết luận non vội, vì ý tưởng hôm nay sẽ đòi hỏi sự tham gia sâu sắc của bạn. Cuộc sống có chiều sâu. Bạn phải thâm nhập vào nó. Bạn phải bước vào nó. Bạn phải nhận lãnh nó và điều tra bên trong nó. Khi đó bạn sẽ trở nên kết nối trở lại với mối quan hệ tự nhiên của mình với cuộc sống.

BÀI THỰC HÀNH 191:   *Hai lần thực hành, mỗi lần 30 phút.*
Thực hành hàng giờ.

Bước 192

HÔM NAY TÔI SẼ KHÔNG BỎ BÊ NHỮNG VIỆC NHỎ.

ĐỪNG BỎ BÊ NHỮNG VIỆC NHỎ HÔM NAY mà bạn cần phải làm. Làm những việc nhỏ không hề có nghĩa là bạn nhỏ bé. Nếu bạn không đồng nhất với hành vi và hoạt động của mình, thì bạn có thể cho phép sự vĩ đại của mình tồn tại khi bạn thực hiện chúng. Một người vĩ đại có thể làm những việc nhỏ mà không phàn nàn. Một người với Tri Thức có thể thực hiện các hoạt động tầm thường mà không có bất kỳ cảm giác xấu hổ nào. Hoạt động chỉ là hoạt động. Chúng không cấu thành bản chất hoặc bản thể thật sự của bạn. Bản chất hoặc bản thể thật sự của bạn là nguồn của cuộc đời bạn, mà sẽ thể hiện chính nó thông qua các hoạt động nhỏ của bạn khi bạn học cách đón nhận nó và nhìn nó theo góc nhìn phù hợp.

ĐỪNG BỎ BÊ NHỮNG VIỆC NHỎ. Hãy lo cho những việc nhỏ để cuộc sống của bạn trên thế giới có thể ổn định và có thể tiến triển đúng đắn. Hôm nay trong những bài thực hành sâu của mình, một lần nữa hãy bước vào sự vĩ đại và chiều sâu của Tri Thức. Bởi vì bạn đã giải quyết những việc nhỏ, giờ đây bạn có thể dành thời gian này để cống hiến và cho đi. Bằng cách này, cuộc sống bên ngoài của bạn được quản lý phù hợp, và cuộc sống bên trong của bạn cũng được chăm lo, vì bạn là trung gian giữa cuộc sống vĩ đại và cuộc sống trên thế giới. Vì vậy, bạn lo cho những điều nhỏ và bạn nhận được những điều lớn lao. Đây là chức năng thật sự của bạn, vì bạn đang ở đây để trao tặng Tri Thức cho thế giới.

NHƯ TRƯỚC ĐÂY, HÃY LẶP LẠI BÀI THỰC HÀNH CỦA BẠN HÀNG GIỜ. Hãy mang nó theo mình. Đừng quên.

BÀI THỰC HÀNH 192: *Hai lần thực hành, mỗi lần 30 phút.*
Thực hành hàng giờ.

Bước 193

TÔI SẼ LẮNG NGHE NGƯỜI KHÁC MÀ KHÔNG PHÁN XÉT HÔM NAY.

Hãy lắng nghe người khác mà không phán xét ngày hôm nay. Tri Thức sẽ chỉ ra những gì họ nói có giá trị hay không. Nó sẽ làm việc này mà không có bất kỳ hình thức lên án nào, không có bất kỳ sự so sánh nào và không có bất kỳ đánh giá nào từ phía bạn. Tri Thức được thu hút đến Tri Thức, và nó không bị thu hút bởi những gì không phải là Tri Thức. Do đó, bạn có thể tìm thấy con đường đúng của mình mà không cung cấp sự phán xét hay thù hận cho thế giới. Đây là hệ thống Hướng Dẫn Nội Tâm đang phục vụ bạn. Nó sẽ dẫn bạn đến nơi bạn cần đến và sẽ dẫn dắt bạn đóng góp ở nơi mà những đóng góp của bạn có thể có giá trị lớn nhất. Nếu bạn lắng nghe người khác mà không phán xét, thì bạn sẽ nghe thấy cả Tri Thức và lời kêu gọi cho Tri Thức. Bạn sẽ thấy được nơi Tri Thức tồn tại và nơi nó đã bị phủ nhận. Điều này là tự nhiên. Bạn không cần phải phán xét mọi người để đưa ra quyết định này. Nó đơn giản được biết đến.

Hãy lắng nghe người khác để bạn có thể trải nghiệm bản thân đang lắng nghe, vì nhiệm vụ của bạn không phải để phán xét thế giới hay để quyết định nơi nào và cách nào những món quà của bạn nên được trao tặng. Nhiệm vụ của bạn là để trải nghiệm bản thân trong cuộc sống và cho phép Tri Thức trỗi lên, vì Tri Thức sẽ tự trao tặng bản thân vào lúc và ở nơi phù hợp. Điều này cho phép bạn có được sự bình yên, vì bạn không đang cố gắng kiểm soát thế giới.

Hãy cho phép các bài thực hành của bạn trở nên sâu sắc. Hãy thực hành hàng giờ như trước đây. Hãy lắng nghe người khác ngày hôm nay để bạn có thể trải nghiệm bản thân trong mối quan hệ với họ, để thông điệp thật sự của họ dành cho bạn có thể được trao và được hiểu. Điều này sẽ xác nhận cho bạn sự hiện diện của Tri Thức và nhu cầu về Tri Thức trên thế giới cùng một lúc.

BÀI THỰC HÀNH 193: *Thực hành hàng giờ.*

Bước 194

TÔI SẼ ĐI NƠI TÔI ĐƯỢC CẦN HÔM NAY.

Hãy cho phép bản thân đi nơi bạn được cần, nơi bạn cần đi. Sự cần thiết này về hành động sẽ mang lại giá trị và ý nghĩa cho các hoạt động của bạn và sẽ xác nhận giá trị của bạn trong tất cả các tương tác của mình hôm nay. Hãy đi nơi bạn được cần, nơi bạn cần đi. Hãy nhận biết động cơ thật sự cho việc này và phân biệt nó khỏi bất kỳ cảm giác tội lỗi hoặc nghĩa vụ nào đối với người khác. Đừng đặt những yêu cầu giả tạo lên bản thân bạn. Đừng để người khác đặt những yêu cầu giả tạo lên bạn ngoài những nhiệm vụ đơn giản của bạn trong ngày hôm nay. Hãy đi nơi bạn thật sự được cần.

Hãy nhắc nhở bản thân về điều này hàng giờ, vì ý nghĩa của nó phải được thâm nhập để được trải nghiệm. Nếu bạn đã quen với tội lỗi và nghĩa vụ, ý tưởng của ngày hôm nay dường như sẽ làm tăng thêm khó khăn của bạn. Tuy nhiên ý tưởng của ngày hôm nay thật sự là sự xác nhận về Tri Thức bên trong bạn, cung cấp cơ hội để Tri Thức hướng dẫn bạn và thể hiện giá trị của nó cho bạn. Nó không liên quan gì đến sự phụ thuộc, vì bạn phải độc lập khỏi những thứ sai để đi theo thứ chân thật. Đây là giá trị của mọi sự độc lập.

Trong những lần thực hành dài của mình, hãy đi sâu vào trong Tri Thức. Và khi bạn ở trong thế giới, hãy giữ cho ý tưởng này sống động. Hãy cho phép bản thân cảm nhận sự hiện diện sâu thẳm bên trong bạn khi bạn đang ở bên ngoài trong thế giới của những điều tầm thường, thế giới của những cân nhắc nhỏ nhặt. Sự vĩ đại đang ở đây để phục vụ những thứ nhỏ nhặt. Hãy nhớ.

BÀI THỰC HÀNH 194: *Hai lần thực hành, mỗi lần 30 phút.*
Thực hành hàng giờ.

Bước 195

TRI THỨC THÌ QUYỀN LỰC HƠN TÔI NHẬN RA.

T RI THỨC THÌ QUYỀN LỰC HƠN BẠN NHẬN RA. Nó cũng tuyệt vời hơn bạn nhận ra. Bạn vẫn còn sợ nó vì quyền lực vĩ đại của nó. Bạn không chắc liệu nó sẽ thống trị bạn hay điều khiển bạn, không chắc nó sẽ đưa bạn đi đâu và bạn sẽ phải làm gì và không chắc kết quả của tất cả những điều này sẽ là gì. Tuy nhiên khi bạn rời khỏi Tri Thức, bạn bước lại vào sự bối rối và thế giới của tưởng tượng. Khi bạn đến gần hơn với Tri Thức, bạn bước vào sự chắc chắn, xác nhận và một thế giới của thực tế và mục đích. Làm sao bạn có thể biết được Tri Thức khi đứng từ xa? Làm sao bạn có thể xác định ý nghĩa của nó nếu không đón nhận những món quà của nó?

HÃY ĐẾN GẦN VỚI TRI THỨC HÔM NAY. Hãy để nó yên lặng ở bên trong bạn, khi bạn đang học cách yên lặng ở bên nó. Không gì có thể quan trọng hơn đối với trải nghiệm tự nhiên của bạn hơn là trải nghiệm về Tri Thức. Hãy vui mừng rằng nó vĩ đại hơn bạn nhận ra, vì sự đánh giá của bạn đã là nhỏ bé. Hãy vui mừng rằng bạn vẫn chưa thể hiểu được nó, vì sự hiểu biết của bạn sẽ chỉ giới hạn nó và tính hữu ích của nó đối với bạn. Hãy cho phép thứ vĩ đại ở bên bạn để sự vĩ đại của bạn có thể được thể hiện và trải nghiệm hôm nay.

HÃY MANG Ý TƯỞNG NÀY THEO BẠN VÀ THỰC HÀNH nó hàng giờ. Hãy ghi nhớ nó suốt cả ngày. Trong hai lần thực hành dài của mình, hãy cho phép bản thân trải nghiệm chiều sâu của Tri Thức. Hãy cảm nhận quyền lực của Tri Thức. Hãy tăng cường quyết tâm của bạn để làm việc đó. Hãy cống hiến sự kỷ luật bản thân của bạn, vì ở đây sự kỷ luật bản thân được sử dụng một cách khôn ngoan. Tri Thức thì vĩ đại hơn bạn nhận ra. Do đó, bạn phải học cách nhận lãnh sự vĩ đại của nó.

BÀI THỰC HÀNH 195: *Hai lần thực hành, mỗi lần 30 phút.*
Thực hành hàng giờ.

Bước 196

ÔN TẬP

Hôm nay hãy ôn lại hai tuần chuẩn bị vừa qua. Hãy đọc hướng dẫn của từng ngày và sau đó ôn lại trải nghiệm thực hành của bạn cho ngày đó. Hãy bắt đầu với ngày đầu tiên của hai tuần đó, và đi theo từng ngày từng bước một. Bây giờ bạn sẽ bắt đầu ôn lại quá trình chuẩn bị của mình mỗi hai tuần. Việc này bây giờ được trao bạn làm vì nhận thức và sự hiểu biết của bạn đang bắt đầu nảy nở và phát triển.

Hãy nhớ lại từng ngày. Hãy cố gắng nhớ lại việc thực hành và trải nghiệm của bạn. Bản thân các bài học sẽ gợi lại cho bạn trải nghiệm này nếu bạn đã quên. Hãy cố gắng nhìn thấy tiến trình của việc học để bạn có thể hiểu được cách học. Hãy cố gắng nhìn thấy những thứ xác nhận Tri Thức và những thứ phủ nhận Tri Thức bên trong bạn để bạn có thể học cách làm việc với những khuynh hướng này.

Việc trở thành một học sinh thực thụ của Tri Thức sẽ đòi hỏi tính kỷ luật cao hơn, sự nhất quán lớn hơn trong việc áp dụng và sự chấp nhận lớn hơn về giá trị hơn bất kỳ điều gì bạn đã thực hiện cho đến nay. Việc đi theo chuẩn bị bạn để trở thành một nhà lãnh đạo, vì tất cả các nhà lãnh đạo vĩ đại đều là những người đi theo vĩ đại. Nếu nguồn gốc của sự lãnh đạo của bạn đại diện cho sự tốt đẹp và sự thật, thì bạn chắc chắn phải học cách đi theo nó. Và để đi theo nó, bạn phải học cách học hỏi từ nó, cách nhận lãnh nó và cách trao tặng nó.

Hãy để thời gian ôn tập dài hôm nay của bạn, mà có thể vượt quá hai giờ tham gia, là việc xem xét lại hai tuần qua, nhớ trong đầu tất cả những điều này. Hãy trở nên khách quan về cuộc sống của bạn. Không có sự lên án cần thiết nào ở đây, vì bạn đang học cách học, bạn đang học cách đi theo và bạn đang học cách sử dụng Tri Thức, vì Tri Thức chắc chắn sẽ sử dụng bạn. Ở đây Tri Thức và bạn đến với nhau trong hôn nhân thật sự và trong sự hòa hợp thật sự. Khi đó Tri Thức quyền lực hơn, và bạn quyền lực hơn. Không có sự bất bình đẳng ở đây, và mọi thứ đều tìm thấy lối biểu hiện tự nhiên của chúng.

Hãy dùng Bài Ôn Tập này để tăng thêm và làm sâu sắc hơn sự hiểu biết của bạn về quá trình chuẩn bị của mình, ghi nhớ trong đầu rằng sự hiểu biết luôn đến khi nhìn lại. Đây là một chân lý vĩ đại trong Con Đường Tri Thức.

Bài thực hành 196: *Một lần thực hành dài.*

Bước 197

TRI THỨC PHẢI ĐƯỢC TRẢI NGHIỆM ĐỂ ĐƯỢC NHẬN RA.

"Hôm nay tôi sẽ không nghĩ rằng tôi có thể hiểu được Tri Thức bằng trí tuệ của mình hoặc tôi có thể lên khái niệm về sự vĩ đại của cuộc sống. Hôm nay tôi sẽ không nghĩ rằng chỉ bằng một ý tưởng hay giả định, tôi có thể tiếp cận hoàn toàn với chính Tri Thức. Nhận ra điều này, tôi sẽ hiểu được những gì được yêu cầu ở tôi và những gì tôi phải trao cho các bài thực hành của mình, vì tôi phải trao đi chính mình."

Bạn phải trao đi chính mình. Bạn không thể chỉ nghĩ về ý tưởng và hy vọng rằng chúng sẽ đáp ứng nhu cầu lớn nhất của bạn. Nhận ra điều này hôm nay, hãy lặp lại bài thực hành của mình vào mỗi giờ và trong các lần thiền sâu của mình, hãy trao đi hết mình cho trải nghiệm của Tri Thức. Hãy bước vào sự tâm lặng. Hãy cho phép bản thân hoàn toàn tham gia. Với điều này, bạn sẽ sử dụng quyền lực của tâm trí chính mình cho lợi ích của mình. Khi đó bạn sẽ nhận ra rằng bạn có quyền lực để xua tan sự xao lãng; bạn có quyền lực để xua tan sự sợ hãi; bạn có quyền lực để xua tan trở ngại vì ý muốn của bạn là để biết Tri Thức.

BÀI THỰC HÀNH 197: *Hai lần thực hành, mỗi lần 30 phút.*
Thực hành hàng giờ.

Bước 198

HÔM NAY TÔI SẼ MẠNH MẼ.

HÃY MẠNH MẼ HÔM NAY. Hãy đi theo kế hoạch được trao cho bạn. Đừng kìm bản thân lại hoặc thay đổi hướng dẫn theo bất kỳ cách nào. Không có lối tắt nào ở đây; chỉ có con đường trực tiếp. Bạn được giao các bước. Hãy đi theo chúng. Hãy mạnh mẽ hôm nay. Chỉ ý tưởng của bạn về bản thân mới về sự yếu đuối. Chỉ đánh giá của bạn về bản thân mới nói rằng bạn thảm hại, bất lực hoặc không đủ năng lực. Bạn phải có niềm tin vào sức mạnh của mình và sử dụng niềm tin này để nhận ra sức mạnh của mình.

HÀNG GIỜ HÃY LẶP LẠI LỜI TUYÊN BỐ NÀY và cố gắng trải nghiệm nó trong bất kỳ hoàn cảnh nào bạn gặp phải. Trong hai lần thực hành sâu của bạn hôm nay, hãy sử dụng sức mạnh của mình để tham gia hoàn toàn vào sự tĩnh lặng. Hãy cho phép tâm trí bạn được giải thoát khỏi xiềng xích của các khái niệm của chính nó. Hãy cho phép cơ thể bạn được giải thoát khỏi một tâm trí bị giày vò. Trong đây, tâm trí bạn và cơ thể bạn sẽ lắng xuống trong chức năng tự nhiên của chúng, và mọi thứ sẽ đi vào đúng trật tự bên trong bạn. Khi đó Tri Thức sẽ tìm thấy sự thể hiện thông qua tâm trí bạn và thông qua cơ thể bạn. Từ đó bạn sẽ có thể mang vào thế giới thứ vĩ đại hơn thế giới, và kết quả là cuộc đời bạn sẽ được xác nhận.

BÀI THỰC HÀNH 198: *Hai lần thực hành, mỗi lần 30 phút.*
Thực hành hàng giờ.

Bước 199

THẾ GIỚI TÔI THẤY THÌ ĐANG TRỖI VÀO TRONG CỘNG ĐỒNG VĨ ĐẠI CỦA CÁC THẾ GIỚI.

Khi không có giới hạn của một quan điểm thuần túy con người, bạn sẽ có thể thấy được sự tiến hóa của thế giới mình trong một bối cảnh lớn hơn. Khi nhìn thế giới mà không có sự bóp méo bởi những mong muốn và nỗi sợ cá nhân của bạn, bạn sẽ có thể quan sát chuyển động lớn lao của nó và nhận ra phương hướng tổng thể của nó. Do đó, thiết yếu rằng bạn nhận ra phương hướng của thế giới mình vì đây là bối cảnh mang lại ý nghĩa cho mục đích của bạn và tiếng gọi cụ thể của bạn khi bạn ở đây trên thế giới này. Vì bạn đã đến để phục vụ thế giới trong quá trình tiến hóa hiện tại của nó, và những món quà của bạn được định để phục vụ nó trong cuộc sống đang đến của nó.

Thế giới của bạn đang chuẩn bị bước vào Cộng Đồng Vĩ Đại. Bằng chứng về điều này nằm ở khắp nơi nếu bạn nhìn. Khi không có niềm tin hay sự phủ nhận, mọi thứ có thể đơn giản được nhận ra. Trong đây, biểu hiện của cuộc sống là hiển nhiên và không cần phải được phân biệt từ sự phức tạp. Điều làm cho cuộc sống trở nên phức tạp là vì mọi người muốn cuộc sống trở thành thứ mà nó không phải, họ muốn bản thân trở thành thứ mà họ không phải, và họ muốn định mệnh mình trở thành thứ mà nó không phải. Sau đó họ cố gắng đạt được từ cuộc sống những gì xác nhận lý tưởng của chính họ, và vì cuộc sống không thể xác nhận điều này, mọi thứ trở nên áp lực, xung đột và phức tạp. Cơ chế của cuộc sống có thể phức tạp trong những chi tiết nhỏ của nó, nhưng ý nghĩa của cuộc sống thì hiển nhiên đối với bất kỳ ai đang nhìn không với sự bóp méo bởi phán xét hay ưu tiên.

Hãy nhận ra rằng thế giới của bạn đang chuẩn bị trỗi vào Cộng Đồng Vĩ Đại. Hãy làm việc này mà không tô điểm sự công nhận này với trí tưởng tượng của chính bạn. Bạn không cần phải tạo hình cho tương lai. Chỉ cần hiểu được tiến trình hiện tại của thế giới bạn. Trong đây, ý nghĩa của các khả năng vốn có của bạn và ứng dụng trong tương lai của chúng sẽ trở nên rõ ràng hơn bao giờ hết đối với bạn.

Hàng giờ hãy lặp lại câu nói này và xem xét nó một cách nghiêm túc, vì nó là nền tảng tuyệt đối của cuộc đời bạn và cần thiết để bạn hiểu được điều này. Đó không chỉ là niềm tin; đó là sự tiến hóa của thế giới. Trong hai lần thực hành thiền sâu của bạn hôm nay, hãy tích cực dùng tâm trí mình để xem xét ý tưởng này. Hãy xem xét niềm tin của chính bạn mà ủng hộ hoặc phản đối ý tưởng này. Hãy xem xét cảm xúc của chính bạn về nó. Hãy xem xét bản thân một cách khách quan khi bạn cố gắng tương tác với ý tưởng quyền lực này. Đây là thời gian để sử dụng tâm trí. Hãy dùng các lần thực hành của bạn với sự tận tâm hoàn toàn và tham gia bản thân hoàn toàn. Hãy cho phép tâm trí bạn xuyên qua sự hời hợt của những ý tưởng bề mặt của chính nó.

Trong Tri Thức, mọi thứ trở nên tĩnh lặng và yên tĩnh. Mọi thứ trở nên được biết đến. Ở đây bạn bắt đầu nhận biết sự khác biệt giữa việc biết và việc suy nghĩ. Bạn nhận ra rằng suy nghĩ chỉ có thể phục vụ trong việc chuẩn bị cho Tri Thức, nhưng Tri Thức vượt xa phạm vi và tầm với của suy nghĩ của bất kỳ cá nhân nào. Ở đây bạn sẽ hiểu được cách tâm trí có thể phục vụ bản chất tâm linh của bạn. Ở đây bạn sẽ hiểu được quá trình tiến hóa của thế giới.

Bài thực hành 199: *Hai lần thực hành, mỗi lần 30 phút.*
Thực hành hàng giờ.

Bước 200

SUY NGHĨ CỦA TÔI LÀ QUÁ NHỎ BÉ ĐỂ CHỨA ĐỰNG TRI THỨC.

SUY NGHĨ CỦA BẠN LÀ QUÁ NHỎ BÉ, vì Tri Thức thì vĩ đại hơn. Niềm tin của bạn thì quá hẹp, vì Tri Thức thì vĩ đại hơn. Do đó, hãy nhìn nhận Tri Thức với sự bí ẩn và đừng cố gắng tạo ra hình hài cho nó, vì nó vĩ đại hơn thế và sẽ vượt quá mong đợi của bạn. Do đó, hãy để Tri Thức trở nên bí ẩn để nó có thể trao tặng những món quà của nó cho bạn mà không bị hạn chế. Hãy để suy nghĩ và ý tưởng của bạn được áp dụng vào thế giới hữu hình mà bạn nhìn thấy, vì ở đây suy nghĩ của bạn có thể phát triển theo cách hữu ích khi bạn hiểu được cơ chế của cuộc sống vật chất của mình và sự tham gia của mình với người khác. Tuy nhiên hãy để Tri Thức vượt ra ngoài ứng dụng máy móc của tâm trí bạn để nó có thể chảy vào từng tình huống, ban phước cho nó và trao cho nó mục đích, ý nghĩa và phương hướng.

HÃY NHẮC NHỞ BẢN THÂN VỀ Ý TƯỞNG NÀY hàng giờ và xem xét nó một cách nghiêm túc trong bất kỳ tình huống nào bạn gặp phải. Trong hai lần thực hành thiền hôm nay của mình, hãy cho phép bản thân một lần nữa bước vào sự tâm lặng, dùng phương pháp RAHN nếu bạn thấy hữu ích. Hãy cho phép bản thân vượt qua ý tưởng. Hãy cho phép bản thân vượt qua các khuôn mẫu suy nghĩ theo thói quen. Hãy cho phép tâm trí bạn trở thành chính nó, vì nó được tạo ra để phục vụ Tri Thức.

BÀI THỰC HÀNH 200: *Hai lần thực hành, mỗi lần 30 phút.*
Thực hành hàng giờ.

Bước 201

TÂM TRÍ TÔI ĐƯỢC TẠO RA ĐỂ PHỤC VỤ TRI THỨC.

Hiểu được điều này, bạn sẽ nhận ra giá trị của tâm trí mình, và bạn sẽ không hạ thấp nó. Nhận ra điều này, bạn sẽ hiểu được giá trị của cơ thể mình, và bạn sẽ không hạ thấp nó. Vì tâm trí bạn và cơ thể bạn chỉ là phương tiện để thể hiện Tri Thức. Trong đây, bạn trở thành người nhận lãnh Tri Thức. Trong đây, bạn nhớ đến Di Sản vĩ đại của mình. Trong đây, bạn được an ủi bởi sự đảm bảo về định mệnh vĩ đại của mình.

Không có ảo tưởng nào ở đây. Không có sự lừa dối bản thân ở đây. Ở đây mọi thứ đều tìm thấy trật tự đúng của mình. Ở đây bạn hiểu được tỷ lệ thật sự của mọi thứ. Ở đây bạn hiểu được giá trị của tâm trí mình, và bạn sẽ không muốn giao cho nó những nhiệm vụ mà nó không có khả năng. Do đó, tâm trí bạn được áp dụng một cách có ích và sẽ không bị nặng gánh khi cố gắng làm điều không thể. Nhận ra điều này, bạn sẽ thấy rằng cơ thể mình được tạo ra để phục vụ cho tâm trí mình, và bạn sẽ hiểu được giá trị của cơ thể mình và ứng dụng lớn lao của nó như một công cụ giao tiếp. Trong đây, bạn sẽ chấp nhận những hạn chế của nó, vì nó phải có giới hạn. Bạn cũng sẽ cảm kích cơ chế của nó. Bạn sẽ cảm kích tất cả những cuộc gặp gỡ mà bạn có với những cá nhân khác trên thế giới này. Khi đó, bạn sẽ vui mừng vì bạn có một tâm trí và một cơ thể để có thể truyền tải quyền lực và bản chất của Tri Thức.

Hãy lặp lại ý tưởng của mình cho ngày hôm nay hàng giờ và xem xét nó. Trong hai lần thực hành thiền sâu của mình, hãy để tâm trí mình trở nên tĩnh lặng để nó có thể học cách phục vụ. Bạn phải học lại những gì tự nhiên đối với bạn, vì bạn đã học những thứ không tự nhiên, mà giờ đây phải được quên đi. Thay cho chúng, thứ tự nhiên sẽ được kích thích, vì khi thứ tự nhiên được kích thích, nó sẽ được thể hiện. Khi đó tâm trí tham gia lại với chức năng thật sự của nó, và mọi thứ tìm thấy được giá trị thật sự của chúng.

BÀI THỰC HÀNH 201: *Hai lần thực hành, mỗi lần 30 phút.*
Thực hành hàng giờ.

Bước 202

HÔM NAY TÔI QUAN SÁT CỘNG ĐỒNG VĨ ĐẠI.

Bạn có thể quan sát Cộng Đồng Vĩ Đại, vì bạn đang sống giữa Cộng Đồng Vĩ Đại. Chỉ vì bạn ở trên bề mặt của thế giới, bận tâm với những nỗ lực của con người và bị giới hạn bởi thời gian và không gian, không có nghĩa là bạn không thể thấy được sự vĩ đại của Cộng Đồng Vĩ Đại. Bạn có thể thấy được điều này bằng cách nhìn lên bầu trời phía trên và nhìn xuống thế giới bên dưới. Bạn có thể nhận ra điều này bằng cách hiểu được mối quan hệ của nhân loại với vũ trụ nói chung và bằng cách nhận ra rằng nhân loại chỉ là một chủng loài đang tiến hóa để phát triển trí thông minh của nó và Tri Thức của nó để nó có thể tìm thấy sự tham gia thật sự khi nó trỗi vào trong Cộng Đồng Vĩ Đại. Nhìn theo cách này sẽ trao cho bạn một quan điểm lớn hơn. Nhìn theo cách này cho phép bạn hiểu được bản chất của sự thay đổi trên thế giới. Nhìn theo cách này cho phép bạn có lòng nhân từ với chính mình và với người khác, vì lòng nhân từ được sinh ra từ Tri Thức. Tri Thức không hạ thấp những gì đang xảy ra mà cố gắng tác động đến nó theo hướng tốt đẹp.

HÀNG GIỜ HÃY XEM XÉT GIÁ TRỊ CỦA Ý TƯỞNG HÔM NAY. Hãy nhìn ra thế giới và coi mình là nhân chứng cho Cộng Đồng Vĩ Đại. Hãy nghĩ về thế giới của mình như một trong rất nhiều thế giới đang ở giai đoạn tiến hóa tương tự. Đừng hành hạ tâm trí mình bằng cách cố gắng tạo hình cho những thứ nằm ngoài phạm vi nhận thức của bạn. Hãy cho phép bản thân sống trong một vũ trụ vĩ đại và bí ẩn mà lúc này bạn mới bắt đầu hiểu.

TRONG HAI LẦN THIỀN SÂU CỦA BẠN, hãy cho phép bản thân tích cực dùng tâm trí mình để xem xét ý tưởng này. Hãy cố gắng nhìn vào cuộc đời bạn từ góc nhìn vượt ra ngoài góc nhìn thuần túy con người, vì từ góc nhìn thuần túy con người, bạn sẽ chỉ thấy một cuộc sống con người, một thế giới con người và một vũ trụ con người. Bạn không sống trong một vũ trụ con người. Bạn không sống trong một thế giới con người. Bạn không sống một cuộc sống thuần túy con người. Hãy hiểu rằng nhân tính của bạn ở đây không bị phủ nhận mà được trao cho sự hoà nhập lớn hơn trong một cuộc sống lớn hơn. Do đó, nhân tính của bạn trở thành một nguồn và một phương tiện thể hiện thay vì một giới hạn mà bạn áp đặt lên bản thân. Hãy cho phép các lần thực hành sâu của mình trở nên rất tích cực. Hãy sử dụng tâm trí mình một cách có ích. Hãy sử dụng tâm trí mình một cách khách quan. Hãy nhìn vào các ý tưởng của mình. Đừng chỉ bị lay chuyển bởi chúng. Hãy nhìn vào niềm tin của mình. Đừng chỉ đi theo hoặc phủ nhận chúng. Hãy học điều này một cách khách quan, và bạn sẽ học cách nhìn với Tri Thức, vì Tri Thức nhìn vào mọi thứ tinh thần và thể chất với sự bình thản.

BÀI THỰC HÀNH 202: *Hai lần thực hành, mỗi lần 30 phút.*
Thực hành hàng giờ.

Bước 203

CỘNG ĐỒNG VĨ ĐẠI ĐANG ẢNH HƯỞNG LÊN THẾ GIỚI MÀ TÔI NHÌN THẤY.

NẾU BẠN CÓ THỂ CHẤP NHẬN RẰNG THẾ GIỚI BẠN LÀ MỘT PHẦN của Cộng Đồng Vĩ Đại, điều đơn giản là hiển nhiên nếu bạn nhìn, thì bạn phải chấp nhận rằng thế giới đang bị ảnh hưởng bởi Cộng Đồng Vĩ Đại, vì thế giới là một phần của Cộng Đồng Vĩ Đại và không thể độc lập khỏi nó. Cách Cộng Đồng Vĩ Đại đang ảnh hưởng lên thế giới của bạn thì nằm ngoài khả năng hiểu biết hiện tại của bạn. Nhưng việc hiểu rằng thế giới đang bị ảnh hưởng cho phép bạn nhìn nó từ một góc nhìn lớn hơn, mà từ một góc nhìn thuần tuý con người, bạn sẽ không thể thực hiện được vì nó không cho phép sự sống thông minh khác tồn tại. Sự phi lý của quan điểm này trở nên khá rõ ràng khi bạn bắt đầu nhìn vào vũ trụ một cách khách quan. Việc này sẽ truyền cho bạn sự ngạc nhiên, sự quan tâm lớn hơn và ngay cả sự thận trọng. Điều này rất quan trọng vì thế giới đang bị ảnh hưởng bởi Cộng Đồng Vĩ Đại, và bạn là một phần của thế giới đang bị ảnh hưởng.

GIỐNG NHƯ THẾ GIỚI VẬT CHẤT NƠI BẠN ĐANG SỐNG đang bị ảnh hưởng bởi các lực vật lý lớn lao bên ngoài phạm vi nhìn của bạn, thì thế giới tinh thần cũng đang bị ảnh hưởng bởi sự sống thông minh đang tương tác với thế giới của bạn. Sự sống thông minh này đại diện cho các lực lượng cho điều tốt và cả các lực lượng cho sự ngu dốt. Trong đây, bạn phải hiểu được một sự thật cơ bản: Những tâm trí yếu hơn bị ảnh hưởng của những tâm trí mạnh mẽ hơn. Điều này đúng trong thế giới của bạn và trong mọi thế giới. Bên ngoài cõi vật chất, điều này không đúng, nhưng trong cuộc sống vật chất thì đúng như vậy. Đó là lý do tại sao bây giờ bạn đang tham gia vào việc khiến tâm trí của mình mạnh mẽ và học cách đáp lại Tri Thức, thứ đại diện cho lực lượng cho điều tốt khắp mọi nơi trong vũ trụ. Khi bạn trở nên mạnh mẽ hơn, bạn sẽ hiểu ngày càng nhiều hơn. Do đó, tâm trí bạn phải được trau dồi trong Tri Thức để trở nên mạnh mẽ hơn để nó có thể phục vụ một mục đích chân thật.

Hàng giờ hôm nay, hãy lặp lại ý tưởng cho hôm nay và trong hai lần thực hành sâu của mình, hãy cố gắng tập trung vào những lời mà Chúng Tôi đang trao cho bạn ở đây. Hãy sử dụng tâm trí mình một cách tích cực. Đừng để nó đi lan man và tìm nơi ẩn náu trong những thứ vô nghĩa hoặc nhỏ nhặt. Hãy nghĩ về sự vĩ đại của những ý tưởng này, nhưng đừng xem xét chúng một cách sợ hãi, vì sự sợ hãi là không cần thiết. Điều cần thiết là sự khách quan để bạn có thể hiểu được sự vĩ đại của thế giới của mình, vũ trụ của mình và cơ hội của mình trong đó.

Bài thực hành 203: *Hai lần thực hành, mỗi lần 30 phút.*
Thực hành hàng giờ.

Bước 204

HÔM NAY TÔI SẼ BÌNH AN.

Hãy bình an hôm nay. Đừng để trí tưởng tượng tiêu cực của bạn gợi lên hình ảnh mất mát và hủy diệt. Đừng để sự căng thẳng của bạn áp đảo sự tập trung của bạn vào Tri Thức. Việc xem xét khách quan thế giới của bạn và Cộng Đồng Vĩ Đại nơi bạn đang sống thì không nên khơi dậy sự sợ hãi mà là sự tôn trọng—tôn trọng quyền lực của thời đại bạn đang sống và tầm quan trọng của nó đối với tương lai, tôn trọng đối với các khả năng đang trỗi lên của chính bạn và tính hữu ích của chúng trong thế giới mà bạn nhận thức, tôn trọng sự vĩ đại của vũ trụ vật chất và tôn trọng quyền lực của Tri Thức, thứ thậm chí còn vĩ đại hơn cả vũ trụ mà bạn nhận thức.

Hãy nhắc nhở bản thân hãy bình an hàng giờ. Hãy sử dụng sức mạnh của bạn và sự cam kết của bạn cho việc này. Hãy trao mình cho việc này. Trong các lần thiền sâu của mình, dùng từ RAHN nếu cần, hãy cho phép tâm trí bạn trở nên tĩnh lặng để nó có thể đi vào sự vĩ đại của Tri Thức, thứ nó được định để phục vụ. Hãy bình an hôm nay, vì Tri Thức đang ở cùng bạn. Hãy bình an hôm nay, vì bạn đang học cách ở bên Tri Thức.

BÀI THỰC HÀNH 204: *Hai lần thực hành, mỗi lần 30 phút.*
Thực hành hàng giờ.

Bước 205

TÔI SẼ KHÔNG PHÁN XÉT THẾ GIỚI NGÀY HÔM NAY.

ĐỪNG ĐỂ TÂM TRÍ BẠN TỰ HẠ THẤP NÓ bằng cách đổ lỗi lên thế giới. Với sự đổ lỗi, thế giới trở nên bị hiểu lầm, và tâm trí của bạn trở thành gánh nặng thay vì là của cải của bạn. Ý tưởng của ngày hôm nay đòi hỏi việc thực hành, kỷ luật và áp dụng, vì tâm trí bạn và tất cả các tâm trí trong thế giới đã bị hiểu lầm, sử dụng sai và định hướng sai. Vì vậy, bây giờ bạn đang học cách sử dụng tâm trí một cách tích cực bằng cách trao cho nó một chức năng thật sự trong việc phục vụ Tri Thức.

ĐỪNG ĐỔ LỖI CHO THẾ GIỚI HÔM NAY. Đừng phán xét thế giới hôm nay. Hãy để tâm trí bạn tĩnh lặng khi bạn nhìn vào nó. Tri Thức về thế giới trỗi lên dần dần. Nó trỗi lên một cách tự nhiên. Một ý tưởng có thể nói về nó, nhưng ý tưởng không thể chứa đựng nó. Tri Thức đại diện cho sự chuyển đổi tổng thể trong quan điểm của bạn, sự chuyển đổi tổng thể trong trải nghiệm của bạn, sự chuyển đổi tổng thể trong trọng tâm của bạn và sự chuyển đổi tổng thể của hệ thống giá trị của bạn. Đây là bằng chứng về Tri Thức.

ĐỪNG ĐỔ LỖI CHO THẾ GIỚI HÔM NAY. Nó không đáng bị đổ lỗi, vì nó đơn thuần đang thể hiện rằng Tri Thức không đang được tuân theo. Nó có thể làm gì khác ngoài việc phạm sai lầm và sự điên rồ? Nó có thể làm gì khác ngoài việc lãng phí nguồn tài nguyên lớn của mình? Nhân loại chỉ có thể phạm sai lầm khi không có Tri Thức. Nó chỉ có thể tạo ra ảo tưởng. Nó chỉ có thể tham gia vào sự mất mát. Do đó, nó không đáng bị lên án. Nó đáng được áp dụng Tri Thức.

HÃY THỰC HÀNH HÀNG GIỜ KHÔNG ĐỔ LỖI CHO THẾ GIỚI. Đừng để thời gian trôi qua mà không có sự tham gia của bạn. Hãy dành ngày hôm nay để phục vụ thế giới theo cách này, vì nếu không có sự lên án của bạn, tình yêu của bạn dành cho thế giới sẽ tự nhiên trỗi lên và được thể hiện. Trong hai lần thực hành sâu của mình, hãy để tâm trí bạn đi vào sự tâm lặng. Khi không có sự đổ lỗi và phán xét, sự tâm lặng sẽ được tiếp cận vì nó là tự nhiên. Khi không có sự áp đặt của việc lên án của bạn, tâm trí bạn được phép tĩnh lặng. Trong sự tâm lặng, không có sự đổ lỗi hay phán xét nào. Trong sự tâm lặng, tình yêu sẽ tuôn chảy từ bạn theo mọi hướng và sẽ tiếp tục chảy vượt xa những gì bạn có thể cảm nhận thông qua các giác quan của mình.

BÀI THỰC HÀNH 205: *Hai lần thực hành, mỗi lần 30 phút.*
Thực hành hàng giờ.

Bước 206

TÌNH YÊU ĐANG TUÔN CHẢY TỪ TÔI LÚC NÀY.

Tình yêu đang tuôn chảy từ bạn, và hôm nay bạn có thể cố gắng trải nghiệm điều này và giải phóng những thứ cản trở nó. Khi không có sự phán xét, không có ảo tưởng, không có tưởng tượng và không có giới hạn của một quan điểm thuần túy con người, bạn sẽ thấy rằng tình yêu đang tuôn chảy từ bạn. Bạn sẽ thấy rằng mọi sự thất vọng của bạn trong cuộc sống là do bạn không có khả năng trải nghiệm và thể hiện tình yêu này, thứ mong muốn tuôn chảy từ bạn. Bất kể bạn thất vọng trong hoàn cảnh nào, đó luôn là vì bạn không thể thể hiện tình yêu. Đánh giá của bạn về khó khăn chắc chắn có thể che giấu sự thật này nhưng không thể phủ nhận sự tồn tại của nó.

Hàng giờ hãy để tình yêu tuôn chảy từ bạn, nhận ra rằng bạn không cần phải tham gia vào bất kỳ hình thức hành vi nào, vì tình yêu sẽ tự nhiên trỗi lên từ bạn như hương thơm từ một bông hoa. Trong các bài thực hành sâu của mình, hãy để tâm trí bạn trở nên tĩnh lặng để tình yêu có thể tuôn chảy từ bạn. Trong đây, bạn sẽ nhận ra chức năng tự nhiên của tâm trí mình và sự vĩ đại của Tri Thức, thứ đang ở bên trong bạn nhưng không phải của bạn để sở hữu.

Đừng để bất kỳ ý tưởng tự hạ thấp bản thân nào hoặc sự nghi ngờ bản thân nào ngăn cản bạn khỏi cơ hội này hôm nay. Khi không có sự can thiệp của bạn, tình yêu sẽ tự nhiên tuôn chảy từ bạn. Bạn không cần phải giả vờ. Bạn không cần phải có bất kỳ hình thức hành vi nào để điều này xảy ra. Hành vi của bạn dần dần sẽ đại diện cho thứ tuôn chảy từ bạn một cách tự nhiên. Hãy để tình yêu tuôn chảy từ bạn một cách tự nhiên ngày hôm nay.

BÀI THỰC HÀNH 206: *Hai lần thực hành, mỗi lần 30 phút.*
Thực hành hàng giờ.

Bước 207

TÔI THA THỨ CHO NHỮNG NGƯỜI TÔI NGHĨ ĐÃ LÀM TỔN THƯƠNG TÔI.

Lời tuyên bố này thể hiện ý định của bạn để có Tri Thức, vì sự không tha thứ chỉ đơn thuần là việc áp dụng sự đổ lỗi cho một tình huống khi bạn không thể hiểu hoặc áp dụng Tri Thức. Mọi thất bại của bạn đều là của chính bạn về mặt này. Thoạt đầu, điều này có vẻ giống như gánh nặng của việc đổ lỗi, cho đến khi bạn nhận ra cơ hội lớn lao mà nó mang lại cho bạn. Vì nếu mọi thất bại đều là của chính bạn, thì bạn sẽ nhận ra rằng mọi sự sửa chữa đều được trao cho bạn để áp dụng. Thất bại của người khác không phải là của bạn, nhưng việc bạn lên án nó thì là thất bại của chính bạn. Do đó, bất kỳ thất bại nào tạo ra sự không tha thứ trong bạn đều là thất bại của bạn, vì thất bại của người khác không cần phải tạo ra sự không tha thứ trong bạn hoặc sự đổ lỗi dưới bất kỳ hình thức nào. Trên thực tế, thất bại của người khác sẽ tạo ra lòng nhân từ của bạn và việc áp dụng Tri Thức trong tương lai và không cần phải tạo ra sự đổ lỗi hoặc bất hạnh trong bạn.

Tri Thức không bị sốc khi nhìn thế giới. Tri Thức không bị làm mất tinh thần. Tri Thức không bị làm nản lòng. Tri Thức không bị xúc phạm. Tri Thức nhận ra sự nhỏ bé của thế giới và những sai lầm của thế giới. Nó nhận ra điều này bởi vì nó chỉ biết chính nó, và tất cả những gì không phải là Tri Thức đơn thuần là cơ hội để Tri Thức được áp dụng lại. Do đó, sự không tha thứ của bạn chỉ đơn giản là cơ hội để bạn áp dụng lại Tri Thức.

Hãy lặp lại ý tưởng của ngày hôm nay hàng giờ và đừng đánh giá thấp giá trị của nó đối với bạn, người hiện đang tìm cách được giải thoát khỏi nỗi đau buồn và đau khổ. Trong hai lần thực hành sâu của mình, hãy nghĩ đến những người, từng người một, mà bạn cảm thấy không tha thứ—những cá nhân mà bạn đã trực tiếp biết và những cá nhân mà bạn đã nghe nói đến hoặc nghĩ đến, những cá nhân đã bị gắn liền với thất bại. Họ sẽ đến trong tâm trí bạn khi bạn gọi họ, vì tất cả họ đều đang chờ được tha thứ bởi bạn.

Bây giờ hãy để họ trồi lên từng người một. Khi họ làm như vậy, hãy tha thứ cho bản thân bạn vì đã không áp dụng Tri Thức của bạn. Hãy nhắc nhở họ khi họ xuất hiện với bạn rằng bây giờ bạn đang học cách áp dụng Tri Thức và rằng bạn sẽ không đau khổ thay cho họ và do đó, họ không cần phải đau khổ thay cho bạn. Do đó, cam kết để tha thứ là cam kết để nhận ra Tri Thức và áp dụng Tri Thức, vì Tri Thức xua tan sự không tha thứ như ánh sáng xua tan bóng tối. Vì chỉ có Tri Thức và nhu cầu về Tri Thức. Đó là tất cả những gì bạn có thể nhận thức được trong vũ trụ.

Do đó, HAI LẦN THỰC HÀNH CỦA BẠN được cống hiến cho việc đối mặt với những người mà bạn đã buộc tội, và cho việc tha thứ cho bản thân bạn vì đã không áp dụng Tri Thức vào hiểu biết của bạn về họ và sự tương tác với họ. Hãy làm việc này mà không với bất kỳ hình thức tội lỗi hay tự hạ thấp bản thân nào, vì làm sao bạn có thể không thất bại nếu Tri Thức đã không có đó cho bạn hoặc nếu bạn đã không có đó cho Tri Thức. Do đó, hãy chấp nhận những hạn chế trước đây của mình và cống hiến bản thân lúc này để nhận thức thế giới một cách mới mẻ, không đổ lỗi và với sự vĩ đại của Tri Thức.

BÀI THỰC HÀNH 207: *Hai lần thực hành, mỗi lần 30 phút.*
Thực hành hàng giờ.

Bước 208

MỌI THỨ TÔI THẬT SỰ COI TRỌNG SẼ ĐƯỢC THỂ HIỆN TỪ TRI THỨC.

MỌI THỨ ĐƯỢC COI TRỌNG NHẤT trong cuộc sống con người—tình yêu, sự kiên nhẫn, lòng tận tụy, sự khoan dung, sự tha thứ, thành tựu thật sự, lòng can đảm và niềm tin—tất cả đều tự nhiên trỗi lên từ Tri Thức, vì Tri Thức là nguồn gốc của chúng. Chúng chỉ là biểu hiện bên ngoài của một tâm trí đang phục vụ Tri Thức. Do đó, chúng không cần phải bị ép buộc lên bản thân bạn thông qua việc kỷ luật bản thân một cách gian khổ. Chúng trỗi lên một cách tự nhiên, vì tâm trí đang phục vụ Tri Thức chỉ có thể thể hiện sự vĩ đại của chính nó và khả năng của chính nó. Thứ đòi hỏi sự kỷ luật là để định hướng lại trọng tâm của bạn, định hướng lại lòng tận tụy của bạn và định hướng lại sự phục vụ của bạn. Bạn hoặc đang phục vụ Tri Thức hoặc bạn đang phục vụ những thứ thay thế cho Tri Thức, vì trong mọi thứ, bạn phải phục vụ.

HÀNG GIỜ HÃY LẶP LẠI Ý TƯỞNG NÀY với chính mình để bạn có thể cân nhắc nó trong suốt cả ngày. Trong hai lần thực hành sâu của bạn, hãy tích cực dùng tâm trí để xem xét chiều sâu của ý tưởng này. Bạn phải suy nghĩ một cách có ích ở đây. Đừng chỉ thêu dệt nên hình ảnh cho bản thân mà bạn thấy thú vị. Đừng chỉ đưa ra những phán xét mà bạn thấy làm hại cho bản thân hoặc người khác. Hãy học lại thông qua thực hành để trở nên khách quan trong việc áp dụng tâm trí của mình. Hãy cho phép tâm trí bạn làm sâu sắc hơn sự tham gia của nó. Đừng hài lòng với những câu trả lời đơn giản mà bạn thấy thoải mái.

Hãy nghĩ đến những ví dụ về những điều Chúng Tôi đã nói đến hôm nay, vì có những ví dụ mà bạn có thể nhận ra. Mọi thứ bạn thật sự coi trọng sẽ xuất phát từ Tri Thức, vì Tri Thức là nguồn gốc của chúng.

BÀI THỰC HÀNH 208: *Hai lần thực hành, mỗi lần 30 phút.*
Thực hành hàng giờ.

Bước 209

TÔI SẼ KHÔNG TÀN NHẪN VỚI BẢN THÂN HÔM NAY.

Đ ỪNG TÀN NHẪN VỚI BẢN THÂN bằng cách cố gắng đội vòng gai của bạn, thứ tượng trưng cho hệ thống niềm tin và giả định của bạn. Đừng đổ lên mình gánh nặng của sự đổ lỗi và không tha thứ. Đừng cố ép buộc tâm trí mình thể hiện những phẩm chất mà bạn trân trọng, vì chúng sẽ tự nhiên trỗi lên từ Tri Thức.

THAY VÀO ĐÓ, HÃY ĐI VÀO SỰ TÂM LẶNG trong hai lần thực hành sâu của mình, một lần nữa nhận ra rằng mọi thứ bạn coi trọng nhất sẽ được thể hiện một cách tự nhiên thông qua Tri Thức. Mọi thứ bạn thấy ghê tởm sẽ tự nhiên biến mất. Một tâm trí được giải thoát như vậy có thể ban tặng món quà vĩ đại nhất có thể cho thế giới.

DO ĐÓ HÃY XEM XÉT ĐIỀU NÀY HÀNG GIỜ khi bạn cố gắng áp dụng ý tưởng của ngày hôm nay vào tất cả những gì mình thấy, nghe thấy và làm. Đừng tàn nhẫn với bản thân hôm nay, vì không có lý do gì để biện minh cho việc này. Hãy cho phép bản thân được ban phước để bạn có thể ban phước cho thế giới. Hãy cho phép bản thân ban phước cho thế giới để bản thân bạn có thể được ban phước.

BÀI THỰC HÀNH 209: *Hai lần thực hành, mỗi lần 30 phút.*
Thực hành hàng giờ.

Bước 210

ÔN TẬP

Hôm nay hãy ôn lại hai tuần chuẩn bị vừa qua, đọc từng bài học như nó được đưa ra và nhớ lại bài thực hành của bạn cho ngày hôm đó. Trong lần thực hành dài hôm nay của mình, một lần nữa hãy bắt đầu đánh giá tiến trình của các sự kiện và tất cả các bài thực hành của bạn. Hãy bắt đầu thấy rằng có mối quan hệ giữa cách bạn áp dụng tâm trí của mình và những gì bạn trải nghiệm như là kết quả của việc áp dụng đó. Hãy nhìn cuộc sống của mình một cách khách quan, không với cảm giác tội lỗi hay đổ lỗi, để bạn có thể hiểu được cách cuộc sống của mình thật sự đang trỗi lên ra sao.

Lần thực hành dài hôm nay của bạn sẽ thấy bạn tích cực dùng tâm trí mình cho lợi ích của nó. Bạn đang học cách trở nên khách quan về tiến triển của chính mình với tư cách là một học sinh. Bạn đang học cách trở nên khách quan về bản chất của chính việc học. Bạn đang học cách trở nên khách quan để bạn có thể thấy. Do đó, hãy để Bài Ôn Tập này cung cấp cho bạn góc nhìn lớn hơn về công việc của Tri Thức trên thế giới và sự hiện diện của Tri Thức trong cuộc đời bạn.

BÀI THỰC HÀNH 210: *Một lần thực hành dài.*

Bước 211

TÔI CÓ NHỮNG NGƯỜI BẠN VĨ ĐẠI BÊN NGOÀI THẾ GIỚI NÀY.

Bạn có những người bạn vĩ đại bên ngoài thế giới này. Đó là lý do tại sao nhân loại đang tìm cách gia nhập Cộng Đồng Vĩ Đại vì Cộng Đồng Vĩ Đại đại diện cho một phạm vi rộng hơn của các mối quan hệ chân thật của nó. Bạn có những người bạn đích thực bên ngoài thế giới vì bạn không đơn độc trên thế giới và bạn không đơn độc trong Cộng Đồng Vĩ Đại của các thế giới. Bạn có những người bạn bên ngoài thế giới này vì Gia Đình Tâm Linh của bạn có những người đại diện của nó ở khắp mọi nơi. Bạn có những người bạn bên ngoài thế giới này vì bạn đang làm việc không chỉ trong sự tiến hóa của thế giới mình mà còn trong sự tiến hóa của vũ trụ nữa. Vượt khỏi trí tưởng tượng của bạn, vượt khỏi khả năng quan niệm của bạn, điều này chắc chắn là đúng.

Do đó, hãy cảm nhận sự vĩ đại của vũ trụ nơi bạn đang sống. Do đó, hãy cảm nhận cơ hội mà bạn có để phục vụ Cộng Đồng Vĩ Đại mà thế giới của bạn là một phần. Bạn phục vụ những người bạn vĩ đại của mình trong thế giới và những người bạn của mình ở bên ngoài thế giới, vì công việc của Tri Thức diễn ra khắp mọi nơi. Đó là sức hút của Chúa. Đó là việc áp dụng điều tốt. Đó là thế lực đang cứu rỗi mọi tâm trí tách biệt và mang lại mục đích, ý nghĩa và phương hướng cho vũ trụ. Bất kể cơ chế của cuộc sống vật chất là ra sao, giá trị của nó được xác định bởi nguồn gốc của nó và định mệnh của nó, cả hai đều nằm ngoài tầm hiểu biết của bạn. Khi nhận ra rằng Tri Thức là phương tiện thúc đẩy thế giới theo đúng hướng của nó, thì bạn có thể coi trọng và tiếp nhận thứ mang lại mục đích, ý nghĩa và phương hướng cho cuộc đời bạn.

HÀNG GIỜ HÔM NAY hãy xem xét rằng bạn có những người bạn bên ngoài thế giới này, cả trong những thế giới khác và bên ngoài cõi hữu hình. Hãy xem xét rằng bạn có sự kết nối lớn lao này. Trong hai lần thực hành sâu của mình hôm nay, hãy để tâm trí bạn tiến vào sự tĩnh lặng để những điều như vậy có thể được trải nghiệm. Đừng nghĩ về chúng trong trí tưởng tượng của bạn, mà thay vào đó hãy để tâm trí bạn tĩnh lặng để nó có thể ban tặng Tri Thức vào nhận thức và trải nghiệm của bạn. Bạn có những người bạn bên ngoài thế giới này, và họ đang thực hành cùng bạn hôm nay.

BÀI THỰC HÀNH 211: *Hai lần thực hành, mỗi lần 30 phút.*
Thực hành hàng giờ.

Bước 212

TÔI NHẬN ĐƯỢC SỨC MẠNH TỪ TẤT CẢ NHỮNG NGƯỜI THỰC TẬP CÙNG TÔI.

Bạn thật sự nhận được sức mạnh từ tất cả những người thực tập cùng bạn, vì mỗi tâm trí đang cố gắng kết nối bản thân với Tri Thức cũng sẽ củng cố tất cả những tâm trí khác khi làm như vậy. Trong đây, bạn phủ ảnh hưởng của mình lên thế giới. Trong đây, tất cả những người đang tìm cách phục vụ một mục đích thật sự sẽ phủ ảnh hưởng của họ lên bạn. Điều này chống lại các thế lực ngu ngốc của thế giới. Điều này chống lại các thế lực hủy diệt trên thế giới. Điều này phủ ảnh hưởng của nó lên tất cả các tâm trí để bắt đầu thức tỉnh.

Do đó hãy nhận lãnh đức tin từ ý tưởng của hôm nay, vì nó sẽ trao cho bạn đức tin khi bạn nhận ra rằng việc áp dụng của riêng bạn được bổ sung rất nhiều bởi việc áp dụng của người khác. Điều này sẽ vượt qua bất kỳ cảm giác không đủ năng lực nào mà bạn có thể có. Điều này sẽ giúp bạn vượt qua bất kỳ cảm giác mâu thuẫn nào về sự chuẩn bị thật sự, vì tất cả những tâm trí đang tham gia vào việc giành lại Tri Thức đều đang ở đây để hỗ trợ bạn ngay lúc này.

Vì vậy, sự vĩ đại đang ở cùng bạn, sự vĩ đại của Tri Thức và sự vĩ đại của tất cả những người đang tìm cách giành lại Tri Thức. Bạn chia sẻ một mục đích thật sự với họ, vì mục đích thật sự của bạn là để giữ cho Tri Thức tồn tại trên thế giới. Từ Tri Thức, mọi điều tốt đẹp, dù có bản chất tâm linh hay vật chất, đều được ban tặng cho các chúng loài mà chúng được dành cho.

Hàng giờ hãy lặp lại ý tưởng của ngày hôm nay, và trong các lần thực hành sâu của bạn, hãy cố gắng tiếp nhận ảnh hưởng của tất cả những người đang cố gắng giành lại Tri Thức. Hãy cho phép món quà của họ đi vào tâm trí bạn để bạn có thể trải nghiệm sự cảm kích thật sự đối với cuộc sống và bắt đầu hiểu được ý nghĩa và hiệu quả của những nỗ lực của chính bạn như một học sinh của Tri Thức.

BÀI THỰC HÀNH 212: *Hai lần thực hành, mỗi lần 30 phút.*
Thực hành hàng giờ.

Bước 213

TÔI KHÔNG HIỂU ĐƯỢC THẾ GIỚI.

BẠN KHÔNG HIỂU ĐƯỢC THẾ GIỚI. Bạn chỉ xem xét phán xét về nó và sau đó cố gắng hiểu được phán xét của mình. Thế giới sẽ bộc lộ bản thân với bạn khi bạn nhìn mà không có những hạn chế và ràng buộc này. Trong đây, bạn sẽ thấy rằng các niềm tin của mình có thể trở nên hữu ích trong việc cho phép bạn thực hiện từng bước tiếp theo trong cuộc sống. Chúng không cần phải hạn chế nhận thức của bạn về vũ trụ. Bạn không thể ở trong thế giới mà không có niềm tin hoặc giả định. Tuy nhiên niềm tin và giả định của bạn được định để là công cụ phục vụ cho tâm trí bạn, để trao cho nó một cấu trúc tạm thời và cho phép nó sử dụng các khả năng tự nhiên của mình theo cách tích cực.

BẠN KHÔNG HIỂU ĐƯỢC THẾ GIỚI HÔM NAY. Hãy vui mừng vì như vậy, vì sự lên án của bạn là vô căn cứ. Bạn không hiểu được thế giới hôm nay. Điều này trao cho bạn cơ hội để chứng kiến thế giới.

HÀNG GIỜ HÃY LẶP LẠI Ý TƯỞNG NÀY khi bạn nhìn thế giới. Hãy nhắc nhở bản thân rằng bạn không hiểu những gì mình đang nhìn, vì vậy bạn được tự do để nhìn lại. Nếu bạn không được tự do để nhìn, điều đó đơn giản có nghĩa là bạn đang cố gắng biện minh cho phán xét của chính mình. Đây không phải là việc nhìn thấy. Đây đơn thuần là việc đi theo ảo tưởng của riêng bạn. Trong hai lần thực hành sâu của mình hôm nay, hãy để tâm trí bạn bước vào sự tĩnh lặng, vì khi không có gánh nặng của việc cố gắng biện minh cho ảo tưởng của mình, tâm trí bạn sẽ tự nhiên tìm kiếm vị trí đúng của nó trong việc phục vụ cho Tri Thức. Bạn không hiểu được thế giới hôm nay, và vì vậy bạn không hiểu được chính mình.

BÀI THỰC HÀNH 213: *Hai lần thực hành, mỗi lần 30 phút.*
Thực hành hàng giờ.

Bước 214

TÔI KHÔNG HIỂU CHÍNH MÌNH.

ĐÂY KHÔNG PHẢI LÀ MỘT TUYÊN BỐ VỀ SỰ THẤT BẠI HAY GIỚI HẠN. Nó đơn giản là một tuyên bố để giải thoát bạn khỏi những trở ngại của chính bạn. Làm sao bạn có thể hiểu được bản thân nếu Tri Thức không đang tiết lộ mọi thứ cho bạn? Làm sao bạn có thể hiểu được thế giới khi Tri Thức không đang tiết lộ thế giới cho bạn? Đây là trải nghiệm thuần túy, vượt ra ngoài mọi khái niệm và niềm tin, vì khái niệm và niềm tin chỉ có thể theo sau trải nghiệm và nỗ lực để cung cấp một cấu trúc nơi trải nghiệm có thể trỗi lên một lần nữa. Không thể nào mà niềm tin, giả định hoặc ý tưởng có thể bắt chước được chính Tri Thức.

TẤT NHIÊN BẠN KHÔNG HIỂU CHÍNH MÌNH hay thế giới, vì bạn chỉ hiểu được ý tưởng của mình, và chúng không phải là vĩnh cửu. Do đó, chúng không thể cung cấp một nền tảng vững chắc mà bạn phải học cách đứng trên. Do đó, chúng chỉ có thể thất bại và lừa dối bạn nếu bạn dựa vào chúng thay vì Tri Thức để tiết lộ bản thân bạn và thế giới cho bạn.

HÀNG GIỜ HÃY NHẮC NHỞ BẢN THÂN rằng bạn không hiểu chính mình. Hãy giải thoát bản thân khỏi gánh nặng của việc biện minh cho phán xét của mình. Hãy nhìn vào bản thân trong các bài thực hành thiền sâu của mình và nhắc nhở bản thân rằng bạn không hiểu chính mình. Bây giờ bạn được tự do để bước vào sự tĩnh lặng, vì bạn không đang cố gắng sử dụng trải nghiệm của mình để biện minh cho ảo tưởng của mình về bản thân. Ở đây tâm trí bạn được tự do để là chính nó, và bạn được tự do để cảm kích chính mình.

BÀI THỰC HÀNH 214: *Hai lần thực hành, mỗi lần 30 phút.*
Thực hành hàng giờ.

Bước 215

CÁC GIÁO VIÊN CỦA TÔI ĐANG Ở BÊN TÔI. TÔI KHÔNG ĐƠN ĐỘC.

CÁC GIÁO VIÊN CỦA BẠN ĐANG Ở BÊN BẠN, ở phía sau nền. Họ rất cẩn thận không phủ ảnh hưởng của họ lên bạn quá mạnh mẽ, vì bạn vẫn chưa có khả năng tiếp nhận điều này và sử dụng nó cho lợi ích của chính bạn. Vậy thì hãy nhận ra rằng bạn đang đi qua cuộc sống với sự hỗ trợ to lớn, vì các Giáo Viên của bạn đang ở bên bạn để giúp bạn nhận ra và trau dồi Tri Thức.

TRƯỚC TIÊN, HỌ PHẢI GIÚP BẠN NHẬN RA NHU CẦU CỦA BẠN về Tri Thức, vì nhu cầu của bạn về Tri Thức phải được thiết lập đầy đủ trước khi bạn có thể tham gia vào việc giành lại Tri Thức. Bạn phải nhận ra rằng nếu không có Tri Thức thì cuộc sống là vô vọng, vì bạn không có mục đích, ý nghĩa và phương hướng. Khi đó, chỉ có sai lầm của bạn mới có thể dạy bạn, và chỉ có chúng mới có thể hỗ trợ cho sự không tha thứ của bạn.

NHẬN RA RẰNG Ý TƯỞNG CỦA RIÊNG BẠN không thể thay thế cho Tri Thức, khi đó bạn có thể hướng đến Tri Thức và trở thành người nhận hạnh phúc của những món quà thật sự của nó. Ở đây mọi thứ mà bạn đã thật sự tìm kiếm sẽ được hoàn thành một cách có ý nghĩa. Ở đây bạn sẽ có một nền tảng thật sự trong cuộc sống. Ở đây Thiên Đàng và Trái Đất sẽ hòa làm một bên trong bạn và mọi sự tách biệt sẽ chấm dứt. Ở đây bạn có thể chấp nhận những hạn chế của sự tồn tại vật lý của mình và sự vĩ đại của cuộc sống tâm linh của mình. Do đó, việc hướng đến Tri Thức sẽ mang lại lợi ích lớn nhất cho bạn.

Hãy nhắc nhở bản thân về ý tưởng này mỗi giờ, và trong hai lần thực hành sâu hôm nay của mình, hãy bước vào sự tâm lặng, dùng từ RAHN nếu nó giúp ích cho bạn. Hãy vui mừng hôm nay vì bạn có thể nhận được thứ giải thoát cho bạn.

BÀI THỰC HÀNH 215:   *Hai lần thực hành, mỗi lần 30 phút.*
Thực hành hàng giờ.

Bước 216

CÓ MỘT SỰ HIỆN DIỆN TÂM LINH TRONG CUỘC ĐỜI TÔI.

Sự Hiện Diện Tâm Linh trong cuộc đời bạn luôn ở bên bạn, luôn ở đó cho bạn và luôn nhắc nhở bạn nhìn qua khỏi phán xét của chính bạn. Nó mãi mãi cung cấp cho bạn sự hỗ trợ, trợ giúp và hướng dẫn cần thiết để giảm thiểu việc áp dụng sai lầm của tâm trí bạn và củng cố việc áp dụng đúng đắn của tâm trí bạn để cho phép Tri Thức trỗi lên bên trong bạn.

Bây giờ bạn đang học cách nhận lãnh và tôn trọng Sự Hiện Diện Tâm Linh này, và dần dần bạn sẽ nhận ra tầm quan trọng to lớn của nó đối với bạn và thế giới. Điều này sẽ tạo ra sự vĩ đại và khiêm nhường cùng một lúc bên trong bạn, vì bạn sẽ nhận ra rằng bạn không phải là nguồn gốc của sự vĩ đại của mình, mà là phương tiện để thể hiện nó. Điều này sẽ giữ bạn trong đúng tỷ lệ và mối quan hệ với thứ bạn phục vụ. Trong mối quan hệ, bạn nhận được tất cả lợi ích của những gì bạn tuyên bố là của riêng mình. Tuy nhiên với Tri Thức, bạn sẽ không trở nên tự tôn vì bạn sẽ nhận ra hạn chế của chính mình và chiều sâu của nhu cầu của mình về Tri Thức. Với sự hiểu biết này, bạn sẽ nhận ra và chấp nhận nguồn gốc của sự sống. Với điều này, bạn sẽ nhận ra rằng bạn đang ở trong thế giới để phục vụ Tri Thức và rằng thế giới được định để nhận lãnh Tri Thức.

Có một Sự Hiện Diện Tâm Linh trong cuộc đời bạn. Hãy cảm nhận điều này hàng giờ khi bạn lặp lại ý tưởng của ngày hôm nay. Trong hai lần thực hành sâu của mình, hãy đi sâu vào Sự Hiện Diện này, vì Sự Hiện Diện này chắc chắn đang ở bên bạn và muốn trao nó cho bạn hôm nay.

BÀI THỰC HÀNH 216: *Hai lần thực hành, mỗi lần 30 phút.*
Thực hành hàng giờ.

Bước 217

TÔI TRAO BẢN THÂN CHO TRI THỨC HÔM NAY.

Hãy trao bản thân cho Tri Thức hôm nay bằng cách thực hiện bài thực hành hôm nay với sự cam kết và hiến dâng thật sự, không để bất kỳ ý tưởng sai lầm hay giới hạn bản thân nào cản trở sự theo đuổi chân thật của bạn. Bằng cách này, bạn trao bản thân cho Tri Thức bằng cách cho phép Tri Thức trao nó cho bạn. Do đó, điều được yêu cầu ở bạn thì thật nhỏ bé và phần thưởng của bạn thì thật lớn lao. Với mỗi khoảnh khắc bạn dành để trải nghiệm sự tâm lặng hoặc dùng tâm trí mình một cách có ý nghĩa, Tri Thức sẽ trở nên mạnh mẽ hơn và hiện diện nhiều hơn trong bạn. Bạn có thể tự hỏi, "Món quà của tôi cho thế giới là gì?" Món quà của bạn là những gì bạn nhận lãnh ở đây hôm nay. Hãy trao bản thân cho Tri Thức để nó có thể trao chính nó cho bạn.

Hãy nhớ ý tưởng của ngày hôm nay vào mỗi giờ và bước vào Tri Thức trong hai lần thực hành sâu của bạn. Trong suốt các lần thực hành của bạn hôm nay, hãy thể hiện ý định của bạn để trao bản thân cho Tri Thức, điều này sẽ đòi hỏi sự tâm lặng và chấp nhận bản thân.

BÀI THỰC HÀNH 217: *Hai lần thực hành, mỗi lần 30 phút.*
Thực hành hàng giờ.

Bước 218

TÔI SẼ GIỮ TRI THỨC TRONG MÌNH HÔM NAY.

ĐẾN CÙNG VỚI TRI THỨC LÀ MINH TRIẾT về cách sử dụng Tri Thức trong thế giới. Do đó, Tri Thức là nguồn gốc của sự hiểu biết của bạn và Minh Triết là việc học cách áp dụng nó một cách có ý nghĩa và có ích trên thế giới. Bạn vẫn chưa khôn ngoan, vì vậy hãy giữ Tri Thức bên trong mình hôm nay. Hãy cho phép nó củng cố bản thân. Hãy cho phép nó phát triển. Nó sẽ tự cho đi bản thân một cách tự nhiên, mà không cần bạn cố gắng ép buộc việc thể hiện của nó. Dần dần, bạn sẽ học cách trở nên khôn ngoan, thông qua cả việc thể hiện Tri Thức và thông qua những sai lầm của chính bạn. Bạn đã phạm phải đủ lỗi để chứng minh tất cả những gì Chúng Tôi đang nói với bạn.

HÃY GIỮ TRI THỨC BÊN TRONG BẠN NGÀY HÔM NAY để nó có thể phát triển mạnh mẽ bên trong bạn. Hãy cho phép bản thân bạn mở rộng sự hiện diện của nó đến với chỉ một hoặc hai cá nhân mà bạn nhận ra có thể cảm kích nó, vì nhận thức của bạn về Tri Thức vẫn còn là một chồi non bên trong bạn và vẫn chưa thể chịu đựng được những thăng trầm của thế giới này. Nó chưa phát triển đủ mạnh trong sự hiểu biết của chính bạn để chống lại sự sợ hãi và căm thù dữ dội đang càn quét khắp thế giới. Tri Thức có thể chịu đựng được điều này mà không gặp khó khăn, nhưng bạn, người đang học cách trở thành người nhận lãnh và phương tiện cho Tri Thức, vẫn chưa đủ mạnh.

HÃY CHO PHÉP TRI THỨC ĐƯỢC GIỮ BÊN TRONG BẠN HÔM NAY để nó có thể phát triển. Hãy nhắc nhở bản thân về điều này vào mỗi giờ khi bạn mang viên ngọc này trong tim mình. Trong những lần thực hành sâu của mình, mà là thời gian giải thoát khỏi giới hạn cho bạn, hãy cho phép bản thân quay về với tình yêu vĩ đại của mình để bạn có thể bước vào mối quan hệ thật sự với Tri Thức. Theo thời gian, mọi giới hạn đối với việc thể hiện Tri Thức sẽ được dỡ bỏ khi bạn học cách áp dụng khôn ngoan sự truyền đạt của nó vào thế giới. Nhưng hiện tại, hãy giữ Tri Thức trong trái tim bạn để nó có thể phát triển ngày càng mạnh mẽ hơn.

BÀI THỰC HÀNH 218: *Hai lần thực hành, mỗi lần 30 phút.*
Thực hành hàng giờ.

Bước 219

TÔI SẼ KHÔNG ĐỂ THAM VỌNG ĐÁNH LỪA MÌNH HÔM NAY.

KHI TRI THỨC LÚC NÀY ĐANG BẮT ĐẦU NẢY MẦM bên trong bạn, đừng để tham vọng của riêng bạn đánh lừa bạn. Tham vọng của bạn được sinh ra từ nhu cầu cá nhân của bạn về sự công nhận và sự trấn an. Đó là nỗ lực để chống lại sự sợ hãi bằng cách điều khiển ý kiến của người khác. Tham vọng của bạn ở đây là đầy phá hoại, nhưng giống như tất cả các khả năng khác của tâm trí mà hiện đang bị sử dụng sai, dần dần nó có thể phục vụ cho sự vĩ đại của Tri Thức. Bạn chưa đạt được trạng thái này; do đó, đừng cố gắng làm bất cứ điều gì với Tri Thức của mình, vì đó không phải để bạn sử dụng Tri Thức mà là để nhận lãnh Tri Thức. Chính trong sự nhận lãnh của bạn đối với Tri Thức mà bạn sẽ thấy Tri Thức có phục vụ và sự có ích lớn nhất cho bạn.

ĐỪNG ĐỂ THAM VỌNG KÉO BẠN ĐI NƠI BẠN KHÔNG THỂ ĐI. Đừng để nó sử dụng sai sức sống của bạn và năng lượng của bạn. Hãy học cách trở nên kiên nhẫn và điềm tĩnh với Tri Thức, vì Tri Thức có mục tiêu và hướng đi của riêng nó trong cuộc sống, mà giờ đây bạn đang học cách đi theo.

TRONG SUỐT NGÀY HÔM NAY TRONG CÁC LẦN THỰC HÀNH HÀNG GIỜ CỦA MÌNH và trong các lần thiền sâu của mình, hãy cho phép bản thân bạn không có tham vọng, vì bạn không biết phải làm gì với Tri Thức. Trong các lần thiền dài của mình, hãy để điều này giải thoát bạn để bạn có thể bước vào sự tĩnh lặng và rời khỏi thế giới của những thứ vật chất.

BÀI THỰC HÀNH 219: *Hai lần thực hành, mỗi lần 30 phút.*
Thực hành hàng giờ.

Bước 220

TÔI SẼ KIỀM CHẾ HÔM NAY ĐỂ SỰ VĨ ĐẠI CÓ THỂ PHÁT TRIỂN TRONG TÔI.

Hãy kiềm chế những khả năng mà bạn nhận ra là có hại hoặc làm suy yếu việc giành lại Tri Thức. Hãy cố ý kiềm bản thân lại để Tri Thức có thể phát triển bên trong bạn. Đây không phải là giới hạn mà bạn đặt lên bản thân. Thay vào đó, đó là việc sử dụng có ý nghĩa tâm trí và sức mạnh của bạn để trau dồi nhận thức về Quyền Lực Vĩ Đại bên trong bạn và cho phép nó trỗi lên, hướng dẫn và dẫn dắt bạn.

Trong bài học hôm nay, cũng như trong các bài học trước, bạn đang học cách nhận ra nguồn gốc của Tri Thức và phương tiện của Tri Thức và không nhầm lẫn giữa hai thứ này. Hãy học cách kiềm chế hôm nay để Tri Thức có thể phát triển bên trong bạn. Đừng nghĩ rằng sự kiềm chế chỉ đơn thuần ám chỉ đến hành vi trong quá khứ khi bạn đã hạn chế thứ chân thật bên trong mình. Không, trọng tâm của bạn hôm nay là để học hình thức kiềm chế có chủ đích mà tượng trưng cho biểu hiện của quyền lực và tính kỷ luật của bạn. Quyền lực và tính kỷ luật của bạn bây giờ phải được sử dụng để trở nên mạnh mẽ, vì tâm trí và cơ thể của bạn là phương tiện của Tri Thức, và là phương tiện, chúng phải được phát triển và củng cố.

Trong các bài thực hành sâu của bạn hôm nay, cũng như trong các bài thực hành hàng giờ của bạn, hãy kiềm chế những hình thức suy nghĩ và hành vi phản bội Tri Thức của bạn để bạn có thể bước vào Tri Thức trong sự tâm lặng và trong sự bình an. Với sự kiềm chế này, tự do sẽ được khám phá, vì tự do được tìm thấy bên ngoài thế giới này và được mang vào trong thế giới này, vì tự do là món quà của Tri Thức.

BÀI THỰC HÀNH 220: *Hai lần thực hành, mỗi lần 30 phút.*
Thực hành hàng giờ.

Bước 221

TÔI ĐƯỢC TỰ DO BỐI RỐI HÔM NAY.

ĐỪNG XEM SỰ BỐI RỐI CỦA BẠN LÀ MỘT THẤT BẠI. Đừng xem sự bối rối của bạn là thứ gì đó gây nguy hiểm cho bạn hoặc hạ thấp bạn. Sự bối rối ở đây chỉ là một dấu hiệu cho thấy bạn đang nhận ra hạn chế của những ý tưởng và giả định của chính mình. Bạn phải từ bỏ những thứ này để cho phép Tri Thức trở nên rõ ràng đối với bạn, vì khi đối mặt với mọi quyết định quan trọng đòi hỏi sự chú ý của bạn hôm nay, Tri Thức đã cung cấp câu trả lời rồi. Đó không phải là câu trả lời mà bạn có thể tìm thấy trong số nhiều câu trả lời mà bạn tự đưa ra cho mình hoặc bạn cho rằng người khác đưa ra cho bạn.

VÌ VẬY, HÃY ĐỂ MỌI SỰ THAY THẾ CHO TRI THỨC rời khỏi bạn. Hãy cho phép bản thân bị bối rối, vì trong sự bối rối thật sự của bạn, Tri Thức có thể tự nhiên trỗi lên. Khi đó, điều này tượng trưng cho sự tự do của bạn, vì trong sự tự do, bạn được tự do bối rối.

HÃY NHẮC NHỞ BẢN THÂN VỀ Ý TƯỞNG NÀY hàng giờ, và đừng tự mãn với những lời giải thích hoặc giả định đơn giản về ý nghĩa to lớn của nó đối với bạn. Bạn phải cân nhắc nó sâu sắc và nhận ra rằng sự hiểu biết thật sự mà nó chứa đựng cho bạn sẽ được tiết lộ dần dần. Hôm nay hãy cho phép bản thân trở nên bối rối, vì bạn đang bối rối, và bạn phải luôn bắt đầu từ nơi bạn đang ở. Tri Thức đang ở bên bạn. Bạn được tự do bối rối. Trong những lần thực hành dài của bạn hôm nay, hãy bước vào sự tâm lặng cho dù bạn có bối rối hay không, vì sự tâm lặng, ân sủng và bình an luôn có đó cho bạn.

BÀI THỰC HÀNH 221:   *Hai lần thực hành, mỗi lần 30 phút.*
Thực hành hàng giờ.

Bước 222

THẾ GIỚI THÌ BỐI RỐI. TÔI SẼ KHÔNG PHÁN XÉT NÓ.

PHÁN XÉT DUY NHẤT MÀ BẠN CÓ THỂ ĐƯA RA đối với thế giới là rằng nó đang bối rối. Phán xét này không đòi hỏi sự tức giận, buồn bã, mất mát, oán giận, thù địch hay trả thù. Nó không kêu gọi sự tấn công dưới bất kỳ hình thức nào. Thế giới bị bối rối. Đừng phán xét nó. Làm sao thế giới có thể chắc chắn khi thế giới không có Tri Thức? Bạn có thể nhìn lại cuộc đời mình cho đến nay và nhận ra mức độ bối rối của chính mình. Làm sao nó có thể khác khi bạn không có Tri Thức? Tri Thức đang ở bên bạn lúc này, cũng như lúc đó. Bạn đang bắt đầu giành lại Tri Thức để sự chắc chắn của nó có thể thể hiện bản thân thông qua bạn ngày càng nhiều hơn. Đây là món quà vĩ đại mà bây giờ bạn đang học cách nhận lãnh. Đó là món quà mà thế giới sẽ học cách nhận lãnh thông qua bạn.

MỖI GIỜ KHI BẠN NHÌN VÀO THẾ GIỚI và tất cả các hoạt động của nó, đừng phán xét nó, vì nó đơn thuần đang bối rối. Nếu bạn đang đau khổ ngày hôm nay, đừng phán xét bản thân, vì bạn đơn thuần đang bối rối. Trong các lần thực hành sâu của mình ngày hôm nay, hãy cho phép bản thân bước vào sự tâm lặng. Bạn bước vào sự tâm lặng đơn giản bằng cách muốn bước vào sự tâm lặng. Đó là món quà mà bạn cho phép bản thân. Để làm được việc này, bạn trao bản thân cho việc nhận món quà. Ở đây không có người cho và người gửi món quà, vì món quà vang vọng giữa bạn và Nguồn của bạn. Tri Thức và phương tiện của nó đơn thuần đang xác nhận lẫn nhau.

THẾ GIỚI BỊ BỐI RỐI. Nó không có Tri Thức. Nhưng bạn là món quà cho thế giới, vì bạn đang học cách nhận lãnh Tri Thức ngày hôm nay.

BÀI THỰC HÀNH 222: *Hai lần thực hành, mỗi lần 30 phút.*
Thực hành hàng giờ.

Bước 223

TÔI SẼ NHẬN LÃNH TRI THỨC HÔM NAY.

HÀNG GIỜ HÃY NHẬN LÃNH TRI THỨC. Trong hai lần thực hành sâu của bạn, hãy nhận lãnh Tri Thức. Hãy trao bản thân cho việc nhận lãnh Tri Thức. Đây là bài thực hành của bạn cho ngày hôm nay. Mọi thứ khác chỉ là một kiểu bối rối. Không có sự kiện nào trong cuộc sống bên ngoài của bạn mà cần thay thế bài thực hành của bạn hôm nay, vì Tri Thức ban phước cho mọi thứ bên trong và bên ngoài bạn. Nó xua tan những thứ không cần thiết và cố tình kết nối bạn với những thứ cần thiết và có tiềm năng thật sự cho bạn.

Vậy thì hãy quay về với Tri Thức, bất kể hoàn cảnh của cuộc sống bên ngoài của bạn. Hãy nhận lãnh Tri Thức để bạn có thể có được sự chắc chắn trong thế giới và để bạn có thể hiểu được ý nghĩa và giá trị của chính mình.

BÀI THỰC HÀNH 223: *Hai lần thực hành, mỗi lần 30 phút.*
Thực hành hàng giờ.

Bước 224

ÔN TẬP

Hôm nay hãy thực hành tính khách quan bằng cách ôn lại hai tuần thực hành cuối. Một lần nữa, hãy đọc lại từng bài học trong ngày và nhớ lại bài thực hành của bạn trong ngày đó. Hãy bắt đầu với bài thực hành đầu tiên của hai tuần, sau đó đi theo mỗi ngày từng bước một. Hãy tăng cường khả năng của bạn để quan sát sự tiến bộ của mình một cách khách quan. Hãy xem điều gì xảy ra vào những ngày bạn mạnh mẽ với thực hành và vào những ngày bạn yếu đuối. Hãy tưởng tượng trong giây lát khi bạn làm việc này rằng bạn đang nhìn thông qua đôi mắt của những Giáo Viên của bạn, những người đang theo dõi cuộc sống của bạn từ trên cao. Họ không lên án. Họ đơn thuần chỉ ghi nhận điểm mạnh và điểm yếu của bạn, củng cố điểm mạnh và giảm thiểu tác động của điểm yếu. Khi bạn học cách nhìn cuộc đời mình một cách khách quan, bạn sẽ học cách nhìn cuộc đời mình qua đôi mắt của Giáo Viên của mình. Đây là việc nhìn với Tri Thức. Đây là việc nhìn mà không phán xét. Với điều này, tâm trí trở thành phương tiện cho Tri Thức và Tri Thức sẽ ban tặng cho bạn tất cả những ý tưởng và hoạt động thật sự có lợi cho bạn.

Hãy để lần thực hành Ôn Tập của bạn hôm nay được thực hiện cho lợi ích của chính bạn. Hãy sử dụng tâm trí bạn một cách có mục đích và đừng cho phép nó đi lan man. Hãy phá bỏ thói quen suy nghĩ vô thức. Hãy phá bỏ thói quen bận tâm với những điều ngớ ngẩn và vô nghĩa. Hãy để Bài Ôn Tập của bạn hôm nay thể hiện cho bạn rằng bạn là một học sinh thật sự của Tri Thức.

BÀI THỰC HÀNH 224: *Một lần thực hành dài.*

Bước 225

HÔM NAY TÔI SẼ VỪA NGHIÊM TÚC VỪA NHẸ LÒNG CÙNG MỘT LÚC.

KHÔNG CÓ MÂU THUẪN NÀO TRONG THÔNG ĐIỆP NGÀY HÔM NAY dành cho bạn nếu nó được hiểu. Việc nghiêm túc với cuộc đời mình là việc nhận lãnh ân sủng thật sự của nó, mà sẽ khiến bạn rất hạnh phúc. Do đó, bạn phải rất nghiêm túc với bản thân khi bạn đang học cách trở thành phương tiện cho Tri Thức, và bạn có thể rất hạnh phúc và nhẹ lòng rằng Tri Thức đang ở bên bạn. Do đó, đây là ứng dụng thật sự của tâm trí bạn, vì bạn nhẹ lòng với những gì nhẹ lòng, và bạn nghiêm túc với những gì nghiêm túc. Một tâm trí nghiêm túc trong hướng bên ngoài của nó và nhẹ lòng trong niềm vui bên trong của nó sẽ là một tâm trí được kết hợp hoàn toàn. Đây sẽ là một tâm trí nơi Thiên Đàng và Trái Đất chạm vào nhau.

ÂN SỦNG MÀ BẠN SẼ NHẬN ĐƯỢC HÔM NAY sẽ tạo ra hạnh phúc và sự cảm kích thật sự, nhưng ứng dụng mà nó đòi hỏi sẽ đòi hỏi sự tham gia nghiêm túc của bạn, sự cống hiến chân thành của bạn và sự áp dụng chân thật các khả năng tinh thần và thể chất của bạn. Ở đây điểm mạnh của bạn đại diện cho hạnh phúc của bạn, và hạnh phúc của bạn được củng cố bằng việc áp dụng các khả năng thật sự của bạn.

HÃY NGHĨ VỀ ĐIỀU NÀY HÀNG GIỜ khi bạn lặp lại ý tưởng của mình cho ngày hôm nay. Khi bạn cố gắng thực hành bài thực hành thiền sâu của mình, hãy nghiêm túc dùng tâm trí của mình để nó có thể trải nghiệm sự nhẹ lòng và niềm vui lớn lao của Tri Thức. Trong đây, bạn sẽ thấy rằng ý tưởng của ngày hôm nay là hoàn toàn đồng nhất trong ý nghĩa của nó. Trong đây, bạn sẽ không nhầm lẫn giữa thứ hạnh phúc và thứ nghiêm túc. Điều này sẽ trao cho bạn sự hiểu biết lớn hơn về thế giới.

BÀI THỰC HÀNH 225:   *Hai lần thực hành, mỗi lần 30 phút.*
                     Thực hành hàng giờ.

Bước 226

TRI THỨC ĐANG Ở BÊN TÔI. TÔI SẼ KHÔNG SỢ HÃI.

TRI THỨC ĐANG Ở BÊN BẠN và khi bạn ở bên Tri Thức, bạn sẽ không sợ hãi. Dần dần, sự sợ hãi sẽ ngày càng trở nên bên ngoài đối với trải nghiệm thật sự của bạn khi bạn học cách ở bên Tri Thức. Giá trị của ý tưởng hôm nay phải được nhận ra về mặt tâm trí bạn thường xuyên tham gia vào nỗi sợ hãi đến mức dường như khiến việc giành lại Tri Thức và áp dụng Tri Thức trở nên rất khó khăn đối với bạn. Điều này có vẻ khó khăn chỉ vì tâm trí bạn đã tham gia vào nỗi sợ hãi trong quá khứ như một thói quen. Thói quen có thể được phá vỡ. Những thói quen suy nghĩ và hành vi mới có thể được thiết lập và củng cố. Đó đơn thuần là kết quả của việc áp dụng tâm trí của bạn. Đó là kết quả của việc thực hành.

HÔM NAY HÃY THỰC HÀNH VIỆC Ở BÊN TRI THỨC, mà sẽ hoàn tác mọi thói quen đã chống lại bạn và thế giới. Sống trong cuộc sống là việc thực hành và luôn là một hình thức phục vụ. Hôm nay hãy thực hành sự thật và phục vụ sự thật, và trong điều này, mọi sai lầm được làm suy yếu. Nền tảng của chúng được xóa bỏ, và thay vào đó bạn sẽ bắt đầu học một cách mới để ở trong thế giới, một cách mới để tương tác bản thân với thế giới, và bạn sẽ có một cấu trúc lớn hơn để áp dụng các khả năng tinh thần và thể chất của mình.

HÀNG GIỜ HÃY Ở BÊN TRI THỨC. Hãy xua tan nỗi sợ hãi và nhắc nhở bản thân rằng Tri Thức đang ở bên bạn. Hãy nhắc nhở bản thân rằng các Giáo Viên của bạn đang ở bên bạn. Hãy nhắc nhở bản thân rằng các học sinh khắp mọi nơi đang tham gia vào việc giành lại Tri Thức thì đang ở bên bạn. Trong điều này, thế giới sẽ trở nên nhỏ bé và bạn sẽ trở nên vĩ đại. Trong các bài thực hành sâu của mình, hãy trao cho bản thân sự tự do của việc trải nghiệm Tri Thức. Hãy bước vào chiều sâu vĩ đại và sự tĩnh lặng của tâm trí, khi nó đắm mình vào sự hiện diện của tình yêu.

BÀI THỰC HÀNH 226: *Hai lần thực hành, mỗi lần 30 phút.*
Thực hành hàng giờ.

Bước 227

TÔI SẼ KHÔNG NGHĨ RẰNG MÌNH BIẾT HÔM NAY.

Những học sinh mới bắt đầu luôn nghĩ rằng họ biết những thứ mà họ không biết, và họ luôn nghĩ rằng họ không biết những thứ mà họ biết. Điều này đòi hỏi rất nhiều sự phân loại. Nó đòi hỏi việc khám phá ra cái thật và cái giả và, thông qua sự tương phản này, học cách tách biệt hai thứ. Theo thời gian, bạn sẽ nhận ra sự khác biệt giữa cái thật và cái giả và sẽ không bị lừa dối bởi sự giả vờ mà cái giả có thể tạo ra khi bắt chước cái thật.

Hãy nhắc nhở bản thân hàng giờ hôm nay đừng nghĩ rằng bạn biết. Nghĩ rằng bạn biết chỉ là một hình thức thay thế. Bạn hoặc biết hoặc không biết. Suy nghĩ của bạn ở đây đơn thuần chỉ hỗ trợ hoặc phủ nhận những gì bạn biết. Nhưng nghĩ rằng bạn biết là việc suy nghĩ không có Tri Thức, điều này luôn vô nghĩa và gây ra sự bối rối và nghi ngờ bản thân.

Trong những lần thực hành sâu của mình hôm nay, đừng bị lừa dối khi nghĩ rằng bạn biết. Một lần nữa hãy quay trở lại với trải nghiệm tinh khiết về Tri Thức. Trong sự tâm lặng và bình yên, hãy trao hết mình cho việc thực hành của mình hôm nay. Tri Thức là một trải nghiệm. Nó sẽ tạo ra những ý tưởng riêng của nó. Nó sẽ kích thích và hỗ trợ những hình thức hành vi và những hình thức nỗ lực mà thật sự hỗ trợ cho bản chất thật sự của bạn. Đừng bằng lòng với những điều bạn nghĩ mình biết, vì đây chỉ là một hình thức phủ nhận khác mà sẽ khiến bạn trở nên nghèo đói một lần nữa.

BÀI THỰC HÀNH 227: *Hai lần thực hành, mỗi lần 30 phút.*
Thực hành hàng giờ.

Bước 228

TÔI SẼ KHÔNG NGHÈO HÔM NAY.

Bạn không cần phải nghèo, vì sự nghèo khó không phải là di sản của bạn hay định mệnh thật sự của bạn. Đừng nghèo hôm nay, vì Tri Thức là sự giàu có lớn lao, và một khi nó được phép trỗi lên trong bất kỳ tâm trí nào, nó sẽ bắt đầu tạo ra sự hiện diện của nó một cách tự nhiên trên thế giới. Nó bắt đầu cân bằng và hài hòa tâm trí mà là phương tiện của nó, và nó bắt đầu trao tặng cụ thể cho một số cá nhân nhất định theo những cách cụ thể. Đây là thiên tài đang ở bên bạn. Làm sao bạn có thể nghèo với một món quà như vậy? Chỉ những ý tưởng và hình thức hành vi tự hạ thấp bản thân của bạn mới có thể tạo ra nghèo khó.

Vì vậy, hôm nay hãy bắt đầu nhìn sâu hơn vào những thứ là hình thức cản trở bạn. Hãy nghĩ về điều này hàng giờ. Trong hai lần thực hành sâu của bạn, hãy tích cực dùng tâm trí vào việc cố gắng phân biệt các hình thức cụ thể của việc lừa dối bản thân và cản trở bản thân. Hãy làm việc này mà không lên án, nhưng với sự khách quan cần thiết để nhìn bản thân một cách rõ ràng. Đừng nản lòng vì có nhiều hình thức lừa dối bản thân tinh vi. Chúng chỉ là những biến thể nhỏ của các chủ đề rất đơn giản. Sự có vẻ phức tạp và số lượng của chúng là không quan trọng ngoại trừ việc bạn nhận ra chúng. Chúng đều được sinh ra từ sự sợ hãi và nỗ lực bù đắp nỗi sợ bằng cách tham gia vào ảo tưởng và bằng cách cố gắng kéo người khác vào việc ủng hộ ảo tưởng. Mọi ý tưởng không có Tri Thức đều phục vụ mục đích này, một cách trực tiếp hoặc gián tiếp. Tuy nhiên, mục đích chân thật là động lực lớn đằng sau những ý tưởng phục vụ thật sự, giống như việc nó là động lực lớn đằng sau mọi hình thức hành động và hành vi phục vụ thật sự.

Hôm nay chúng ta sẽ nhìn vào trở ngại, nhưng không phải với sự xấu hổ, tội lỗi hay căng thẳng. Chỉ nhìn để củng cố sự hiện diện và áp dụng của Tri Thức và chỉ để chuẩn bị bạn để trở thành phương tiện lớn hơn cho Tri Thức trên thế giới. Đó là mục đích của bài thực hành hôm nay. Do đó, hãy thực hành với ý định thật sự. Bạn vĩ đại hơn những sai lầm mà bạn nhận ra, và chúng không thể lừa dối bạn nếu bạn nhìn vào chúng một cách khách quan.

BÀI THỰC HÀNH 228: *Hai lần thực hành, mỗi lần 30 phút.*
Thực hành hàng giờ.

Bước 229

TÔI SẼ KHÔNG ĐỔ LỖI CHO NGƯỜI KHÁC CHO NỖI ĐAU CỦA MÌNH.

Ý TƯỞNG NGÀY HÔM NAY ĐẠI DIỆN CHO SỰ THAY ĐỔI KHỔNG LỒ trong sự hiểu biết. Tuy nhiên, nó phải được sinh ra từ Tri Thức để có hiệu quả thật sự. Ý nghĩa của nó thì không rõ ràng ngay lập tức, vì bạn sẽ sớm nhận ra rằng có nhiều trường hợp mà người khác dường như hoàn toàn chịu trách nhiệm cho nỗi đau của bạn. Sẽ rất khó, với lối suy nghĩ theo thói quen của bạn và những giả định mà bạn sống dựa trên, để phủ nhận rằng người khác thật sự là nguyên nhân gây ra nỗi đau của bạn. Tuy nhiên, đây không phải là cách Tri Thức nhìn bạn, và bạn phải học cách không nhìn bản thân theo cách này.

NỖI ĐAU LUÔN LÀ MỘT QUYẾT ĐỊNH MÀ BẠN ĐƯA RA để đáp lại bất kỳ kích thích nào trong môi trường của mình. Cơ thể sẽ đau về mặt thể xác nếu bị kích thích nhiều, nhưng đó chỉ là một phản ứng của giác quan. Không phải nỗi đau thật sự mà làm bạn đau đớn. Nỗi đau làm bạn đau đớn là vòng gai của những ý tưởng và giả định của chính bạn, những nghi ngờ và thông tin sai lệch của chính bạn và sự không tha thứ của chính bạn đối với bản thân và thế giới. Điều này tạo ra nỗi đau cả trong tâm trí bạn và trong cơ thể bạn. Đó là nỗi đau mà Chúng Tôi muốn xoa dịu hôm nay.

DO ĐÓ, HÃY XEM XÉT Ý TƯỞNG NGÀY HÔM NAY NHƯ MỘT HÌNH THỨC CHỮA TRỊ cho nỗi đau. Nếu người khác là nguyên nhân gây ra nỗi đau của bạn, bạn không có cách chữa trị nào khác ngoài việc tấn công hoặc thay đổi người đó. Ngay cả nỗ lực thay đổi họ theo hướng tốt đẹp của bạn cũng sẽ là một hình thức tấn công, vì bên dưới lòng vị tha của bạn sẽ là sự căm ghét và oán giận. Do đó, không có cách chữa trị nào cho nỗi đau nếu nguyên nhân của nó nằm ngoài bạn. Nhưng có cách chữa trị cho mọi nỗi đau vì Tri Thức đang ở bên bạn.

Do đó, mọi nỗi đau phải được nhận ra như là kết quả của quyết định của chính bạn. Nó phải được nhận ra như là kết quả của cách diễn giải của chính bạn. Bạn có thể cảm thấy rằng mình đã bị đối xử bất công bởi người khác hoặc thế giới. Cảm giác này thật sự đang hiện diện trong tâm trí bạn, vì vậy nó không cần phải bị phủ nhận, nhưng bạn phải nhìn qua khỏi nó đến nguồn gốc của nó và đến cơ chế xuất hiện của nó. Để làm được việc này, bạn phải sử dụng các khả năng của chính mình. Điều này sẽ trao cho bạn sức mạnh to lớn. Bạn sẽ có thể làm được điều này vì Tri Thức đang ở bên bạn và vì với Tri Thức, bạn có thể làm được mọi thứ mà Tri Thức yêu cầu bạn làm.

Khi không có sự lên án, thế giới sẽ được nhẹ nhõm đến mức nó có thể bắt đầu phục hồi bản thân. Do đó hàng giờ, hãy lặp lại ý tưởng này và xem xét ý nghĩa của nó. Hãy đi sâu vào bên trong nó để khám phá xem nó thật sự chứa đựng điều gì cho bạn. Trong những lần thực hành dài của mình, hãy bước vào sự tâm lặng và bình yên, vì khi không có sự lên án đối với thế giới và bản thân bạn, tâm trí đã bình yên rồi.

BÀI THỰC HÀNH 229: *Hai lần thực hành, mỗi lần 30 phút.*
Thực hành hàng giờ.

Bước 230

SỰ ĐAU KHỔ CỦA TÔI BẮT NGUỒN TỪ SỰ BỐI RỐI.

Sự đau khổ của bạn bắt nguồn từ sự bối rối. Hãy cho phép bản thân được bối rối để bạn có thể nhận ra con đường thật sự của sự cải tạo. Ý tưởng này có gây bối rối cho bạn không? Nó có thể gây bối rối vì mọi người sẽ không chấp nhận sự bối rối của mình. Họ sẽ nói dối về điều đó, nói rằng họ chắc chắn trong khi họ bối rối, đổ lỗi cho người khác để bào chữa cho bản thân hoặc đổ lỗi cho bản thân để bào chữa cho người khác. Tất cả những điều này đại diện cho sự bối rối.

Khi bạn nhận ra rằng mình đang bối rối, thì bạn có thể giành phương tiện để lấy lại sự chắc chắn của mình. Nếu bạn không chấp nhận rằng mình đang bối rối, bạn sẽ áp đặt những thứ thay thế cho sự chắc chắn lên bản thân mình và thế giới, và do đó loại bỏ bản thân khỏi khả năng nhận được sự chắc chắn của mình. Đây là lý do tại sao bạn phải nhận ra rằng sự bối rối của bạn là nguồn gốc của đau khổ của bạn, và bạn phải cho phép bản thân bị bối rối để nhận ra khó khăn thật sự của mình. Nhận ra khó khăn thật sự của mình, bạn sẽ thấy được nhu cầu lớn về Tri Thức, và điều này sẽ tạo ra trong bạn sự cam kết và nỗ lực cần thiết để bạn nhận được những gì là di sản của mình.

Hôm nay hãy lặp lại ý tưởng này hàng giờ và đừng quên làm việc đó. Trong hai lần thực hành dài của mình, hãy tích cực dùng tâm trí mình để nỗ lực hiểu được chiều sâu và ý nghĩa của ý tưởng hôm nay. Hãy nhận ra một cách khách quan tất cả những cảm xúc và suy nghĩ ủng hộ nó và tất cả những cảm xúc và suy nghĩ phản đối nó. Hãy đặc biệt chú ý để nhận ra bất kỳ sự phản đối nào mà bạn có thể có đối với ý tưởng hôm nay. Sau đó hãy nhận ra quyền lực của ý tưởng này trong chính tâm trí của bạn. Điều này sẽ giúp bạn nhận ra ý tưởng hôm nay và ý nghĩa thật sự của nó. Điều này cũng sẽ giúp bạn nhận ra một cách khách quan cấu trúc hiện tại của tâm trí mình. Tất cả những điều này đều là một phần trong quá trình giáo dục của bạn như một học sinh của Tri Thức. Hãy trao bản thân để xem xét ý tưởng hôm nay và đừng tự mãn với những câu trả lời và giải thích đơn giản, vì ý tưởng hôm nay chứa đựng một món quà mà bạn chưa trải nghiệm.

BÀI THỰC HÀNH 230: *Hai lần thực hành, mỗi lần 30 phút.*
Thực hành hàng giờ.

Bước 231

TÔI CÓ MỘT TIẾNG GỌI TRÊN THẾ GIỚI NÀY.

Bạn có một tiếng gọi trên thế giới này. Nó không phải là những gì bạn nghĩ. Nó sẽ trỗi lên từ Tri Thức của bạn một khi Tri Thức được phép trỗi lên trong tâm trí bạn. Bạn có một tiếng gọi trên thế giới này vì bạn đã đến đây để làm một số việc rất cụ thể. Mục đích của bạn trên thế giới này là để giành lại Tri Thức của bạn và cho phép Tri Thức của bạn thể hiện chính nó. Đó là một tuyên bố rất đơn giản về mục đích của bạn, nhưng đó là một tuyên bố chứa đựng rất nhiều chiều sâu và rất nhiều điều mà phải được hoàn thành theo thời gian.

Bạn có một tiếng gọi trên thế giới này vì bạn đã được gửi đến đây để làm việc gì đó. Chính cho lý do này mà tâm trí bạn như vậy và rằng bạn có một bản chất cụ thể khác biệt với những người khác. Khi tiếng gọi của bạn trỗi lên, bạn sẽ nhận ra lý do tại sao bạn nghĩ và hành động như vậy, và tất cả những điều này sẽ được đưa vào sự cân bằng và hài hòa thật sự. Điều này sẽ xóa bỏ mọi lý do bạn có cho việc lên án bản thân, vì bản chất của bạn đại diện cho một sự hữu ích mà bạn vẫn chưa nhận ra. Nói cách khác, bạn được tạo ra cụ thể cho việc gì đó mà bạn vẫn chưa hiểu. Trước khi nhận ra điều này, bạn sẽ cưỡng lại bản chất của mình, nghĩ rằng nó là một hạn chế lên bạn. Theo thời gian, bạn sẽ nhận ra rằng nó là một nguồn lực vô giá cho thành tựu, vì bạn có một tiếng gọi trên thế giới.

Hàng giờ hãy nhắc nhở bản thân về điều này và nhắc nhở bản thân rằng bạn chưa biết tiếng gọi của mình là gì. Khi không có sự giả định, bạn sẽ ở trong vị thế để khám phá ra sự thật. Trong các lần thực hành sâu của mình hôm nay, hãy một lần nữa bước vào sự tâm lặng và im lặng, sử dụng từ RAHN nếu bạn thấy hữu ích. Đây là ngày chuẩn bị để bạn nhận ra tiếng gọi thật sự của mình trên thế giới. Đây là ngày được trao cho Tri Thức và là ngày được đưa ra khỏi những giả định sai lầm và sự lừa dối bản thân.

Một ngày được trao cho Tri Thức sẽ đưa bạn đến gần hơn với việc nhận ra tiếng gọi của mình, mà sẽ trỗi lên một cách tự nhiên không cần giả định của bạn một khi bạn và những người mà bạn phải tham gia đã được chuẩn bị.

BÀI THỰC HÀNH 231: *Hai lần thực hành, mỗi lần 30 phút.*
Thực hành hàng giờ.

Bước 232

TIẾNG GỌI CỦA TÔI TRONG CUỘC ĐỜI ĐÒI HỎI SỰ PHÁT TRIỂN CỦA NGƯỜI KHÁC.

ĐỂ TIẾNG GỌI CỦA BẠN TRỔI LÊN TRONG CUỘC ĐỜI BẠN, không chỉ sự phát triển của riêng bạn là thiết yếu, mà còn là sự phát triển của những người mà bạn sẽ trực tiếp tham gia. Bởi vì mục đích của bạn trong cuộc sống bao gồm sự tham gia của bạn với người khác, nên đó không phải là một nỗ lực đơn lẻ. Đó không phải là sự thoả mãn cá nhân. Trên thực tế, không có cá nhân nào hoàn toàn tách biệt khỏi những cá nhân khác vì tính chất cá nhân chỉ có ý nghĩa về mặt thể hiện những gì gắn kết và kết nối mọi sự sống.

VÌ VẬY, HÔM NAY HÃY PHÁT TRIỂN SỰ KHÔN NGOAN và sự hiểu biết rằng thành tựu thật sự của bạn cũng phụ thuộc vào thành tựu của những người khác. Đừng nghĩ rằng bạn biết tất cả những người này là ai, vì bạn vẫn chưa gặp tất cả họ. Một số người đang ở trong thế giới này, và một số người ở ngoài thế giới này. Họ có thể không hề nằm trong phạm vi cá nhân của bạn.

VẬY THÌ, LÀM SAO BẠN CÓ THỂ TIẾN BƯỚC khi thành tựu của bạn phụ thuộc một phần vào người khác? Bạn tiến bước bằng cách trao bản thân cho quá trình chuẩn bị của mình. Quyền lực của việc làm này sẽ củng cố những người mà bạn sẽ tham gia trong tiếng gọi của cuộc đời mình. Bởi vì việc áp dụng của các bạn củng cố lẫn nhau, các bạn đã ở trong mối quan hệ rồi; các bạn đang ảnh hưởng lên nhau rồi. Khi bạn càng đến gần điểm khi Tri Thức trỗi lên, họ cũng sẽ đến gần hơn. Khi bạn càng kìm hãm bản thân, thì bạn càng kìm hãm họ. Bạn không thể thấy được cơ chế cho điều này khi bạn đang ở trong thế giới, vì bạn phải ở bên ngoài thế giới để thấy được cách điều này hoạt động. Nhưng bạn có thể hiểu được ý tưởng rằng tất cả các tâm trí đều ảnh hưởng lên nhau, đặc biệt là những tâm trí được định để tham gia cụ thể với nhau trong cuộc sống.

Do đó, sự tiến bộ của bạn phụ thuộc vào nỗ lực của chính bạn và nỗ lực của những người khác. Tuy nhiên nỗ lực của những người khác được bổ sung và củng cố bởi nỗ lực của chính bạn. Do đó, thành tựu của bạn phần lớn được trao cho bạn để hoàn thành, nhưng thành tựu của bạn sẽ kết nối bạn với cuộc sống và sẽ làm sâu sắc thêm nội dung và trải nghiệm của mối quan hệ vượt xa những gì bạn có thể trải nghiệm trước đây.

Trong những hồi tưởng hàng giờ của bạn và trong những lần thiền dài của bạn trong sự tâm lặng hôm nay, hãy để nỗ lực của bạn bổ sung cho nỗ lực của những người khác, mà sẽ bổ sung cho nỗ lực của bạn. Do đó, hãy để tổng hợp của sự cam kết chung của các bạn trở thành nguồn sức mạnh mà bạn sẽ trải nghiệm ngày hôm nay và sẽ được trải nghiệm bởi những người mà bạn chưa gặp trong cuộc sống này.

BÀI THỰC HÀNH 232: *Hai lần thực hành, mỗi lần 30 phút.*
Thực hành hàng giờ.

Bước 233

TÔI LÀ MỘT PHẦN CỦA THẾ LỰC VĨ ĐẠI CHO ĐIỀU TỐT TRONG THẾ GIỚI.

TUYÊN BỐ NÀY LÀ HOÀN TOÀN ĐÚNG, mặc dù từ một quan điểm tách biệt, nó có thể rất khó hiểu. Không mong đợi rằng bạn sẽ hiểu được ý tưởng của ngày hôm nay, nhưng nó được trao cho bạn để trải nghiệm quyền lực và hiệu lực của nó, vì là đại diện cho sự thật, nó có thể dẫn bạn đến sự thật, mà là trải nghiệm về Tri Thức. Đây là khả năng lớn nhất cho bất kỳ ý tưởng nào—rằng nó có thể là cánh cửa dẫn đến Tri Thức.

DO ĐÓ, Ý TƯỞNG NÀY PHẢI ĐƯỢC TIẾP CẬN MỘT CÁCH THÍCH HỢP. Bạn phải nhận ra hạn chế của một quan điểm tách biệt và không cố gắng phán xét giá trị của ý tưởng hôm nay. Bạn không thể phán xét nó. Bạn chỉ có thể đáp lại nó hoặc phủ nhận nó vì sự thật của nó thì lớn hơn diễn giải hiện tại của bạn. Việc nhận ra những hạn chế hiện tại của bạn về mặt này sẽ giúp bạn tiếp cận được sự vĩ đại, vì khi không bảo vệ những gì làm bạn yếu đi, bạn có thể tìm thấy con đường đến với thứ củng cố bạn và trao cho bạn mục đích, ý nghĩa và phương hướng.

BẠN LÀ MỘT PHẦN CỦA THẾ LỰC VĨ ĐẠI CHO ĐIỀU TỐT ĐẸP, vì thế lực này được kết hợp và chỉ đạo bởi Tri Thức. Tri Thức ở đây vượt xa những gì bất kỳ cá nhân nào có thể sở hữu. Do đó, không có Tri Thức "của bạn" và Tri Thức "của tôi"; chỉ có Tri Thức. Chỉ có cách diễn giải của bạn và cách diễn giải của tôi, và trong đó có thể có sự khác biệt, nhưng Tri Thức là Tri Thức. Nó dẫn mọi người đến với nhau; nó đưa mọi người ra khỏi nhau. Nếu nó thật sự được hiểu từ sự tâm lặng và khách quan, thì phương hướng thật sự của nó có thể được nhận ra và tuân theo.

HÃY MẠNH MẼ HÔM NAY KHI BẠN LẶP LẠI Ý TƯỞNG NÀY hàng giờ. Hãy biết rằng mọi nỗ lực của bạn thay cho Tri Thức đều được bổ sung bởi những người đang thực hành cùng bạn—những người mà bạn có thể nhìn thấy và những người mà bạn không thể nhìn thấy. Trong các bài thực hành sâu của mình, hãy cho phép tính kỷ luật của chính bạn, mà chuẩn bị bạn để bước vào sự tâm lặng và bình yên, cũng được bổ sung. Do đó, thành tựu của bạn hôm nay sẽ bổ sung cho nỗ lực của tất cả những người đang thực hành, những người đang học cách quên đi thứ sai và những người đang học thứ chân thật cùng với bạn.

BÀI THỰC HÀNH 233: *Hai lần thực hành, mỗi lần 30 phút.*
Thực hành hàng giờ.

Bước 234

TRI THỨC PHỤC VỤ NHÂN LOẠI TRONG MỌI CÁCH.

Tri Thức kích hoạt mọi khả năng tinh thần và thể chất cho điều tốt. Nó chỉ đạo mọi hoạt động cá nhân cho lợi ích của nhân loại. Trong nghệ thuật, trong khoa học, trong mọi nỗ lực, trong cử chỉ đơn giản nhất và hành động vĩ đại nhất, Tri Thức thể hiện một cuộc sống lớn lao và củng cố mọi phẩm chất cao nhất trong những cá nhân tham gia vào nó.

Bởi vì Tri Thức là vĩ đại, bạn không cần phải liên kết nó chỉ với những thứ vĩ đại, vì biểu hiện của Tri Thức có thể thấm nhuần ngay cả từ nhỏ nhất và cử chỉ nhỏ bé nhất. Do đó, chúng cũng có thể có tác động vĩ đại nhất lên người khác. Quyền lực của Tri Thức trong một cá nhân là để kích hoạt quyền lực của Tri Thức trong những cá nhân khác và do đó kích thích và hỗ trợ sự tái sinh của cuộc sống trong những tâm trí đang sống trong ảo tưởng tách biệt. Trong thế giới này, bạn không thể thấy được hiệu lực tổng thể của điều này, nhưng bạn có thể trải nghiệm nó trong cuộc sống của chính mình và thấy nó được thể hiện trong bối cảnh của các mối quan hệ mà bạn hiện đang tham gia.

Đừng nghĩ rằng bạn biết. Bạn hoặc biết hoặc không biết. Hãy nhớ điều này, vì cơ hội để lừa dối bản thân vẫn còn ở bên bạn vì bạn vẫn chưa sẵn sàng đối mặt hoàn toàn với chính mình, sợ rằng những gì bạn tìm thấy sẽ làm bạn nản lòng hoặc phá hủy bạn. Tuy nhiên, khi bạn đối mặt hoàn toàn với chính mình, tất cả những gì bạn tìm thấy sẽ là Tri Thức.

Trong các lần thực hành sâu của mình hôm nay, hãy cho phép bản thân một lần nữa bước vào sự tâm lặng, sử dụng các phương pháp bạn đã học được cho đến nay. Đừng để bất cứ thứ gì làm bạn mất tập trung khỏi mục đích của mình. Bạn là một phần của một Thế Lực Vĩ Đại, và Thế Lực Vĩ Đại này đang hỗ trợ bạn.

BÀI THỰC HÀNH 234: *Hai lần thực hành, mỗi lần 30 phút.*

Bước 235

QUYỀN LỰC CỦA TRI THỨC ĐANG TRỞ NÊN RÕ RÀNG VỚI TÔI.

Sẽ mất thời gian để bạn nhận ra quyền lực của Tri Thức, vì nó vĩ đại hơn nhiều so với bất kỳ điều gì bạn từng tưởng tượng. Tuy nhiên nó đơn giản hơn nhiều và tinh tế hơn những gì bạn có thể hiểu được. Nó có thể được nhìn thấy trong sự ngây thơ của đôi mắt trẻ thơ; nó có thể được tưởng tượng trong sự vĩ đại của chuyển động của các thiên hà. Trong cử chỉ đơn giản nhất hay hành động vĩ đại nhất, nó có thể thể hiện bản thân.

Hãy cho phép bản thân chấp nhận rằng bạn chỉ đang bắt đầu nhận ra sự hiện diện của Tri Thức trong cuộc đời mình và trong mọi cuộc sống. Điều này được xác định bởi năng lực của bạn về Tri Thức, mà cùng với mong muốn của bạn về Tri Thức, đang được trau dồi bởi bạn lúc này. Đó là lý do tại sao ngày này qua ngày khác, bạn thực hành sự tâm lặng và bình an và chỉ ngắt quãng những bài thực hành này với việc thực hành sự tham gia tích cực của tâm trí bạn cho những mục đích lớn lao. Ở đây bạn đang xây dựng năng lực của mình cũng như mong muốn của mình, vì mỗi ngày bạn phải thực hành vì mong muốn về Tri Thức, và mỗi bài thực hành phát triển năng lực của bạn để trải nghiệm Tri Thức.

Bạn đang bắt đầu nhận ra sự hiện diện của Tri Thức, quyền lực của Tri Thức và bằng chứng về Tri Thức. Hãy nhắc nhở bản thân về điều này hàng giờ và đừng quên. Một lần nữa, trong chiều sâu của những lần thực hành dài của bạn, hãy trao hết mình cho việc bước vào sự tâm lặng và bình yên, vì điều này sẽ xóa bỏ mọi sự đổ lỗi và sự không tha thứ bên trong bạn và sẽ cho bạn thấy quyền lực của Tri Thức, mà bạn đang học cách chấp nhận lúc này.

BÀI THỰC HÀNH 235: *Hai lần thực hành, mỗi lần 30 phút.*
Thực hành hàng giờ.

Bước 236

VỚI TRI THỨC TÔI SẼ BIẾT PHẢI LÀM GÌ.

Với Tri Thức, bạn sẽ biết phải làm gì, và sự chắc chắn của bạn sẽ mạnh mẽ đến mức bạn khó có thể nghi ngờ nó hoặc phản biện lại nó. Ở đây bạn phải chuẩn bị để hành động và hành động một cách táo bạo. Nếu mối quan tâm chính của bạn là để bảo vệ ý tưởng của mình và cơ thể vật lý của mình, thì bạn sẽ sợ Tri Thức, sợ rằng nó sẽ dẫn bạn làm điều gì đó nguy hiểm hoặc có hại cho bạn. Tri Thức chỉ có thể được chứng minh. Sự nhân từ của nó phải được trải nghiệm. Nó chỉ có thể được trải nghiệm bằng cách chấp nhận sự hiện diện của nó và thực hiện theo chỉ dẫn của nó.

Với Tri Thức bạn sẽ biết phải làm gì, và sự chắc chắn của bạn sẽ vượt xa tất cả những giả vờ mà bạn đã đưa ra về sự chắc chắn cho đến nay. Sự nghi ngờ bản thân có thể tiếp tục trong sự hiện diện của Tri Thức, nhưng Tri Thức thì vĩ đại hơn nhiều vì toàn bộ bản thể bạn sẽ tham gia vào hoạt động này. Chỉ sự nhỏ bé của sự nghi ngờ bản thân của bạn, sinh ra từ niềm tin sai lầm của chính bạn, mới có thể phản biện lại nó. Tuy nhiên những lập luận của nó thì thảm hại và đáng thương, thiếu chiều sâu và sự thuyết phục.

TRI THỨC SẼ CHUYỂN ĐỘNG BÊN TRONG BẠN VÀO NHỮNG THỜI ĐIỂM NHẤT ĐỊNH, vì trong sự tâm lặng, nó quan sát mọi thứ cho đến khi nó sẵn sàng hành động, và khi nó hành động, nó hành động! Do đó bạn sẽ học với Tri Thức để sống bình yên trên thế giới, và khi bạn hành động, bạn sẽ hành động với hiệu quả thật sự và với kết quả to lớn. Bằng cách này, bạn có thể là một người của hành động và chiêm nghiệm cùng một lúc, vì sự chiêm nghiệm của bạn sẽ sâu sắc và có ý nghĩa, và hành động của bạn cũng sẽ sâu sắc và có ý nghĩa.

Với Tri Thức bạn sẽ biết phải làm gì. Đừng nghĩ rằng bạn biết phải làm gì trừ khi bạn đang ở bên Tri Thức và Tri Thức đang chỉ ra cho bạn làm điều gì đó với quyền lực to lớn. Đừng cố gắng giải quyết vấn đề của mình một cách hời hợt, vì khi không có Tri Thức, những nỗ lực của bạn sẽ là vô nghĩa và sẽ làm tăng thêm sự thất vọng của bạn.

Hàng giờ hãy lặp lại ý tưởng của ngày hôm nay và xem xét nó. Trong chiều sâu của các bài thực hành dài của bạn, hãy sử dụng các kỹ năng mà bạn đã trau dồi cho đến nay để kết nối bản thân với sự tâm lặng. Nếu Tri Thức tĩnh lặng, thì bạn cũng có thể tĩnh lặng. Do đó, khi Tri Thức kích thích hành động, bạn sẽ có thể hành động, và khi làm như vậy, quyết tâm mà bạn mang theo sẽ lớn hơn bất cứ điều gì bạn có thể hình dung.

Bài thực hành 236: *Hai lần thực hành, mỗi lần 30 phút.*
Thực hành hàng giờ.

Bước 237

TÔI CHỈ MỚI BẮT ĐẦU HIỂU ĐƯỢC Ý NGHĨA CỦA CUỘC ĐỜI MÌNH.

Bạn chỉ mới bắt đầu hiểu được ý nghĩa của cuộc đời mình. Điều này sẽ tự nhiên trỗi lên trong sự hiểu biết của bạn mà không cần bạn phải nỗ lực để khái niệm hóa nó. Ý nghĩa và mục đích của cuộc đời bạn sẽ đơn giản trỗi lên và được thể hiện hôm nay, ngày mai và những ngày sắp tới, vì Tri Thức đơn giản và cơ bản như vậy. Do đó, trí tuệ của bạn có thể được sử dụng để giải quyết những nhu cầu vật chất của cuộc sống bạn, những chi tiết cụ thể của cuộc sống bạn và cơ chế của cuộc sống bạn, vì đây là ứng dụng của trí tuệ. Tuy nhiên sự vĩ đại của Tri Thức cung cấp mục đích, ý nghĩa và phương hướng, mà trí tuệ không bao giờ có thể cung cấp. Do đó, trí tuệ là một tính năng có chức năng thật sự ở đây, vì nó phục vụ cho sự vĩ đại của Tri Thức.

BẠN CHỈ MỚI BẮT ĐẦU HIỂU ĐƯỢC ý nghĩa của Tri Thức và bản chất của Tri Thức. Đừng nghĩ rằng những kết luận của bạn cho đến nay là đủ cho nhu cầu của bạn, vì bạn là một học sinh mới bắt đầu của Tri Thức và như là một học sinh mới bắt đầu, bạn sẽ không mắc sai lầm khi chỉ dựa vào giả định của mình. Vì những học sinh mới bắt đầu đưa ra ít giả định và háo hức học tất cả những gì cần thiết cho họ. Hãy là một học sinh mới bắt đầu hôm nay. Hãy nhận ra bạn biết ít như thế nào và bạn phải học nhiều bao nhiêu. Bạn có cả cuộc đời để học điều này, nhưng cuộc đời bạn phải được kích hoạt và củng cố vượt xa những gì bạn đã nhận ra cho đến nay. Dần dần sự vĩ đại mà bạn mang theo sẽ thể hiện nó thông qua bạn trong những hành động lớn và nhỏ.

HÔM NAY TRONG NHỮNG LẦN THỰC HÀNH SÂU CỦA MÌNH khi bạn bước vào sự tâm lặng, hãy cho phép nhận thức của bạn về Tri Thức được trau dồi thêm. Hãy chú tâm vào việc thực hành của bạn như một người làm vườn kiên nhẫn, người không đòi hỏi các cây đều phải ra trái ngày hôm nay, nhưng là người hiểu được các mùa sinh trưởng và thay đổi. Hãy cho phép bản thân có được sự hiểu biết này, vì dần dần bạn sẽ hiểu một cách khách quan về cách con người phát triển và trưởng thành và những gì họ mang trong mình. Khi bạn rời khỏi thế giới này, nếu bạn thành công trong việc trau dồi Tri Thức và cho phép nó trao tặng tất cả món quà của nó vào thế giới, thì khi đó bạn sẽ có thể trở thành một trong những Giáo Viên của những người ở lại. Bằng cách này, bạn sẽ hoàn thành việc học của mình trên thế giới bằng cách đóng góp tất cả những gì bạn đã có được trên thế giới cho người khác. Trong đây, món quà của bạn được hoàn thành và món quà của họ được phát huy hơn nữa.

BẠN CHỈ MỚI BẮT ĐẦU HIỂU ĐƯỢC NHỮNG TỪ NÀY. Hôm nay hãy củng cố trải nghiệm của bạn về Tri Thức để sự hiểu biết về những từ này có thể trở nên sâu hơn bên trong bạn. Hàng giờ hãy lặp lại ý tưởng của hôm nay để mọi hoạt động của bạn và mọi tương tác của bạn, trong bất kỳ môi trường nào bạn gặp phải, đều có lợi cho việc thực hành của mình. Vì không có sự kiện hoặc tương tác nào mà Tri Thức không thể ban phước và làm hài hòa.

BÀI THỰC HÀNH 237: *Hai lần thực hành, mỗi lần 30 phút.*
Thực hành hàng giờ.

Bước 238

ÔN TẬP

Chúng ta sẽ bắt đầu Bài Ôn Tập hai tuần của bạn với lời khẩn cầu này:

"Tôi được gửi vào trong thế giới để phục vụ Gia Đình Tâm Linh của tôi, mà phục vụ thế giới này và tất cả các thế giới trong vũ trụ vật chất. Tôi là một phần của Thế Lực Vĩ Đại cho điều tốt đẹp, và tôi là một học sinh mới bắt đầu của Tri Thức. Tôi biết ơn vì món quà đã được ban tặng, mà giờ đây tôi đang bắt đầu hiểu. Với lòng trung thành và sự tận tụy hoàn toàn, tôi sẽ tiếp tục bài thực hành của mình hôm nay để tôi có thể trân trọng giá trị của cuộc đời mình."

Sau lời khẩn cầu này, hãy bắt đầu bài ôn tập dài của bạn. Bắt đầu với bài học đầu tiên của hai tuần vừa qua, hãy ôn lại các hướng dẫn và việc thực hành của bạn, sau đó tiến bước từng ngày một. Khi bạn đã hoàn thành Bài Ôn Tập của mình, hãy lặp lại lời khẩn cầu cho hôm nay một lần nữa và sau đó dành vài phút trong im lặng. Trong giai đoạn tâm lặng này, hãy bắt đầu cảm nhận quyền lực của những gì bạn đang thực hiện. Quyền lực của Tri Thức và ân sủng mà nó ban tặng lên thế giới là những gì bạn sẽ học cách nhận lãnh và thể hiện trong những ngày và những tuần sắp tới.

BÀI THỰC HÀNH 238: *Một lần thực hành dài.*

Bước 239

TỰ DO THUỘC VỀ TÔI HÔM NAY.

Tự do thuộc về những ai đang sống với Tri Thức. Tự do thuộc về bạn, người không cần phải nặng gánh bản thân với áp lực quá mức của suy nghĩ và suy đoán không cần thiết. Tự do thuộc về bạn, người có thể cống hiến bản thân cho mục đích của mình và cho những nhiệm vụ cụ thể phát sinh từ mục đích này. Có sự tự do nào lớn hơn sự tự do để sử dụng Tri Thức của bạn và hoàn thành định mệnh của nó trên thế giới? Không gì khác có thể được gọi là tự do, vì bất kỳ điều gì khác chỉ đơn thuần là sự tự do để ở trong hỗn loạn và suy đồi vào trong sự đau khổ.

Bạn được tự do hôm nay để cho phép Tri Thức ở bên bạn. Hôm nay trong bài thực hành hàng giờ của mình và trong hai lần thiền sâu của mình, hãy nhớ rằng bạn được tự do. Khi bạn có được tự do để ở bên Tri Thức trong hai lần thiền của mình, hãy cho phép bản thân bước vào sự tĩnh lặng và không để bất kỳ cảm giác, ý nghĩ hay suy nghĩ nào ngăn cản bạn trải nghiệm sự tự do vĩ đại mà bạn có để thoát khỏi thế giới và vào trong Tri Thức.

Những thời gian thực hành này là rất quan trọng đối với phúc lợi tổng thể của bạn. Kết quả của sự tham gia này sẽ trao cho bạn sự tiếp cận lớn hơn với Tri Thức trong mọi nỗ lực bên ngoài của mình khi bạn học cách ở bên bình an với Tri Thức và khi bạn học cách đi theo Tri Thức khi nó thể hiện Minh Triết của nó trong thế giới. Bạn được tự do hôm nay để ở bên Tri Thức, vì hôm nay bạn được tự do.

BÀI THỰC HÀNH 239: *Hai lần thực hành, mỗi lần 30 phút.*
Thực hành hàng giờ.

Bước 240

NHỮNG Ý TƯỞNG NHỎ BÉ KHÔNG THỂ ĐÁP ỨNG ĐƯỢC NHU CẦU CỦA TÔI VỀ TRI THỨC.

NHỮNG Ý TƯỞNG TO LỚN, NHỮNG HÌNH ẢNH TUYỆT VỜI hoặc những hệ thống niềm tin tuyệt vời không thể đáp ứng được nhu cầu của bạn về Tri Thức. Ý tưởng có thể giúp bạn bắt đầu con đường của bạn, nhưng chúng không thể đưa bạn đi trên hành trình. Chúng có thể nói về những điều lớn lao đang chờ bạn, nhưng chúng không thể đưa bạn đến đó, vì Tri Thức phải là người hướng dẫn của bạn đến định mệnh của bạn và sự viên mãn của bạn. Với ý tưởng, bạn đứng ở điểm khởi đầu, chỉ đường cho người khác, nhưng bản thân bạn không thể đi.

KHI BẠN DU HÀNH CÙNG TRI THỨC, Tri Thức sẽ mở rộng bản thân thông qua ý tưởng. Nó sẽ mở rộng bản thân thông qua hành động, thông qua cử chỉ và thông qua tất cả các phương tiện giao tiếp trên thế giới này. Do đó, đừng chỉ hài lòng với một mình ý tưởng. Đừng nghĩ rằng bằng cách suy đoán về ý tưởng thì bạn đang hiểu được bản chất của Tri Thức và ứng dụng thật sự của nó trên thế giới. Những điều này có thể được trải nghiệm và quan sát, nhưng những cá nhân đang trải nghiệm và quan sát chúng phải được lay chuyển trong chính cốt lõi của bản thể họ.

VÌ VẬY, ĐỪNG HÀI LÒNG VỚI NHỮNG THỨ NHỎ NHẶT thay cho sự vĩ đại của bản thể thật sự của bạn và mục đích của bạn trên thế giới. Hãy quay trở lại với Tri Thức, và biết ơn những ý tưởng đã chỉ bạn hướng này. Nhưng hãy nhận ra rằng quyền lực mà có thể di chuyển bạn, quyền lực mà trao cho bạn sức mạnh để chuẩn bị và tham gia, thì được sinh ra từ Minh Triết và Tri Thức vĩ đại mà bạn mang theo. Cần có Tri Thức để đi theo Tri Thức. Cần có Tri Thức để chuẩn bị cho Tri Thức. Do đó, Tri Thức được thực hành ngay cả khi bạn tiếp cận nó.

VÌ VẬY, ĐỪNG ĐỨNG Ở ĐIỂM BẮT ĐẦU của hành trình của mình với một mình ý tưởng. Đừng chấp nhận những thứ nhỏ bé thay cho sự vĩ đại của chức năng của bạn. Hãy nhắc nhở bản thân về điều này hàng giờ và trong các bài thực hành thiền sâu của mình, một lần nữa hãy bước vào sự tâm lặng và bình yên. Hãy đến với thực hành của bạn mà không với câu hỏi. Hãy đến với thực hành của bạn mà không với lời thỉnh cầu. Hãy nhắc nhở bản thân rằng trong Tri Thức, mọi thứ sẽ được trao tặng, mọi thứ sẽ được nhận lãnh và mọi thứ sẽ được áp dụng khi chúng được cần. Khi tâm trí của bạn trở nên giản dị và cởi mở hơn, nó sẽ trở thành phương tiện để Tri Thức thể hiện chính nó trên thế giới.

BÀI THỰC HÀNH 240: *Hai lần thực hành, mỗi lần 30 phút.*
Thực hành hàng giờ.

Bước 241

SỰ TỨC GIẬN CỦA TÔI LÀ KHÔNG CHÍNH ĐÁNG.

Sự tức giận là không chính đáng, vì một mình sự tức giận đơn thuần là phản ứng của bạn đối với sự thất bại của bạn trong việc áp dụng Tri Thức. Điều này tạo ra sự tức giận ngay trong cốt lõi của nó. Nhưng điều này không nhất thiết phải xảy ra, vì sự tức giận là một phản ứng. Là một phản ứng, nó có thể tạo ra sự tức giận trong người khác và kích thích một phản ứng dữ dội bên trong và bên ngoài mỗi khi nó được áp dụng. Tuy nhiên, Tri Thức sẽ chuyển hướng sự tức giận để nó không có phẩm chất phá hoại, vì những gì bạn muốn thể hiện là thứ củng cố Tri Thức trong người khác. Chính sức mạnh của niềm tin của bạn chứ không phải mong muốn của bạn để làm tổn thương bản thân hoặc người khác mà là hiệu quả thật sự của cảm xúc mà là cốt lõi của sự tức giận. Do đó, có thể nói rằng sự tức giận của bạn là một sự giao tiếp chân thật mà đã bị bóp méo bởi sự đổ lỗi và sợ hãi của chính bạn. Một khi những sự bóp méo này đã được xóa bỏ, thì sự giao tiếp chân thật mà là hạt giống của mọi sự tức giận có thể được thể hiện. Điều này chỉ có thể mang lại điều tốt đẹp.

Do đó, sự tức giận là không chính đáng, vì đó là sự hiểu sai về một sự giao tiếp chân thật. Sự tức giận của bạn là không chính đáng vì sự tức giận được sinh ra từ sự bối rối. Tuy nhiên, sự bối rối kêu gọi sự chuẩn bị và sự áp dụng thật sự của Tri Thức. Do đó, những người tội lỗi không bị trừng phạt mà được chăm sóc. Những người gian ác không bị đày xuống địa ngục mà được chuẩn bị cho Thiên Đàng. Đây là bản chất thật sự của mục đích của Chúa trên thế giới. Đó là lý do tại sao Chúa không bao giờ có thể tức giận, bởi vì Chúa không bị xúc phạm. Chúa chỉ đơn giản đang áp dụng Chúa vào một tình huống nơi Chúa tạm thời bị lãng quên.

Trong phạm vi rộng hơn của mọi thứ, ngay cả sự tách biệt của tất cả các tâm trí cá nhân cũng chỉ là một sự kiện rất tạm thời.

Bạn vẫn chưa thể suy nghĩ ở cấp độ này và sẽ không thể làm được trong một thời gian dài, vì bạn phải trải qua nhiều giai đoạn phát triển khác nhau để tích hợp tâm trí của mình vào những trải nghiệm ngày càng lớn hơn về mối quan hệ và cuộc sống. Nhưng khi bạn tiến triển và khi bạn thực hiện từng bước quan trọng mở rộng tầm nhìn của mình, bạn sẽ bắt đầu hiểu rằng sự tức giận là không chính đáng. Nó đơn thuần đại diện cho sự thất bại trong việc áp dụng Tri Thức vào một tình huống cụ thể. Điều này kêu gọi sự khắc phục chứ không phải sự lên án. Ở đây bạn sẽ nhận ra rằng sự tức giận của bạn là thứ cần được hiểu. Nó không phải là để bị từ chối, vì nếu bạn từ chối sự tức giận, bạn cũng từ chối hạt giống của sự tức giận, mà là sự giao tiếp thật sự. Do đó, Chúng Tôi muốn thanh lọc những gì đã làm hỏng sự giao tiếp thật sự của bạn để sự giao tiếp thật sự của bạn có thể tỏa sáng, vì sự giao tiếp thật sự luôn đến từ Tri Thức.

HÃY NGHĨ VỀ Ý TƯỞNG NÀY HÀNG GIỜ. Trong những lần thực hành sâu của bạn, hãy chủ động dùng tâm trí mình để nhìn vào mọi thứ mà khiến bạn tức giận, từ những thứ cụ thể rất nhỏ nhặt đến những thứ nói chung mà khiến bạn khó chịu hoặc nản lòng. Hãy nhắc nhở bản thân khi bạn xem xét danh sách những tức giận của mình rằng sự tức giận của bạn là không chính đáng. Hãy nhắc nhở bản thân rằng nó kêu gọi việc áp dụng Tri Thức và rằng trong mỗi trải nghiệm hoặc cảm giác tức giận mà bạn có, có một hạt giống chân thật. Do đó, sự tức giận của bạn không cần phải bị từ chối mà phải được thanh lọc, vì khi thanh lọc sự tức giận, bạn sẽ có thể truyền đạt được điều mà bạn dự định truyền đạt ngay từ đầu khi bạn ban đầu đã thất bại. Khi đó, việc thể hiện bản thân của bạn sẽ hoàn thành, và sự tức giận sẽ không còn nữa.

BÀI THỰC HÀNH 241: *Hai lần thực hành, mỗi lần 30 phút.*
Thực hành hàng giờ.

Bước 242

MÓN QUÀ VĨ ĐẠI NHẤT CỦA TÔI CHO THẾ GIỚI LÀ TRI THỨC CỦA TÔI.

ĐÂY LÀ MÓN QUÀ VĨ ĐẠI NHẤT CỦA BẠN. Nó là món quà thấm nhuần mọi sự cho đi khác và mang lại ý nghĩa cho chúng. Nó là món quà mang lại giá trị cho mọi biểu hiện của con người, mọi nỗ lực của con người và mọi phát minh của con người mà được nhằm hỗ trợ phúc lợi của nhân loại trong quá trình tiến hóa của nó. Tri Thức không phải là thứ bạn có thể định lượng và trao tặng, như thể bạn bỏ nó vào cái hộp hoặc mô tả nó bằng những ý tưởng của mình. Nó là một sự hiện diện và một chất lượng của cuộc sống mà là chính bản chất của cuộc sống. Nó khiến mọi sự cho đi và đóng góp trở nên có ý nghĩa.

ĐÂY LÀ MÓN QUÀ VĨ ĐẠI NHẤT CỦA BẠN, mà bạn bây giờ đang học cách nhận lãnh. Khi bạn nhận lãnh nó, nó sẽ cho đi bản thân một cách tự nhiên, vì bạn không thể giữ Tri Thức cho riêng mình. Một khi nó trỗi lên, nó bắt đầu thể hiện bản thân trong mọi hướng và cụ thể trong một số hướng nhất định và trong những tương tác nhất định với những người nhất định dựa theo thiết kế và Minh Triết của nó. Do đó, nếu bạn nhận lãnh Tri Thức, nó phải được trao tặng. Nó sẽ tự trao tặng bản thân, và bạn sẽ muốn trao tặng nó vì bạn sở hữu sự giàu có, và sự giàu có chỉ có thể tăng lên thông qua việc trao tặng. Do đó, về bản chất, cuộc sống là về việc trao tặng Tri Thức. Mỗi khi việc trao tặng này không thể được thực hiện, thì sẽ có đủ mọi kiểu lừa dối, thất vọng và tuyệt vọng. Nhưng khi việc trao tặng được kích hoạt lại trong những hoàn cảnh này, những phẩm chất phủ nhận này sẽ được xua tan, và Tri Thức sẽ một lần nữa bắt đầu thể hiện bản thân theo những cách rất cụ thể.

DO ĐÓ HÀNG GIỜ hãy nhắc nhở bản thân về chân lý vĩ đại này, và trong những lần thiền sâu của mình, hãy cho phép bản thân trải nghiệm Tri Thức. Hãy cho phép bản thân nhận lãnh nó. Hãy trao bản thân cho việc áp dụng này của tâm trí bạn và cơ thể bạn. Trong đây, Tri Thức sẽ tự trao tặng nó, và bạn sẽ được viên mãn vì bạn đã trao tặng cho cuộc sống món quà vĩ đại nhất có thể được trao tặng.

BÀI THỰC HÀNH 242: *Hai lần thực hành, mỗi lần 30 phút. Thực hành hàng giờ.*

Bước 243

TÔI KHÔNG CẦN PHẢI ĐẶC BIỆT ĐỂ CHO ĐI.

Nỗ lực để trở nên đặc biệt nằm bên dưới mọi tham vọng của con người. Mọi tham vọng của con người mà không được sinh ra từ Tri Thức thì được sinh ra từ nỗ lực bù đắp nỗi thất vọng lớn lao và sự căng thẳng lớn lao của sự tách biệt. Nỗ lực để trở nên đặc biệt là nỗ lực để củng cố sự tách biệt. Đó là nỗ lực để khiến bản thân bạn trở nên vĩ đại hơn với cái giá người khác phải trả. Nó luôn phủ nhận cuộc sống và Tri Thức và luôn dẫn đến sự bối rối, thất vọng và tuyệt vọng lớn hơn.

HÔM NAY BẠN ĐƯỢC GIẢI THOÁT KHỎI NỖ LỰC để khiến bản thân trở nên đặc biệt, vì trong đây, bạn sẽ tìm thấy sự giải thoát thật sự mà bạn đã tìm kiếm trong tất cả những nỗ lực trước đây của mình. Điều đặc biệt trong bạn là hình thức thể hiện độc nhất của bạn về thứ vốn có trong mọi sự sống. Rồi thì thứ gắn kết cuộc sống và là cuộc sống sẽ được xác nhận. Tính chất cá nhân của bạn cũng được xác nhận, nhưng không khi loại trừ giá trị của bất kỳ biểu hiện nào khác của cuộc sống. Ở đây bạn không đặc biệt. Bạn chỉ đơn giản là bạn. Bạn vĩ đại hơn một cá nhân vì bạn là một phần của cuộc sống, nhưng bạn vẫn là một cá nhân vì bạn thể hiện cuộc sống như một cá thể. Ở đây mọi xung đột và sự bối rối đều chấm dứt. Thứ bị giới hạn thể hiện thứ vô hạn, và thứ độc nhất thể hiện thứ vốn có và cố hữu. Đây là giải pháp mà bạn tìm kiếm, vì bạn không thật sự muốn trở nên đặc biệt. Bạn chỉ muốn cuộc sống cá nhân của mình có mục đích, ý nghĩa và phương hướng.

HÀNG GIỜ HÃY NGHĨ ĐẾN ĐIỀU NÀY sau khi bạn lặp lại ý tưởng cho ngày hôm nay. Trong các bài thực hành sâu của mình, một lần nữa hãy bước vào sự tâm lặng và bình yên. Đừng cầu xin câu trả lời vì bạn không cần phải làm điều này trong các thực hành thiền của mình. Thời gian của bạn bây giờ là để thực hành việc nhận lãnh Tri Thức, trong đó tính chất cá nhân của bạn được tôn vinh và xác nhận vì mục đích thật sự của nó, và trong đó sự đặc biệt của bạn, mà đã chỉ là gánh nặng trầm trọng và bất khả thi đối với bạn, được nhẹ nhàng nhấc khỏi vai bạn. Đừng tìm cách trở nên đặc biệt hôm nay, vì đó không phải là mục đích của cuộc đời bạn. Khi đó mọi nỗi sợ về cái chết và sự hủy diệt sẽ rời khỏi bạn. Khi đó mọi sự phán xét và so sánh với người khác sẽ rời khỏi bạn. Khi đó bạn sẽ có thể tôn vinh cuộc sống và tôn vinh các mối quan hệ của mình, mà là biểu hiện của mọi thứ mà bài học hôm nay sẽ dạy cho bạn.

BÀI THỰC HÀNH 243: *Hai lần thực hành, mỗi lần 30 phút.*
Thực hành hàng giờ.

Bước 244

TÔI ĐƯỢC TÔN VINH KHI NGƯỜI KHÁC MẠNH MẼ.

KHI BẠN MẠNH MẼ, NGƯỜI KHÁC ĐƯỢC TÔN VINH. Khi họ mạnh mẽ, bạn được tôn vinh. Bằng cách này, Tri Thức xác nhận chính nó trên thế giới, nơi Tri Thức đã bị lãng quên. Tri Thức chỉ cần được xác nhận thông qua trải nghiệm và sự thể hiện để được trao cho người khác. Lời giảng dạy vĩ đại nhất của bạn trong cuộc sống này là việc đóng góp cuộc đời bạn khi nó được chứng minh cho người khác. Thật vậy, đây là món quà vĩ đại nhất của bạn dành cho chính mình, vì khi cuộc đời bạn được chứng minh giá trị của nó đối với bạn, thì đánh giá của bạn về bản thân sẽ được cứu chuộc, và bạn sẽ hiểu được giá trị thật sự của mình theo đúng tỷ lệ với chính cuộc sống.

VÌ VẬY, KHI NGƯỜI KHÁC MẠNH MẼ, bạn được tôn vinh. Bằng cách này, bạn sẽ không tìm cách hạ thấp người khác để củng cố bản thân. Bạn sẽ không tìm cách khẳng định lợi thế của mình dựa trên bất lợi của người khác. Bằng cách này, không cảm giác tội lỗi nào sẽ đi kèm với thành tựu của bạn, vì không ai đã bị phản bội khi bạn tìm cách tích lũy kinh nghiệm và thăng tiến trong cuộc sống.

BÀI HỌC HÔM NAY LÀ RẤT SÂU SẮC và sẽ đòi hỏi nhiều sự xem xét. Vào mỗi giờ, hãy lặp lại ý tưởng cho ngày hôm nay và nghiêm túc xem xét nó trong mọi hoàn cảnh mà bạn gặp phải. Trong các bài thực hành sâu của mình hôm nay, hãy bước vào sự tâm lặng và im lặng. Hãy cho phép bản thân nhận món quà này vì ý tưởng cho ngày hôm nay là rất đơn giản và rất đúng. Nó không hề phức tạp, mặc dù nó sẽ đòi hỏi sự cân nhắc nghiêm túc, vì bạn đã quá quen với việc chỉ giải trí với những thứ có giá trị hời hợt. Trong suốt quá trình đào tạo của chúng ta cùng nhau trong những ngày, tuần và tháng này, bạn đang học cách sử dụng tâm trí của mình để nhận ra những gì hiển nhiên và rõ ràng, mà vẫn chưa rõ ràng đối với bạn, người đã tự giải trí với những thứ hời hợt.

VÌ VẬY, HÔM NAY HÃY DÀNH THỜI GIAN NÀY CHO TRI THỨC. Hãy để thời gian này được trao cho những gì củng cố bạn và tất cả những cá nhân khác trong vũ trụ. Khi những người khác mạnh mẽ, bạn được tôn vinh. Trong điều này, mọi sự tách biệt đều kết thúc, và sự cho đi chân thật trở nên rõ ràng.

BÀI THỰC HÀNH 244: *Hai lần thực hành, mỗi lần 30 phút.*
Thực hành hàng giờ.

Bước 245

KHI NGƯỜI KHÁC THẤT BẠI, TÔI ĐƯỢC NHẮC NHỞ VỀ NHU CẦU VỀ TRI THỨC.

Khi người khác thất bại, hãy để điều này nhắc nhở bạn về nhu cầu của bạn về Tri Thức. Đừng để nhu cầu của bạn về Tri Thức bị đánh giá thấp. Do đó, bạn không cần phải đáp lại bằng sự lên án hay phán xét những người thất bại, mà hãy nhận ra nhu cầu to lớn của họ và nhu cầu to lớn của bạn. Khi đó, điều này sẽ chỉ xác nhận mức độ sâu sắc mà bạn lúc này phải chuẩn bị bản thân. Vì bạn chuẩn bị không chỉ cho sự tiến bộ và viên mãn của riêng mình, mà còn cho sự tiến bộ và viên mãn của nhân loại. Đây không phải là lời khẳng định hay tuyên bố suông. Nó hoàn toàn là sự thật. Với mỗi bước bạn đi hướng tới Tri Thức, bạn trao tặng thành tựu của mình cho thế giới, và bạn giảm bớt gánh nặng cho tất cả những ai đang đấu tranh với ảo tưởng và cảm giác thất bại của chính họ.

Do đó, cuộc đời bạn trở thành lời giảng dạy của bạn, vì nó là một cuộc sống của Tri Thức. Nó chứng minh sự hiện diện của Tri Thức trên thế giới, mà là sự hiện diện của Chúa. Điều này xảy ra như là kết quả của việc bạn phục vụ như một phương tiện tiến bộ cho Tri Thức. Trong sự tiến bộ của bạn, mọi khả năng của con người đều được thúc đẩy, mọi giới hạn của con người đều được tiêu tan và thứ thật và chân thật nhất trong cuộc sống của mỗi cá nhân trên thế giới đều được tôn vinh. Và thứ vượt ra ngoài mọi cuộc sống con người, nhưng chứa đựng cuộc sống con người, cũng được xác nhận. Do đó, sự thất bại của người khác là lời kêu gọi bạn tham gia vào Tri Thức. Đó là lời kêu gọi bạn tiến bộ và mạnh mẽ hơn vì bạn đã đến thế giới để cho đi.

Hãy nhắc nhở bản thân về điều này hàng giờ và trong hai lần thực hành dài của mình, hãy chủ động dùng tâm trí mình để hiểu được ý tưởng này. Hãy nghĩ đến mọi cá nhân mà bạn nghĩ đã thất bại và nhận ra ý nghĩa của bài học hôm nay về mặt những cá nhân đang phục vụ bạn. Hãy nhận ra nhu cầu về Tri Thức trong cuộc đời họ và trong cuộc đời bạn. Họ đang mắc lỗi để khơi dậy cam kết của bạn đối với Tri Thức. Họ đang phục vụ bạn về mặt này, và điều này kêu gọi lòng biết ơn của bạn chứ không phải sự lên án của bạn. Họ đang dạy bạn xem trọng những thứ có giá trị và giải phóng những thứ vô nghĩa. Đừng nghĩ rằng họ không đang tiết kiệm thời gian cho bạn. Họ đang tiết kiệm thời gian cho bạn. Họ đang chứng minh những gì bạn cần học và chấp nhận. Do đó, hãy cam kết bản thân đối với phúc lợi của họ vì đã dạy bạn xem trọng Tri Thức. Khi bạn xem trọng Tri Thức, kết quả của giá trị của bạn sẽ được trao lại cho họ, và họ sẽ được củng cố và tôn vinh bởi thành tích của bạn.

BÀI THỰC HÀNH 245: *Hai lần thực hành, mỗi lần 30 phút.*
Thực hành hàng giờ.

Bước 246

KHÔNG THỂ BIỆN MINH CHO THẤT BẠI TRONG VIỆC GIÀNH LẠI TRI THỨC.

KHÔNG THỂ BIỆN MINH CHO SAI LẦM. Không thể biện minh cho việc phủ nhận Tri Thức. Không thể biện minh. Đừng cố gắng biện minh cho sai lầm của mình bằng cách đổ lỗi cho bản thân hoặc đổ lỗi cho cuộc sống vì không cho bạn những gì bạn cần. Đừng biện minh cho sai lầm của bạn bằng cách đổ lỗi cho tuổi thơ của mình, cha mẹ mình hoặc cách nuôi dạy của bạn trong việc quyết định hoàn cảnh hiện tại của bạn. Sai lầm không thể được biện minh. Bất cứ thứ gì không thể biện minh được đều có thể được từ bỏ, vì nó thiếu ý nghĩa và giá trị đích thực.

DO ĐÓ, HÔM NAY LÀ MỘT HÌNH THỨC TỰ DO, một biểu hiện của tự do đối với bạn, người vẫn, vì thói quen và sự tự mãn, cố gắng biện minh cho sai lầm của mình bằng cách đổ lỗi và đổ trách nhiệm. Việc này là vô nghĩa, vì hôm nay bạn chỉ được yêu cầu đến với Tri Thức và trao bản thân trong cách tiếp cận của mình với Tri Thức. Bạn chỉ có thể biện minh cho sai lầm như một cái cớ để không đến với Tri Thức, và vì không thể biện minh cho sai lầm, nên không thể biện minh cho việc bạn không đến với Tri Thức. Nếu không có sự biện minh này, bạn được biện minh, vì bạn là biểu hiện của Tri Thức. Đó là định mệnh và mục đích của bạn trên thế giới. Nếu sai lầm không được biện minh, thì sự thật được hoàn toàn biện minh.

HÃY CHO PHÉP BẢN THÂN LẶP LẠI Ý TƯỞNG NÀY MỖI GIỜ. Hãy đến với điều này trong những lần thực hành dài của bạn trong sự tâm lặng và nhận lãnh. Hôm nay hãy biết ơn vì những sai lầm của bạn đã được tha thứ. Hôm nay hãy biết ơn vì sự lên án không thể được biện minh. Hôm nay hãy biết ơn vì bạn có cơ hội này để đến với Tri Thức, thứ sẽ xác nhận những gì chân thật nhất và vĩ đại nhất bên trong bạn. Hôm nay hãy biết ơn rằng không thể biện hộ cho việc phủ nhận điều này, vì khi không có cảm giác tội lỗi và sự đổ lỗi, bạn chỉ có thể nhận lãnh những gì cuộc sống cung cấp cho bạn.

HÃY ĐỂ ĐÂY LÀ NGÀY ĐỂ ĂN MỪNG SỰ TỰ DO CỦA BẠN. Hãy để đây là ngày để xác nhận rằng bạn không thể bị đổ lỗi, vì bạn là một học sinh của Tri Thức. Hãy để đây là ngày để xác nhận rằng mọi vấn đề của thế giới đều có thể được giải quyết mà không lên án, vì khi không có sự lên án, mọi vấn đề trên thế giới sẽ được giải quyết.

BÀI THỰC HÀNH 246: *Hai lần thực hành, mỗi lần 30 phút.*
Thực hành hàng giờ.

Bước 247

Hôm nay tôi sẽ lắng nghe những Giáo Viên Nội Tâm của mình.

Hãy lắng nghe những Giáo Viên Nội Tâm của bạn, vì họ có lời khuyên sáng suốt dành cho bạn. Hãy chấp nhận lời khuyên của họ và làm việc với nó, nhận ra rằng chỉ bằng việc đi theo lời khuyên mà bạn mới hiểu được ý nghĩa của nó và giá trị của nó.

Hãy dành thời gian mỗi giờ để nhắc nhở bản thân rằng các Giáo Viên Nội Tâm của bạn đang ở bên bạn. Hãy mong chờ hai lần thiền định hôm nay khi bạn được giải thoát khỏi những nghĩa vụ và sự tham gia bên ngoài để dành thời gian với các Giáo Viên Nội Tâm của mình. Họ sẽ nói chuyện với bạn hôm nay và giúp bạn học cách lắng nghe và phân biệt tiếng nói của họ với những tiếng nói khác đang dày vò tâm trí bạn. Họ đại diện cho tiếng nói đích thực duy nhất sẽ nói với linh hồn bạn. Họ không phải là những thứ thay thế mà bạn tạo ra để khiến bản thân liên tục bị kích thích trong sự sợ hãi. Do đó, hãy nói rộng niềm tin của bạn đến với họ giống như họ đã nói rộng niềm tin của họ đến với bạn, vì họ đang giao phó bạn với Tri Thức trên thế giới—một hình thức tin tưởng và công nhận lớn hơn bạn có thể tưởng tượng được. Để bạn trở thành phương tiện của Tri Thức trên thế giới, bạn phải làm chứng cho sự vĩ đại của nguồn gốc và di sản của mình và sự vĩ đại của sự đánh giá của Chúa về bạn.

Do đó, trong hai lần thực hành sâu của mình hôm nay, trong sự tâm lặng và im lặng, hãy hướng sự lắng nghe của bạn vào bên trong. Hãy lắng nghe một cách chăm chú. Hãy cho phép bản thân trở nên dễ nhận lãnh và bạn sẽ biết rằng các Giáo Viên của bạn đang đứng ở phía sau, quan sát bạn, yêu thương bạn và hỗ trợ bạn. Và họ sẽ nói với bạn ngày hôm nay về những thứ vượt ra ngoài thế giới và những thứ trong thế giới. Họ sẽ nhắc nhở bạn về mục đích của bạn và chức năng của bạn khi bạn học cách lắng nghe ngày hôm nay.

BÀI THỰC HÀNH 247: *Hai lần thực hành, mỗi lần 30 phút.*
Thực hành hàng giờ.

Bước 248

TÔI SẼ DỰA VÀO MINH TRIẾT CỦA VŨ TRỤ ĐỂ HƯỚNG DẪN TÔI.

Hãy dựa vào Minh Triết của vũ trụ. Đừng chỉ dựa vào một mình bản thân, vì chỉ một mình thì bạn không biết gì cả. Chỉ một mình, sẽ không có Tri Thức và không có mối quan hệ nào. Hãy dựa vào Minh Triết của vũ trụ, mà đang ở đó cho bạn trong Tri Thức của bạn, mà được kích thích bởi sự hiện diện của các Giáo Viên của bạn. Đừng nghĩ rằng một mình bạn có thể làm được bất cứ điều gì, vì một mình bạn không thể làm được gì cả. Nhưng cùng với cuộc sống, tất cả mọi thứ được dự định cho sự toại nguyện của bạn và sự đóng góp lớn nhất của bạn đều được chỉ ra và được hứa hẹn như vậy.

Do đó, hãy nhắc nhở bản thân về ý tưởng này hàng giờ và trong những lần thực hành thiền của mình, một lần nữa hãy tìm nơi ẩn náu của Tri Thức trong sự tâm lặng và im lặng. Hãy cho phép Minh Triết của vũ trụ thể hiện bản thân với bạn, người đang học cách nhận lãnh Minh Triết này trong sự cởi mở và khiêm nhường.

Hãy để hôm nay là ngày của việc lắng nghe, ngày của việc chiêm nghiệm và ngày của việc nhận lãnh. Đừng trở thành nạn nhân của những phán xét hay bận tâm theo thói quen, nhưng hãy để hôm nay là ngày của việc tiếp cận thật sự với cuộc sống để cuộc sống có thể ban tặng cho bạn, người là người hầu của nó.

BÀI THỰC HÀNH 248: *Hai lần thực hành, mỗi lần 30 phút.*
Thực hành hàng giờ.

Bước 249

MỘT MÌNH TÔI KHÔNG THỂ LÀM ĐƯỢC GÌ.

MỘT MÌNH BẠN KHÔNG THỂ LÀM ĐƯỢC GÌ, vì không có điều gì trong cuộc sống được thực hiện một mình. Điều này là rất hiển nhiên nếu bạn đơn giản quan sát hoạt động xung quanh mình. Không ai đang làm bất cứ điều gì một mình. Điều này rất đúng; không thể phủ nhận nếu bạn nhìn thế giới một cách trung thực. Ngay cả khi bạn ở một mình trên đỉnh núi không có bóng người nào xung quanh, bạn cũng sẽ không đơn độc, vì các Giáo Viên của bạn sẽ ở bên bạn. Và mọi thứ bạn sẽ hoàn thành ở đó sẽ là một nỗ lực chung, vì mọi thứ bạn muốn hoàn thành với người khác đều là một nỗ lực chung. Điều này xác nhận bản chất vốn có của mối quan hệ và đưa ra bằng chứng đầy đủ cho thực tế rằng không gì có thể được thực hiện một mình. Trong đây, bạn phải học cách xem trọng các mối quan hệ của mình, vì chúng là phương tiện cho thành tựu trong mọi lĩnh vực và trong mọi cách thể hiện.

DO ĐÓ, CHÚNG TÔI NHẤN MẠNH GIÁ TRỊ của các mối quan hệ của bạn đối với bạn, người đang tìm cách giành lại Tri Thức. Những mối quan hệ này phải được thấm nhuần Tri Thức mà bạn đang giành lại. Khi đó chúng sẽ có được sự ổn định, hiệu quả và ân sủng mà Tri Thức chứa đựng cho bạn. Vì chỉ những mối quan hệ dựa trên Tri Thức mới có thể mang Minh Triết mà Tri Thức sẽ phát huy trong thế giới. Những mối quan hệ dựa trên sự hấp dẫn cá nhân hoặc ảo tưởng cá nhân thì không có nền tảng để mang Tri Thức và sẽ đột ngột thất bại trước những đòi hỏi và yêu cầu của một cuộc sống chân thật.

DO ĐÓ, KHI BẠN GIÀNH LẠI TRI THỨC, bạn cũng học được những bài học về mối quan hệ. Hãy nhắc nhở bản thân về điều này hàng giờ và chứng kiến sự hiển nhiên của bài học hôm nay trong bất kỳ bối cảnh nào bạn gặp phải. Nếu bạn nhìn, bạn sẽ thấy rằng không gì có thể được thực hiện một mình—ở bất kỳ cấp độ nào, trong bất kỳ con đường nào. Không gì có thể được thực hiện một mình. Không có sự sáng tạo cá nhân nào. Không có sự đóng góp cá nhân nào. Không có phát minh cá nhân nào. Thứ duy nhất có thể được tạo ra một mình là ảo tưởng, và trong đây có rất nhiều thứ đã được tạo ra. Nhưng ngay cả điều này cũng được chia sẻ và củng cố khi mỗi cá nhân củng cố nó trong trí tưởng tượng của riêng mình. Do đó, ngay cả ảo tưởng cũng được chia sẻ và củng cố thông qua mối quan hệ. Không gì có thể được thực hiện một mình. Ngay cả ảo tưởng cũng không thể được thực hiện một mình. Không có lối thoát nào khỏi điều này. Tuy nhiên việc không có lối thoát khỏi cuộc sống là lời hứa thật sự cho sự cứu rỗi của bạn, vì ở đây cuộc sống sẽ cứu rỗi bạn, và tất cả những gì bạn đã mang vào trong thế giới này sẽ được kích hoạt và đóng góp.

TRONG NHỮNG LẦN THỰC HÀNH SÂU CỦA MÌNH HÔM NAY, hãy đưa bản thân đến với Tri Thức và đưa bản thân đến với các Giáo Viên của bạn trong sự tâm lặng và khiêm nhường. Hãy nhận ra rằng bạn không thể làm bất cứ điều gì một mình. Ngay cả nỗ lực của bạn để kỷ luật tâm trí mình và chuẩn bị bản thân cho thiền định của bạn cũng là điều bạn chia sẻ với những người đang thực hành và với cả các Giáo Viên của bạn. Mọi quyền năng của Chúa có thể được thể hiện thông qua bạn, vì không gì có thể được làm một mình.

BÀI THỰC HÀNH 249: *Hai lần thực hành, mỗi lần 30 phút.*
Thực hành hàng giờ.

Bước 250

TÔI SẼ KHÔNG TÁCH BIỆT BẢN THÂN HÔM NAY.

Bạn chỉ có thể đơn độc trong ảo tưởng, và ảo tưởng sẽ không mang lại cho bạn bất kỳ thứ gì có giá trị, sự vĩnh cửu hay ý nghĩa. Đừng phản bội Tri Thức của mình hôm nay bằng cách tách biệt bản thân. Đừng trừng phạt bản thân vì những sai lầm không có thực chất nào và thật ra chỉ là biểu hiện của sự bối rối. Không thể biện hộ cho sai lầm, và không thể biện hộ cho việc tách mình ra. Bạn là một phần của cuộc sống và bạn sẽ cần dựa vào các mối quan hệ của mình với người khác và với cuộc sống nói chung để hoàn thành bất cứ điều gì, ngay cả để tồn tại.

Khi bạn nghĩ về điều này, lòng biết ơn sẽ tự nhiên trỗi lên trong bạn, và bạn sẽ nhận ra rằng mặt đất mà bạn bước trên và mọi thứ bạn nhìn thấy và chạm vào mà có ích và có lợi đều là kết quả của sự cho đi và hợp tác. Khi đó lòng biết ơn của bạn sẽ tự nhiên mang đến tình yêu, và từ tình yêu của mình, bạn sẽ bắt đầu hiểu được cách mọi thứ được hoàn thành trong vũ trụ. Điều này sẽ mang lại cho bạn sức mạnh và sự đảm bảo về những gì bản thân bạn phải học cách làm.

Hàng giờ hãy nhớ điều này, và trong những lần thiền sâu của mình, hãy cho phép bản thân bạn nhận lãnh. Đừng tách mình ra khỏi Tri Thức, thứ đang chờ để ban phước cho bạn trong các bài thực hành thiền của bạn. Đây là lúc bạn đến bàn thờ của Chúa để trình diện bản thân, và ở đây Chúa trình diện Chúa cho bạn, người đang học cách nhận lãnh Tri Thức.

BÀI THỰC HÀNH 250: *Hai lần thực hành, mỗi lần 30 phút.*
Thực hành hàng giờ.

Bước 251

NẾU TÔI Ở BÊN TRI THỨC, SẼ KHÔNG CÓ SỰ BỐI RỐI TRONG CÁC MỐI QUAN HỆ CỦA TÔI.

NẾU TRI THỨC KHÔNG BỐI RỐI, thì làm sao bạn có thể bị bối rối khi đang ở bên Tri Thức? Tuy nhiên, việc ở bên Tri Thức có nghĩa là bạn không đang cố gắng giải quyết mọi thứ, hiểu mọi thứ, kiểm soát hoặc thuyết phục mọi thứ mà không với Tri Thức. Bạn không đang cố gắng thoả mãn sự đặc biệt của mình bằng cách sử dụng người khác để nâng cao nó. Bạn không đang cố gắng củng cố sai lầm của mình bằng cách đổ lỗi cho người khác.

VỚI TRI THỨC, không có sự bối rối nào trong mối quan hệ. Bạn biết nên ở bên ai và không nên ở bên ai, và không có sự đổ lỗi nào trong chuyện này. Bạn biết nên cống hiến bản thân ở đâu và không nên cống hiến bản thân ở đâu, và không có sự lên án nào trong chuyện này. Bạn chọn thứ này thay vì thứ kia, chứ không phải đúng thay vì sai. Bạn đi đây chứ không phải đi đó vì đây là nơi bạn phải đi. Điều này thật đơn giản và thật hiệu quả hoàn toàn. Điều này khẳng định Tri Thức trong tất cả các cá nhân, và không ai bị lên án. Ở đây cánh cổng địa ngục được mở và tất cả mọi người được tự do trở về với Tri Thức, vì cánh cổng địa ngục đã mở rồi, và Tri Thức đang kêu gọi tất cả những ai sống ở đó trở về với Chúa. Vì địa ngục là gì nếu không phải là cuộc sống không có Chúa và cuộc sống không có Tri Thức? Đó là cuộc sống được tưởng tượng, thế thôi.

DO ĐÓ, HÃY ĐÓN NHẬN TIẾNG GỌI CỦA TRI THỨC, mà là tiếng gọi của Chúa để bạn thức tỉnh và tham gia vào cuộc sống. Bạn không thể làm gì một mình, và các mối quan hệ của bạn sẽ trở nên rõ ràng khi bạn ở bên Tri Thức. Hãy nhớ điều này hàng giờ và trong hai lần thực hành dài của mình hôm nay, hãy cam kết để chủ động xem xét mọi mối quan hệ chính mà bạn đã có. Hãy nhận ra trong đó những thất vọng và bối rối, những kỳ vọng lớn lao và những thất vọng lớn lao, sự cay đắng về sai lầm, cảm giác thất bại và sự đổ lỗi. Sau đó hãy nhận ra rằng với Tri Thức, không cần phải như vậy, vì với Tri Thức, ý nghĩa và mục đích của mỗi mối quan hệ đã được nhận ra vào lúc đầu sự tham gia của bạn và đã được xác nhận vào lúc cuối.

Hãy nhận ra trong các mối quan hệ hiện tại của bạn rằng với Tri Thức, mọi thứ sẽ trở nên rõ ràng, và bạn có thể tiến bước mà không cảm thấy tội lỗi hay đổ lỗi, không có sự ép buộc hay nhu cầu. Với Tri Thức, bạn có thể đi theo thứ thật sự có lợi cho bạn và những người thân yêu của bạn, vì mọi mối quan hệ đều được tôn vinh và ban phước thông qua Tri Thức, và mọi cá nhân đều tìm thấy vị trí đúng của mình với nhau. Trong điều này, mỗi người đều được tôn vinh và Tri Thức của họ được xác nhận. Hãy để đây là sự hiểu biết của bạn ngày hôm nay.

Bài thực hành 251: *Hai lần thực hành, mỗi lần 30 phút.*
Thực hành hàng giờ.

Bước 252

ÔN TẬP

Hãy để bài ôn tập từng bài học của bạn trong hai tuần qua là sự xác nhận về sự hiện diện của Tri Thức trong cuộc đời bạn. Hãy ôn lại từng bài học và bài thực hành. Hãy ôn lại một cách khách quan mức độ tham gia của bạn và nhận ra những cơ hội để trao bản thân một cách đầy đủ hơn và trọn vẹn hơn. Hãy nhận ra sự phủ nhận của bạn là vô nghĩa như thế nào và lời hứa về phần thưởng của bạn là lớn lao như thế nào, khi bạn tham gia trong cuộc sống. Bạn sẽ nhận ra điều này khi bạn ôn lại các bài thực hành của mình, vì bài thực hành của bạn chứng minh sự mâu thuẫn của bạn đối với Tri Thức và sự hiện diện của chính Tri Thức.

Bạn sẽ dần học được rằng khi bạn đến gần hơn với Tri Thức, mọi thứ có ý nghĩa và có giá trị sẽ được xác nhận, và khi bạn rời khỏi Tri Thức, bạn sẽ bước vào bóng tối của trí tưởng tượng của chính mình. Do đó, điều này sẽ thuyết phục bạn về nơi bạn cần nỗ lực. Điều này sẽ thuyết phục bạn về sự hiện diện vĩ đại đang ở bên bạn để hỗ trợ bạn. Điều này sẽ thuyết phục bạn rằng bạn được bao gồm trong cuộc sống và rằng các Giáo Viên của bạn đang ở bên bạn. Bất kỳ trở ngại hoặc sự thiếu hụt nào mà bạn có thể nhận ra hoặc tưởng tượng đều có thể được dễ dàng vượt qua với Tri Thức. Chính mong muốn của bạn về Tri Thức và khả năng của bạn về Tri Thức mà cần được củng cố. Và một khi điều này được thực hiện, Tri Thức sẽ tự thể hiện nó và bạn sẽ là người hưởng lợi từ món quà vĩ đại nhất của cuộc sống.

Trong Bài Ôn Tập dài của bạn hôm nay, hãy cho phép bản thân thực hiện việc thực hành của mình với chiều sâu và sự chân thành lớn lao. Hãy để ngày hôm nay xác nhận việc học của bạn. Hãy để ngày hôm nay xác nhận rằng bạn đã được cứu rỗi.

BÀI THỰC HÀNH 252: *Một lần thực hành dài.*

Bước 253

MỌI THỨ TÔI THẬT SỰ CẦN SẼ ĐƯỢC CUNG CẤP CHO TÔI.

Đối với lời tuyên bố này, bạn phải trao hết niềm tin của mình, mặc dù quá khứ của bạn đã là danh sách về sự nản lòng và thất vọng. Tuy nhiên ngay cả ở đây, bạn có thể nhận ra rằng những thứ bạn đã thật sự cần cho sự tiến bộ của Tri Thức và cho sự tiến bộ của khả năng tinh thần và thể chất thật sự của bạn đã được cung cấp cho bạn.

Mọi thứ bạn thật sự cần sẽ được cung cấp. Chỉ khi bạn muốn những thứ mà bạn thật sự không cần thì nhận thức của bạn về điều này mới trở nên bối rối, và điều này dẫn bạn đến sự suy đoán tối tăm và thất vọng trầm trọng. Những gì bạn cần sẽ khiến bạn hạnh phúc; những gì bạn không cần sẽ khiến bạn bối rối. Điều này là rất đơn giản, rất thẳng thắn và rất ngay thẳng. Tri Thức thì luôn như vậy. Tri Thức xác nhận những gì thiết yếu. Ở đây cách tiếp cận của bạn đối với cuộc sống trở nên đơn giản và ngay thẳng. Như vậy, bạn trải nghiệm cuộc sống như là đơn giản và ngay thẳng.

Nếu bạn tiếp cận cuộc sống một cách mưu mẹo, cuộc sống sẽ có vẻ mưu mẹo đối với bạn. Nếu bạn tiếp cận cuộc sống với sự đơn giản và trung thực, cuộc sống sẽ có vẻ đơn giản và trung thực đối với bạn. Tri Thức sẽ chỉ ra thứ thật sự được cần và thứ dư thừa, những thứ bạn phải mang theo và những thứ chỉ là hành lý thừa thãi sẽ làm bạn nặng gánh. Nếu bạn muốn những thứ không cần thiết và cam kết bản thân cho chúng, thì bạn sẽ mất liên lạc với những gì chân thật và chân chính, và cuộc sống của bạn sẽ trở nên bối rối và bất hạnh.

Hãy nói những lời này hàng giờ và xem xét chúng. Cuộc sống xung quanh bạn sẽ chứng minh rằng chúng là sự thật. Trong các bài thực hành thiền sâu của mình, hãy một lần nữa đi vào sự tâm lặng. Hãy định hướng nỗ lực của bạn cho lợi ích của chính bạn, và tâm trí bạn sẽ đáp lại chỉ đạo của bạn. Chính mong muốn của bạn về Tri Thức mà sẽ để mọi thứ đến với bạn. Sự tự tin này vào cuộc sống sẽ trao cho bạn sự đảm bảo để tiến bước. Sự tự tin này vào cuộc sống sẽ trao cho bạn sự đảm bảo rằng cuộc đời bạn được vô cùng xem trọng trên thế giới. Sự tự tin này vào cuộc sống sẽ xác nhận thứ hướng dẫn cuộc sống, vì trong cuộc sống có Tri Thức và có ảo tưởng, nhưng bản thân cuộc sống chính là Tri Thức.

BÀI THỰC HÀNH 253: *Hai lần thực hành, mỗi lần 30 phút.*
Thực hành hàng giờ.

Bước 254

TÔI TIN TƯỞNG NHỮNG GIÁO VIÊN CỦA TÔI, NHỮNG NGƯỜI ĐANG Ở BÊN TÔI.

Hãy tin tưởng các Giáo Viên của bạn, vì họ hoàn toàn đáng tin cậy. Họ đang ở đây để khai tâm Tri Thức bên trong bạn, để nhắc nhở bạn về nguồn gốc của bạn và định mệnh của bạn và để hướng dẫn bạn trong những vấn đề lớn và nhỏ. Hãy tin tưởng các Giáo Viên của bạn. Họ sẽ không thay thế Tri Thức của bạn mà sẽ lùi lại khi Tri Thức trỗi lên bên trong bạn. Hãy tin tưởng các Giáo Viên của bạn, vì họ đã hoàn thành những gì bạn đang cố gắng thực hiện lúc này, và họ bây giờ đang dạy nó cho bạn để họ có thể hoàn thành định mệnh của họ trên thế giới. Hãy tin tưởng các Giáo Viên của bạn, vì họ không có mục tiêu hay tham vọng nào khác ngoài Tri Thức. Do đó, cách tiếp cận của họ đối với bạn là hoàn toàn thống nhất và trung thực—không có sự lừa dối, bối rối hay xung đột trong tâm trí.

Khi bạn học cách đón nhận các Giáo Viên của mình, bạn sẽ học cách tiếp nhận cách tiếp cận của họ đối với cuộc sống. Trong đây, họ sẽ trao cho bạn sự hài hòa, cân bằng, quyền lực và phương hướng. Bạn không thể đáp lại sự trung thực một cách không trung thực. Bạn phải học cách đáp lại sự trung thực bằng sự trung thực. Bạn phải học cách đáp lại chỉ dẫn bằng mong muốn được chỉ dẫn. Bạn phải học cách đáp lại sự cam kết bằng sự cam kết. Vì vậy, trong phản hồi của bạn đối với các Giáo Viên của mình, bạn học cách phản hồi. Bạn học cách trân trọng những gì có giá trị, và bạn học cách giải phóng hoặc bỏ qua những gì vô nghĩa.

Khi bạn tin tưởng các Giáo Viên của mình, bạn sẽ tin tưởng bản thân. Hãy nhớ điều này hàng giờ. Trong hai lần của sự trú ẩn và hạnh phúc lớn lao của bạn, trong thiền định, hãy quay về với các Giáo Viên của mình mà bạn lúc này tin tưởng. Trong sự tâm lặng và im lặng, họ sẽ ở bên bạn, và bạn có thể đắm mình trong chiều sâu của tình yêu của họ. Bạn có thể trải nghiệm tình cảm phủ khắp của họ và nhận được ân sủng của họ, mà sẽ chỉ kích thích Tri Thức của bạn, vì chỉ Tri Thức của bạn sẽ được kích thích.

BÀI THỰC HÀNH 254: *Hai lần thực hành, mỗi lần 30 phút.*
  Thực hành hàng giờ.

Bước 255

NHỮNG SAI LẦM CỦA THẾ GIỚI NÀY SẼ KHÔNG LÀM TÔI NẢN LÒNG.

ĐỪNG ĐỂ SỰ BỐI RỐI LÀM BẠN NẢN LÒNG, vì mọi sai lầm đều được sinh ra từ sự bối rối. Hãy nhớ rằng khi cá nhân không có Tri Thức, họ chỉ có thể phạm lỗi và thể hiện sự bối rối của mình. Họ chỉ có thể thực hành sự bối rối, và họ chỉ có thể phục vụ sự bối rối. Do đó, điều này sẽ dạy bạn trân trọng những gì có giá trị và nhận ra những gì vô nghĩa. Điều này sẽ dạy bạn rằng bạn luôn phục vụ những gì bạn trân trọng; bạn luôn đang củng cố những gì bạn trân trọng; bạn luôn đang thực hành những gì bạn trân trọng.

BÂY GIỜ BẠN ĐANG HỌC CÁCH TRÂN TRỌNG TRI THỨC. Bạn đang học cách thực hành Tri Thức. Bạn đang học cách nhận ra Tri Thức. Và bạn đang học cách phục vụ Tri Thức. Đây là sự chứng minh mà bạn cần. Đừng để sự bối rối của thế giới làm bạn nản lòng, vì nó nhắc nhở bạn về nhu cầu lớn lao của bạn. Làm sao những sai lầm của thế giới có thể làm bạn nản lòng khi chúng đáng lẽ nên khuyến khích bạn? Nhìn nhận một cách đúng đắn, chúng sẽ chỉ thúc đẩy bạn trao hết mình hơn cho sự chuẩn bị của bạn lúc này. Quá trình chuẩn bị mà bạn đang tham gia này hứa hẹn sẽ kích hoạt Tri Thức trong bạn. Bạn chỉ cần đi theo các bước của nó.

BẠN SẼ KHÔNG TÌM ĐƯỢC NƠI ẨN NÁU TRONG THẾ GIỚI NÀY. Bạn đã cố gắng làm việc này rồi, và nó đã làm bạn thất vọng hết lần này đến lần khác, cũng như nó sẽ làm bạn thất vọng hết lần này đến lần khác nếu bạn tiếp tục theo đuổi nó. Chính bạn là người phải trao cho thế giới vì chính bạn là người có Tri Thức.

DO ĐÓ, HÃY NHẬN LÃNH TRI THỨC NGÀY HÔM NAY trong các lần thực hành hàng giờ của bạn và trong các lần thực hành sâu của bạn. Đừng để sai lầm của thế giới làm bạn nản lòng. Hãy để sai lầm của thế giới thúc đẩy bạn và truyền cảm hứng cho bạn hướng tới Tri Thức, vì đây là một phần của món quà của thế giới dành cho bạn.

Phần còn lại của món quà của thế giới là để trở thành khu vực nơi bạn cho phép Tri Thức đóng góp bản thân nó thông qua bạn. Ở đây thế giới được ban phước và bạn được ban phước. Khi đó bạn sẽ biết ơn những sai lầm của thế giới và những thành tựu của thế giới, vì một cái kích thích Tri Thức còn cái kia hoàn thành Tri Thức. Do đó, hôm nay hãy học cách suy nghĩ đúng đắn để tâm trí bạn có thể là người hầu hữu ích cho Tri Thức và để mọi khía cạnh của bản thân bạn có thể được tôn vinh.

BÀI THỰC HÀNH 255: *Hai lần thực hành, mỗi lần 30 phút.*
Thực hành hàng giờ.

Bước 256

THẾ GIỚI ĐANG TRỖI VÀO TRONG CỘNG ĐỒNG VĨ ĐẠI CỦA CÁC THẾ GIỚI.

ĐÂY LÀ MỘT TUYÊN BỐ CỦA SỰ THẬT về quá trình tiến hóa của thế giới bạn. Nó trao ý nghĩa và định hướng cho sự hiểu biết của bạn về sự tham gia của bạn và sự đóng góp của bạn trong thế giới. Nó không có ý định làm bạn sợ hãi hoặc tạo ra sự không chắc chắn hay căng thẳng vì với Tri Thức, sự không chắc chắn và căng thẳng là không cần thiết. Với Tri Thức, không có sự không chắc chắn, vì sự tĩnh lặng của Tri Thức là sự chắc chắn của bạn, tiếng nói của Tri Thức là sự chắc chắn của bạn và sự chuyển động của Tri Thức là sự chắc chắn của bạn. Tất cả các khả năng và năng lực về tinh thần và thể chất của bạn có thể phục vụ để thể hiện điều này trong bất kỳ cách thức nào bạn được định để phục vụ.

LỜI TUYÊN BỐ RẰNG THẾ GIỚI ĐANG TRỖI vào trong Cộng Đồng Vĩ Đại của các thế giới là lời xác nhận cho mục đích của bạn vì nhận thức của bạn, sự hiểu biết của bạn và sự cảm kích của bạn đối với thế giới phải phát triển. Sự hiểu biết của bạn về khó khăn và cơ hội của thế giới phải phát triển. Bạn không thể giữ một cách nhìn nhỏ bé về thế giới và hy vọng có thể hiểu được ý nghĩa của Tri Thức của chính bạn. Bạn phải suy nghĩ trong một bối cảnh lớn hơn. Bạn không được chỉ nghĩ về bản thân—mong muốn của mình và nỗi sợ hãi của mình—vì bạn là một phần của một cuộc sống lớn hơn mà bạn đã đến để phục vụ. Thế giới mà bạn đang phục vụ lúc này và sẽ học cách phục vụ trong tương lai thì đang trỗi vào trong Cộng Đồng Vĩ Đại của các thế giới.

HÃY LẶP LẠI Ý TƯỞNG NÀY HÀNG GIỜ và nghĩ về nó khi bạn nhìn thế giới xung quanh mình. Trong các bài thực hành sâu của mình, hãy tích cực dùng tâm trí mình để cố gắng hiểu được bài học hôm nay. Bài thực hành hôm nay không tập trung vào sự tâm lặng mà vào sự hiểu biết. Ở đây tâm trí được sử dụng một cách có ý nghĩa, vì tâm trí nên được sử dụng một cách có ý nghĩa hoặc không được dùng chút nào. Hãy cho phép bản thân bạn xem xét tất cả các ý tưởng của mình về bài học hôm nay. Hãy chú trọng đến việc hiểu được những phản đối của bạn, niềm tin của bạn, nỗi sợ của bạn và ưu tiên của bạn. Khi những điều này đã được nhận ra, bạn sẽ ở trong vị trí để biết. Tri Thức sẽ được kích thích bởi bài học hôm nay, vì bài học hôm nay là để kích thích Tri Thức.

BÀI THỰC HÀNH 256: *Hai lần thực hành, mỗi lần 30 phút.*
Thực hành hàng giờ.

Bước 257

CUỘC SỐNG THÌ VĨ ĐẠI HƠN TÔI TỪNG NHẬN RA.

CUỘC SỐNG THÌ VĨ ĐẠI HƠN BẠN TỪNG NHẬN RA và chắc chắn vĩ đại hơn những gì bạn từng tưởng tượng. Sự vĩ đại của nó bắt nguồn từ thực tế rằng bạn sống trong một Cộng Đồng Vĩ Đại của các thế giới. Sự vĩ đại của nó bắt nguồn từ thực tế rằng Tri Thức là khía cạnh thiết yếu của bạn mà bạn mang bên trong mình. Sự vĩ đại của cuộc sống được xác nhận với sự hiện diện của các Giáo Viên của bạn và sự hiện diện của tất cả những người chuẩn bị giành lại Tri Thức cùng bạn.

VÌ VẬY, BẠN CÓ MỘT MỤC ĐÍCH LỚN LAO trong một vũ trụ vĩ đại. Vì vậy, bạn có thể nhìn thế giới của mình trong bối cảnh thích hợp của nó. Vì vậy, bạn có thể nhìn bản thân trong bối cảnh thích hợp của mình, vì bạn sẽ đóng một phần nhỏ trong quá trình tiến hóa lớn lao của thế giới, và phần của bạn sẽ là thiết yếu. Nó sẽ nằm trong phạm vi và tầm với của bạn để hoàn thành. Một điều nhỏ được thực hiện cho một thứ vĩ đại có nghĩa là đóng góp nhỏ nhất chứa đựng sự vĩ đại của thứ được phục vụ. Điều này cứu chuộc bạn lại với chính mình; điều này cứu chuộc bạn lại với cuộc sống. Điều này xua tan mọi bóng tối và xua tan mọi trí tưởng tượng tiêu cực, vì bạn đang phục vụ một cuộc sống vĩ đại hơn.

TRONG NHỮNG LẦN THỰC HÀNH LÂU CỦA MÌNH, HÃY THAM GIA vào việc cố gắng hiểu được ý nghĩa của ý tưởng hôm nay. Hãy dùng tâm trí bạn một cách có ý nghĩa. Hãy dùng nó một cách tích cực và khách quan, vì đây là mục đích của tâm trí bạn.

BÀI THỰC HÀNH 257: *Hai lần thực hành, mỗi lần 30 phút.*

Bước 258

AI LÀ BẠN BÈ TÔI HÔM NAY?

Bạn bè của bạn ngày hôm nay là tất cả những người đang giành lại Tri Thức và tất cả những người đã giành lại Tri Thức. Bạn bè của bạn ngày mai sẽ là tất cả những người sẽ giành lại Tri Thức. Do đó, mọi người hoặc là bạn của bạn hoặc sẽ trở thành bạn của bạn. Đó chỉ là vấn đề thời gian, và thời gian chỉ có vẻ dài đối với những người đang sống trong đó mà không có mục đích. Nhưng đối với những người sống trong thời gian với mục đích, thì thời gian trôi nhanh và mang lại kết quả vĩ đại này.

AI LÀ BẠN BÈ CỦA BẠN HÔM NAY? Mọi người đều là bạn của bạn hoặc sẽ trở thành bạn của bạn. Do đó, tại sao lại có kẻ thù? Tại sao lại gọi người đối đầu với bạn là kẻ thù, vì họ sẽ trở thành bạn của bạn. Tri Thức sẽ kết hợp các bạn. Bạn đang giành lại Tri Thức, vì vậy bạn đang mở đường cho điều này.

AI LÀ BẠN BÈ CỦA BẠN HÔM NAY? Những người Giáo Viên của bạn và Gia Đình Tâm Linh của bạn và tất cả những người giành lại Tri Thức. Do đó, phạm vi tình bạn của bạn là khổng lồ. Có nhiều con đường để giành lại Tri Thức, nhưng bản chất của việc học luôn là để kết nối với chính Tri Thức và để Tri Thức thể hiện chính nó thông qua bạn. Do đó, vũ trụ chứa đầy những người bạn của bạn—một số người mà bạn có thể nhận ra và một số người mà bạn có thể không nhận ra, một số người mà bạn có thể tham gia và một số người mà bạn không thể tham gia, một số người mà bạn có thể cùng hoàn thành công việc và những người khác mà bạn không thể cùng hoàn thành công việc. Tất cả chỉ là vấn đề thời gian.

HÃY LẶP LẠI Ý TƯỞNG NÀY MỖI GIỜ. Hãy chứng kiến nó như một biển báo về thực tế cho bạn. Trong các thực hành sâu của mình, hãy bước vào sự tâm lặng và im lặng để bạn có thể trải nghiệm chiều sâu của mối quan hệ của mình với những người bạn thật sự của mình. Cuộc sống của bạn tràn ngập tình yêu. Nó tràn ngập kết quả của tất cả những người đang giành lại Tri Thức lúc này. Mong muốn của bạn về Tri Thức được thúc đẩy bởi tất cả những người vẫn từ chối giành lại Tri Thức, vì trong tương lai họ cũng sẽ là bạn của bạn. Với quan điểm này, bạn sẽ nhận ra rằng ngay cả những người sẽ là bạn của bạn trong tương lai thực tế cũng là bạn của bạn ngày hôm nay, vì họ đang phục vụ bạn và họ đang yêu cầu bạn phục vụ họ thông qua thành tựu của bạn với Tri Thức.

BÀI THỰC HÀNH 258: *Hai lần thực hành, mỗi lần 30 phút. Thực hành hàng giờ.*

Bước 259

TÔI ĐÃ ĐẾN ĐỂ GIẢNG DẠY TRÊN THẾ GIỚI.

Bạn đã đến để dạy. Tất cả những gì bạn đã làm là việc dạy từ khi bạn đã đến đây. Suy nghĩ của bạn và hành vi của bạn là phương tiện để dạy. Ngay cả khi là đứa trẻ, bạn đã dạy và làm vui lòng và làm bực bội những người yêu thương bạn. Trong suốt mọi giai đoạn của cuộc đời bạn, bạn đã dạy, vì việc dạy là chức năng tự nhiên của việc thể hiện cuộc sống. Do đó, bạn có chức năng dạy một cách tự nhiên. Ngay cả khi bạn không thực hiện việc này theo bất kỳ hình thức chính thức nào với mọi người, cuộc đời bạn là một minh chứng và do đó, một hình thức dạy.

ĐÓ LÀ LÝ DO TẠI SAO KHI CUỘC SỐNG CỦA BẠN ĐƯỢC ĐỒNG MINH với Tri Thức và thể hiện Tri Thức, cuộc sống của bạn sẽ trở thành chính lời giảng dạy. Sau đó trong bất kỳ cách thức nào bạn được hướng dẫn để lựa chọn cho sự thể hiện bản thân của mình, mà sẽ là chân thật dựa theo bản chất của bạn, bạn sẽ có thể thể hiện lời giảng dạy của mình trong những cử chỉ lớn và nhỏ, trong lời nói và không lời nói và trong thành tựu trong mọi lối đi của cuộc sống bởi vì bạn đã đến thế giới để giảng dạy. Thế giới chỉ có thể dạy bạn rằng bạn cần phải giảng dạy sự thật. Đó là bài học của thế giới dành cho bạn. Nó dạy bạn về nhu cầu lớn lao đối với Tri Thức, và nó dạy bạn về sự hiện diện của Tri Thức. Do đó, thế giới phục vụ và hỗ trợ chức năng thật sự của bạn, khi bạn phục vụ và hỗ trợ chức năng thật sự của cuộc sống.

HÃY NHỚ Ý TƯỞNG NÀY HÀNG GIỜ. Trong hai lần thực hành thiền sâu của mình, hãy dành thời gian suy nghĩ về điều này thật, thật cẩn thận. Đây là những bài thực hành việc tham gia tâm trí lúc này. Hãy nghĩ về ý nghĩa của ý tưởng của ngày hôm nay. Hãy nhận ra rằng bạn đã luôn giảng dạy thông qua việc thể hiện. Hãy nghĩ về những gì bạn muốn giảng dạy với cuộc đời mình và nghĩ về những gì bạn muốn củng cố với cuộc đời mình. Hãy nghĩ về những gì bạn muốn trao tặng và nghĩ về những gì thế giới đã trao tặng cho bạn để kích thích mong muốn chân thật này. Tất cả những điều này sẽ tạo ra suy nghĩ đúng đắn và hành động đúng đắn, và thông qua suy nghĩ đúng đắn và hành động đúng đắn, Tri Thức sẽ chảy thông qua bạn một cách dễ dàng để ban phước cho cuộc sống xung quanh bạn và để mang lại mục đích, ý nghĩa và phương hướng cho các mối quan hệ của bạn.

BÀI THỰC HÀNH 259: *Hai lần thực hành, mỗi lần 30 phút.*
Thực hành hàng giờ.

Bước 260

TÔI LÀ NGƯỜI BẠN CỦA THẾ GIỚI NGÀY HÔM NAY.

Bạn là người bạn của thế giới ngày hôm nay, và khi bạn trải nghiệm điều này, bạn sẽ trải nghiệm thế giới như một người bạn đối với bạn, vì thế giới chỉ có thể phản ánh mục đích của bạn khi bạn thể hiện và trải nghiệm nó. Ở đây bạn sẽ trải nghiệm một thế giới mới với Tri Thức, một thế giới mà bạn chưa từng xem xét trước đây, một thế giới mà bạn chỉ trải nghiệm trong chốc lát trước đây.

Hãy là người bạn của thế giới ngày hôm nay, vì bạn đã đến để trở thành người bạn của thế giới. Thế giới cần sự hỗ trợ lớn lao. Nó đang thể hiện sự bối rối và sai lầm to lớn, nhưng bạn đã đến để trở thành người bạn của thế giới vì thế giới cần tình bạn của bạn. Trong đây, bạn nhận được phần thưởng lớn hơn bất cứ thứ gì bạn có thể tự bảo đảm cho bản thân, vì bất cứ thứ gì bạn giành cho một mình mình, bạn phải lấy từ cuộc sống. Tuy nhiên bất cứ thứ gì bạn trao tặng và tiếp nhận như một người bạn đối với thế giới, thì cuộc sống sẽ trao cho bạn, và nó không mất đi trong quá trình trao đổi. Khi đó, sẽ không có cảm giác tội lỗi nào trong việc trao tặng của bạn và trong việc tiếp nhận của bạn. Ở đây sự tham gia của bạn là lành mạnh và trong sạch. Với Tri Thức, điều này trở nên rõ ràng và được chứng minh ngày này qua ngày khác cho đến khi cuối cùng bạn học được rằng nó là sự thật mà không có ngoại lệ.

Vào hàng giờ hãy là người bạn của thế giới. Hãy nhận ra rằng mọi sự tức giận đều xuất phát từ sự bối rối và rằng Tri Thức đang trỗi lên lúc này để giải quyết mọi sự bối rối. Kết quả là, cuộc sống của bạn bây giờ được kết nối với giải pháp thật sự chứ không phải với việc làm trầm trọng thêm khó khăn của thế giới. Cuộc sống của bạn là về giải pháp chứ không phải khó khăn. Hãy là người bạn đối với thế giới. Trong hai lần thực hành sâu của mình trong sự tâm lặng, hãy trao bản thân cho việc trở thành người bạn đối với thế giới, vì điều này sẽ làm dịu sự bối rối của thế giới. Khi bạn học cách trao tặng điều này với sự khôn ngoan và sáng suốt, bạn sẽ cho phép thế giới trở thành người bạn đối với bạn, vì thế giới cũng muốn trở thành bạn của bạn.

BÀI THỰC HÀNH 260: *Hai lần thực hành, mỗi lần 30 phút.*
Thực hành hàng giờ.

Bước 261

TÔI PHẢI HỌC CÁCH TRAO TẶNG MỘT CÁCH SÁNG SUỐT.

NẾU BẠN TRAO TẶNG MÀ KHÔNG VỚI THAM VỌNG CÁ NHÂN, thì bạn sẽ trao tặng dựa theo Tri Thức, và món quà của bạn sẽ cụ thể và được trao theo cách mà nó sẽ trao quyền cho bạn và cho những người có thể đón nhận món quà của bạn. Đây là Tri Thức đang hướng dẫn bạn. Nếu bạn cố gắng trao tặng để tự tôn vinh bản thân, nếu bạn cố gắng trao tặng để tự trấn an bản thân hoặc nếu bạn cố gắng trao tặng để xoa dịu cảm giác tội lỗi hoặc không đủ tài giỏi, thì bạn sẽ không trao tặng với sự sáng suốt. Khi đó, việc trao tặng của bạn sẽ không đúng chỗ và sẽ tạo ra xung đột và sự nản lòng ngày càng tăng đối với bạn.

CUỘC SỐNG KHÔNG LÀM GÌ VÔ MỤC ĐÍCH. Mọi thứ đều có mục đích. Do đó, việc trao tặng của bạn phải được thực hiện với sự sáng suốt, và sự sáng suốt của bạn là điều bạn phải học từng bước một, từng ngày một. Đây là Minh Triết đang vận hành trên thế giới. Với Tri Thức, bạn phải học về Minh Triết này; nếu không, bạn sẽ không thể trao tặng những món quà thật sự của mình một cách hiệu quả và sẽ hiểu sai kết quả của chúng. Tri Thức sẽ trao cho bạn thứ phải được trao tặng một cách chân thật và sẽ hướng dẫn bạn trao tặng một cách chân thật. Nếu bạn không can thiệp vào điều này hoặc đặt thêm gánh nặng lên việc trao tặng của mình, thì việc trao tặng của bạn sẽ hoàn toàn hiệu quả và sẽ công nhận cả người cho và người nhận.

HÃY NHỚ ĐIỀU NÀY HÀNG GIỜ. Hãy thực hành sự nhận biết. Có những người mà bạn không nên trao tặng trực tiếp. Có những người mà bạn nên trao tặng trực tiếp. Có những tình huống mà bạn không nên bước vào. Có những tình huống mà bạn phải bước vào. Có những vấn đề mà bạn không nên tham gia. Có những vấn đề mà bạn nên tham gia. Làm sao bạn có thể tự mình nhận biết nơi mà các món quà của mình phải được đặt? Chỉ Tri Thức mới có thể nhận biết điều này, và bạn chỉ có thể nhận biết được điều đó với Tri

Thức. Do đó, hãy tin tưởng vào khuynh hướng sâu thẳm nhất của bạn hôm nay. Đừng để những sự ép buộc sinh ra từ tội lỗi hoặc nỗi sợ hãi dẫn dắt bạn hoặc thúc đẩy bạn trong mong muốn trao tặng của bạn. Hãy thực hành hôm nay để học cách nhận biết. Hãy thực hành hôm nay để đồng hướng bản thân với Tri Thức.

TRONG NHỮNG LẦN THỰC HÀNH DÀI CỦA MÌNH, một lần nữa hãy tham gia để cố gắng hiểu bài học hôm nay. Đừng hài lòng với những giả định sai. Hãy xem xét mọi suy nghĩ và cảm xúc ủng hộ hay phản đối ý tưởng hôm nay. Hãy bắt đầu quan sát tham vọng của chính bạn. Hãy bắt đầu quan sát cách chúng được sinh ra từ sự sợ hãi của bạn. Hãy bắt đầu nhận ra thật đơn giản ra sao để đi theo Tri Thức. Sự đơn giản mang đến quyền lực. Bạn phải học cách nhận biết. Học điều này sẽ mất thời gian. Trong đây, bạn học cách sử dụng mọi trải nghiệm cho lợi ích, vì không trải nghiệm nào nên bị lên án. Nó luôn nên được sử dụng cho việc học và chuẩn bị. Bằng cách này, bạn sẽ không biện minh cho sai lầm, mà sử dụng nó cho sự phát triển của chính mình và cho sự tiến bộ của thế giới.

BÀI THỰC HÀNH 261: *Hai lần thực hành, mỗi lần 30 phút.*
Thực hành hàng giờ.

Bước 262

LÀM SAO TÔI CÓ THỂ PHÁN XÉT BẢN THÂN KHI TÔI KHÔNG BIẾT MÌNH LÀ AI?

NẾU BẠN KHÔNG BIẾT MÌNH LÀ AI, thì bạn chỉ có thể phán xét những gì bạn nghĩ bạn là. Suy nghĩ của bạn về bản thân phần lớn được dựa trên kỳ vọng và sự thất vọng của bạn. Rất khó để quan sát bản thân từ bên trong tâm trí cá nhân của bạn, vì tâm trí cá nhân của bạn được tạo thành từ những suy nghĩ cá nhân của bạn, những suy nghĩ không được sinh ra từ Tri Thức. Để nhìn bản thân với Tri Thức, bạn phải ở trong mối quan hệ với Tri Thức. Điều này sẽ dẫn bạn đến việc trải nghiệm bản thân theo một cách hoàn toàn mới. Trải nghiệm này phải được lặp lại và thể hiện nhiều lần, trong nhiều tình huống. Khi đó bạn sẽ bắt đầu có được cảm giác và trải nghiệm thật sự về việc bạn là ai. Cảm giác và trải nghiệm này sẽ không được sinh ra từ sự lên án và sự không tha thứ, vì chỉ có ý tưởng của bạn về bản thân mới có thể bị thất vọng. Cuộc sống sẽ làm bạn thất vọng trong cách này, vì cuộc sống chỉ có thể làm bạn viên mãn dựa theo bản chất thật sự và Bản Thể Thật Sự của bạn. Nhận ra điều này có nghĩa là bạn đã nhận ra giá trị và ý nghĩa của cuộc sống và sự hòa nhập của bạn trong đó. Điều này đòi hỏi sự nhận biết. Điều này đòi hỏi sự khôn ngoan. Điều này đòi hỏi sự chuẩn bị từng bước một. Điều này đòi hỏi sự kiên nhẫn và khoan dung. Điều này đòi hỏi bạn phải học cách sử dụng trải nghiệm của mình cho mục đích tốt chứ không phải cho mục đích xấu.

Do đó, sự lên án của bạn đối với bản thân là vô căn cứ. Nó chỉ được dựa trên giả định. Hãy nhớ điều này hàng giờ và xem xét nó trong tất cả các sự kiện hôm nay, điều này sẽ dạy cho bạn ý nghĩa của bài học hôm nay. Trong hai lần thực hành dài của bạn, một lần nữa hãy tích cực dùng tâm trí mình để cố gắng hiểu được ý nghĩa của bài học hôm nay.

Khi bạn xuyên thủng sự phán xét bản thân của chính mình, hãy nhận ra rằng nó được sinh ra từ sự sợ hãi của bạn và được dựa trên giả định. Nếu bạn nhận ra rằng bạn không biết mình là ai và bạn hoàn toàn bối rối về điều này, thì bạn sẽ đặt mình vào vị trí để trở thành một học sinh thật sự của Tri Thức. Bạn sẽ đặt mình vào vị trí để học mọi thứ thay vì cố gắng bảo vệ giả định của mình. Điều này thể hiện hành trình học của bạn. Chức năng của bạn trong cuộc sống lúc này là để trở thành một học sinh của Tri Thức. Hãy sử dụng tâm trí bạn một cách có mục đích hôm nay. Hãy sử dụng tâm trí bạn một cách khách quan. Hãy sử dụng tâm trí bạn để nhận ra những gì bạn không biết và tất cả những gì bạn cần biết. Hãy sử dụng tâm trí bạn để cảm kích và để sử dụng các bước đang được trao cho bạn lúc này để bạn giành lại Tri Thức trong thế giới.

Bài thực hành 262: *Hai lần thực hành, mỗi lần 30 phút.*
Thực hành hàng giờ.

Bước 263

VỚI TRI THỨC, MỌI THỨ TRỞ NÊN RÕ RÀNG.

Tại sao lại tham gia vào việc suy đoán thêm nữa? Tại sao lại đổ lỗi hoặc phán xét thêm nữa? Tại sao lại làm cho cuộc sống của bạn phức tạp hơn và bực bội hơn trong khi mọi thứ trở nên rõ ràng với Tri Thức? Tại sao lại biến tâm trí bạn phức tạp hơn? Tại sao lại gán cho mình ngày càng nhiều phẩm chất hơn? Tại sao lại sáng tạo ra những cấp độ suy nghĩ và tồn tại mới trong khi với Tri Thức, mọi thứ trở nên rõ ràng? Tại sao lại áp đặt ngày càng nhiều sự phân biệt lên thế giới? Tại sao lại làm cho thế giới có vẻ phức tạp một cách vô vọng và vô nghĩa trong khi với Tri Thức, mọi thứ trở nên rõ ràng?

Bạn chỉ cần học cách ở cùng với Tri Thức để thấy những gì Tri Thức thấy, làm những gì Tri Thức làm và có được sự bình an của Tri Thức, ân sủng của Tri Thức, sự bao hàm của Tri Thức, các mối quan hệ của Tri Thức và tất cả những gì Tri Thức chứa đựng, mà thế giới không thể nào sao chép được.

Trong hai bài thực hành sâu của bạn, hãy trở về với việc ở bên Tri Thức, trong sự khiêm nhường và giản dị, trong sự tâm lặng và trong sự im lặng. Hãy hít Tri Thức vào. Hãy cho phép Tri Thức đi vào và lấp đầy cơ thể bạn. Hãy cho phép bản thân đắm chìm trong Tri Thức và mọi thứ sẽ trở nên rõ ràng, vì với Tri Thức, mọi thứ trở nên rõ ràng và mọi câu hỏi biến mất.

BÀI THỰC HÀNH 263: *Hai lần thực hành, mỗi lần 30 phút.*

Bước 264

TÔI SẼ HỌC VỀ SỰ TỰ DO HÔM NAY.

HÔM NAY BẠN SẼ CÓ CƠ HỘI TÌM HIỂU THÊM về tự do. Bước bạn thực hiện hôm nay sẽ rất quan trọng trong việc trao cho bạn một quan điểm mới về tự do, về sự ràng buộc, về việc giải quyết vấn đề và về bản chất của sự tiến bộ thật sự.

HÔM NAY HÃY NGHĨ VỀ BÀI HỌC CỦA BẠN HÀNG GIỜ và nghĩ về việc tự do là gì. Trong những lần thực hành dài của bạn, hãy dành tâm trí mình để suy nghĩ về tự do. Đây là một trọng tâm rất quan trọng hôm nay. Đặc biệt trong những lần thiền dài của bạn, hãy dành toàn bộ tâm trí mình để xem xét lại những ý tưởng của bạn về tự do. Bạn nghĩ điều gì cấu thành nên tự do? Bạn nghĩ điều gì ngăn cản mọi người được tự do? Điều gì tạo ra sự tự do lâu dài và an toàn? Làm thế nào để đạt được điều này? Điều gì sẽ hỗ trợ nó trong tương lai? Sau khi bạn dành khoảng ba mươi phút để suy nghĩ về tất cả những điều này trong mỗi lần thực hành, hãy bước vào sự tâm lặng và im lặng. Hãy mở bản thân ra để cho Tri Thức nói với bạn. Hãy ở bên những Giáo Viên của bạn ở đó. Sau khi bạn đã cạn kiệt ý tưởng của mình, hãy bước vào sự tâm lặng và nhận lãnh.

RẤT QUAN TRỌNG RẰNG BẠN NHẬN THỨC ĐƯỢC những ý tưởng của chính bạn về tự do vì cho đến khi chúng được nhận ra và điều chỉnh, chúng sẽ tiếp tục phủ ảnh hưởng lên bạn. Chúng sẽ tiếp tục thống trị suy nghĩ của bạn và do đó hành vi của bạn. Một sự tự do lớn lao đang dành cho bạn lúc này, nhưng bạn phải học cách tiếp cận nó. Hôm nay bạn sẽ tìm hiểu thêm về tự do—bạn nghĩ tự do là gì và tự do thật sự là gì.

BÀI THỰC HÀNH 264: *Hai lần thực hành, mỗi lần 30 phút.*
Thực hành hàng giờ.

Bước 265

CÓ MỘT SỰ TỰ DO LỚN LAO ĐANG CHỜ ĐỢI TÔI.

TRI THỨC SẼ YÊU CẦU BẠN THOÁT KHỎI QUÁ KHỨ và không căng thẳng về tương lai. Nó sẽ yêu cầu bạn hiện diện với cuộc sống. Nó sẽ yêu cầu bạn mở ra và trung thực. Nó sẽ yêu cầu bạn có niềm tin và nỗ lực kiên định. Nó sẽ yêu cầu bạn không có xung đột. Nó sẽ yêu cầu bạn có tình yêu và sự tôn trọng lớn lao đối với bản thân và sự cảm kích lớn lao đối với thế giới. Nó sẽ yêu cầu bạn có khả năng trải nghiệm Gia Đình Tâm Linh của mình và nhận ra vị trí thật sự của mình trong vũ trụ.

TRI THỨC YÊU CẦU ĐIỀU NÀY Ở BẠN để bạn có thể hoàn toàn mở rộng bản thân để chấp nhận nó. Bằng cách này, bạn trở nên tự do trong quá trình học cách trở nên tự do. Bạn trở nên được hướng dẫn bởi Tri Thức bằng cách học cách trở nên được hướng dẫn bởi Tri Thức. Ở đây bạn đạt được mục tiêu bằng cách thực hiện các bước. Không có công thức kỳ diệu nào để đột nhiên bạn trở nên tự do. Không có hệ thống niềm tin kỳ diệu nào mà một khi được áp dụng, giải phóng bạn khỏi những ràng buộc của quá khứ của bạn và những lo lắng về tương lai của bạn. Bạn học được sự tự do đích thực này bằng cách áp dụng, từng bước một. Do đó, khi bạn học cách giành lại Tri Thức, Tri Thức sẽ giành lại bạn. Và khi bạn học được tự do là gì, bạn thật sự trở nên tự do.

PHẦN CỦA BẠN LÀ RẤT NHỎ VÀ PHẦN CỦA CHÚNG TÔI LÀ RẤT LỚN. Bạn chỉ cần đi theo các bước và sử dụng chúng. Các bước được đưa ra sẽ đảm bảo kết quả. Một sự tự do lớn lao đang chờ bạn và khi bạn tiếp cận nó, bạn đảm nhận tự do đó và hưởng lợi từ tất cả các phẩm chất của tự do đó và thể hiện mọi khía cạnh của tự do đó. Đó là bản chất của một Kế Hoạch hoàn hảo vượt quá sự hiểu biết của con người. Nó hoàn hảo đến mức bạn không thể phá hủy nó nếu bạn đi theo nó một cách trung thành. Điều này phục hồi bạn và trả lại cho bạn sự tin tưởng bản thân, sự tự tin, tình yêu bản thân và sự hiểu biết về bản thân mình trong thế giới.

Hãy nghĩ về ý tưởng này hàng giờ hôm nay, và trong những lần thiền sâu của bạn, hãy bước vào sự tĩnh lặng và tự do. Thật là một tự do vĩ đại khi có cơ hội này để đắm mình trong Tri Thức, đắm mình trong sự hiện diện và đắm mình trong bản chất thật sự của mối quan hệ chân thật trong vũ trụ. Khi bạn tiếp cận điều này, bạn sẽ biết rằng đó là tự do của bạn và bạn sẽ biết rằng bạn đang trở nên tự do để đảm nhận nó. Do đó, hôm nay bạn sẽ thực hiện một bước tiến lớn hướng tới việc nhận ra rằng một tương lai lớn lao hơn đang chờ đợi bạn. Bước tiến lớn này sẽ giải thoát bạn ngày càng nhiều khỏi sự lo âu, sự căng thẳng, nỗi đau và sự thất vọng của quá khứ của bạn. Điều này sẽ chỉ cho bạn thấy rằng một sự tự do lớn hơn đang chờ đợi bạn.

Bài thực hành 265: *Hai lần thực hành, mỗi lần 30 phút.*
Thực hành hàng giờ.

Bước 266

ÔN TẬP

Hôm nay cũng như trước, hãy ôn lại hai tuần chuẩn bị vừa qua. Hãy dùng cơ hội này trong lần thực hành dài của bạn hôm nay để ôn lại tất cả những gì đã diễn ra trong hai tuần qua liên quan đến các chỉ dẫn được đưa ra trong quá trình chuẩn bị này, những trải nghiệm của bạn về bài thực hành và kết quả tổng thể trong cuộc sống của bạn. Hãy thực hành Bài Ôn Tập này với sự khách quan nhất có thể, đặc biệt là về các kết quả trong cuộc sống của bạn, mà nhiều trong số đó bạn vẫn chưa thể đánh giá một cách khách quan.

Nhiều thứ sẽ thay đổi khi bạn tiến triển trong việc học của mình. Một số thứ sẽ rời xa bạn; những thứ khác sẽ bắt đầu hình thành. Các vấn đề trần tục sẽ đè nặng lên bạn mà yêu cầu sự tham gia và áp dụng của bạn. Những thứ khác mà bạn đã nghĩ là vấn đề sẽ trở nên ngày càng xa vời và không cần thiết để bạn phải quan tâm. Do đó, cuộc sống bên ngoài của bạn sẽ tự điều chỉnh để bạn có thể nhận ra mình đang ở đâu để nỗ lực lúc này. Rồi thì cuộc sống bên trong và cuộc sống bên ngoài của bạn có thể phản ánh lẫn nhau. Điều này là rất quan trọng. Bạn đang bắt đầu học cách học, và kết quả là bạn đang thấy thế giới thay đổi. Chất lượng của trải nghiệm của bạn sẽ được biến đổi theo thời gian để mọi thứ, cả bình thường và phi thường, sẽ được nhìn nhận từ một góc độ khác so với trước đây. Khi đó bạn có thể học cách tận dụng mọi cơ hội và do đó học cách cảm kích cuộc sống, ngay cả trong những thất vọng của nó.

Hãy thực hành điều này trong Bài Ôn Tập hôm nay. Hãy rất kỹ lưỡng trong việc điều tra của bạn. Hãy bắt đầu với bài học đầu tiên của hai tuần và đi theo nó từng ngày một. Hãy nhận ra những gì đã xảy ra trong cuộc sống của bạn mỗi ngày. Hãy cố gắng nhớ lại. Hãy cố gắng tập trung ở đây. Bằng cách này, bạn sẽ cảm nhận được sự chuyển động của cuộc sống của chính mình. Chính khi nhận ra sự chuyển động này qua một khoảng thời gian và nhìn thấy cách các giai đoạn của cuộc đời bạn tiến triển mà bạn sẽ nhận ra rằng mình đang vững vàng trên con đường đến với Tri Thức. Khi đó bạn sẽ thấy rằng sẽ ngày càng có ít thứ phía sau bạn để kìm hãm bạn và tương lai sẽ tự mở ra để ngày càng đáp ứng cho bạn. Đây chính là ân sủng của cuộc sống đang cúi mình trước bạn, người đang trở thành một học sinh của Tri Thức.

BÀI THỰC HÀNH 266: *Một lần thực hành dài.*

Bước 267

CÓ MỘT GIẢI PHÁP ĐƠN GIẢN CHO MỌI VẤN ĐỀ MÀ TÔI ĐỐI MẶT HÔM NAY.

Mọi vấn đề mà cá nhân bạn đối mặt đều có một câu trả lời rất đơn giản. Làm sao để bạn tìm thấy câu trả lời này? Liệu bạn sẽ tìm thấy nó bằng cách vật lộn với chính mình? Liệu bạn sẽ tìm thấy nó bằng cách thử mọi giải pháp khả thi mà bạn có thể nghĩ ra? Liệu bạn sẽ tìm thấy nó bằng cách lo lắng về nó? Liệu bạn sẽ tìm thấy nó bằng cách phủ nhận nó và thay vào đó tìm kiếm sự kích thích thú vị? Liệu bạn sẽ tìm thấy nó bằng cách chìm vào trầm cảm và nghĩ rằng cuộc sống quá khó khăn đối với bạn đến nỗi bạn không thể đáp ứng yêu cầu của hoàn cảnh của chính mình?

Có một câu trả lời đơn giản cho những vấn đề mà bạn đang đối mặt hôm nay. Câu trả lời được tìm thấy trong Tri Thức. Tuy nhiên để tìm thấy Tri Thức, bạn phải trở nên tâm lặng và quan sát và học cách tách khỏi sự sợ hãi và căng thẳng. Phần lớn cuộc sống của bạn sẽ tham gia vào việc giải quyết vấn đề, và chính trong việc học cách thực hiện việc này một cách hiệu quả, có trách nhiệm và thậm chí nhiệt tình mà bạn sẽ đạt được những gì mình đã đến đây để đạt được.

Hãy nhắc nhở bản thân về ý tưởng này suốt hôm nay và đừng bị đánh lừa bởi sự phức tạp của vấn đề. Vấn đề chỉ phức tạp khi bạn cố gắng thu được lợi ích từ việc giải quyết chúng hoặc tránh né chúng. Khi bạn có một ưu tiên đang chi phối tâm trí mình, thì bạn không thể nhìn thấy điều hiển nhiên. Khi bạn học cách nhìn vào từng vấn đề với Tri Thức, thì bạn sẽ thấy rằng giải pháp là hiển nhiên. Bạn sẽ thấy rằng bạn không thể nhận ra điều này trước đây vì theo kiểu nào đó bạn đã sợ kết quả hoặc bạn đã lo lắng rằng việc giải pháp cho vấn đề sẽ khiến bạn trở nên nghèo khó và túng thiếu. Bạn sẽ có một tầm nhìn khác hôm nay.

Trong hai lần thực hành sâu của mình, hãy ở bên Tri Thức. Đừng cố gắng trả lời các vấn đề của mình, mà đơn giản hãy tâm lặng và nhận lãnh. Tri Thức nhận thức được những điều cần giải quyết và sẽ phủ ảnh hưởng của nó lên bạn để bạn có thể đáp lại nó và đi theo chỉ dẫn của nó. Khi không có sự can thiệp liên tục từ bạn, điều hiển nhiên sẽ trỗi lên, và bạn sẽ biết phải làm gì từng bước một. Do đó bạn sẽ nhận ra rằng có một câu trả lời đơn giản cho mọi vấn đề mà bạn đối mặt. Đây sẽ là sự xác nhận về Tri Thức, và bạn sẽ vui mừng vì cuộc sống đang trao cho bạn những vấn đề này để bạn có thể sử dụng các khả năng thật sự của mình để ứng phó với chúng.

BÀI THỰC HÀNH 267: *Hai lần thực hành, mỗi lần 30 phút.*
Thực hành hàng giờ.

Bước 268

HÔM NAY TÔI SẼ KHÔNG BỊ ĐÁNH LỪA BỞI SỰ PHỨC TẠP.

Các vấn đề trên thế giới trở nên phức tạp khi có một khó khăn đòi hỏi sự sửa chữa và phát triển, và điều đó bị trộn lẫn với ưu tiên của mọi người, mong muốn của mọi người để bảo vệ những gì họ có và sự cạnh tranh của mọi người với nhau. Do đó các vấn đề trên thế giới trở nên phức tạp, và bất kể bạn làm gì để cố gắng giải quyết chúng, vẫn có người bị tước quyền. Có người bực bội. Có người thua. Trong xã hội của bạn, điều này là dễ thấy. Nhưng điều này chỉ đại diện cho sự sợ hãi và tham vọng của mọi người đối lập với Tri Thức của họ. Trong Tri Thức, bạn sẵn sàng từ bỏ bất cứ thứ gì cản trở Tri Thức. Bạn sẵn sàng từ bỏ bất cứ thứ gì có hại cho bạn hoặc người khác. Bạn sẵn sàng rời khỏi bất kỳ tình huống nào không còn chứng minh là có lợi cho bạn hoặc người khác. Đây là vì Tri Thức khiến sự trung thực chân thật trở nên khả thi. Đây là một hình thức tham gia không ích kỷ trong thế giới, và do đó nó có ích cho tất cả mọi người.

Do đó, khi bạn nhìn vào một vấn đề trên thế giới và nó có vẻ phức tạp, rất khó lúc đầu để thấy đơn giản vấn đề là gì. Nhưng giải pháp luôn rất rõ ràng. Chính sự sợ hãi của mọi người về điều này mà khiến họ không nhận ra được điều hiển nhiên. Hôm nay bạn được trao tặng để nhận ra rằng có một giải pháp trực tiếp cho mọi vấn đề cần giải pháp. Đôi khi giải pháp là hiển nhiên ngay lập tức. Đôi khi nó phải được tiếp cận theo từng giai đoạn. Nhưng mỗi bước đều rất rõ ràng nếu bạn đang đi theo Tri Thức.

Để tiếp cận các vấn đề theo cách này bạn phải tiếp cận chúng mà không sợ hãi hay ưu tiên. Bạn phải đi theo Tri Thức và không cố gắng sử dụng Tri Thức để giải quyết mọi việc dựa theo thiết kế của riêng mình. Bạn không thể sử dụng Tri Thức bằng cách này, nhưng bạn có thể đi theo Tri Thức, và khi đi theo Tri Thức, bạn sẽ đi theo con đường của giải pháp. Đây là con đường mà ít người sẽ có thể nhận ra lúc đầu, nhưng đó là con đường sẽ chứng minh là hoàn toàn hiệu quả theo thời gian, vì nó sẽ giải phóng mọi người liên quan và cung cấp cách thức cho nỗ lực thành công cho mọi người liên quan. Do đó, người đàn ông hay phụ nữ của Tri Thức trên thế giới trở thành nguồn của giải pháp và sự phục hồi trên thế giới. Và sự hiện diện của họ và hoạt động của họ sẽ luôn ảnh hưởng đến mọi tình huống theo hướng tốt đẹp.

ĐỪNG ĐỂ BỊ LỪA BỞI VẺ PHỨC TẠP của các vấn đề của thế giới, vì với Tri Thức, mọi thứ được giải quyết một cách đơn giản. Tri Thức không bị lừa dối, và khi bạn học cách ở bên Tri Thức, bạn cũng sẽ không bị lừa dối.

HÃY NHẮC NHỞ BẢN THÂN VỀ Ý TƯỞNG NÀY hàng giờ và trong hai lần thực hành thiền sâu của mình, hãy một lần nữa bước vào nơi ẩn náu của sự tâm lặng bên trong bạn. Hãy quen với sự tâm lặng vì Tri Thức thì tĩnh lặng. Hãy quen với sự tâm lặng vì trong sự tâm lặng, bạn xác nhận sự tốt đẹp của mình và giá trị của mình. Một tâm trí bình an không phải là một tâm trí đang chiến tranh. Một tâm trí bình an không bị lừa dối bởi thế giới.

BÀI THỰC HÀNH 268: *Hai lần thực hành, mỗi lần 30 phút.*
Thực hành hàng giờ.

Bước 269

QUYỀN LỰC CỦA TRI THỨC SẼ LAN TỎA TỪ TÔI.

Quyền lực của Tri Thức sẽ lan tỏa từ bạn, người đang nhận lãnh Tri Thức. Lúc đầu điều này sẽ rất tinh tế, nhưng khi bạn tiếp tục phát triển và nỗ lực, quyền lực của Tri Thức sẽ trở nên ngày càng mạnh mẽ hơn. Nó sẽ là một lực hút đối với một số người. Nó sẽ là một lực phủ nhận đối với những người khác, những người không thể đáp lại nó. Nó sẽ ảnh hưởng đến tất cả mọi người. Đó là lý do tại sao bạn phải học cách rất sáng suốt trong mối quan hệ, vì khi bạn tiến bộ như một học sinh của Tri Thức, ảnh hưởng của bạn lên người khác sẽ lớn hơn. Bạn không được sử dụng ảnh hưởng này cho mục đích ích kỷ, nếu không hoạt động của bạn sẽ đầy huỷ hoại đối với bạn và người khác.

TRI THỨC CUNG CẤP SỰ KIỂM CHẾ NÀY mà Chúng Tôi đã nói đến, và bạn phải sử dụng nó cho lợi ích của chính mình. Nếu bạn có đầy tham vọng với Tri Thức, thì bạn sẽ gây ra những rủi ro rất lớn cho bản thân và người khác, vì sự khôn ngoan, lòng nhân từ, sự kiềm chế và khả năng tự chủ phải đi kèm với sự phát triển của Tri Thức. Nếu bạn cố gắng sử dụng Tri Thức cho lợi ích ích kỷ của riêng mình hoặc cho những gì bạn nghĩ thế giới cần, thì bạn sẽ tự dẫn mình đi lạc và Tri Thức sẽ không đi cùng bạn.

HÃY CHẤP NHẬN SỰ KIỂM CHẾ VÀ PHÁT TRIỂN đang được kêu gọi lúc này, vì chúng sẽ bảo vệ bạn và cho phép bạn trao tặng những món quà của mình với ít nhất bất hòa và rủi ro cá nhân. Chúng sẽ đảm bảo sự trọn vẹn và giá trị của sự đóng góp của bạn, vì nó sẽ không bị vấy bẩn bởi những động cơ ích kỷ. Hãy thực hành hàng giờ và đi sâu vào thiền định hai lần hôm nay. Hãy lặp lại ý tưởng của bạn cho hôm nay và một lần nữa đi vào sự tâm lặng. Hãy để đây là ngày mà Tri Thức được củng cố.

BÀI THỰC HÀNH 269: *Hai lần thực hành, mỗi lần 30 phút.*
Thực hành hàng giờ.

Bước 270

Quyền lực đi kèm trách nhiệm.

Quyền lực đi kèm trách nhiệm. Tri Thức sẽ trao quyền cho bạn, và bạn phải có trách nhiệm với Tri Thức. Đó là lý do tại sao bạn phải trở thành người đi theo. Bằng cách trở thành người đi theo, bạn trở thành người lãnh đạo, vì bạn có thể tiếp nhận và bạn có thể được hướng dẫn. Do đó, bạn sẽ dạy người khác tiếp nhận và hướng dẫn họ. Đây là sự mở rộng tự nhiên của món quà mà bạn đang nhận lãnh lúc này, mà theo thời gian sẽ tìm thấy sự thể hiện thông qua bạn trong cuộc sống của bạn.

Rất quan trọng rằng bạn nhận ra mối quan hệ giữa quyền lực và trách nhiệm. Trách nhiệm đòi hỏi sự kỷ luật bản thân, kiềm chế bản thân và kiểm soát bản thân. Nó đòi hỏi sự khách quan về cuộc sống của chính bạn mà rất ít người đạt được trên thế giới này. Trách nhiệm là gánh nặng cho đến khi nó được công nhận là nguồn của sự bảo vệ. Nó là sự đảm bảo rằng món quà của bạn sẽ tìm thấy một biểu hiện lành mạnh và được chào đón bên trong bạn và rằng bạn sẽ được thăng tiến và hoàn thành bằng cách thực hiện đóng góp của mình.

Rất phổ biến trên thế giới rằng mọi người muốn có quyền lực mà không có trách nhiệm, vì ý tưởng của họ về tự do là rằng họ không bị ràng buộc bởi bất cứ thứ gì. Điều này là hoàn toàn phản tác dụng và có hậu quả rất nguy hiểm cho những ai vẫn cố gắng đạt được nó. Là một học sinh của Tri Thức, bạn phải học cách chấp nhận những trách nhiệm được giao cho bạn, vì chúng cung cấp sự bảo vệ và hướng dẫn mà bạn cần để bạn có thể phát triển một cách phù hợp, tích cực và toàn diện. Chúng là sự đảm bảo rằng sự chuẩn bị của bạn sẽ mang lại kết quả lớn lao như mong đợi.

Hãy nghĩ về ý tưởng này hàng giờ và đừng quên nó ngày hôm nay. Trong các bài thực hành sâu của bạn, hãy suy nghĩ thật kỹ về ý nghĩa của lời tuyên bố này. Hãy nghĩ về các ý tưởng của bạn về quyền lực và nhận ra chúng cần có trách nhiệm nhiều thế nào đối với Nguồn Vĩ Đại để có thể được sử dụng và thể hiện một cách phù hợp. Hai lần thực hành này sẽ là thời gian cho hoạt động và việc áp dụng tâm trí. Hãy suy nghĩ thật kỹ về tất cả các ý tưởng của bạn xung quanh bài học ngày hôm nay. Khá thiết yếu rằng bạn xem xét suy nghĩ và niềm tin của chính mình, vì bạn phải hiểu được cấu tạo tâm trí hiện tại của mình để nhận ra tác động của nó lên cuộc sống bên ngoài của bạn. Bài học hôm nay có thể có vẻ tạt nước lạnh lúc đầu, nhưng theo thời gian nó sẽ trao cho bạn sự tự tin và sự đảm bảo mà bạn sẽ cần để tiến bộ hết lòng.

BÀI THỰC HÀNH 270: *Hai lần thực hành, mỗi lần 30 phút.*
Thực hành hàng giờ.

Bước 271

TÔI SẼ CHẤP NHẬN TRÁCH NHIỆM HÔM NAY.

HÃY CHẤP NHẬN TRÁCH NHIỆM, mà là khả năng của bạn để đáp lại. Hãy chấp nhận điều này, trau dồi nó, trân trọng nó và chào đón nó. Nó là thứ sẽ khiến bạn mạnh mẽ. Nó là thứ sẽ khiến bạn tận tụy. Nó là thứ sẽ mang đến cho bạn những mối quan hệ mà bạn đã luôn mong muốn. Đây là sự trao quyền bạn tuyệt vọng cần mà bạn lúc này đang học cách giành lấy cho bản thân. Với sự trao quyền này, các điều kiện để trao quyền sẽ đến theo—rằng bạn đáp lại Tri Thức và đi theo Tri Thức, rằng bạn kiềm chế mọi động cơ không bắt nguồn từ Tri Thức, rằng bạn trở nên khách quan với bản thân và động cơ của mình, rằng bạn xem xét bản thân mà không nghi ngờ bản thân, và rằng bạn vây quanh mình với những cá nhân có thể hỗ trợ sự trỗi lên của Tri Thức bên trong bạn và tự do để nói với bạn những nhận thức của chính họ. Điều này là thiết yếu cho phúc lợi và sự phát triển của bạn. Điều này sẽ bảo vệ bạn khỏi những sai lầm của bản thân, mà khi bạn trở nên quyền lực hơn, sẽ có tác động ngày càng lớn hơn lên bạn và những người khác.

HÃY CHẤP NHẬN TRÁCH NHIỆM HÔM NAY. Hãy chấp nhận điều này, vì nó đại diện cho nhu cầu chân thật nhất và vĩ đại nhất của bạn. Trách nhiệm sẽ giúp bạn yêu thương và mở rộng bản thân ra thế giới.

HÀNG GIỜ HÃY NGHĨ ĐẾN Ý TƯỞNG CỦA NGÀY HÔM NAY. Và khi bạn bước vào thiền định hai lần hôm nay, hãy chịu trách nhiệm hoàn toàn cho việc là một học sinh của Tri Thức và bước vào sự tâm lặng và im lặng với toàn bộ bản thể của bạn. Đừng để bất kỳ suy nghĩ hay nghi ngờ nào ngăn cản bạn. Đừng để sự mâu thuẫn kìm bạn lại. Hãy tiến về phía trước. Hãy mở bản thân ra. Hãy bước vào bí ẩn của cuộc đời mình để bạn có thể đáp lại nó, vì đây là ý nghĩa của trách nhiệm.

BÀI THỰC HÀNH 271: *Hai lần thực hành, mỗi lần 30 phút.*
                   Thực hành hàng giờ.

Bước 272

CÁC GIÁO VIÊN CỦA TÔI SẼ HƯỚNG DẪN TÔI KHI TÔI TIẾN BƯỚC.

Bạn sẽ cần các Giáo Viên để hướng dẫn bạn khi bạn tiến bước trên con đường đến với Tri Thức, vì bạn sẽ mạo hiểm vượt xa khỏi những khái niệm và giả định của chính bạn. Bạn sẽ dấn thân vào một cuộc sống mà bạn vẫn chưa hiểu hết. Bạn sẽ tiếp cận quyền lực và nguồn lực mà bạn vẫn chưa nhận ra đầy đủ. Bạn sẽ mạo hiểm đi sâu hơn vào cuộc sống, vượt xa những giả định của con người, vượt xa những niềm tin của con người và vượt xa những tục lệ của con người. Điều này sẽ đòi hỏi sự hướng dẫn rất mạnh mẽ đối với bạn, cả từ Tri Thức và từ những mối quan hệ chính của bạn. Những Giáo Viên Nội Tâm của bạn đại diện cho những mối quan hệ chủ lực nhất của bạn, vì những mối quan hệ này hoàn toàn được dựa trên Tri Thức, và chúng được trao cho bạn để trau dồi Tri Thức một cách an toàn và trọn vẹn.

Do đó, hãy chấp nhận những hạn chế của bạn như một học sinh của Tri Thức để bạn có thể tiến bước với sự hỗ trợ cần thiết. Hãy biết ơn vì sự hỗ trợ vĩ đại như vậy có thể được trao cho bạn và rằng nó có thể xuyên thấu bất kỳ hoàn cảnh nào vì nó vô hình đối với mắt bạn. Hãy biết ơn vì bạn có thể trải nghiệm nó trong bất kỳ hoàn cảnh nào và bạn có thể nhận được lời khuyên của các Giáo Viên của mình tại những điểm ngoặt trong cuộc sống khi nó được kêu gọi.

Hãy xác nhận sự hiện diện của các Giáo Viên của bạn hôm nay để bạn có thể có lòng dũng cảm và nhiệt huyết lớn lao trong việc hỗ trợ sự trỗi lên của Tri Thức. Hàng giờ hãy nhắc nhở bản thân rằng các Giáo Viên của bạn đang ở bên bạn. Trong hai lần thực hành sâu của mình, hãy bước vào sự tâm lặng và im lặng cùng với họ để họ có thể ban sự hiện diện của họ và lời tư vấn của họ cho bạn nếu cần. Hãy chấp nhận việc học của bạn để bạn có thể học cách trao tặng cho thế giới.

BÀI THỰC HÀNH 272:   *Hai lần thực hành, mỗi lần 30 phút.*
Thực hành hàng giờ.

Bước 273

CÁC GIÁO VIÊN CỦA TÔI NẮM GIỮ KÝ ỨC VỀ QUÊ HƯƠNG CỔ ĐẠI CỦA TÔI CHO TÔI.

CÁC GIÁO VIÊN CỦA BẠN ĐẠI DIỆN CHO GIA ĐÌNH TÂM LINH CỦA BẠN ở bên kia thế giới. Họ nắm giữ ký ức về nguồn gốc của bạn và định mệnh của bạn cho bạn, mà bạn phải học cách nhận ra thông qua trải nghiệm của mình trên thế giới. Họ đã đi những con đường của thế giới. Họ biết về những cơ hội của nó và những khó khăn của nó. Họ biết về những sai lầm khả thi mà bạn có thể mắc phải, và họ biết về những sai lầm mà bạn đã phạm rồi. Họ được chuẩn bị đầy đủ để hướng dẫn bạn. Họ có Minh Triết và thành tựu để làm việc đó.

DO ĐÓ, ĐỪNG ĐÁNH GIÁ THẤP GIÁ TRỊ CỦA HỌ đối với bạn và hãy luôn nhớ rằng họ hiện diện trong cuộc đời bạn để khai tâm bạn vào Tri Thức. Họ mong muốn bạn trở nên mạnh mẽ trong Tri Thức, cuối cùng cũng mạnh mẽ như họ đã trở thành. Do đó, họ phục vụ cho nhu cầu và mục đích vĩ đại nhất của bạn, và bạn phải đi theo họ, nhận lãnh họ và tôn vinh sự hiện diện của họ, như một học trò tôn vinh một giáo viên. Điều này sẽ cho phép bạn nhận lãnh trọn vẹn những món quà của họ và sẽ giải thoát bạn khỏi mọi mối liên hệ sai lầm mà bạn có thể tạo ra với họ. Đây là một mối quan hệ đầy trách nhiệm và bạn sẽ trưởng thành trong nó.

VẬY THÌ HÃY CHẤP NHẬN SỰ HIỆN DIỆN CỦA CÁC GIÁO VIÊN CỦA BẠN. Hãy chấp nhận nó vào mỗi giờ khi bạn nhắc nhở bản thân rằng họ đang ở bên bạn, và chấp nhận nó trong hai lần thực hành thiền sâu của mình khi bạn mở bản thân để đón nhận họ. Đây là một cơ hội vĩ đại cho Tri Thức. Các Giáo Viên của bạn sẽ khai tâm bạn vào Tri Thức, vì họ chỉ có thể được biết. Những hình ảnh hoặc khái niệm của bạn về họ là tương đối vô nghĩa, ngoại trừ rằng chúng có thể hạn chế sự tiếp cận của bạn. Bạn phải trải nghiệm bản chất của các Giáo Viên của mình, mà là sự hiện diện của họ, để biết họ một cách trọn vẹn. Và bạn sẽ khám phá ra từ trải nghiệm này, khi nó phát triển, rằng đây là cách bạn có thể trải nghiệm trọn vẹn cuộc sống.

MẶC DÙ CÁC GIÁC QUAN CỦA BẠN SẼ CẢM NHẬN hình dạng của sự vật, trái tim bạn sẽ trải nghiệm bản chất của sự vật, và đây là cách mọi thứ sẽ trở nên được biết. Một khi chúng được biết, bạn sẽ nhận ra cách bạn nên tham gia với chúng. Do đó, tất cả các khả năng tâm trí của bạn sẽ được sử dụng cho một mục đích vĩ đại, vì Tri Thức sẽ sử dụng tất cả các khả năng của bạn và các khả năng của thế giới để cứu chuộc thế giới, mà là sự cứu chuộc Tri Thức trong thế giới.

BÀI THỰC HÀNH 273: *Hai lần thực hành, mỗi lần 30 phút.*
  Thực hành hàng giờ.

Bước 274

TÔI TÌM KIẾM SỰ GIẢI THOÁT KHỎI SỰ MÂU THUẪN HÔM NAY.

Hãy tìm kiếm sự giải thoát khỏi sự mâu thuẫn, vì đây là nguồn gốc của mọi sự bối rối, đau khổ và thất vọng của con người. Sự mâu thuẫn là sự thiếu quyết đoán về việc tham gia với cuộc sống. Đó là sự thiếu quyết đoán về việc ở trong cuộc sống. Đó là sự thiếu quyết đoán về việc sống. Từ sự thiếu quyết đoán này, mọi kiểu tự áp đặt, mọi kiểu tấn công và mọi kiểu đối đầu đều được tạo ra. Chính từ sự thiếu quyết đoán này mà mọi người sống trong ảo tưởng không với Tri Thức.

Vậy thì hãy cẩn thận với sự mâu thuẫn. Đó là dấu hiệu cho thấy bạn đang vận hành không với Tri Thức và bạn đang cố gắng đưa ra quyết định của mình hoàn toàn dựa trên suy đoán, ưu tiên cá nhân và sự sợ hãi. Chính việc đưa ra quyết định không có cơ sở mà đã dẫn dắt nhân loại đi lạc. Chính việc đưa ra quyết định không có cơ sở đã dẫn dắt bạn đi lạc. Tri Thức xua tan sự mâu thuẫn, vì nó đặt ra một hướng đi rõ ràng. Nó không quan tâm đến lựa chọn và sự cân nhắc, vì nó chỉ biết điều gì là đúng và dẫn dắt bạn đến với sự viên mãn của bạn, từng bước một, với sự chắc chắn và niềm tin bền vững.

Hãy nhớ hàng giờ rằng bạn muốn thoát khỏi sự mâu thuẫn. Hãy nhận ra khi bạn lặp lại bài học của mình rằng bạn đã lãng phí biết bao nhiêu thời gian cuộc đời mình vào việc cố gắng quyết định giữa cái này và cái kia, vào việc tự hỏi "Tôi nên làm gì bây giờ," vào việc tự hỏi điều gì đúng và điều gì sai và vào việc thắc mắc và lo lắng về lựa chọn tốt nhất và những hậu quả khả thi của nó. Tri Thức giải phóng bạn khỏi việc áp dụng mệt mỏi và lãng phí này của tâm trí bạn. Tri Thức không cân nhắc. Nó đơn giản chờ thời điểm để hành động và sau đó nó hành động. Nó tuyệt đối chắc chắn về hướng đi của nó. Nó không thể bị lay chuyển trong niềm tin của nó. Nếu bạn đi theo điều này, mà là món quà vĩ đại nhất mà Chúa dành cho bạn, người sống trong thế giới của sự mâu thuẫn và bối rối, thì bạn sẽ thấy rằng bạn sẽ có mục đích, ý nghĩa và phương hướng và rằng ngày này qua ngày khác, chúng sẽ có đó cho bạn.

Trong những bài thiền sâu của bạn, hãy cố gắng trao hết mình cho việc thực hành của mình. Đừng mâu thuẫn về việc thực hành của mình. Đừng kìm lại vì sợ hãi hay không chắc chắn, vì bạn đang tham gia vào quá trình chuẩn bị này vì Tri Thức đã kêu gọi bạn làm vậy, và mỗi ngày bạn trao bản thân vì Tri Thức kêu gọi bạn làm vậy. Do đó, khi chúng ta tiến bước qua quá trình chuẩn bị của chúng ta cùng nhau, Tri Thức của bạn được củng cố từng ngày, vì nó là cơ sở cho sự tham gia của bạn ở đây. Bạn có thể có lý do nào khác để trở thành một học sinh của Tri Thức?

Do đó, trong các bài thực hành sâu của bạn và trong những lần tưởng nhớ hàng giờ của bạn, hãy củng cố niềm tin của mình rằng bạn phải thoát khỏi sự mâu thuẫn. Hãy nhận ra cái giá chết người của sự mâu thuẫn. Hãy thấy cách nó khiến mọi người lạc lối trong ý tưởng của họ, phủ nhận sự tham gia của họ với cuộc sống. Hãy thấy cái giá của con người xung quanh bạn. Nó là khổng lồ. Hãy nhận ra rằng với sự chắc chắn, mọi người sẽ tìm thấy vị trí đúng của mình. Thế giới sẽ tiến triển không với ma sát mà nó hiện phải chịu. Bằng cách này, mọi thứ tìm kiếm sự toại nguyện cùng nhau trong sự bao gồm trong cuộc sống. Đó là Con Đường của Tri Thức.

Bài thực hành 274: *Hai lần thực hành, mỗi lần 30 phút.*
Thực hành hàng giờ.

Bước 275

HÔM NAY TÔI TÌM KIẾM SỰ TỰ DO KHỎI SỰ KHÔNG CHẮC CHẮN.

TÌM KIẾM SỰ TỰ DO KHỎI SỰ KHÔNG CHẮC CHẮN có nghĩa là bạn đang tìm kiếm sự tự do đích thực, chân thật và thật sự xứng đáng với cái tên tự do. Về bản chất, bạn hoặc biết mình đang làm gì hoặc không. Nếu bạn không biết mình đang làm gì, thì bạn đơn giản chờ Tri Thức. Nếu bạn biết mình đang làm gì, bạn đơn giản đi theo những gì bạn biết. Đơn giản vậy thôi. Những suy đoán không cần thiết, nỗ lực đưa ra quyết định vội vàng dựa trên sự sợ hãi hoặc ưu tiên, yêu cầu rằng bạn phải có sự chắc chắn mà bạn không có, và việc đổ lỗi lên bản thân và người khác cho thất bại của việc đưa ra quyết định yếu kém của bạn, chúng là những gì đã đè nặng tâm trí bạn, cơ thể bạn và thế giới của bạn. Chính điều này mà bạn muốn thoát khỏi hôm nay để bạn có thể tìm thấy sự tự do trong sự chắc chắn mà Chúa đã ban cho bạn. Chính sự chắc chắn này mà bạn phải khám phá và đi theo. Bằng cách đi theo điều này, bạn sẽ gặt hái được tất cả những phần thưởng của nó và sẽ trở thành người đóng góp những phần thưởng này trên thế giới.

VÀO HÀNG GIỜ HÃY NHỚ Ý TƯỞNG HÔM NAY và thấy được sự liên quan hoàn toàn của nó với thế giới xung quanh bạn. Trong những lần thực hành sâu của mình, hãy trao bản thân cho sự tâm lặng. Hãy trao bản thân cho cuộc gặp gỡ này với Tri Thức. Hãy trao hết mình và đừng để sự mâu thuẫn hay sự không chắc chắn kìm hãm bạn. Trong đây, bạn sẽ áp dụng sức mạnh của Tri Thức bằng cách đi theo Tri Thức, và theo thời gian bạn sẽ trở nên mạnh mẽ như Tri Thức. Do đó, hôm nay hãy tìm cách thoát khỏi sự không chắc chắn và tất cả những gì đi kèm với nó. Vì điều này đã hủy hoại nguồn cảm hứng của nhân loại và đã dẫn nhân loại đến cuộc chiến với chính mình và thế giới.

BÀI THỰC HÀNH 275: *Hai lần thực hành, mỗi lần 30 phút.*
Thực hành hàng giờ.

Bước 276

TRI THỨC LÀ SỰ CỨU RỖI CỦA TÔI.

TRI THỨC LÀ SỰ CỨU RỖI CỦA BẠN, vì nó dẫn bạn ra khỏi tình trạng tuyệt vọng của bạn, mà được sinh ra từ việc cố gắng sống trong ảo tưởng và tưởng tượng. Nó dẫn bạn đến với sự sáng tỏ và rõ ràng của thực tế. Nó hướng dẫn hành động của bạn và suy nghĩ của bạn để chúng có thể có hiệu quả và dẫn đến sự nhận thức thật sự về bản thân. Vì vậy, Chúa đã ban cho bạn món quà vĩ đại nhất có thể: cách thức bên trong bạn để sửa chữa mọi sai lầm, để giải quyết mọi sự bối rối và xung đột và đưa cuộc sống bạn vào một lộ trình đích thực hướng đến định mệnh thật sự của bạn. Ở đây bạn trở nên được trao quyền và tôn vinh và lòng tự trọng của bạn được khôi phục. Chính giá trị của bạn mà phải được khôi phục cho bạn. Chúa không yêu cầu rằng giá trị của Chúa được khôi phục, vì nó chưa bao giờ bị mất. Nhưng giá trị của bạn đối với chính bạn đã bị mất, và điều này chỉ có thể được khôi phục lại bằng cách đi theo một Kế Hoạch Vĩ Đại không phải do chính bạn tạo ra, mà đã được tạo ra cho phúc lợi hoàn toàn của bạn.

KHI BẠN NHẬN RA RẰNG CUỘC SỐNG CỦA BẠN đã bị lãng phí nhiều bao nhiêu vào sự mâu thuẫn và điều đó đã tạo ra ít kết quả thế nào, thì bạn sẽ nhận ra nhu cầu vĩ đại về Tri Thức. Điều này sẽ trao cho bạn sức mạnh và niềm tin để tiến bước trong quá trình chuẩn bị của mình với sự tham gia lớn nhất có thể từ bản thân. Một khi bạn nhận ra nhu cầu thật sự của mình, thì bạn sẽ có thể nhận ra giải pháp đích thực mà đã được cung cấp.

VÌ VẬY, BẠN NHƯ LÀ MỘT HỌC SINH CỦA TRI THỨC SẼ NHẬN RA, với sự sáng suốt của tâm trí và sự đơn giản của sự thật, chính xác những gì cần thiết, vì Tri Thức là sự cứu rỗi của bạn. Hãy nhớ điều này hàng giờ và nghĩ về nó về mặt những bài thực hành gần đây của bạn. Trong các bài thiền sâu của mình, hãy cho phép bản thân hoàn toàn bước vào sự tâm lặng, nhận ra rằng bạn đang tham gia vào cách thức để cứu rỗi chính mình và thông qua bạn để cứu rỗi thế giới.

BÀI THỰC HÀNH 276:   *Hai lần thực hành, mỗi lần 30 phút.*
                     Thực hành hàng giờ.

Bước 277

Ý TƯỞNG CỦA TÔI THÌ NHỎ BÉ, NHƯNG TRI THỨC THÌ VĨ ĐẠI.

VIỆC NHẬN RA SỰ THẬT CỦA TUYÊN BỐ NÀY sẽ cho phép bạn đồng hướng bản thân với nguồn gốc của mọi Tri Thức. Khi đó bạn có thể thoát khỏi bóng tối của thế giới của tưởng tượng. Trí tưởng tượng thì không ổn định, và ngay cả những khoảnh khắc tươi sáng nhất của nó cũng có thể biến thành bóng tối trong chốc lát. Ngay cả những nguồn cảm hứng lớn nhất của nó cũng có thể bị cay đắng làm nản lòng chỉ với một sự khiêu khích nhỏ nhất. Ở đây không có sự chắc chắn nào. Ở đây không có thực tế nào. Ở đây không có gì là đáng tin cậy, vì chỉ có thể trông mong sự thay đổi. Những gì tài giỏi và được xem trọng chắc chắn sẽ bị mất. Những gì ảm đạm và đầy hủy hoại chắc chắn sẽ theo đuổi bạn.

ĐÓ LÀ MỘT CUỘC SỐNG ĐƯỢC SỐNG TRONG TRÍ TƯỞNG TƯỢNG. Đó là một cuộc sống được sống trong sự cô lập của suy nghĩ của chính bạn. Đừng đánh giá thấp quyền lực của Tri Thức để giải thoát bạn khỏi tình huống vô vọng này, khi không gì chân thật có thể được nhận biết, khi không ý nghĩa chân thật nào có thể được đạt và khi không gì bền vững và chân thật có thể được nhận ra và thiết lập. Chính sự cứu rỗi của bạn khỏi bóng tối của trí tưởng tượng riêng biệt của mình mà sẽ dẫn bạn vào trong thực tế của cuộc sống và sẽ cứu chuộc bạn ở đó.

HÃY NHẬN RA Ở ĐÂY RẰNG NGAY CẢ NHỮNG Ý TƯỞNG VĨ ĐẠI NHẤT CỦA BẠN, ngay cả những ý tưởng được sinh ra từ Tri Thức, cũng là nhỏ bé so với chính Tri Thức. Tri Thức là nguồn gốc vĩ đại của Bản Thể bạn khi nó thể hiện bản thân trong cuộc sống cá nhân của bạn. Do đó, hãy tôn vinh thứ vĩ đại và nhận ra thứ nhỏ bé. Hãy nhận ra rằng theo thời gian khi Tri Thức bắt đầu trỗi lên bên trong bạn và khi bạn cho phép nó thể hiện bản thân một cách ngày càng tự do hơn, thì bạn sẽ bắt đầu nhận ra những suy nghĩ phát sinh từ Tri Thức và những suy nghĩ chỉ đơn thuần được tưởng tượng. Tuy nhiên ngay cả những suy nghĩ từ Tri Thức, mà quyền lực và hiệu quả hơn nhiều so với bất kỳ suy nghĩ nào khác mà bạn có thể tưởng tượng, ngay cả những suy nghĩ này mà là hạt giống của sự hiểu biết chân thật trên thế giới, cũng là nhỏ bé so với Tri Thức.

Hàng giờ hãy nhớ đến quyền lực của ý tưởng này, vì nó được trao cho bạn để giải thoát bạn khỏi sự bối rối và những giả định sai lầm của chính bạn. Trong những lần thực hành sâu của bạn hôm nay, hãy dùng tâm mình một cách tích cực. Hãy cố gắng nhìn vào mọi ý tưởng mà bạn yêu dấu, dù nó tích cực hay tiêu cực. Hãy nhìn vào bất kỳ ý tưởng nào mà bạn tin vào hoặc tuân theo. Hãy xem xét mối quan hệ của bạn với những ý tưởng chính đang điều khiển cuộc sống của bạn. Sau đó hãy nhắc nhở bản thân sau khi bạn nhìn vào từng ý tưởng rằng Tri Thức thì vĩ đại hơn nhiều so với ý tưởng đó. Ở đây bạn sẽ nhận ra rằng có cách để bạn thoát khỏi thế giới của ý tưởng và bước vào thế giới của mối quan hệ, nơi mọi thứ đều khả thi, chân thật và được dựa trên một nền tảng không bao giờ có thể thay đổi.

BÀI THỰC HÀNH 277: *Hai lần thực hành, mỗi lần 30 phút.*
Thực hành hàng giờ.

Bước 278

THỨ BẤT BIẾN SẼ THỂ HIỆN CHÍNH NÓ THÔNG QUA TÔI.

Sự THẬT LÀ BẤT BIẾN, NHƯNG NÓ THỂ HIỆN BẢN THÂN NÓ trong thế giới của những hoàn cảnh thay đổi và sự hiểu biết thay đổi. Do đó, có vẻ như sự thật có thể thay đổi, nhưng nguồn gốc của sự thật thì không thay đổi. Bạn, người đang sống trong một thế giới thay đổi và bản thân bạn đang trải qua sự thay đổi, phải nhận ra rằng Nguồn của bạn là bất biến. Nhận ra điều này, bạn sẽ có một nền tảng để tin tưởng vào Nguồn của mình. Niềm tin chỉ có thể thật sự được thiết lập khi nó được dựa trên thứ không thể bị thay đổi, bị tấn công hoặc bị phá hủy. Trong đây, niềm tin và sự tin tưởng của bạn sẽ có một nền tảng chân thật. Bạn nhận ra rằng thứ bất biến, mà là nguồn gốc của niềm tin của bạn và là người nhận niềm tin của bạn, sẽ thể hiện chính nó trong thế giới đang thay đổi theo những cách thay đổi. Do đó, biểu hiện của nó sẽ đáp ứng mọi nhu cầu của bạn. Nó sẽ phục vụ bạn trong mọi hoàn cảnh. Nó sẽ hoạt động ở mọi cấp độ hiểu biết. Nó sẽ hiện thực hóa chính nó ở mọi nơi có nỗ lực con người. Do đó có vẻ như sự thật có thể thay đổi, vì nó hoạt động theo những cách khác nhau trong các môi trường khác nhau, và nó được nhận ra theo những cách khác nhau từ các quan điểm khác nhau. Tuy nhiên bản thân sự thật, mà là chính Tri Thức, thì luôn bất biến, luôn yêu thương và luôn chân thật.

Do đó, hôm nay hãy hiểu rằng ý tưởng của bạn là tương đối và dễ thay đổi như thế nào và bạn đồng nhất nhiều thế nào với thứ dễ thay đổi, thứ không thể tự đứng vững. Khi danh tính của bạn được xây dựng trên Tri Thức chứ không chỉ trên ý tưởng, suy đoán hay niềm tin, thì bạn sẽ bắt đầu trải nghiệm sự bền vững và an toàn mà chỉ Tri Thức mới có thể ban tặng. Khi bạn nhận ra rằng cuộc sống thật sự của bạn là bất biến, thì bạn sẽ cảm thấy tự do để cho phép nó thể hiện bản thân trong những hoàn cảnh thay đổi. Ở đây bạn sẽ thoát khỏi mọi nỗi sợ về cái chết và sự hủy diệt. Ở đây bạn sẽ tìm thấy sự bình yên trên thế giới, vì thế giới đang thay đổi, nhưng bạn thì không.

BÀI THỰC HÀNH 278: *Đọc bài học ba lần hôm nay.*

Bước 279

TÔI PHẢI TRẢI NGHIỆM SỰ TỰ DO CỦA MÌNH ĐỂ NHẬN RA NÓ.

TỰ DO KHÔNG PHẢI LÀ MỘT KHÁI NIỆM HAY MỘT Ý TƯỞNG. Nó là một trải nghiệm. Do đó, nó phải được nhận ra trong nhiều hoàn cảnh khác nhau để bạn thấy được ứng dụng phổ quát của nó. Bạn được trao thời gian để hoàn thành việc này. Điều này sẽ khiến mọi hoạt động của bạn trở nên có ý nghĩa, có mục đích và có giá trị. Khi đó bạn sẽ không có cơ sở để lên án bản thân hoặc thế giới, vì mọi thứ sẽ củng cố sự hiểu biết của bạn về sự cần thiết về Tri Thức và mọi thứ sẽ là người nhận Tri Thức.

DO ĐÓ, HÃY TRAO BẢN THÂN CHO VIỆC THỰC HÀNH, chuẩn bị và áp dụng. Đừng chỉ đồng nhất với ý tưởng, vì ngay cả ý tưởng vĩ đại nhất cũng chỉ nhằm trở thành biểu hiện trong những hoàn cảnh thay đổi và bản thân nó sẽ không ổn định. Để có được sự ổn định thật sự trên thế giới, bạn phải đồng nhất với Tri Thức và cho phép Tri Thức thể hiện quyền lực của nó, hiệu quả của nó và lòng nhân từ của nó trong thế giới. Bạn phải trải nghiệm sự tự do của mình để xem trọng nó và hiểu được ý nghĩa của nó trên thế giới. Đây là lý do tại sao bạn là một học sinh của Tri Thức. Và đây là lý do tại sao bạn phải áp dụng mọi thứ bạn đang học trong quá trình chuẩn bị của mình ở đây.

HÃY NHỚ ĐIỀU NÀY HÀNG GIỜ khi bạn tham gia trong thế giới. Hãy nhớ điều này trong các lần thực hành thiền sâu của bạn, khi bạn tham gia trong cuộc sống nội tâm của mình. Trong cả hai khu vực, Tri Thức phải chiếm ưu thế. Trong cả hai khu vực, sự tự do của bạn phải được sử dụng để được nhận ra. Trong các lần thiền sâu của mình, hãy sử dụng sức mạnh của tâm trí bạn để cho phép nó đi vào sự tâm lặng và yên tĩnh. Đừng để sự sợ hãi hoặc mâu thuẫn thống trị bạn hôm nay. Bạn đang thực hành sự tự do của mình và đang sử dụng nó, vì bạn chỉ có thể tự do khi bạn tâm lặng bên trong, và nếu bạn tâm lặng bên trong, thì bạn đã tự do rồi.

BÀI THỰC HÀNH 279: *Hai lần thực hành, mỗi lần 30 phút.*
Thực hành hàng giờ.

Bước 280

ÔN TẬP

Hãy ôn lại hai tuần qua, bắt đầu với bài học đầu tiên trong giai đoạn Ôn Tập của bạn và tiếp tục với mỗi ngày cho đến bài học cuối. Hãy cố gắng có được cái nhìn tổng quan về tất cả những gì đã xảy ra trong hai tuần qua. Hãy cố gắng xem làm thế nào bạn có thể đào sâu và cải thiện việc thực hành của mình. Hãy nhận ra có bao nhiêu thời gian và năng lượng bị lãng phí vào sự mâu thuẫn và suy đoán nhàn rỗi. Hãy nhận ra có bao nhiêu năng lượng của bạn đang bị lãng phí vào sự nghi ngờ và bối rối trong khi bạn chỉ cần ở bên Tri Thức. Khả năng của bạn để đi theo thứ vượt quá khả năng hiểu biết của bạn, thứ cần thiết ở đây, sẽ dẫn bạn đến sự chắc chắn lớn nhất có thể mà cuộc sống có thể trao cho bạn. Thông qua sự chắc chắn này, ý tưởng của bạn, hành động của bạn và nhận thức của bạn sẽ đạt được sự đồng nhất mà sẽ cho phép chúng trở thành một biểu hiện quyền lực trên thế giới, nơi nhân loại bị bối rối và lạc trong sự mâu thuẫn của trí tưởng tượng. Chính bằng việc đi theo mà bạn có thể cho đi và bạn có thể dẫn dắt. Bạn sẽ dần nhận ra điều này khi bạn sử dụng sự tự do của mình và cho phép sự tự do của mình thể hiện chính nó thông qua bạn.

Bây giờ bạn là một học sinh của Tri Thức. Hãy cống hiến hết mình cho việc áp dụng sự chuẩn bị của bạn với sự tận tụy và tham gia ngày càng tăng. Hãy để những sai lầm trong quá khứ thúc đẩy bạn. Chúng không cần và không nên là nguồn gốc của sự trách móc bản thân. Chúng bây giờ được định để được hiểu như là biểu hiện của nhu cầu của bạn về Tri Thức. Vì vậy bạn có thể rất biết ơn vì Tri Thức đang được trao cho bạn, vì bạn nhận ra rằng trên hết, chính Tri Thức là thứ bạn đang tìm kiếm.

Bài thực hành 280: *Một lần thực hành dài.*

Bước 281

TRÊN TẤT CẢ, TÔI TÌM KIẾM TRI THỨC.

TRÊN TẤT CẢ, HÃY TÌM KIẾM TRI THỨC, vì Tri Thức sẽ trao cho bạn mọi thứ khác mà bạn cần. Bạn sẽ tìm kiếm Tri Thức với niềm tin tuyệt đối khi bạn nhận ra rằng bất kỳ cách thức nỗ lực nào khác và bất kỳ cách sử dụng nào khác của tâm trí và cơ thể bạn đều sẽ vô vọng và sẽ dẫn bạn đến sự bối rối lớn hơn. Vì khi không có Tri Thức, bạn chỉ có thể học được rằng bạn cần Tri Thức, và với Tri Thức, mọi việc học chân thật sẽ diễn ra. Quá khứ của bạn đã dạy cho bạn nhu cầu vĩ đại về Tri Thức. Bạn không cần phải học đi học lại điều này. Tại sao lại lặp đi lặp lại bài học, nghĩ rằng nó sẽ mang lại cho bạn một kết quả khác?

DĨ NHIÊN BẠN KHÔNG THỂ LÀM GÌ MỘT MÌNH. Khi không có Tri Thức, bạn chỉ có thể tạo ra nhiều tưởng tượng hơn. Do đó, chỉ có một câu trả lời cho nhu cầu vĩ đại nhất của bạn, và câu trả lời đó sẽ đáp ứng mọi nhu cầu khác phát sinh từ nhu cầu vĩ đại nhất của bạn. Nhu cầu của bạn là cơ bản và phản hồi đối với nhu cầu của bạn cũng là cơ bản. Không có sự phức tạp nào ở đây, vì về bản chất, bạn cần Tri Thức để sống có ý nghĩa. Bạn cần Tri Thức để tiến bộ. Bạn cần Tri Thức để nhận ra Bản Thể Thật Sự của mình. Bạn cần Tri Thức để hoàn thành định mệnh của mình trên thế giới. Khi không có Tri Thức, bạn sẽ chỉ lang thang và một lần nữa nhận ra rằng bạn cần Tri Thức.

ĐÂY LÀ NGÀY TẠ ƠN, vì những lời cầu nguyện của bạn đã được đáp lại. Nhu cầu của bạn đã được đáp lại. Món quà đã được trao cho bạn để giành lại Tri Thức của bạn. Trên hết, hãy tìm kiếm thứ sẽ phục vụ mọi thứ thông qua bạn. Trong đây, nhu cầu của bạn và giải pháp cho cuộc đời bạn sẽ trở nên đơn giản, và bạn sẽ có thể tiến lên trong sự chắc chắn và kiên nhẫn, trở thành một học sinh kiên trì của Tri Thức. Ngày qua ngày, bạn đang giành lại Bản Thể Thật Sự của mình. Ngày qua ngày, bạn đang thoát khỏi mọi thứ khác đang tìm cách kéo bạn vào bóng tối của sự bối rối. Ngày qua ngày, những thứ không chân thật bắt đầu tan rã và những thứ chân thật bắt đầu trồi lên.

Hàng giờ hôm nay hãy nhớ và khẳng định chân lý vĩ đại này—rằng bạn tìm kiếm Tri Thức trên hết mọi thứ. Trong các bài thực hành thiền sâu của mình, hãy cho phép bản thân bước vào sự tâm lặng. Hãy cho phép cuộc đời bạn được biến đổi. Hãy cho phép Tri Thức trồi lên để bạn có thể là phương tiện cho việc thể hiện của nó, vì trong điều này bạn sẽ tìm thấy hạnh phúc.

Bài thực hành 281: *Hai lần thực hành, mỗi lần 30 phút.*
Thực hành hàng giờ.

Bước 282

TÔI SẼ HỌC CÁCH CHẤP NHẬN TRÁCH NHIỆM MANG TRI THỨC TRONG THẾ GIỚI.

Việc mang Tri Thức trong thế giới đòi hỏi trách nhiệm. Trách nhiệm của bạn là để đi theo Tri Thức và học cách thể hiện Tri Thức một cách đầy đủ và có mục đích. Trong việc này, các khả năng con người của bạn sẽ cần được trau dồi và nâng cao. Sự nhận biết và tất cả các phẩm chất có giá trị khác bên trong bạn cũng sẽ cần được trau dồi, vì bạn phải học cách thể hiện thứ bạn mang theo. Bạn phải học cách đi theo nó và trở thành phương tiện xứng đáng cho nó. Đây là ý nghĩa thật sự của mọi sự phát triển cá nhân. Đây là nơi sự phát triển cá nhân có mục đích chân thật. Đây là nơi sự phát triển và tiến bộ của bạn cũng có định hướng.

Do đó, hãy cho phép bản thân trải nghiệm ý nghĩa của ý tưởng hôm nay. Hãy cho phép bản thân chấp nhận trách nhiệm. Đó không phải là gánh nặng đè lên vai bạn. Đó là một nghi lễ đối với bạn, và trong đây, mọi thứ đã khiến bạn bối rối và thất vọng bên trong bạn sẽ được trao cho một ứng dụng mới và có mục đích. Hãy nhận ra rằng Tri Thức mang theo trách nhiệm. Trong đây, bạn cần phải nhìn nhận nó với sự nghiêm túc mà nó yêu cầu, và với sự nghiêm túc này, bạn nhận được sự vĩ đại và sự bình yên mà nó sẽ mang lại cho bạn. Theo thời gian, bạn sẽ trở thành một phương tiện rất, rất tinh vi cho Tri Thức trên thế giới. Trong đây, mọi thứ đòi hỏi sự phát triển sẽ tìm thấy sự phát triển, và mọi thứ chỉ cản trở sự tiến bộ của bạn sẽ được từ bỏ.

Trong các bài thực hành sâu của bạn trong sự tâm lặng ngày hôm nay, hãy nhận ra rằng bạn có trách nhiệm trau dồi các khả năng tâm trí của mình như một học sinh của Tri Thức. Hãy thực hiện những trách nhiệm này và đừng trôi dạt vào trí tưởng tượng. Hãy tham gia như một học sinh của Tri Thức theo các yêu cầu của quá trình chuẩn bị của bạn, vì bây giờ bạn đang trở thành một người có trách nhiệm và một người có quyền lực.

BÀI THỰC HÀNH 282: *Hai lần thực hành, mỗi lần 30 phút.*

Bước 283

THẾ GIỚI THÌ MÂU THUẪN, NHƯNG TÔI THÌ KHÔNG.

Hãy nhìn quanh bạn trong thế giới và bạn sẽ thấy rằng thế giới loài người đang lạc lối trong sự mâu thuẫn của chính nó. Nó muốn có thứ này và muốn đi nơi kia. Nó muốn giữ mọi thứ nó đã có được và không mất thứ nào, nhưng nó lại muốn nhiều hơn những gì nó cần. Nó bối rối về tình trạng của mình. Nó bối rối về giải pháp. Nó bối rối về danh tính của mình. Nó bối rối về những gì nên coi trọng và những gì không nên coi trọng. Mọi lý lẽ và tranh luận, mọi xung đột và mọi chiến tranh đều được tham gia để thực hiện sự mâu thuẫn này.

Khi bạn ở bên Tri Thức, bạn sẽ nhìn vào thế giới và nhận ra sự bối rối hoàn toàn của nó. Điều này sẽ dạy bạn và nhắc nhở bạn về nhu cầu vĩ đại về Tri Thức trên thế giới. Tri Thức sẽ không bao giờ tấn công bản thân, và Tri Thức không xung đột với chính mình. Do đó, hai cá nhân, hoặc hai quốc gia, hoặc thậm chí hai thế giới, sẽ không có vấn đề tranh chấp nào nếu họ được hướng dẫn bởi Tri Thức, vì Tri Thức sẽ luôn tìm cách kết nối các cá nhân theo cách có ý nghĩa và làm rõ các tương tác của họ với nhau. Không thể nào Tri Thức xung đột với chính mình, vì không có sự đối lập nào trong Tri Thức. Nó có một mục đích và một mục tiêu, và cho mục đích này, nó sắp xếp mọi hoạt động. Nó sắp xếp mọi hình thức đối lập để phục vụ một mục đích và một hướng đi. Do đó, nó là người thiết lập hòa bình vĩ đại trên thế giới. Khi bạn ở bên Tri Thức, bạn sẽ trở thành phương tiện cho việc thể hiện của nó. Khi đó bạn sẽ dạy hòa bình vì chính hòa bình sẽ dạy thông qua bạn.

Nhìn vào Tri Thức như thế này sẽ giúp bạn nhận ra sự tham gia thật sự của bạn và trách nhiệm thật sự của bạn như một học sinh của Tri Thức. Thế giới thì mâu thuẫn. Nó bối rối và đang đau khổ chịu mọi hậu quả của điều này. Nhưng bạn, người hiện đang học cách chứng kiến thế giới mà không phán xét hay lên án và đang học cách chứng kiến thế giới từ sự chắc chắn của Tri Thức, sẽ có thể đơn giản nhận ra tình trạng khó khăn của thế giới và biết rằng bạn đang mang trong mình giải pháp ngay lúc này.

Trong các bài thực hành sâu của mình, hãy đi vào sự tâm lặng một lần nữa và dùng từ RAHN nếu cần để giúp bạn. Bởi vì bạn đang học cách tâm lặng, bạn đang học cách trở nên chắc chắn. Bất kỳ cá nhân nào có thể đạt được sự tâm lặng trong thế giới sẽ trở thành nguồn Tri Thức trên thế giới, vì Tri Thức sẽ thể hiện bản thân trong thế giới bất cứ nơi nào có khe hở trong bất kỳ tâm trí nào. Tâm trí của bạn bây giờ đang trở nên cởi mở để Tri Thức có thể thể hiện chính nó.

Bài thực hành 283: *Hai lần thực hành, mỗi lần 30 phút.*

Bước 284

SỰ TÂM LẶNG LÀ MÓN QUÀ CỦA TÔI CHO THẾ GIỚI.

LÀM SAO SỰ TÂM LẶNG CÓ THỂ LÀ MÓN QUÀ, bạn có thể hỏi. Nó là món quà vì nó là biểu hiện của sự chắc chắn và bình an. Làm sao sự tâm lặng có thể là món quà cho thế giới? Bởi vì sự tâm lặng của bạn cho phép Tri Thức thể hiện chính nó thông qua bạn. Làm sao sự tâm lặng có thể là món quà cho thế giới? Bởi vì sự tâm lặng của bạn cho phép tất cả các tâm trí khác tĩnh lặng để chúng có thể biết. Một tâm trí đang xung đột không thể tĩnh lặng. Một tâm trí đang tuyệt vọng tìm kiếm giải pháp không thể tĩnh lặng. Một tâm trí đang hỗn loạn với những đánh giá của riêng mình thì không thể tĩnh lặng. Vì vậy, khi bạn thể hiện sự tâm lặng mà bạn đang trau dồi cho thế giới, bạn trao cho tất cả các tâm trí nhận ra bạn cơ hội và minh chứng mà sẽ giúp chúng tự mình bước vào sự tâm lặng. Về bản chất, bạn đang truyền đạt rằng sự bình an và tự do là khả thi và rằng có một sự hiện diện vĩ đại của Tri Thức trên thế giới, kêu gọi mỗi tâm trí bị tách biệt và dày vò.

SỰ TÂM LẶNG CỦA BẠN LÀ MỘT MÓN QUÀ. Nó sẽ làm dịu mọi tâm trí. Nó sẽ làm dịu mọi tranh cãi. Nó sẽ có tác dụng làm dịu, xoa dịu tất cả những ai đang đau khổ dưới sức nặng của trí tưởng tượng của chính họ. Vậy thì, đây là một món quà vĩ đại. Đây không phải là món quà duy nhất của bạn, vì bạn cũng sẽ trao tặng thông qua ý tưởng của mình, hành động của mình và thành tựu của mình trên thế giới. Ở đây bạn sẽ thể hiện những phẩm chất đang tiến hóa của tâm trí, những phẩm chất được yêu cầu từ bạn như một học sinh của Tri Thức. Tuy nhiên trong tất cả những gì bạn có thể đóng góp cho thế giới, sự tâm lặng của bạn sẽ có tác dụng vĩ đại nhất, vì trong sự tâm lặng, bạn sẽ cộng hưởng với tất cả các tâm trí khác, bạn sẽ làm dịu tất cả các tâm trí khác và bạn sẽ mở rộng sự bình an đích thực vào trong thế giới và sự tự do mà nó thể hiện.

Hàng giờ hôm nay hãy nhớ về tầm quan trọng của sự tâm lặng. Hãy nhìn xung quanh thế giới hỗn loạn và nhận ra ứng dụng vĩ đại của nó ở đó. Trong hai lần thực hành thiền sâu của bạn, hãy một lần nữa trao bản thân cho sự tâm lặng. Hãy cho phép bản thân thoát khỏi sự mâu thuẫn và sự không chắc chắn đang ám ảnh bạn và kìm hãm bạn. Hãy đến gần hơn với cõi của sự tâm lặng, mà là cõi của Tri Thức, vì ở đó bạn sẽ tìm thấy sự bình yên và chắc chắn. Đây là món quà của Chúa dành cho bạn, và đây sẽ là món quà của bạn dành cho thế giới.

BÀI THỰC HÀNH 284: *Hai lần thực hành, mỗi lần 30 phút.*
   Thực hành hàng giờ.

Bước 285

Trong sự tâm lặng, mọi thứ có thể được biết.

Trong sự tâm lặng, mọi thứ có thể được biết, vì tâm trí có thể đáp lại Tri Thức. Khi đó Tri Thức sẽ tìm thấy sự biểu đạt trong những suy nghĩ và hoạt động cụ thể của bạn. Tâm trí của bạn được tạo ra để phục vụ Tri Thức, cũng như cơ thể bạn được tạo ra để phục vụ tâm trí bạn. Trong đây, sự đóng góp từ Quê Hương Thật Sự của bạn có thể thể hiện bản thân trong thế giới lưu vong. Ở đây Thiên Đàng và Trái Đất chạm vào nhau, và khi chúng chạm nhau, sự giao tiếp đích thực bắt đầu tồn tại, và sự chuyển giao Tri Thức được thực hiện vào thế giới.

Bạn đang chuẩn bị trở thành phương tiện cho Tri Thức để mọi thứ bạn hoàn thành, lớn hay nhỏ, độc nhất hay tầm thường, sẽ thể hiện sự hiện diện của Tri Thức. Do đó, chức năng của bạn trên thế giới thì không hoành tráng; nó là đơn giản. Thứ được thể hiện thông qua hoạt động của bạn mới là quan trọng, vì hành động đơn giản nhất được thực hiện với Tri Thức là một bài học vĩ đại về Tri Thức và sẽ gây ấn tượng và ảnh hưởng lên mọi tâm trí trên thế giới.

Do đó, hãy nhắc nhở bản thân hàng giờ hôm nay về tầm quan trọng của việc trau dồi sự tâm lặng và sự tự do ngay lập tức khỏi sự căng thẳng và xung đột mà nó trao cho bạn. Hãy để những lần thực hành sâu của bạn hôm nay trở thành thời gian của sự tận tụy thật sự, nơi bạn đến với bàn thờ của Chúa để trao bản thân. Về bản chất, đây chính là nhà thờ thật sự. Đây chính là nhà nguyện thật sự. Đây chính là nơi lời cầu nguyện trở nên chân thật và nơi tâm trí bạn, mà là một biểu hiện của Tâm Trí Chúa, trong sự tĩnh lặng, khiêm nhường và cởi mở, trao bản thân cho nguồn vĩ đại của nó. Trong đây, Chúa ban phước cho bạn và ban cho bạn một món quà để trao tặng cho thế giới mà là kết quả của sự phát triển của chính bạn.

Tất cả những điều này diễn ra trong sự tâm lặng, vì trong sự tâm lặng, sự chuyển giao Tri Thức có thể được hoàn thành. Điều này là hoàn toàn tự nhiên và hoàn toàn vượt quá khả năng hiểu biết của bạn. Do đó, bạn không cần phải tốn năng lượng và thời gian để suy đoán về nó, thắc mắc về nó hoặc cố gắng hiểu cơ chế của nó. Điều này là không cần thiết. Chỉ yêu cầu rằng bạn là người nhận lãnh Tri Thức.

Đừng đứng tách biệt và cố gắng hiểu nó. Đừng đứng tách biệt ngày hôm nay mà hãy bước vào sự tâm lặng, vì đây là món quà của Chúa dành cho bạn. Trong sự tâm lặng, sự chuyển giao Tri Thức sẽ được thực hiện. Với điều này, bạn trở thành phương tiện cho Tri Thức trên thế giới.

BÀI THỰC HÀNH 285: *Hai lần thực hành, mỗi lần 30 phút.*
Thực hành hàng giờ.

Bước 286

TÔI MANG SỰ TÂM LẶNG VÀO TRONG THẾ GIỚI VỚI MÌNH HÔM NAY.

HÃY MANG SỰ TÂM LẶNG VỚI MÌNH. Hãy cho phép cuộc sống nội tâm của bạn trở nên tĩnh lặng khi bạn di chuyển trong thế giới hỗn loạn và bối rối. Không có gì để bạn giải quyết trong suy nghĩ của mình lúc này, vì bạn đang học cách ở bên Tri Thức. Tri Thức sẽ sắp xếp suy nghĩ của bạn và trao cho nó sự thống nhất và định hướng thật sự. Hãy mang sự tâm lặng theo mình và hãy chắc chắn rằng mọi xung đột bên trong của bạn sẽ được giải quyết thông qua Tri Thức, vì bạn đang đi theo nguồn gốc của giải pháp cho chúng. Mỗi ngày sẽ đưa bạn đến gần hơn với sự bình yên và toại nguyện. Và những gì đã ám ảnh bạn trước đây và đã phủ những đám mây đen lớn lên tâm trí bạn sẽ đơn giản được thoát khỏi khi bạn đi con đường của Tri Thức.

HÃY MANG SỰ TÂM LẶNG VỚI MÌNH VÀO TRONG THẾ GIỚI. Điều này sẽ giúp bạn trở nên thật sự quan sát. Điều này sẽ giúp bạn nhìn thế giới như chính nó. Điều này sẽ giúp bạn giải tỏa xung đột của thế giới, vì ở đây bạn đang giảng dạy hòa bình bằng cách ở trong bình an. Đây không phải là sự bình an giả tạo mà bạn đang giảng dạy. Nó được sinh ra từ sự kết hợp thật sự với Tri Thức, vì bạn đang đi theo Tri Thức ở đây. Bạn đang cho phép Tri Thức cung cấp phương hướng. Bạn chỉ có thể làm điều này trong sự tâm lặng.

ĐỪNG NGHĨ RẰNG SỰ TÂM LẶNG SẼ KHIẾN BẠN MẤT ĐI khả năng hoạt động thật sự trong thế giới. Bạn sẽ hoạt động tích cực trong thế giới, và bạn sẽ tham gia trong cơ chế của nó, nhưng bạn có thể tâm lặng bên trong khi bạn làm vậy. Bạn sẽ vô cùng hạnh phúc thấy rằng bạn sẽ có năng lực hơn nhiều, hiệu quả hơn nhiều và phản hồi hơn nhiều với người khác, với sự tham gia và năng suất lớn hơn khi bạn mang sự tâm lặng này vào thế giới. Ở đây năng lượng của bạn có thể được thể hiện trong thế giới theo một cách có ý nghĩa. Ở đây mọi quyền lực của tâm trí bạn và cơ thể bạn đang được đóng góp và không bị lãng phí trong xung đột nội tâm. Do đó, bạn trở nên quyền lực và hiệu quả hơn, chắc chắn và năng suất hơn khi bạn mang sự tâm lặng vào trong thế giới.

Trong suốt cả ngày, hãy nhắc nhở bản thân rằng bạn đang mang sự tâm lặng vào thế giới, và trong hai lần thực hành thiền sâu của mình, hãy tìm kiếm nơi ẩn náu của sự tâm lặng. Hãy thoát khỏi thế giới mà các giác quan của bạn báo cáo, và bước vào sự thanh thản và ẩn náu của sự tâm lặng và Tri Thức. Bạn sẽ thấy khi bạn tiến bước rằng hai lần thực hành dài của mình sẽ là thời gian nghỉ ngơi và giải thoát lớn lao, những khoảnh khắc lớn lao cho sự hồi phục. Chúng là nơi bạn tham dự nhà nguyện thánh của Chúa Thánh Thần mỗi ngày. Đó là nơi bạn và Chúa gặp nhau thông qua Tri Thức.

Những lần thực hành này, do đó, trở thành điểm nhấn của mỗi ngày khi bạn học cách nhận lãnh những món quà đang được trao cho bạn. Bạn sẽ mong chờ các lần thực hành của mình như một cơ hội để tái tạo và làm mới bản thân, để tìm thấy nguồn cảm hứng và sự thoải mái thật sự và để cho phép tâm trí mình trở nên ngày càng mạnh mẽ hơn với Tri Thức để bạn có thể mang sự bình yên và tâm lặng vào trong thế giới.

BÀI THỰC HÀNH 286: *Hai lần thực hành, mỗi lần 30 phút.*
Thực hành hàng giờ.

Bước 287

Với Tri Thức, tôi không thể có chiến tranh.

Với Tri Thức, bạn không thể có chiến tranh. Bạn không thể có chiến tranh bên trong chính mình hoặc với người khác, vì với Tri Thức thì chỉ có Tri Thức và có sự bối rối trong thế giới. Sự bối rối không cần bị tấn công. Do đó với Tri Thức, bạn không có chiến tranh, vì bạn có một tâm trí, một mục đích, một trách nhiệm, một hướng đi và một ý nghĩa. Khi tâm trí bạn càng trở nên đồng nhất, thì cuộc sống bên ngoài của bạn cũng sẽ càng trở nên đồng nhất. Làm sao bạn có thể có chiến tranh bên trong chính mình khi bạn đang đi theo Tri Thức? Chiến tranh được sinh ra từ sự mâu thuẫn, khi các hệ thống giá trị đối lập xung đột với nhau để giành được sự công nhận của bạn. Những ý tưởng cạnh tranh, những cảm xúc cạnh tranh và những giá trị cạnh tranh đều gây chiến với nhau, và bạn bị kẹt giữa những trận chiến lớn của chúng.

Với Tri Thức, tất cả những điều này đều được giải thoát. Với Tri Thức, bạn không thể có chiến tranh bên trong mình. Theo thời gian, tất cả sự nghi ngờ bản thân, không chắc chắn, sợ hãi và căng thẳng của bạn sẽ rời đi. Khi đó, bạn sẽ ngày càng cảm thấy rằng mình không có chiến tranh và sẽ tận hưởng trọn vẹn lợi ích của việc được bình an. Điều này sẽ cho phép bạn hướng mắt nhìn thế giới với toàn bộ sức mạnh của sự tham gia của mình, vì tất cả năng lượng tinh thần và thể chất của bạn giờ đây sẽ có đó để bạn đóng góp cho thế giới. Những gì bạn sẽ đóng góp sẽ lớn hơn hành động của bạn hoặc lời nói của bạn, vì bạn sẽ mang sự tâm lặng và bình an vào trong thế giới.

Ở đây bạn sẽ không chống đối bất kỳ ai, mặc dù những người khác có thể chọn chống đối bạn. Ở đây bạn sẽ không gây chiến với bất kỳ ai, ngay cả khi những người khác chọn gây chiến với bạn. Đây sẽ là đóng góp lớn nhất của bạn, và đây là điều mà cuộc đời bạn sẽ dạy thông qua biểu hiện. Ở đây Tri Thức sẽ ban tặng bản thân cho thế giới và dạy những bài học lớn mà bạn lúc này đang học cách nhận lãnh cho chính mình. Việc giảng dạy này sẽ diễn ra một cách tự nhiên. Bạn không cần phải áp đặt nó lên thế giới, và bạn không cần phải cố gắng thay đổi bất kỳ ai khác, vì Tri Thức sẽ hoàn thành nhiệm vụ thật sự của nó thông qua bạn.

HÀNG GIỜ HÃY NHẬN RA Ý NGHĨA CỦA Ý TƯỞNG HÔM NAY và nhận ra quyền lực của Tri Thức để chấm dứt mọi đau khổ của bạn và cuối cùng là đau khổ của thế giới. Trong những lần thực hành sâu của mình, hãy quay trở lại nơi ẩn náu vĩ đại của bạn và một lần nữa trở thành người nhận lãnh Tri Thức trong sự cởi mở và khiêm nhường. Khi đó bạn sẽ có thể mang mối quan hệ bền vững của mình với Tri Thức vào trong thế giới với sự chắc chắn ngày càng lớn hơn. Khi đó những gì cần được đóng góp sẽ tỏa ra từ bạn một cách dễ dàng.

BÀI THỰC HÀNH 287: *Hai lần thực hành, mỗi lần 30 phút.*
Thực hành hàng giờ.

Bước 288

KẺ THÙ CHỈ LÀ NHỮNG NGƯỜI BẠN CHƯA HỌC CÁCH THAM GIA.

Không có kẻ thù thật sự nào trong cuộc sống, vì mọi chiến tranh và xung đột đều bắt nguồn từ sự bối rối. Bạn phải hiểu được điều này. Một cuộc sống không có Tri Thức chỉ có thể bị bối rối và phải tạo ra hệ thống hướng dẫn bên trong của riêng nó, mà đơn thuần chỉ là những ý tưởng và niềm tin mà nó đồng nhất. Do đó, các cá nhân có mục đích và danh tính cá nhân của riêng mình. Những đánh giá này xung đột với đánh giá của những cá nhân khác, và do đó, người này với người kia, nhóm này với nhóm kia, quốc gia này với quốc gia kia và thế giới này với thế giới kia, chiến tranh được tạo ra và tiến hành.

Trong Tri Thức điều này là không thể, vì trong Tri Thức tất cả đều là bạn bè của bạn. Bạn nhận ra rằng mỗi người đang ở bất kỳ giai đoạn phát triển nào mà họ hiện đang tham gia. Bạn có thể tham gia với một số người trong số họ, và với một số người thì bạn không. Một số người có thể nhận được sự đóng góp của bạn trực tiếp, trong khi những người khác sẽ cần nhận gián tiếp. Nhưng họ đều là bạn của bạn. Không có sự đối lập trong Tri Thức, vì chỉ có một Tri Thức trong vũ trụ. Nó thể hiện chính nó thông qua mỗi cá nhân. Khi mỗi cá nhân trở nên thanh lọc hơn như một phương tiện cho Tri Thức, khi mỗi cá nhân trở thành người nhận lãnh lớn hơn của Tri Thức và khi mỗi cá nhân đi theo Tri Thức và trở nên có trách nhiệm với Tri Thức, thì khả năng người đó xung đột sẽ giảm dần và cuối cùng sẽ biến mất.

Do đó, hãy nhận ra rằng mọi cuộc chiến tranh và xung đột chỉ đơn giản thể hiện sự thiếu khả năng của những người liên quan để tham gia. Khi các cá nhân tham gia, họ nhận ra một nhu cầu chung, mà trở thành nhu cầu chính của họ. Nhu cầu này phải xuất phát từ Tri Thức chứ không phải lý tưởng nếu nó muốn được hiện thực hóa. Nó phải xuất phát từ Tri Thức chứ không phải triết lý đơn thuần nếu nó muốn dẫn đến hành động thật sự và sự tham gia thật sự. Do đó, bạn trở thành người kiến tạo hòa bình và người gìn giữ hòa bình trên thế giới khi bạn đi theo như một học sinh của Tri Thức. Khi Tri Thức càng mạnh mẽ bên trong bạn, thì sự sợ hãi và mâu thuẫn của bạn sẽ càng yếu. Bằng cách này, chiến tranh bên trong bạn sẽ chấm dứt, và cuộc đời bạn sẽ là một minh chứng cho thấy chiến tranh là không cần thiết.

Hãy cam kết bản thân ngày hôm nay để chấm dứt chiến tranh trong thế giới bằng cách chấm dứt chiến tranh trong chính mình để bạn có thể trở thành người kiến tạo hòa bình và người gìn giữ hòa bình. Hàng giờ hãy nhắc nhở bản thân về bài học hôm nay và áp dụng nó vào thế giới mà bạn thấy xung quanh mình. Hãy áp dụng nó vào tất cả các xung đột trên thế giới mà bạn biết. Hãy cố gắng hiểu được sự liên quan hoàn toàn của nó với những xung đột này. Điều này đòi hỏi bạn nhìn những xung đột này từ một góc nhìn khác để có thể nhận ra tác động và ý nghĩa đầy đủ của ý tưởng hôm nay. Chính góc nhìn này mà bạn phải trau dồi, vì bạn phải học cách nhìn như Tri Thức nhìn, suy nghĩ như Tri Thức suy nghĩ và hành động như Tri Thức hành động. Tất cả những điều này bạn chắc chắn sẽ đạt được khi bạn đi theo Tri Thức mỗi ngày.

Trong các lần thực hành sâu của mình, hãy trở về với sự tâm lặng và im lặng để bạn có thể tăng cường khả năng của mình để trau dồi bản thân và chuẩn bị bản thân để trở thành sứ giả của Tri Thức trên thế giới. Đây là trách nhiệm của bạn ngày hôm nay. Điều này sẽ thấm nhuần vào tất cả các hoạt động khác của bạn và trao cho chúng giá trị và ý nghĩa, vì hôm nay bạn là một học sinh của Tri Thức.

Bài thực hành 288: *Hai lần thực hành, mỗi lần 30 phút.*
Thực hành hàng giờ.

Bước 289

HÔM NAY TÔI LÀ HỌC SINH CỦA TRI THỨC.

HÃY LÀ MỘT HỌC SINH THỰC THỤ HÔM NAY. Hãy trao hết mình cho quá trình học của bạn. Đừng giả định bất cứ điều gì, vì những học sinh thực thụ không giả định bất cứ điều gì, và đó là điều giúp họ học được mọi thứ. Hãy nhận ra rằng bạn không thể hiểu được Tri Thức; bạn chỉ có thể nhận lãnh nó. Bạn chỉ có thể trải nghiệm sự mở rộng của nó thông qua cuộc sống của bạn vào thế giới.

DO ĐÓ, HÃY CHO PHÉP BẢN THÂN NHẬN LÃNH Tri Thức. Đừng cho phép bản thân tiếp nhận sự mâu thuẫn đang thấm nhuần thế giới. Hãy giữ khoảng cách với sự mâu thuẫn này, vì bạn vẫn chưa đủ mạnh mẽ với Tri Thức để đối mặt với sự mâu thuẫn và để trao tặng món quà của mình vào trong một thế giới mâu thuẫn. Đừng tham vọng về mặt này, nếu không bạn sẽ vượt quá khả năng của mình và sẽ thất bại. Khi Tri Thức phát triển và lớn mạnh bên trong bạn, nó sẽ dẫn bạn vào những khu vực nơi bạn có thể phục vụ. Nó sẽ dẫn bạn vào những tình huống nơi bạn có đủ khả năng để trao tặng nó.

HÃY LÀ MỘT HỌC SINH HÔM NAY. Đừng cố gắng sử dụng việc học để hoàn thành tham vọng của riêng bạn với nó. Đừng để những ý tưởng cá nhân của bạn dẫn dắt bạn ngày hôm nay, nhưng hãy là một học sinh của Tri Thức. Khi bạn chắc chắn về điều gì đó, hãy thực hiện điều đó một cách khôn ngoan và phù hợp nhất có thể. Khi bạn không chắc chắn về điều gì đó, hãy quay trở lại với Tri Thức và đơn giản bình yên với Tri Thức, vì Tri Thức sẽ dẫn dắt bạn. Bằng cách này, bạn sẽ trở thành một tác nhân thật sự và tích cực của Tri Thức trong thế giới. Tri Thức sẽ mở rộng bản thân thông qua bạn vào trong thế giới, và tất cả những gì bạn nhận được sẽ được trao cho thế giới thông qua bạn.

Trong các bài thực hành sâu của mình hôm nay, hãy củng cố khả năng của bạn để bước vào cõi của Tri Thức. Hôm nay hãy đi sâu hơn bạn từng đi trước đây. Hôm nay hãy là một học sinh của Tri Thức. Hãy bước vào Tri Thức. Hãy trải nghiệm Tri Thức. Bằng cách này, bạn sẽ ngày càng kết nối hơn với quyền lực của nó và ân sủng của nó. Bằng cách này, bạn sẽ nhận ra mục đích của nó trên thế giới, mà chỉ có thể được nhận ra thông qua sự tham gia.

BÀI THỰC HÀNH 289: *Hai lần thực hành, mỗi lần 30 phút.*

Bước 290

TÔI CHỈ CÓ THỂ LÀ HỌC SINH. DO ĐÓ, TÔI SẼ LÀ HỌC SINH CỦA TRI THỨC.

TRONG THẾ GIỚI NÀY, BẠN LÀ MỘT HỌC SINH—LUÔN LUÔN. Mỗi ngày, mỗi giờ và mỗi phút, bạn đang học và cố gắng áp dụng bài học của mình. Bạn hoặc là học sinh của Tri Thức hoặc là học sinh của sự bối rối. Bạn hoặc là học sinh của sự chắc chắn hoặc là học sinh của sự mâu thuẫn. Bạn hoặc là học sinh của sự toàn vẹn và chính trực hoặc bạn là học sinh của xung đột và chiến tranh. Bạn chỉ có thể học từ việc ở trong thế giới này, và bạn chỉ có thể thể hiện kết quả học tập của mình.

Do đó, không có lựa chọn về việc bạn sẽ là học sinh hay không, vì bạn sẽ là một học sinh ngay cả khi bạn quyết định không làm học sinh. Nếu bạn quyết định không làm học sinh, bạn sẽ đơn thuần học một chương trình giảng dạy khác. Trong đây, bạn không có lựa chọn nào, vì việc ở trong thế giới là để học và để thể hiện kết quả học tập của mình. Nhận ra điều này, quyết định của bạn là để xác định bạn sẽ là học sinh ở đâu và bạn sẽ học gì. Đây là quyền lực của quyết định được trao cho bạn. Tri Thức sẽ tự nhiên hướng dẫn bạn đưa ra quyết định đúng đắn và sẽ dẫn bạn đến với chính nó, vì nó được trao cho bạn để trao cho thế giới. Vì vậy, khi bạn tiếp cận Tri Thức, bạn sẽ cảm thấy như thể mình đang tham gia vào việc trở về nhà lớn lao. Bạn sẽ cảm thấy sự kết hợp lớn lao bên trong bản thân, và bạn sẽ cảm thấy sự xung đột bản thân và cuộc chiến của bạn với bản thân bắt đầu giảm dần và phai nhạt.

Hãy trở thành một học sinh của Tri Thức hôm nay, vì bạn là một học sinh. Hãy chọn chương trình giảng dạy đã chọn bạn. Hãy chọn chương trình giảng dạy sẽ cứu rỗi bạn và thông qua bạn cứu rỗi thế giới. Hãy chọn chương trình giảng dạy đáp ứng mục đích của bạn ở đây và minh chứng cho cuộc sống của bạn bên ngoài thế giới này, mà muốn thể hiện chính nó ở đây. Hãy trở thành một học sinh của Tri Thức.

Hãy nhận ra quyền lực của ý tưởng hôm nay và nhớ về nó mỗi giờ. Hãy luôn nhớ đọc bài học hôm nay trước khi bước vào thế giới để bạn có thể bắt đầu sử dụng bài thực hành của nó cho ngày hôm đó. Hãy xác nhận việc học của mình trong Tri Thức. Hãy tăng cường sự tham gia của bạn như một học sinh của Tri Thức. Hãy thực hiện các bài thực hành hôm nay với lòng tận tụy ngày càng lớn hơn.

Trong hai lần thực hành sâu của bạn, hãy tích cực dùng tâm trí mình để xem xét ý nghĩa của việc trở thành một học sinh trong thế giới. Hãy dùng tâm trí mình để hiểu được thông điệp cho ngày hôm nay, và cố gắng nhận ra rằng bạn là một học sinh trong mọi hoàn cảnh. Hãy cố gắng nhận ra rằng bạn không có lựa chọn nào ở đây, vì bạn phải học, kết hợp và thể hiện bài học của mình. Đây là nền tảng cho việc giảng dạy thật sự. Hãy nhận ra rằng mục đích của bạn trên thế giới là để trở thành một học sinh của Tri Thức, kết hợp Tri Thức và cho phép Tri Thức thể hiện chính nó để bạn có thể thể hiện Tri Thức trên thế giới. Theo cách đơn giản nhất, đây là biểu hiện của mục đích của bạn, và từ mục đích của bạn, một tiếng gọi cụ thể sẽ đến để hướng dẫn bạn theo những cách cụ thể trên thế giới dựa theo bản chất của bạn và thiết kế của bạn.

Vì vậy hôm nay bạn sẽ củng cố bản thân như một học sinh của Tri Thức. Trong những lần thực hành dài của mình, hãy tích cực sử dụng tâm trí bạn để cố gắng xuyên thấu ý tưởng hôm nay và nhận ra sự liên quan tuyệt đối của nó với cuộc đời bạn.

Bài thực hành 290: *Hai lần thực hành, mỗi lần 30 phút.*
Thực hành hàng giờ.

Bước 291

TÔI BIẾT ƠN NHỮNG NGƯỜI ANH CHỊ EM TÔI MÀ ĐÃ PHẠM LỖI VỚI TÔI.

Hãy biết ơn những người đã thể hiện nhu cầu về Tri Thức. Hãy biết ơn những người dạy bạn rằng thật vô vọng khi tham gia vào bất kỳ hoạt động nào trên thế giới mà không với Tri Thức. Hãy biết ơn những người tiết kiệm thời gian cho bạn bằng cách thể hiện kết quả của những điều mà bạn đang dự tính cho bản thân ngay cả vào lúc này. Hãy biết ơn những người cho bạn thấy nhu cầu vĩ đại của chính bạn trên thế giới. Hãy biết ơn những người thể hiện những gì bạn phải trao tặng cho thế giới. Hãy biết ơn tất cả những người có vẻ như phạm lỗi với bạn, vì họ sẽ chỉ cho bạn thấy điều gì là cần thiết trong cuộc sống bạn, và họ sẽ nhắc nhở bạn rằng Tri Thức là mục đích đích thực duy nhất của bạn, mục tiêu đích thực duy nhất của bạn và biểu hiện đích thực duy nhất của bạn.

Trong điều này, tất cả những người phạm lỗi với bạn đều trở thành bạn của bạn, vì ngay cả trong sự khốn khổ của họ, họ đang phục vụ bạn và sẽ kêu gọi bạn phục vụ họ. Ở đây mọi sự điên rồ, sai lầm, bối rối, mâu thuẫn, xung đột và chiến tranh trên thế giới có thể dẫn bạn đến sự chắc chắn của Tri Thức. Bằng cách này, thế giới phục vụ bạn, hỗ trợ bạn và chuẩn bị bạn để phục vụ nó trong nhu cầu vĩ đại của nó. Ở đây bạn trở thành người nhận những thành tựu của thế giới và được nhắc nhở về những sai lầm của thế giới. Bằng cách này, tình yêu và lòng nhân từ của bạn dành cho thế giới sẽ được tạo ra.

Hôm nay hãy nhắc nhở bản thân hàng giờ về thông điệp này và cố gắng nhận ra ý nghĩa của nó trong bối cảnh của tất cả các hoạt động của bạn để mọi thứ xảy ra hôm nay sẽ chứng minh ý nghĩa của ý tưởng hôm nay. Trong các lần thực hành sâu của bạn, hãy tích cực dùng tâm trí mình để cố gắng xuyên thấu ý tưởng hôm nay. Hãy nhớ lại từng người mà bạn nghĩ đã phạm lỗi với bạn. Hãy xem người đó đã phục vụ bạn như thế nào và sẽ tiếp tục phục vụ bạn như một lời nhắc nhở. Điều này có thể giúp bạn tiết kiệm rất nhiều thời gian và năng lượng bằng cách đưa bạn đến gần hơn với Tri Thức, bằng cách tăng quyết tâm của bạn đối với Tri Thức và bằng cách nhắc nhở bạn rằng không có sự thay thế nào cho Tri Thức. Trong các lần thực hành dài của mình, hãy nghĩ đến mọi người mà bạn cảm thấy đã phạm lỗi với bạn và nhận ra sự phục vụ khổng lồ của họ đối với bạn từ quan điểm này.

Hãy để hôm nay là ngày của sự tha thứ và ngày của sự chấp nhận khi bạn nhận ra và mở rộng lòng biết ơn của mình đến với những người đã phạm lỗi với bạn. Cuộc sống đang âm mưu đưa bạn đến với Tri Thức. Khi bạn bước vào Tri Thức, bạn sẽ nhận ra sự phục vụ vĩ đại mà cuộc sống đang trao cho bạn, cả từ những thành tựu của nó và những thất bại của nó. Hãy là người nhận món quà này, vì trong tình yêu và lòng biết ơn, bạn sẽ hướng đến thế giới và mong muốn đóng góp thứ vĩ đại nhất trong mọi đóng góp. Ở đây bạn sẽ trao tặng Tri Thức trong lòng biết ơn và trong sự phục vụ thế giới đã phục vụ bạn.

BÀI THỰC HÀNH 291: *Hai lần thực hành, mỗi lần 30 phút.*
Thực hành hàng giờ.

Bước 292

LÀM SAO TÔI CÓ THỂ TỨC GIẬN VỚI THẾ GIỚI KHI NÓ CHỈ ĐANG PHỤC VỤ CHO TÔI?

LÀM SAO BẠN CÓ THỂ TỨC GIẬN khi thế giới phục vụ bạn? Khi bạn nhận ra thế giới đang phục vụ bạn nhiều như thế nào, mà chỉ có thể được nhận ra trong bối cảnh của Tri Thức, thì bạn sẽ chấm dứt mọi sự căm ghét của mình đối với thế giới, mọi sự lên án thế giới và mọi sự chống đối của mình đối với thế giới. Điều này sẽ xác nhận định mệnh thật sự của bạn, nguồn gốc thật sự của bạn và mục đích thật sự của bạn khi ở trong thế giới.

BẠN ĐÃ ĐẾN THẾ GIỚI ĐỂ HỌC và để quên những thứ đã học. Bạn đã đến thế giới để nhận ra điều gì là thật và điều gì không. Bạn đã đến thế giới để trở thành người đóng góp cho thế giới, một người đóng góp được gửi từ bên ngoài thế giới để phục vụ ở đây. Đây là bản chất thật sự của sự hiện diện của bạn ở đây, và mặc dù nó có thể có vẻ mâu thuẫn với đánh giá của bạn về bản thân, nhưng nó vẫn đúng và sẽ đúng bất kể quan điểm của bạn, bất kể lý tưởng và niềm tin của riêng bạn và bất kể theo đuổi nào bạn có thể đặt ra cho mình. Sự thật đang chờ bạn và chờ bạn trở nên sẵn sàng để xem trọng nó.

HÀNG GIỜ HÃY NHỚ VỀ Ý TƯỞNG HÔM NAY và thấy được ứng dụng của nó khắp nơi khi bạn nhìn ra thế giới. Trong hai bài thực hành sâu của mình, một lần nữa hãy nhớ lại từng người mà bạn cảm thấy đã phạm lỗi với bạn, và một lần nữa hãy cố gắng hiểu được đóng góp của họ cho bạn trong việc đưa bạn đến với Tri Thức, trong việc dạy bạn xem trọng Tri Thức và trong việc dạy bạn nhận ra rằng không có hy vọng nào ngoài Tri Thức. Không có hy vọng nào nếu không có Tri Thức. Ý tưởng hôm nay sẽ mang đến tình yêu và lòng biết ơn đối với thế giới và sẽ củng cố quan điểm này, mà sẽ cần thiết để bạn nhìn thế giới với sự chắc chắn, tình yêu và Tri Thức.

BÀI THỰC HÀNH 292: *Hai lần thực hành, mỗi lần 30 phút.*
Thực hành hàng giờ.

Bước 293

TÔI KHÔNG MUỐN PHẢI ĐAU KHỔ HÔM NAY.

Hãy củng cố quyết tâm của bạn để không đau khổ hôm nay bằng cách trở thành một học sinh của Tri Thức, bằng cách tuân thủ Tri Thức và cam kết bản thân cho Tri Thức. Đừng để thế giới lôi kéo bạn vào những cuộc theo đuổi vô nghĩa của nó, vào những nỗ lực vô vọng của nó hay vào những xung đột tức giận của nó. Tất cả những điều này vẫn có sức hút đối với bạn, nhưng đừng để bản thân mình khuất phục trước chúng ngày hôm nay, vì những thuyết phục của thế giới được sinh ra từ sự căng thẳng và sợ hãi lớn lao của thế giới. Sự căng thẳng và sợ hãi thì giống như những căn bệnh ảnh hưởng lên tâm trí. Đừng để tâm trí bạn bị ảnh hưởng như vậy ngày hôm nay. Bạn không muốn đau khổ ngày hôm nay, và bạn sẽ đau khổ nếu bạn đi theo những thuyết phục của thế giới. Hãy tham gia vào thế giới và hoàn thành những trách nhiệm trần tục của mình, nhưng hãy củng cố quyết tâm của mình để trở thành học sinh của Tri Thức, vì điều này sẽ giải thoát bạn khỏi mọi đau khổ và sẽ trao cho bạn sự vĩ đại mà bạn được định trao tặng cho thế giới.

HÀNG GIỜ HÃY XÁC NHẬN rằng bạn không muốn chịu đau khổ ngày hôm nay và nhận ra sự đau khổ không thể tránh khỏi của bạn nếu bạn cố gắng tham gia trong thế giới mà không với Tri Thức. Thế giới chỉ có thể nhắc nhở bạn về trách nhiệm và mục đích vĩ đại của bạn lúc này, mà là để trở thành học sinh của Tri Thức. Hãy biết ơn rằng thế giới sẽ hỗ trợ bạn theo cách duy nhất mà nó có thể, và hãy biết ơn rằng từ Quê Hương Cổ Đại của bạn, Chúa đã ban Ân Sủng vào thế giới để bạn nhận lãnh và học cách cho đi.

BÀI THỰC HÀNH 293: *Thực hành hàng giờ.*

Bước 294

ÔN TẬP

Hãy bắt đầu Bài Ôn Tập hai tuần này với lời khẩn cầu này:

"Tôi bây giờ là một học sinh của Tri Thức. Tôi sẽ học về ý nghĩa và mục đích của Tri Thức thông qua sự tham gia của mình. Tôi sẽ đi theo sự tham gia của mình mà không cố gắng thay đổi phương pháp của nó hoặc bài học của nó theo bất kỳ cách nào vì tôi muốn học. Tôi là một học sinh của Tri Thức trong một thế giới nơi Tri Thức có vẻ không hiện diện. Vì lý do này, tôi đã được gửi đến đây để chuẩn bị để trao tặng những gì mà Tri Thức muốn trao tặng cho thế giới. Tôi là một học sinh của Tri Thức. Tôi an toàn trong trách nhiệm của mình. Trong điều này, tôi sẽ nhận được tất cả những gì tôi thật sự mong muốn, vì tôi thật sự mong muốn yêu thế giới."

Sau lời khẩn cầu này, hãy bắt đầu Bài Ôn Tập hai tuần của mình. Hãy bắt đầu với ngày đầu tiên của hai tuần, hãy đọc bài học cho ngày hôm đó và nhớ lại bài thực hành của bạn. Hãy tiếp tục theo cách này để ôn lại tất cả các ngày trong hai tuần, sau đó cố gắng có cái nhìn tổng quan về cuộc sống của bạn trong thời gian thực hành này. Hãy bắt đầu thấy được những gì đã xảy ra trong cuộc sống của bạn trong hai tuần vừa qua.

Khi bạn có được cái nhìn tổng quan, bạn sẽ bắt đầu thấy được sự chuyển động của cuộc đời mình. Có lẽ điều này sẽ khó thấy lúc đầu, nhưng bạn sẽ sớm nhận ra rằng cuộc sống mình đang tiến triển nhanh chóng và rằng các giá trị của bạn cũng như trải nghiệm của bạn về bản thân đang thay đổi. Bạn đang thay đổi về cơ bản. Cuối cùng bạn đang trở thành chính mình. Bạn sẽ nhận ra rằng chiến tranh, mà vẫn đôi khi hoành hành trong bạn, sẽ giảm bớt và trở nên ít thường xuyên hơn. Chỉ với cái nhìn tổng quan có ý thức và khách quan mà điều này sẽ được nhận ra, và khi nó được nhận ra, nó sẽ trao cho bạn sự tự tin và niềm tin để tiến bước, vì bạn sẽ biết rằng mình đang đi theo con đường đích thực của mình và định mệnh đích thực của mình. Bạn sẽ biết rằng mình là một học sinh thật sự của Tri Thức và rằng bạn đã đưa ra quyết định đúng đắn liên quan đến việc học của mình.

BÀI THỰC HÀNH 294: *Một lần thực hành dài.*

Bước 295

BÂY GIỜ TÔI ĐANG THÂM NHẬP VÀO BÍ ẨN CỦA CUỘC ĐỜI MÌNH.

Bạn đang thâm nhập vào bí ẩn của cuộc đời mình, thứ đang tìm cách tiết lộ chính nó với bạn. Bí ẩn của cuộc đời bạn là nguồn gốc của tất cả những thứ được biểu hiện trong cuộc sống của bạn. Tất cả những thứ sẽ được biểu hiện và được dự định được biểu hiện đều được chứa đựng trong bí ẩn của cuộc đời bạn. Do đó, việc tham gia hiện tại của bạn như một học sinh của Tri Thức là tuyệt đối thiết yếu đối với mọi thứ bạn sẽ làm trên thế giới và đối với mọi thứ bạn sẽ nhận ra và hoàn thành trong cuộc sống này. Nó là tuyệt đối thiết yếu đối với nhu cầu của bạn.

Hãy cho phép bí ẩn trở nên bí ẩn. Hãy cho phép thứ hữu hình được biểu hiện. Bằng cách này, bạn sẽ bước vào bí ẩn của Tri Thức với sự tôn kính và cởi mở, và bạn sẽ tham gia trong thế giới với một trọng tâm thực tiễn và một cách tiếp cận cụ thể. Điều này sẽ giúp bạn trở thành cầu nối từ Quê Hương Cổ Đại của mình đến thế giới tạm thời này. Khi đó bạn sẽ nhìn nhận cuộc sống trong vũ trụ với sự tôn kính và kính trọng, và bạn sẽ nhìn nhận nỗ lực của mình trong thế giới với sự súc tích và trách nhiệm. Ở đây tất cả các khả năng của bạn sẽ được trau dồi và kết hợp một cách thích hợp, và bạn sẽ là phương tiện cho Tri Thức.

Chúng Tôi bây giờ sẽ bắt đầu phần nâng cao trong chương trình giảng dạy của bạn. Bạn có thể nhận ra rằng nhiều thứ bạn đang học thì bạn vẫn chưa thể hiểu được. Nhiều bước tiếp theo sẽ là để kích hoạt Tri Thức của bạn, để khiến nó mạnh mẽ hơn và hiện diện hơn trong bạn và để gợi lên trong bạn ký ức cổ xưa về mối quan hệ thật sự của bạn trong vũ trụ và ý nghĩa của mục đích của bạn ở đây. Do đó, Chúng Tôi sẽ bắt đầu một loạt các bài học mà bạn sẽ không thể hiểu được nhưng bạn phải tham gia. Bây giờ bạn đang thâm nhập vào bí ẩn của cuộc đời mình. Bí ẩn của cuộc đời bạn chứa đựng mọi hứa hẹn cho cuộc đời bạn.

HÃY NHỚ BÀI HỌC CỦA MÌNH TRONG SUỐT CẢ NGÀY. Hãy lập lại nó vào mỗi giờ và trong hai lần thực hành sâu của bạn, hãy bước vào sự tâm lặng và bình yên. Hãy cho phép bản thân thâm nhập vào sự bí ẩn của cuộc đời bạn để sự bí ẩn của cuộc đời bạn có thể được tiết lộ cho bạn. Vì mọi ý nghĩa, mục đích và phương hướng đều xuất phát từ nguồn gốc của bạn và định mệnh của bạn. Bạn là một vị khách trong thế giới, và sự tham gia của bạn ở đây phải thể hiện cuộc sống vĩ đại của bạn bên ngoài thế giới. Bằng cách này, thế giới được ban phước và hoàn thành. Bằng cách này, bạn sẽ không phản bội chính mình, vì bạn đã được sinh ra từ một cuộc sống vĩ đại, và Tri Thức đang ở cùng bạn để nhắc nhở bạn về điều này.

BÀI THỰC HÀNH 295: *Hai lần thực hành, mỗi lần 30 phút.*
Thực hành hàng giờ.

Bước 296

NASI NOVARE CORAM

Những từ cổ xưa của hôm nay sẽ kích thích Tri Thức. Ý nghĩa của chúng có thể được dịch như sau: "Sự hiện diện của các Giáo Viên của Chúa thì đang ở cùng tôi." Đây là sự thông dịch đơn giản của những từ này, nhưng quyền lực của chúng vượt xa ý nghĩa hiển nhiên của chúng. Chúng có thể gợi lên trong bạn một phản ứng sâu thẳm, vì chúng là lời khẩn cầu cho Tri Thức, được sinh ra từ một ngôn ngữ cổ xưa không bắt nguồn từ bất kỳ thế giới nào. Ngôn ngữ này đại diện cho ngôn ngữ của Tri Thức và phục vụ tất cả những người dùng ngôn ngữ và vẫn cần ngôn ngữ để giao tiếp.

Nhớ lại bài học hôm qua, đừng cố gắng hiểu nguồn gốc của những từ này hoặc cơ chế phục vụ của chúng, mà hãy là người nhận lãnh món quà của chúng. Hàng giờ hãy lặp lại lời khẩn cầu hôm nay, và trong hai lần thực hành sâu của bạn, hãy lặp lại lời khẩn cầu và sau đó đi vào sự tâm lặng và im lặng để cảm nhận quyền lực của những từ này. Hãy để chúng hỗ trợ bạn bước vào chiều sâu của Tri Thức của chính bạn. Khi mỗi giai đoạn thực hành dài được hoàn tất và khi bạn trở lại thế giới của hành động và của hình hài, hãy lặp lại lời khẩn cầu một lần nữa và biết ơn rằng bí ẩn của cuộc đời bạn đang được thâm nhập. Hãy biết ơn vì Quê Hương Cổ Đại của bạn đã đi cùng bạn vào thế giới.

BÀI THỰC HÀNH 296: *Hai lần thực hành, mỗi lần 30 phút.*
Thực hành hàng giờ.

Bước 297

NOVRE NOVRE COMEY NA VERA TE NOVRE

Lời khẩn cầu hôm nay nói về quyền lực của sự tĩnh lặng trong tâm trí bạn và quyền lực mà sự tĩnh lặng trong tâm trí bạn sẽ có trong thế giới. Hãy để lời khẩn cầu của bạn được đọc hàng giờ, với sự tôn kính vĩ đại. Hãy để bí ẩn của cuộc đời bạn lúc này được mở ra trước mắt bạn để bạn có thể chiêm ngưỡng nó và mang nó theo mình trong cuộc phiêu lưu của bạn trong thế giới.

Trong hai lần thực hành sâu của bạn, hãy lặp lại lời khẩn cầu của hôm nay và một lần nữa bước vào chiều sâu của sự tâm lặng, trao hết mình cho việc thực hành của mình. Sau khi hoàn thành bài thực hành của mình, hãy lặp lại ý tưởng của ngày hôm nay một lần nữa. Hãy cho phép bản thân cảm nhận sự hiện diện đang ở bên bạn khi bạn làm điều này, vì Quê Hương Cổ Đại của bạn đang ở bên bạn khi bạn ở trong thế giới. Ký ức cổ xưa về Quê Hương của bạn và ký ức về tất cả các mối quan hệ thật sự mà bạn đã giành lại cho đến nay trong toàn bộ quá trình tiến hóa của mình thì được nhớ lại với ý tưởng của ngày hôm nay. Vì trong sự tâm lặng, mọi thứ có thể được biết, và mọi thứ được biết sẽ tự tiết lộ bản thân với bạn.

BÀI THỰC HÀNH 297: *Hai lần thực hành, mỗi lần 30 phút.*
Thực hành hàng giờ.

Bước 298

MAVRAN MAVRAN CONAY MAVRAN

Lời khẩn cầu hôm nay kêu gọi những người thực hành Tri Thức cùng bạn trong Cộng Đồng Vĩ Đại để sức mạnh của nỗ lực của họ và những thành tựu to lớn của họ có thể tô điểm cho mọi nỗ lực của bạn và mọi bài thực hành của bạn như một học sinh của Tri Thức. Lời khẩn cầu hôm nay kết nối tâm trí bạn với tất cả những tâm trí đang tham gia vào việc khôi phục Tri Thức trong vũ trụ, vì bạn là công dân của Cộng Đồng Vĩ Đại cũng như là công dân của thế giới mình. Bạn là một phần của một nỗ lực vĩ đại đang tồn tại cả trong và ngoài thế giới, vì Chúa đang hoạt động khắp mọi nơi. Do đó, Tôn Giáo Đích Thực là sự khôi phục Tri Thức. Nó tìm thấy sự thể hiện của mình trong mỗi thế giới và trong mỗi nền văn hóa, và ở đó nó có biểu tượng của mình và nghi lễ của mình, nhưng bản chất của nó thì là phổ quát.

Hãy thực hành hàng giờ lặp lại lời khẩn cầu hôm nay và khi bạn làm vậy, hãy dành giây lát để cảm nhận tác động của nó. Bạn có thể tìm ra cách để làm việc này trong mọi hoàn cảnh của mình ngày hôm nay, và điều này sẽ nhắc nhở bạn về Quê Hương Cổ Đại của mình và hiệu lực của Tri Thức mà bạn mang trong mình. Trong các lần thực hành sâu của mình, hãy lặp lại lời khẩn cầu của bạn và sau đó bước vào nơi ẩn náu của Tri Thức trong sự tâm lặng và khiêm nhường. Khi lần thực hành của bạn hoàn tất, hãy lặp lại lời khẩn cầu hôm nay một lần nữa. Hãy cho phép tâm trí bạn tham gia vào thứ nằm ngoài phạm vi hạn chế của sự tham gia của con người, vì Tri Thức nói về một cuộc sống vĩ đại hơn bên trong và bên ngoài thế giới. Chính cuộc sống vĩ đại này mà bây giờ bạn phải xem xét. Chính cuộc sống vĩ đại này mà bây giờ bạn phải nhận lãnh, vì bạn là một học sinh của Tri Thức. Tri Thức vĩ đại hơn thế giới, nhưng Tri Thức đã đến thế giới để phục vụ.

Bài thực hành 298: *Hai lần thực hành, mỗi lần 30 phút.*
Thực hành hàng giờ.

Bước 299

Nome Nome Cono Na Vera Te Nome

Lời khẩn cầu của hôm nay một lần nữa kêu gọi quyền lực của nỗ lực của những người khác trong việc giành lại Tri Thức để hỗ trợ bạn trong nỗ lực của chính bạn. Một lần nữa, đây là sự xác nhận quyền lực của những gì bạn đang làm và sự hòa nhập hoàn toàn của bạn trong cuộc sống. Nó xác nhận sự thật trong một bối cảnh lớn hơn, và nó xác nhận sự thật bằng những từ ngữ mà bạn đã không sử dụng trong nhiều thế kỷ, nhưng sẽ trở nên quen thuộc với bạn khi chúng cộng hưởng sâu sắc trong tâm trí bạn.

Hãy thực hành hàng giờ và dành giây lát để cảm nhận hiệu quả của lời tuyên bố hôm nay. Hãy sử dụng nó như lời khẩn cầu để bắt đầu và như lời chúc phúc để hoàn thành hai lần thực hành dài của bạn. Hãy cho phép bản thân thâm nhập vào bí ẩn của cuộc đời bạn, vì bí ẩn của cuộc đời bạn là nguồn gốc của mọi ý nghĩa trong cuộc đời bạn, và chính ý nghĩa này mà bạn tìm kiếm ngày hôm nay.

BÀI THỰC HÀNH 299: *Hai lần thực hành, mỗi lần 30 phút.*
Thực hành hàng giờ.

Bước 300

TÔI NHẬN LÃNH TẤT CẢ NHỮNG NGƯỜI LÀ GIA ĐÌNH TÂM LINH CỦA TÔI NGÀY HÔM NAY.

Hãy nhận lãnh những người là Gia Đình Tâm Linh của bạn, những người hướng dẫn và hỗ trợ bạn, những người với nỗ lực thay mặt cho Tri Thức đang bổ sung cho nỗ lực của bạn, và những người với sự hiện diện trong cuộc đời bạn là sự xác nhận rằng một cộng đồng chân thật đang tồn tại để phục vụ Tri Thức. Hãy để thực tại của họ làm sáng tỏ thực tại của bạn, xua tan mọi bóng tối của sự cô lập và mọi sự yếu kém của tính chất cá nhân để tính chất cá nhân của bạn có thể tìm thấy sức mạnh của sự đóng góp thật sự của nó. Đừng đắm chìm một mình trong suy nghĩ của bạn ngày hôm nay, nhưng hãy bước vào sự hiện diện của Gia Đình Tâm Linh của mình, vì bạn được sinh ra từ cộng đồng và vào lúc này bạn đang bước vào cộng đồng, vì cuộc sống là cộng đồng—cộng đồng không có sự loại trừ nào và không có sự đối lập nào.

Hãy nhớ điều này hàng giờ hôm nay. Trong những lần thực hành dài của mình, hãy tích cực dùng tâm trí bạn để cố gắng hiểu được thông điệp mà bạn nhận được ngày hôm nay. Hãy cố gắng hiểu Gia Đình Tâm Linh thật sự có nghĩa là gì. Hãy cố gắng hiểu rằng nó là sẵn có đối với bạn. Bạn không chọn nó. Bạn đơn giản được sinh ra từ nó. Nó đại diện cho thành tựu của bạn trong Tri Thức cho đến nay. Mọi thành tựu trong Tri Thức là việc giành lại các mối quan hệ, và Gia Đình Tâm Linh của bạn là những mối quan hệ mà bạn đã giành lại cho đến nay trong việc trở về của bạn với Chúa.

Điều này sẽ vượt quá khả năng hiểu biết của bạn, nhưng Tri Thức của bạn sẽ cộng hưởng với thông điệp hôm nay và những lời khẩn cầu mà bạn đã thực hành trong những ngày trước. Tri Thức sẽ tiết lộ những gì bạn phải biết và những gì bạn phải làm.

Bạn không được định để bị nặng gánh khi cố gắng hiểu những thứ vượt quá khả năng hiểu biết của bạn. Nhưng bạn được trao trách nhiệm để đáp lại sự truyền tải đang được trao cho bạn từ bí ẩn của chính cuộc đời bạn và từ quyền năng của Chúa trong cuộc đời bạn.

Bạn là một phần của một Gia Đình Tâm Linh. Bạn nhận lãnh điều này thông qua trải nghiệm của mình, một trải nghiệm sẽ xác nhận sự tham gia của bạn trong cuộc sống và mục đích lớn lao mà bạn đã đến để phục vụ.

Bài thực hành 300: *Hai lần thực hành, mỗi lần 30 phút.*
Thực hành hàng giờ.

Bước 301

TÔI SẼ KHÔNG LẠC MẤT BẢN THÂN TRONG CĂNG THẲNG HÔM NAY.

ĐỪNG ĐỂ THÓI QUEN LẠC MẤT BẢN THÂN trong sự căng thẳng chiếm lấy tâm trí bạn ngày hôm nay. Hãy chấp nhận rằng bạn đang bước vào một cuộc sống lớn lao với một mục đích lớn lao. Hãy để bản thân dựa vào sự chắc chắn của Tri Thức bên trong bạn và sự xác nhận của nó về các mối quan hệ thật sự của bạn. Hãy bình yên ngày hôm nay. Hãy để sự tâm lặng ở bên bạn khi bạn bước đi trên thế giới.

HÀNG GIỜ HÃY LẶP LẠI Ý TƯỞNG CỦA NGÀY HÔM NAY. Trong các bài thực hành sâu của bạn, hãy sử dụng nó như một lời khẩn cầu để bắt đầu và như một lời chúc phúc để hoàn thành bài thiền của bạn. Trong các lần thiền của bạn, hãy cho phép bản thân trở nên tâm lặng. Đừng để sự không chắc chắn chiếm lấy bạn ngày hôm nay. Đừng để sự căng thẳng cuốn bạn đi. Bạn đang ở bên Tri Thức, mà là nguồn gốc của mọi sự chắc chắn trên thế giới. Bạn đang ở bên nó, và bạn đang cho phép nó lan tỏa hiệu lực của nó và những món quà của nó cho bạn, người đang học cách giành lại sự chắc chắn cho chính mình. Hãy để ngày hôm nay là sự xác nhận về việc học của bạn. Hãy để ngày hôm nay là một biểu hiện của Tri Thức.

BÀI THỰC HÀNH 301: *Hai lần thực hành, mỗi lần 30 phút.*
Thực hành hàng giờ.

Bước 302

TÔI SẼ KHÔNG CƯỠNG LẠI THẾ GIỚI NGÀY HÔM NAY.

ĐỪNG CƯỠNG LẠI THẾ GIỚI, vì thế giới là nơi bạn đã đến để phục vụ. Đó là nơi mà Tri Thức sẽ thể hiện chính nó khi bạn học cách trở thành phương tiện cho Tri Thức. Hãy để thế giới như chính nó, vì khi không có sự lên án của bạn, sẽ dễ dàng hơn nhiều để bạn ở trong thế giới, sử dụng các nguồn lực của nó và nhận ra các cơ hội của nó.

Đừng cưỡng lại thế giới, vì bạn đến từ bên kia thế giới. Thế giới không còn là nhà tù đối với bạn nữa mà là nơi để bạn đóng góp. Bất kể mức độ nào trong quá khứ mà bạn đã không thể thích nghi với thế giới, và bất kể mức độ nào mà việc ở trong thế giới đã là khó khăn cho bạn, giờ đây bạn đang nhìn thế giới theo một cách mới. Bạn đã tìm kiếm thế giới để thay thế Tri Thức, và giờ đây bạn nhận ra rằng Tri Thức đang được trao cho bạn từ Nguồn của bạn. Do đó, thế giới không còn được sử dụng để thay thế cho Tri Thức nữa và thế giới giờ đây có thể trở thành một tấm nền mà trên đó bạn có thể thể hiện hiệu lực của Tri Thức. Do đó, thế giới trở thành chính nó trong cuộc đời bạn. Vì lý do này, bạn không cần phải cưỡng lại thế giới ngày hôm nay.

Khi bạn đi qua thế giới ngày hôm nay, hãy nhớ ý tưởng này hàng giờ và để bản thân hiện diện với bất kỳ hoàn cảnh nào bạn ở trong. Hãy cho phép cuộc sống nội tâm của bạn trở nên tâm lặng để Tri Thức có thể phát huy ảnh hưởng của nó và sự hướng dẫn của nó cho bạn. Hãy cho phép bản thân mang theo sự chắc chắn ngày hôm nay—sự chắc chắn của Tri Thức. Đây là sự chắc chắn mà bạn không tự phát minh hay xây dựng cho chính mình. Nó luôn ở bên bạn, bất chấp sự bối rối của bạn.

Đừng cưỡng lại thế giới ngày hôm nay, vì Tri Thức đang ở bên bạn. Trong những lần thực hành dài của bạn, hãy nhớ ý tưởng này trước và sau bài thiền của mình. Trong các bài thiền của mình, hãy thoát khỏi thế giới để vào nơi ẩn náu của sự tâm lặng. Khi sự tham gia của bạn trong nơi ẩn náu của sự tâm lặng càng lớn, thì bạn sẽ càng dễ ở trong thế giới hơn, vì bạn sẽ không cố gắng sử dụng thế giới để thay thế cho Quê Hương Cổ Đại của mình. Ở đây thế giới trở nên có ích cho bạn, và bạn trở nên có ích cho thế giới.

BÀI THỰC HÀNH 302: *Hai lần thực hành, mỗi lần 30 phút.*
Thực hành hàng giờ.

Bước 303

TÔI SẼ TRÁNH XA NHỮNG THUYẾT PHỤC CỦA THẾ GIỚI NGÀY HÔM NAY.

Hãy tránh xa những thuyết phục của thế giới. Hãy nhận ra thứ gì là chắc chắn và thứ gì đầy bối rối. Hãy nhận ra thứ gì tận tụy và thứ gì mâu thuẫn. Đừng để quyền lực của sự thất vọng và bối rối của thế giới áp đảo bạn ngày hôm nay, nhưng hãy giữ ánh sáng của Chúa trong trái tim bạn. Hãy giữ nó cháy sáng bên trong bạn khi bạn mạo hiểm bước vào thế giới. Như vậy, bạn đi qua thế giới mà không bị tổn thương và không bị ảnh hưởng bởi vì bạn đang ở bên Tri Thức. Khi không có Tri Thức, thế giới đơn thuần cuốn bạn đi trong cơn điên cuồng của chính nó. Nó cuốn bạn đi trong những sự dụ dỗ của nó và những sự theo đuổi điên rồ của nó.

Hôm nay bạn ở bên Tri Thức, và do đó bạn thoát khỏi những thuyết phục của thế giới. Hãy lặp lại ý tưởng hôm nay vào mỗi giờ và nhận ra tầm quan trọng của nó trong việc duy trì sự cân bằng bên trong của bạn và ý thức của bạn về bản thân và sự chắc chắn. Hãy nhận ra tầm quan trọng của ý tưởng hôm nay trong việc cho phép bạn giữ sự tâm lặng bên trong bạn để những bài thiền sâu của bạn, khi bạn sẽ thực hành sự tâm lặng một lần nữa vào hôm nay, có thể phủ ảnh hưởng của chúng và kết quả của chúng lên tất cả các hoạt động của bạn, vì đây là mục đích của chúng.

Hãy nhận ra những thuyết phục của thế giới và lùi lại. Bạn được giao nhiệm vụ này, vì ở đây bạn có quyền quyết định. Bạn có thể làm điều này một khi bạn nhận ra những thuyết phục của thế giới và nhận ra Tri Thức quan trọng như thế nào. Điều này sẽ giúp bạn thực hiện quyền quyết định cho lợi ích chính mình. Ở đây thế giới sẽ không đòi hỏi bạn, và ở đây bạn sẽ là một thế lực vì điều tốt đẹp trên thế giới, vì đây là mục đích của bạn.

Trong các thực hành thiền sâu của mình, một lần nữa trao ý tưởng hôm nay như một lời khẩn cầu để chuẩn bị bạn. Trong sự tâm lặng và im lặng, hãy bước vào nơi ẩn náu của Tri Thức để bạn có thể hồi phục và làm khoẻ khoắn bản thân ở đó. Hãy tìm sự giải thoát ở đó khỏi những xung đột nội tâm của chính bạn và khỏi những xung đột đang hoành hành trên thế giới. Khi bạn trở về từ nơi ẩn náu của mình, hãy nhắc nhở bản thân rằng bạn sẽ không bị áp đảo bởi sự bối rối của thế giới. Hãy nhắc nhở bản thân rằng bạn sẽ không trở thành nạn nhân của những lời thuyết phục của thế giới. Rồi thì bạn sẽ mang sự an toàn mà bạn đang học cách tiếp nhận vào thế giới xung quanh mình.

BÀI THỰC HÀNH 303: *Hai lần thực hành, mỗi lần 30 phút.*
Thực hành hàng giờ.

Bước 304

TÔI SẼ KHÔNG TRỞ THÀNH HỌC SINH CỦA SỰ SỢ HÃI HÔM NAY.

Hãy nhớ rằng bạn luôn là một học sinh—mỗi ngày, mỗi giờ và mỗi khoảnh khắc. Do đó, khi bạn trở nên có ý thức hơn, bạn phải lựa chọn điều gì bạn sẽ học. Ở đây bạn được trao một sự lựa chọn thật sự, vì bạn hoặc là học sinh của Tri Thức hoặc bạn là học sinh của sự bối rối. Đừng là học sinh của sự bối rối ngày hôm nay. Đừng là học sinh của sự sợ hãi ngày hôm nay, vì khi không có Tri Thức thì sẽ có sự không chắc chắn và sẽ có sự sợ hãi. Khi không có Tri Thức, sẽ có những theo đuổi đầy sợ hãi, mà gây ra sự sợ hãi lớn hơn và cảm giác mất mát lớn hơn.

HÃY NHẬN RA TRÁCH NHIỆM CỦA BẠN NHƯ MỘT HỌC SINH. Hãy nhận ra điều này và chấp nhận điều này với sự nhẹ nhõm, vì bạn có một sự lựa chọn có ý nghĩa ở đây—để là một học sinh của Tri Thức hay một học sinh của sự bối rối. Tri Thức sẽ phủ ảnh hưởng lên bạn để giúp bạn đưa ra lựa chọn đúng đắn, để chọn thứ mang lại cho bạn sự chắc chắn, mục đích, ý nghĩa và giá trị trên thế giới. Sau đó bạn có thể trở thành một thế lực cho Tri Thức trên thế giới để xua tan sự bối rối, bóng tối và sợ hãi khỏi mọi tâm trí đang oằn mình dưới sức nặng đàn áp của chúng.

ĐỪNG LÀ HỌC SINH CỦA SỰ SỢ HÃI. Hãy đưa ra quyết tâm này trong chính bạn hàng giờ khi bạn nhận ra những thuyết phục đầy sợ hãi của thế giới, sự bối rối của thế giới và ảnh hưởng đen tối của nó lên tất cả những người cảm thấy sự áp bức của nó. Hãy cho phép bản thân trở thành một linh hồn được giải thoát trong thế giới. Hãy giữ viên ngọc của tình yêu trong trái tim bạn. Hãy giữ ánh sáng của Tri Thức trong trái tim bạn. Khi bạn trở về với hai lần thực hành thiền sâu của mình hôm nay, hãy lặp lại ý tưởng hôm nay để bạn có thể bước vào sự tâm lặng và im lặng trong thánh đường của mình. Hãy hồi phục bản thân trong Tri Thức và làm khoẻ khoắn bản thân, vì Tri Thức là ánh sáng vĩ đại mà bạn mang theo. Khi bạn càng đến gần sự hiện diện của nó, thì nó càng tỏa sáng lên bạn và nó sẽ chiếu sáng lên bạn và thông qua bạn, lên thế giới.

BÀI THỰC HÀNH 304: *Hai lần thực hành, mỗi lần 30 phút.*
Thực hành hàng giờ.

Bước 305

TÔI CẢM NHẬN ĐƯỢC QUYỀN LỰC CỦA TÌNH YÊU HÔM NAY.

Nếu bạn không bị cuốn vào những thuyết phục của thế giới, thì bạn sẽ cảm nhận được quyền lực của tình yêu. Nếu bạn không bị quyến rũ vào sự mâu thuẫn của thế giới, thì bạn sẽ cảm nhận được quyền lực của tình yêu. Nếu bạn ở bên Tri Thức, thì bạn sẽ cảm nhận được quyền lực của tình yêu. Điều này là tự nhiên đối với bạn, đối với bản thể của bạn, đối với bản chất của bạn và đối với bản chất của tất cả những ai sống ở đây với bạn. Do đó khi việc học của bạn trong Tri Thức trở nên sâu sắc hơn, trải nghiệm của bạn về tình yêu sẽ ngày càng sâu sắc.

Hãy để tình yêu hiện diện trong cuộc sống của bạn ngày hôm nay, vì Tri Thức và tình yêu là một. Hãy để bản thân bạn trở thành người nhận lãnh điều này hôm nay, vì trong đây bạn được tôn vinh và cảm giác không xứng đáng của bạn được xua tan. Hãy nhận lãnh quyền lực của tình yêu hàng giờ và nhận lãnh nó trong các lần thiền sâu của mình, khi bạn thực hành việc nhận lãnh thật sự.

Hãy cho phép Tri Thức tiết lộ bản chất của tình yêu cho bạn. Hãy cho phép tình yêu của bạn đối với Tri Thức tạo ra Tri Thức cho bạn, vì Tri Thức yêu bạn như chính bản thân nó, và khi bạn học cách yêu Tri Thức như chính bản thân mình, cảm giác tách biệt của bạn khỏi cuộc sống sẽ biến mất. Khi đó bạn sẽ được chuẩn bị như một người đóng góp trong thế giới, vì khi đó bạn sẽ chỉ muốn đóng góp những gì bạn đã nhận được. Khi đó bạn sẽ nhận ra rằng không có món quà nào có thể sánh với món quà của Tri Thức, mà là món quà của tình yêu. Bạn sẽ muốn ban tặng món quà này cho thế giới bằng cả trái tim mình. Ở đây các Giáo Viên của bạn sẽ trở nên tích cực hơn đối với bạn, vì họ sẽ chuẩn bị bạn để đóng góp điều này một cách hiệu quả để bạn có thể hoàn thành định mệnh của mình trên thế giới.

BÀI THỰC HÀNH 305: *Hai lần thực hành, mỗi lần 30 phút.*
Thực hành hàng giờ.

Bước 306

TÔI SẼ NGHỈ NGƠI TRONG TRI THỨC HÔM NAY.

Trong Tri Thức, bạn sẽ tìm thấy sự nghỉ ngơi và sự giải thoát khỏi thế giới. Trong Tri Thức, bạn sẽ tìm thấy sự thoải mái và đảm bảo. Trong Tri Thức, tất cả những gì chân thật nhất trong cuộc sống sẽ ở bên bạn, vì trong Tri Thức, Giêsu và Đức Phật là một. Trong Tri Thức, tất cả những thành tựu vĩ đại của các Sứ Giả Tâm Linh vĩ đại hợp nhất và được tiết lộ cho bạn. Trong đây, lời hứa của họ được hoàn thành, vì họ đã hiến dâng bản thân mình cho mục đích này. Do đó Tri Thức mà bạn nhận được ngày hôm nay là thành quả của sự cho đi của họ, vì Tri Thức đã được giữ sống động trên thế giới này cho bạn. Nó đã được giữ sống động bởi những người đã nhận lãnh và đóng góp nó. Vì vậy cuộc đời họ cung cấp nền tảng cho cuộc đời bạn. Sự cho đi của họ cung cấp nền tảng cho sự cho đi của bạn. Sự chấp nhận của họ đối với Tri Thức củng cố sự chấp nhận của bạn đối với Tri Thức.

Mục đích của mọi giáo lý tâm linh đích thực là việc trải nghiệm và sự biểu hiện Tri Thức. Điều này có thể thấm nhuần món quà đơn giản nhất và món quà vĩ đại nhất, hành động tầm thường nhất và hành động phi thường nhất. Bạn có những người đồng hành vĩ đại, bạn, người thực hành Tri Thức. Bạn nhận được món quà của Giêsu và Đức Phật. Bạn nhận được món quà của tất cả các Sứ Giả Tâm Linh đích thực mà đã nhận ra Tri Thức của họ. Do đó sự tham gia của bạn hôm nay được trao sức mạnh và nền tảng khi bạn tiếp tục mục đích vĩ đại của việc giữ cho Tri Thức tồn tại trên thế giới.

Hàng giờ hôm nay và trong hai lần thực hành thiền định sâu của mình, hãy nghỉ ngơi trong Tri Thức, thứ đang sống trong bạn ngay lúc này.

Bài thực hành 306: *Hai lần thực hành, mỗi lần 30 phút.*
 Thực hành hàng giờ.

Bước 307

TRI THỨC ĐANG SỐNG TRONG TÔI LÚC NÀY.

TRI THỨC ĐANG SỐNG BÊN TRONG BẠN, và bạn đang học cách sống với Tri Thức. Do đó, mọi bóng tối và ảo tưởng đều bị xua tan khỏi tâm trí bạn khi bạn nhận ra cuộc sống của bạn đã và sẽ luôn như thế nào. Khi bạn nhận ra sự bất biến của sự tồn tại thật sự của mình, bạn sẽ nhận ra cách nó muốn thể hiện chính nó trong thế giới của sự thay đổi. Tri Thức của bạn thì vĩ đại hơn tâm trí bạn, vĩ đại hơn cơ thể bạn và vĩ đại hơn định nghĩa của bạn về bản thân. Nó bất biến nhưng luôn thay đổi trong cách thể hiện của nó. Vượt qua khỏi sự sợ hãi, sự nghi ngờ và sự hủy diệt, nó tồn tại bên trong bạn, và khi bạn học cách ở với nó, tất cả những phẩm chất của nó sẽ trở thành của chính bạn.

KHÔNG CÓ GÌ THẾ GIỚI CÓ THỂ CUNG CẤP mà có thể so sánh theo bất kỳ cách nào với điều này, vì tất cả những món quà của thế giới đều là nhất thời và tạm thời. Khi bạn trân trọng chúng, nỗi sợ mất chúng của bạn sẽ tăng lên. Khi bạn giữ chúng cho riêng mình, sự căng thẳng của bạn về cái chết và sự hủy diệt sẽ tăng lên, và bạn sẽ quay lại vào sự bối rối và thất vọng. Nhưng với Tri Thức, bạn có thể sở hữu những thứ trên thế giới mà không đồng nhất với chúng. Bạn có thể nhận chúng và giải phóng chúng nếu cần. Khi đó sự căng thẳng lớn lao của thế giới sẽ không ảnh hưởng bạn, nhưng quyền lực của Tri Thức mà bạn mang theo sẽ ảnh hưởng lên thế giới. Bằng cách này, bạn sẽ ảnh hưởng lên thế giới nhiều hơn là nó ảnh hưởng lên bạn. Bằng cách này, bạn sẽ là người đóng góp cho thế giới. Bằng cách này, thế giới sẽ được ban phước.

HÃY HỒI PHỤC BẢN THÂN TRONG TRI THỨC trong những lần thực hành sâu của bạn trong sự tâm lặng và nhắc nhở bản thân hàng giờ về quyền lực của Tri Thức mà bạn mang theo ngày hôm nay. Đừng để bất kỳ sự nghi ngờ hay không chắc chắn nào ngăn cản bạn, vì ở đây sự nghi ngờ và không chắc chắn là hoàn toàn không tự nhiên. Bạn đang học cách trở nên tự nhiên vì điều gì có thể tự nhiên hơn việc là chính mình? Và điều gì có thể là chính bạn hơn là Tri Thức?

BÀI THỰC HÀNH 307: *Hai lần thực hành, mỗi lần 30 phút.*
Thực hành hàng giờ.

Bước 308

ÔN TẬP

Trong thời gian thực hành dài của bạn hôm nay, hãy thực hiện việc Ôn Tập hai tuần đào tạo vừa qua theo hướng dẫn trước đây của Chúng Tôi. Đây là một thời gian ôn tập rất quan trọng, vì bạn sẽ ôn lại những lời khẩn cầu đã được ban cho bạn, và bạn cũng sẽ ôn lại hiệu lực của nhiệm vụ mà bạn đang thực hiện như một học sinh của Tri Thức. Hãy nhận ra trong hai tuần qua nỗi sợ của chính bạn về Tri Thức. Hãy nhận ra nỗi sợ của chính bạn về bí ẩn của cuộc sống. Hãy nhận ra bất kỳ nỗ lực nào mà bạn có thể đã thực hiện để quay lại vào ảo tưởng và trí tưởng tượng. Hãy nhận ra sự tương phản này trong quá trình học tập, điều này rất thiết yếu cho sự hiểu biết của bạn.

Hãy xem xét điều này với sự khách quan và lòng nhân từ. Hãy biết rằng sự mâu thuẫn của bạn đối với cuộc sống phải được nhận ra và rằng nó sẽ tiếp tục thể hiện bản thân với hiệu lực ngày càng giảm dần khi bạn đến ngày càng gần hơn với Tri Thức. Hãy nhớ rằng Tri Thức chính là cuộc sống, chính bản chất của cuộc sống. Nó không thay đổi nhưng đang thể hiện bản thân thông qua sự thay đổi liên tục. Để trải nghiệm nó, bạn phải tăng cường sự tham gia của mình như một học sinh của Tri Thức và nhớ rằng bạn là một học sinh mới bắt đầu của Tri Thức để bạn không thể dựa vào giả định của mình. Bạn phải tiếp nhận chương trình giảng dạy và được hướng dẫn trong việc áp dụng nó. Bằng cách này, bạn sẽ được an toàn khỏi mọi sự áp dụng sai, mọi sự diễn giải sai và do đó an toàn khỏi sai lầm.

Bài Ôn Tập này là rất quan trọng, vì giờ đây bạn đang đạt đến một bước ngoặt vĩ đại trong sự tham gia của mình như một học sinh của Tri Thức. Tri Thức đang bắt đầu có hiệu lực lúc này. Bạn đang bắt đầu cảm nhận được quyền lực của nó. Bạn đang bắt đầu nhận ra tầm quan trọng hoàn toàn của nó đối với bạn. Bạn, người đã từng nửa vời với cuộc sống trong quá khứ, giờ đây nhận ra rằng cuộc sống hoàn toàn ở bên bạn và sẽ đòi hỏi bạn phải hoàn toàn ở bên nó. Đây là sự cứu rỗi của bạn và sự cứu chuộc của bạn, vì ở đây mọi sự tách biệt, sợ hãi và đau khổ đều được xua tan. Bạn có thể mất gì khi nhận được một món quà như vậy? Bạn chỉ mất tưởng tượng của mình, thứ đã ám ảnh bạn, đe dọa bạn và làm bạn sợ hãi. Tuy nhiên ngay cả tưởng tượng của bạn cũng sẽ được trao cho một mục đích lớn hơn với Tri Thức, vì nó nhằm phục vụ bạn theo một cách khác.

Hãy tiến hành Bài Ôn Tập của bạn với chiều sâu và sự chân thành vĩ đại. Đừng lo lắng về việc mất bao lâu. Thời gian của bạn không thể được dùng tốt hơn thế. Hãy ôn lại hai tuần qua để bạn có thể quan sát sự tiến triển của Tri Thức bên trong chính mình. Bạn sẽ cần sự hiểu biết này nếu bạn muốn hỗ trợ những người khác trong tương lai trong việc giành lại Tri Thức cho chính họ.

Bài thực hành 308: *Một lần thực hành dài.*

Bước 309

THẾ GIỚI TÔI THẤY ĐANG CỐ GẮNG TRỞ THÀNH MỘT CỘNG ĐỒNG.

THẾ GIỚI BẠN THẤY ĐANG CỐ GẮNG TRỞ THÀNH một cộng đồng, vì đây là sự tiến hóa của nó. Làm sao thế giới có thể tiến hóa khi nó bị phân mảnh? Làm sao nhân loại có thể tiến hóa khi nó đang chống đối chính mình? Làm sao thế giới có thể hòa bình khi phe phái này cạnh tranh với phe phái khác? Thế giới bạn thấy thì giống như tâm trí mà bạn trải nghiệm bên trong chính mình—chiến tranh với chính nó, nhưng không có mục đích hay ý nghĩa nào. Thế giới bạn thấy đang cố gắng trở thành một cộng đồng, vì tất cả các thế giới nơi sự sống thông minh đã tiến hóa phải trở thành một cộng đồng.

VIỆC ĐIỀU NÀY ĐƯỢC THỰC HIỆN BẰNG CÁCH NÀO VÀ KHI NÀO thì nằm ngoài phạm vi hiện tại của bạn, nhưng khi bạn nhìn vào thế giới mà không phán xét, thì bạn sẽ thấy được khát khao tham gia trong mỗi người. Bạn sẽ thấy mong muốn chấm dứt sự tách biệt. Những vấn đề cấp bách của thế giới chỉ đơn thuần thể hiện tình trạng khó khăn của nó và kêu gọi việc tạo ra một cộng đồng trên thế giới. Điều này là rất hiển nhiên nếu bạn chỉ cần nhìn. Khi chính bạn đang trở thành một người và chữa lành mọi vết thương bên trong mình như một học sinh của Tri Thức, thì thế giới cũng đang cố gắng trở thành một thế giới và chữa lành mọi vết thương của nó, sự tách biệt và mọi xung đột bên trong của nó. Tại sao vậy? Bởi vì Tri Thức đang ở trong thế giới.

KHI BẠN ĐANG KHÁM PHÁ TRI THỨC BÊN TRONG CHÍNH MÌNH, hãy nhớ rằng Tri Thức đang tiềm ẩn bên trong mỗi người, và ngay cả trong trạng thái tiềm ẩn của nó, nó vẫn đang phủ ảnh hưởng của nó và trao sự hướng dẫn của nó. Thế giới cũng chứa đựng Tri Thức. Nó là biểu hiện lớn hơn của chính bạn mà bạn nhìn vào. Do đó khi bạn trở thành một học sinh của Tri Thức và có thể nhận ra sự chuẩn bị của mình một cách khách quan, thì bạn sẽ bắt đầu có cái nhìn thật sự về quá trình tiến hóa của thế giới. Ở đây quan điểm của bạn sẽ không bị bóp méo bởi ưu tiên cá nhân hoặc nỗi sợ, vì sự tiến hóa của thế giới sẽ đơn giản là hiển nhiên đối với bạn. Sự tiến hóa của thế giới là hiển nhiên đối với các Giáo Viên của bạn, những người nhìn thế giới từ bên ngoài những ràng buộc của nó. Nhưng bạn, người đang ở trong thế giới, người cảm thấy ảnh hưởng của thế giới và người chia sẻ sự nghi ngờ và không chắc chắn của thế giới, phải học cách nhìn thế giới mà không có những ràng buộc này.

THẾ GIỚI ĐANG CỐ GẮNG TRỞ THÀNH MỘT CỘNG ĐỒNG. Hãy nhắc nhở bản thân về điều này mỗi giờ, và trong hai lần thực hành sâu của bạn, hãy tích cực dùng tâm trí mình để nỗ lực hiểu được ý tưởng của ngày hôm nay. Hãy nghĩ về các vấn đề của thế giới và các giải pháp mà chúng đòi hỏi. Hãy nghĩ về các xung đột trên thế giới và yêu cầu rằng chúng được giải quyết. Hãy nhận ra rằng nếu bất kỳ cá nhân hoặc nhóm nào phản đối các giải pháp và yêu cầu này, thì điều này sẽ khiến họ chiến tranh chống lại thế giới và chống lại nhau. Các xung đột bạn nhận thấy chỉ đơn thuần là nỗ lực duy trì sự tách biệt. Nhưng thế giới đang cố gắng trở thành một cộng đồng và bất chấp sự phản kháng đối với điều này, nó sẽ không ngừng cố gắng làm điều này, vì đây là quá trình tiến hóa của nó. Đây là mong muốn thật sự của tất cả những ai sống ở đây, vì mọi sự tách biệt phải chấm dứt và mọi đóng góp phải được trao tặng. Đây là mục đích của bạn và mục đích của tất cả những ai đã đến đây.

HÃY NHỚ, BẠN ĐÃ ĐƯỢC KÊU GỌI và bạn đang đáp lại mục đích đích thực duy nhất của mình. Theo thời gian, những người khác sẽ được kêu gọi và họ sẽ đáp lại. Điều này là tất yếu. Bạn đang hoàn thành điều tất yếu, mà sẽ mất rất nhiều thời gian và nhiều bước. Tri Thức là nguồn gốc của bạn và Tri Thức là kết quả. Do đó, bạn có thể chắc chắn về kết quả cuối cùng của hành động của mình. Bất kể thế giới sẽ tiến triển như thế nào trong quá trình chuẩn bị của nó và những khó khăn của nó, nó phải hoàn thành mục tiêu đích thực duy nhất này. Do đó, bạn có thể tiến bước với sự chắc chắn.

TRONG NHỮNG LẦN THIỀN DÀI CỦA BẠN, HÃY CỐ GẮNG THÂM NHẬP ý tưởng của ngày hôm nay. Đừng tự mãn ở đây, nhưng hãy chủ động dùng tâm trí bạn như nó được định được dùng. Hãy cố gắng nhận ra sự mâu thuẫn của chính bạn về việc thế giới trở thành một cộng đồng. Hãy cố gắng nhận ra nỗi sợ hãi và lo lắng của bạn về điều này. Cũng hãy cố gắng nhận ra mong muốn của bạn về một cộng đồng và sự hiểu biết của bạn rằng điều này là cần thiết. Khi bạn kiểm kê suy nghĩ và cảm xúc của chính mình về ý tưởng hôm nay, thì bạn sẽ hiểu rõ hơn tại sao thế giới lại ở trong tình trạng khó khăn hiện tại của nó. Thế giới có một định mệnh nhất định và một lộ trình nhất định để đi theo, nhưng nó lại mâu thuẫn về mọi thứ. Do đó, bản thân thế giới phải từ bỏ sự mâu thuẫn, như bạn đang học cách làm, và những thành tựu của bạn sẽ hỗ trợ nó trong nỗ lực lớn lao của nó, vì đây là đóng góp của bạn cho thế giới.

BÀI THỰC HÀNH 309: *Hai lần thực hành, mỗi lần 30 phút.*
Thực hành hàng giờ.

Bước 310

TÔI TỰ DO VÌ TÔI MONG MUỐN CHO ĐI.

Tự do của bạn sẽ được thoả mãn, tự do của bạn sẽ được hoàn thành và tự do của bạn sẽ được giành lại mãi mãi thông qua sự đóng góp của những món quà thật sự của bạn cho thế giới. Bạn, người hiện đang cam kết bản thân cho việc cho đi và đang học về bản chất của món quà của mình và trách nhiệm của mình như người cho đi thì đang tạo dựng nền tảng cho sự tự do của chính bạn và đang đảm bảo sự tự do của chính bạn trong thế giới. Đừng nản lòng khi thế giới không chia sẻ các giá trị của bạn và đừng nản lòng khi thế giới không chia sẻ cam kết của bạn, vì có nhiều người trong thế giới và bên ngoài thế giới đang thực hiện cùng một quá trình chuẩn bị như bạn. Có nhiều người đã hoàn thành quá trình chuẩn bị hiện tại của bạn và hiện đang phục vụ thế giới với cả trái tim và linh hồn họ.

VÌ VẬY, BẠN LÀ MỘT PHẦN CỦA MỘT CỘNG ĐỒNG HỌC TẬP LỚN LAO. Những gì bạn đang học lúc này, cuối cùng thì toàn thế giới cũng phải học, vì tất cả phải giành lại Tri Thức. Đây là Ý Chúa. Chúng Tôi hiện đang cố gắng giảm thiểu thời gian của quá trình và khó khăn sẽ gặp phải. Tuy nhiên Chúng Tôi hiểu rằng sự tiến hóa phải đi theo hành trình của nó bên trong cá nhân và cũng trong cả nhân loại. Vì vậy Tri Thức mở rộng bản thân để hỗ trợ quá trình tiến hóa thật sự của sự sống để sự sống có thể nhận ra bản thân và hoàn thành bản thân. Quá trình này tiếp diễn trong bạn và trong thế giới. Bạn, người đang khẳng định việc học của mình trong Tri Thức, sẽ xác nhận sự ủng hộ của mình đối với Tri Thức. Trong đây, bạn sẽ ngày càng trở thành một thế lực cho điều tốt đẹp trên thế giới—một thế lực xua tan sự mâu thuẫn, bối rối và xung đột, một thế lực cho hòa bình, một thế lực cho sự chắc chắn và một thế lực cho sự hợp tác và mối quan hệ thật sự.

Hãy nhớ ý tưởng này hàng giờ trong suốt cả ngày và trong hai lần thực hành sâu của mình, hãy tích cực dùng tâm trí bạn để suy nghĩ về điều này. Hãy để tâm trí bạn trở thành một công cụ hữu ích để điều tra. Một lần nữa hãy ôn lại tất cả các ý tưởng và niềm tin của bạn liên quan đến ý tưởng ngày hôm nay. Một lần nữa hãy nhận ra cách mà sự mâu thuẫn vẫn đang cướp đi cảm hứng từ bạn, cướp đi động lực từ bạn, cướp đi lòng can đảm của bạn và cướp đi mối quan hệ của bạn. Hãy củng cố việc học của mình và sự ủng hộ của mình đối với Tri Thức để bạn có thể thoát khỏi sự mâu thuẫn hôm nay và nhận được sự chắc chắn mà là tài sản thừa kế của bạn.

BÀI THỰC HÀNH 310: *Hai lần thực hành, mỗi lần 30 phút.*
Thực hành hàng giờ.

Bước 311

THẾ GIỚI ĐANG KÊU GỌI TÔI. TÔI PHẢI CHUẨN BỊ ĐỂ PHỤC VỤ NÓ.

Bạn đã đến để phục vụ thế giới, nhưng bạn phải chuẩn bị để phục vụ nó. Bạn không thể chuẩn bị cho bản thân, vì bạn không biết mình đang chuẩn bị cho điều gì, và bạn không biết phương pháp chuẩn bị, vì những điều này phải được trao cho bạn. Nhưng bạn biết rằng bạn phải chuẩn bị, và bạn biết rằng bạn phải đi theo các bước chuẩn bị, vì điều này đang nằm trong Tri Thức của bạn rồi.

Bạn đã đến để phục vụ thế giới. Nếu điều này bị phủ nhận hoặc bỏ bê, bạn sẽ rơi vào tình trạng hỗn loạn bên trong chính mình. Nếu mục đích của bạn không được phục vụ và thúc đẩy, thì bạn sẽ cảm thấy xa lạ với chính mình, và bạn sẽ rơi vào bóng tối của trí tưởng tượng của chính mình. Bạn sẽ lên án bản thân và tin rằng Chúa cũng lên án bạn. Chúa không lên án bạn. Chúa kêu gọi bạn để nhận ra mục đích của mình và hoàn thành nó.

ĐỪNG ĐỂ THAM VỌNG ĐƯA BẠN VÀO TRONG THẾ GIỚI QUÁ SỚM. Hãy nhớ rằng bạn là một học sinh của Tri Thức. Bạn đi theo Tri Thức trong thế giới vì bạn đang chuẩn bị trở thành phương tiện cho sự đóng góp của nó và trở thành người nhận những món quà của nó. Điều này đòi hỏi sự kiềm chế từ phía bạn. Điều này đòi hỏi việc tuân thủ một quá trình chuẩn bị lớn hơn. Học sinh chỉ cần đi theo sự dẫn dắt của hướng dẫn. Học sinh chỉ cần tin tưởng vào quyền lực của người hướng dẫn. Tri Thức của bạn sẽ xác nhận điều này và sẽ xua tan sự không chắc chắn của bạn ở đây, vì Tri Thức của bạn đang trở về Quê Hương của nó và Nguồn của nó. Nó đang trở về với thứ mà nó phải trở về. Nó đang đáp lại thứ mà nó phải hoàn thành trên thế giới.

ĐỪNG GHÉT THẾ GIỚI HAY CƯỜNG LẠI NÓ, vì nó là nơi bạn sẽ hoàn thành định mệnh của mình. Vì vậy, nó xứng đáng với lòng biết ơn và sự trân trọng của bạn. Tuy nhiên cũng hãy nhớ tôn trọng quyền lực của sự bối rối của nó và những lôi cuốn của nó. Ở đây bạn phải mạnh mẽ với Tri Thức, và mặc dù bạn cảm kích thế giới vì đã củng cố quyết tâm của bạn về Tri Thức, bạn cũng lưu ý đến sự bối rối của thế giới và bước vào thế giới một cách cẩn thận, với sự sáng suốt và tuân thủ đối với Tri Thức. Tất cả những điều này đều quan trọng, và Chúng Tôi sẽ nhắc nhở bạn về chúng khi chúng ta tiến bước, vì chúng là thiết yếu đối với bạn để học được Minh Triết như một học sinh. Chính mong muốn của bạn về Tri Thức và khả năng của bạn về Tri Thức mà Chúng Tôi phải trau dồi và bạn phải học cách tiếp nhận.

BÀI THỰC HÀNH 311: *Đọc bài học ba lần hôm nay.*

Bước 312

CÓ NHỮNG VẤN ĐỀ LỚN LAO ĐỂ TÔI GIẢI QUYẾT TRONG THẾ GIỚI.

NHIỀU VẤN ĐỀ CÁ NHÂN CỦA BẠN SẼ ĐƯỢC GIẢI QUYẾT khi bạn trao bản thân cho một tiếng gọi lớn lao. Một số vấn đề cá nhân của bạn thì bạn sẽ cần phải cụ thể giải quyết, nhưng ngay cả ở đây bạn sẽ thấy rằng gánh nặng của chúng trên bạn sẽ giảm bớt khi bạn bước vào phạm vi tham gia lớn hơn trong cuộc sống. Tri Thức trao cho bạn những điều lớn lao để làm, nhưng nó không bỏ sót bất kỳ chi tiết nào về những gì bạn phải hoàn thành. Do đó, những chi tiết nhỏ và những chi tiết lớn, những điều chỉnh nhỏ và những điều chỉnh lớn đều được bao gồm. Không có gì bị bỏ sót. Bản thân bạn không thể nào cân bằng sự chuẩn bị của mình về mặt này, vì bạn sẽ không biết cách thiết lập ưu tiên của mình giữa những thứ lớn lao và những thứ nhỏ bé. Nỗ lực làm như vậy của bạn sẽ chỉ đẩy bạn sâu hơn vào sự bối rối và thất vọng.

VẬY THÌ HÃY BIẾT ƠN VÌ BẠN ĐÃ ĐƯỢC MIỄN khỏi việc tự mình cố gắng làm điều không thể, vì những gì chân thật đang được trao cho bạn. Việc bạn phải làm là trở thành một học sinh và một phương tiện cho Tri Thức. Điều này sẽ kích hoạt mọi sự phát triển cá nhân có ý nghĩa và mọi sự giáo dục cá nhân có ý nghĩa. Nó sẽ đòi hỏi từ bạn nhiều hơn những gì bạn đòi hỏi ở bản thân, và tất cả những gì nó đòi hỏi sẽ được đáp ứng và sẽ mang lại lời hứa thật sự của nó cho bạn.

HÀNG GIỜ HÃY NHẮC NHỞ BẢN THÂN VỀ ĐIỀU NÀY và hãy vững tin rằng có một sự tham gia lớn hơn được hứa hẹn mà sẽ giúp bạn thoát khỏi đau khổ của chính mình. Trong các lần thực hành sâu của bạn hôm nay, hãy tích cực dùng tâm trí mình để xem xét tất cả các vấn đề cá nhân nhỏ của bạn. Hãy xem xét tất cả những thứ bạn nghĩ đang kìm hãm bạn và tất cả những thứ bạn nghĩ mình phải tự giải quyết. Khi bạn nhìn vào từng thứ một cách khách quan, mà không phủ nhận, thì hãy nhớ và nhắc nhở bản thân rằng một tiếng gọi lớn lao được trao cho bạn mà sẽ sửa chữa những điều này hoặc khiến việc sửa chữa chúng trở nên không cần thiết. Hãy nhắc nhở bản thân rằng Tri Thức sẽ cung cấp sự sửa chữa ở mọi cấp độ khi cuộc sống của bạn trở nên đồng nhất và có định hướng, khi Tri Thức của bạn bắt đầu trỗi lên và khi cảm nhận thật sự của bạn về bản thân bắt đầu được công nhận và tiếp nhận.

BÀI THỰC HÀNH 312: *Hai lần thực hành, mỗi lần 30 phút.*
Thực hành hàng giờ.

Bước 313

HÃY ĐỂ TÔI NHẬN RA RẰNG NHỮNG GÌ PHỨC TẠP THÌ LÀ ĐƠN GIẢN.

Bạn nghĩ rằng các vấn đề cá nhân của bạn là phức tạp. Bạn nghĩ rằng các vấn đề của thế giới là phức tạp. Bạn nghĩ rằng tương lai của mình và định mệnh của mình là phức tạp. Điều này là do bạn đã sống trong trí tưởng tượng và đã cố gắng giải quyết câu hỏi với sự không chắc chắn. Đây là kết quả của việc sử dụng niềm tin cá nhân của bạn để sắp xếp vũ trụ theo ý thích của bạn. Đây là kết quả của việc cố gắng làm điều không thể, và đây là kết quả của việc thất bại trong điều không thể.

Bạn đã được cứu rỗi vì Tri Thức đang ở cùng bạn. Bạn đã được cứu chuộc vì bạn đang học cách nhận lãnh Tri Thức. Do đó mọi xung đột sẽ được giải quyết, và bạn sẽ tìm thấy mục đích, ý nghĩa và phương hướng thật sự trên thế giới. Bạn sẽ thấy rằng bạn vẫn sẽ cố gắng tự giải quyết các vấn đề của mình, và điều này sẽ chỉ nhắc nhở bạn rằng bạn cần Tri Thức để hướng dẫn bạn. Vì tất cả những gì nỗ lực của riêng bạn có thể làm mà không với Tri Thức là để nhắc nhở bạn về nhu cầu của bạn về Tri Thức.

Do đó, hôm nay hãy nhớ hàng giờ rằng Tri Thức đang ở bên bạn và rằng bạn là một học sinh của Tri Thức. Hãy tự tin rằng mọi vấn đề bạn nhận thức được—lớn và nhỏ, bên trong và bên ngoài bạn—sẽ được giải quyết thông qua Tri Thức. Cũng hãy nhắc nhở bản thân rằng điều này không đặt bạn vào trạng thái thụ động. Điều này sẽ đòi hỏi sự tham gia tích cực của bạn như một học sinh của Tri Thức và sự phát triển tích cực của các khả năng của bạn cho một mục đích đích thực. Thật vậy, bạn đã thụ động trước đây vì những nỗ lực của bạn cho điều không thể và sự thất bại của bạn trong điều không thể. Bây giờ bạn đang trở nên năng động, và thứ năng động bên trong bạn chính là Tri Thức, vì giờ đây bạn đang nhận lãnh Bản Thể Thật Sự của mình.

Trong hai lần thực hành dài của mình, hãy tích cực tham gia vào ý tưởng của ngày hôm nay. Hãy cố gắng thâm nhập vào ý nghĩa của nó. Hãy xem xét tất cả các ý tưởng và niềm tin mà bạn hiện đang có liên quan đến nó. Hãy cho phép bản thân kiểm kê các suy nghĩ và niềm tin của mình để bạn có thể nhận ra công việc phải hoàn thành bên trong bạn. Bạn là người nhận đầu tiên của Tri Thức, và một khi bạn đã đạt được một mức độ thành tựu nhất định ở đây, Tri Thức sẽ tự nhiên chảy thông qua bạn. Khi đó các hoạt động của bạn sẽ ngày càng tham gia vào việc phục vụ thế giới xung quanh bạn, và những vấn đề lớn hơn sẽ được đem đến cho bạn để bạn có thể được cứu khỏi khó khăn của chính mình.

BÀI THỰC HÀNH 313: *Hai lần thực hành, mỗi lần 30 phút.*
Thực hành hàng giờ.

Bước 314

TÔI SẼ KHÔNG SỢ ĐI THEO HÔM NAY.

ĐỪNG SỢ ĐI THEO, vì bạn là một người đi theo. Đừng sợ trở thành học sinh, vì bạn là một học sinh. Đừng sợ học, vì bạn là một người học. Hãy đơn thuần chấp nhận bản chất của mình và sử dụng nó cho mục đích tốt. Ở đây bạn chấm dứt cuộc chiến chống lại chính mình, khi bạn đã cố gắng trở thành thứ gì đó mà bạn không phải. Hãy học cách chấp nhận bản thân, và bạn sẽ nhận ra rằng bạn được chấp nhận. Hãy học cách yêu bản thân, và bạn sẽ nhận ra rằng bạn được yêu. Hãy học cách đón nhận bản thân, và bạn sẽ học được rằng bạn được đón nhận. Làm sao bạn có thể yêu, chấp nhận và đón nhận bản thân? Bằng cách trở thành học sinh của Tri Thức, bởi vì ở đây tất cả những thành tựu này đều là tự nhiên. Bạn phải hoàn thành chúng để ở bên Tri Thức, và Tri Thức sẽ hoàn thành chúng. Do đó một cách thức đơn giản được trao cho bạn để giải quyết một khó khăn có vẻ phức tạp.

ĐỪNG NGHI NGỜ QUYỀN LỰC CỦA TRI THỨC BÊN TRONG BẠN và những gì nó có thể đạt được, bởi vì bạn không thể hiểu được ý nghĩa của Tri Thức, nguồn gốc của Tri Thức hoặc cơ chế của Tri Thức. Bạn chỉ có thể nhận lãnh lợi ích của nó. Bạn chỉ được yêu cầu để nhận lãnh ngày hôm nay. Bạn chỉ được yêu cầu để trở thành người nhận Tri Thức.

HÀNG GIỜ HÃY NHỚ Ý TƯỞNG CỦA MÌNH và nghiêm túc xem xét nó trong suốt cả ngày. Hãy nhận thấy nhiều cơ hội để thực hành hôm nay, vì tâm trí bạn hiện đang được kéo ra khỏi sự tưởng tượng và bối rối. Hãy nhận thấy nhiều bao nhiêu thời gian và năng lượng đang dành cho bạn. Bạn sẽ ngạc nhiên về cách cuộc đời bạn sẽ mở ra và những cơ hội lớn lao sẽ bắt đầu trồi lên cho bạn.

TRONG CÁC BÀI THỰC HÀNH SÂU CỦA BẠN HÔM NAY, một lần nữa hãy bước vào sự tâm lặng. Một lần nữa hãy ẩn náu khỏi những thăng trầm và sự bối rối của thế giới. Một lần nữa bước vào nơi ẩn náu của Tri Thức để trao chính mình. Chính trong sự trao tặng này mà bạn sẽ nhận. Chính trong sự trao tặng này mà bạn sẽ tìm thấy những gì bạn tìm kiếm ngày hôm nay.

BÀI THỰC HÀNH 314: *Hai lần thực hành, mỗi lần 30 phút.*
Thực hành hàng giờ.

Bước 315

HÔM NAY TÔI SẼ KHÔNG CÔ ĐỘC.

Hôm nay đừng cô độc. Đừng cô lập bản thân trong sự sợ hãi của mình hay trong trí tưởng tượng tiêu cực của mình. Đừng cô lập bản thân trong ảo tưởng của mình. Đừng nghĩ rằng bạn cô độc, vì đây là ảo tưởng. Hôm nay đừng cô độc. Hãy nhận ra rằng những người ở bên bạn không bị thuyết phục bởi những sai lầm của bạn hay nản lòng bởi những thất bại của bạn, nhưng họ nhận ra bản chất thật sự của bạn và Tri Thức của bạn. Những người ở bên bạn hôm nay yêu bạn mà không có ngoại lệ. Hãy đón nhận tình yêu của họ, vì điều này sẽ xác nhận rằng bạn không cô độc, và điều này sẽ xác nhận rằng bạn không muốn cô độc. Tại sao bạn lại muốn cô độc nếu không phải để che giấu nỗi đau của mình, cảm giác thất bại của mình và cảm giác tội lỗi của mình? Những thứ này mà là kết quả của sự tách biệt của bạn sẽ chỉ cô lập bạn hơn nữa.

Tuy nhiên, hôm nay bạn không cô độc. Do đó hãy chọn không cô độc, và bạn sẽ thấy rằng bạn chưa bao giờ cô độc. Hãy chọn không cô lập bản thân, và bạn sẽ thấy rằng bạn đã là một phần của cuộc sống rồi. Hãy xác nhận điều này hàng giờ và một lần nữa nhận thấy nhiều cơ hội để xem xét điều này trong suốt cả ngày. Trong các lần thiền sâu của mình, hãy bắt đầu bằng lời khẩn cầu của thông điệp của ngày hôm nay. Sau đó hãy bước vào sự tĩnh lặng và im lặng, nơi không có sự tách biệt. Hãy cho phép bản thân nhận lãnh những món quà vĩ đại của tình yêu được dành cho bạn và xua tan mọi cảm giác bất lực và không xứng đáng mà chỉ là tàn dư của cuộc sống tưởng tượng, tách biệt của bạn. Hôm nay bạn không cô độc. Do đó, có hy vọng cho thế giới.

Bài thực hành 315:   *Hai lần thực hành, mỗi lần 30 phút.*
                    Thực hành hàng giờ.

Bước 316

TÔI SẼ TIN TƯỞNG NHỮNG KHUYNH HƯỚNG SÂU SẮC NHẤT CỦA MÌNH HÔM NAY.

NHỮNG KHUYNH HƯỚNG SÂU SẮC NHẤT CỦA BẠN XUẤT PHÁT từ Tri Thức. Khi tâm trí bạn thoát khỏi những ràng buộc của nó và khi cuộc đời bạn bắt đầu mở ra đối với tiếng gọi lớn lao đang trỗi lên cho bạn lúc này, thì những khuynh hướng sâu thẳm này sẽ trở nên quyền lực hơn và rõ ràng hơn. Bạn sẽ có thể nhận ra chúng dễ dàng hơn. Điều này sẽ đòi hỏi sự tin tưởng lớn lao vào bản thân, mà tất nhiên sẽ đòi hỏi sự yêu thương lớn lao đối với bản thân. Việc tin tưởng những khuynh hướng sâu sắc nhất của mình, đi theo Tri Thức và trở thành học sinh của Tri Thức sẽ thiết lập lại tình yêu bản thân của bạn và đặt nó trên một nền tảng vững chắc mà thế giới không thể lay chuyển.

Ở ĐÂY BẠN ĐƯỢC CỨU CHUỘC TRONG CHÍNH ĐÔI MẮT CỦA BẠN. Ở đây bạn được đưa vào mối quan hệ với cuộc sống. Ở đây tình yêu bản thân của bạn mang lại tình yêu dành cho người khác, vì không có sự bất bình đẳng ở đây. Bạn được khôi phục, và trong sự khôi phục của bạn, Tri Thức bắt đầu thể hiện chính nó trong thế giới. Bạn là người nhận lãnh chính của nó, nhưng thậm chí còn lớn hơn thế nữa là tác động của nó lên thế giới. Vì trong sự cho đi của mình, bạn sẽ nhắc nhở thế giới rằng nó không mất hy vọng, rằng nó không cô độc, rằng bạn không cô độc, rằng những người khác không cô độc. Và rằng tất cả những khuynh hướng sâu sắc nhất về hy vọng, sự thật và công lý mà những người khác cảm thấy thì không phải không có cơ sở, mà được sinh ra từ Tri Thức bên trong họ. Do đó bạn sẽ là một thế lực cho sự xác nhận trong thế giới và là một thế lực để xác nhận Tri Thức trong những người khác nữa.

HÃY NHỚ Ý TƯỞNG CỦA MÌNH HÀNG GIỜ và cố gắng sử dụng mọi tình huống mà bạn gặp phải ngày hôm nay cho mục đích giành lại Tri Thức. Bằng cách này, bạn sẽ thấy rằng toàn bộ cuộc sống của bạn có thể được sử dụng cho việc thực hành. Khi điều này được thực hiện, mọi thứ xảy ra sẽ phục vụ bạn, và bạn sẽ cảm thấy tình yêu đối với thế giới. Những khuynh hướng sâu sắc của bạn sẽ khơi dậy và khuyến khích những khuynh hướng sâu sắc trong những người khác, và do đó bạn sẽ là một thế lực cho Tri Thức trên thế giới.

Trong hai lần thực hành thiền sâu của mình, trong sự tâm lặng hãy nương náu trong ngôi đền của Tri Thức bên trong bạn. Hãy cố gắng tâm lặng ở đây và chỉ đơn giản cảm nhận quyền lực của Tri Thức trong cuộc đời bạn. Đừng mang theo câu hỏi của mình, vì chúng sẽ được trả lời bởi Tri Thức khi nó trồi lên bên trong bạn. Hãy đến trong sự cởi mở, tìm kiếm sự giải thoát, tìm kiếm sự thoải mái, tìm kiếm quyền lực và tìm kiếm sự chắc chắn. Bạn sẽ trải nghiệm những điều này vì chúng phát ra từ bản chất của Tri Thức bên trong bạn. Hãy để hôm nay là ngày của sự tin tưởng bản thân và do đó là ngày của tình yêu bản thân.

Bài thực hành 316: *Hai lần thực hành, mỗi lần 30 phút.*
Thực hành hàng giờ.

Bước 317

TÔI CHỈ CẦN TỪ BỎ SỰ MÂU THUẪN CỦA MÌNH ĐỂ BIẾT ĐƯỢC SỰ THẬT.

THẬT ĐƠN GIẢN ĐỂ BIẾT ĐƯỢC SỰ THẬT khi sự thật thật sự được mong muốn. Thật đơn giản để nhận ra sự mâu thuẫn và thấy được tác động tàn phá của nó lên cuộc sống của bạn. Thật đơn giản để thấy được bằng chứng của sự mâu thuẫn trong thế giới xung quanh bạn và cách nó làm suy yếu khuynh hướng sâu sắc của tất cả những người đang sống ở đây. Vậy thì hãy tìm cách thoát khỏi sự mâu thuẫn, vì đây là sự bối rối. Vậy thì hãy tìm cách thoát khỏi gánh nặng của việc ra quyết định và lựa chọn liên tục, vì đây là một gánh nặng.

Người đàn ông và phụ nữ của Tri Thức không cần phải gánh nặng bản thân bằng việc liên tục cân nhắc về những gì họ phải làm, họ phải như thế nào, họ là ai và họ đang đi đâu trong cuộc sống, vì những điều này được biết khi từng bước được dự đoán và thực hiện. Do đó, gánh nặng vĩ đại mà bạn mang trong thế giới được giải thoát khỏi đôi vai bạn. Do đó, bạn bắt đầu tin tưởng bản thân và thế giới. Ở đây sự bình an là khả thi và được đảm bảo ngay cả đối với những người đang hoạt động tích cực trên thế giới, vì họ mang sự tâm lặng và cởi mở bên trong mình. Bây giờ họ không còn bị nặng gánh và đang ở trong vị trí để thật sự đóng góp.

Hãy nhắc nhở bản thân về bài học của bạn hàng giờ và khi bạn nhìn vào thế giới, hãy thấy được tác động và ảnh hưởng của sự mâu thuẫn. Hãy nhận ra nó tàn phá như thế nào và cách nó phát sinh từ sự bối rối và hỗ trợ sự bối rối. Đó là kết quả của việc cố gắng coi trọng những thứ vô nghĩa và phớt lờ những thứ có ý nghĩa. Ở đây những thứ không có giá trị cạnh tranh với những thứ có giá trị thật sự trong đánh giá của những người nhận thức chúng. Hãy nhận ra điều này khi bạn nhìn vào thế giới. Đừng để một giờ nào trôi qua hôm nay mà không thực hành, vì bằng cách này, hôm nay sẽ dạy bạn về tầm quan trọng của Tri Thức. Nó sẽ dạy bạn rằng sự mâu thuẫn phải được thoát khỏi và đó là lời nguyền của sự bối rối lên thế giới.

TRONG NHỮNG LẦN THỰC HÀNH SÂU CỦA MÌNH, hãy thoát khỏi sự mâu thuẫn của chính bạn và quay trở lại nơi ẩn náu của Tri Thức, nơi mà trong sự tâm lặng và bình an, bạn có thể trải nghiệm trọn vẹn quyền lực của Tri Thức và sự thật về bản chất của chính bạn. Đây là ngày của tự do. Đây là ngày hiểu được khó khăn của bạn và nhận ra rằng lối thoát của bạn đang ở trong tầm tay. Hãy thực hiện bước này với sự tự tin, vì hôm nay bạn có thể thoát khỏi sự mâu thuẫn.

BÀI THỰC HÀNH 317: *Hai lần thực hành, mỗi lần 30 phút.*
Thực hành hàng giờ.

Bước 318

CÓ MỘT QUYỀN LỰC VĨ ĐẠI ĐANG HOẠT ĐỘNG TRÊN THẾ GIỚI.

CÓ MỘT QUYỀN LỰC VĨ ĐẠI ĐANG HOẠT ĐỘNG TRÊN THẾ GIỚI vì có một Quyền Lực Vĩ Đại đang hoạt động trong cuộc sống của bạn, và Quyền Lực Vĩ Đại này đang hoạt động trong cuộc sống của tất cả những ai sống ở đây. Ngay cả khi phần lớn cư dân trên thế giới của bạn vẫn chưa sẵn sàng để bắt đầu giành lại Tri Thức, Tri Thức vẫn sống bên trong họ và phủ ảnh hưởng của nó lên họ—một ảnh hưởng sẽ tác động lên họ theo những cách nhất định và họ sẽ phớt lờ theo những cách khác. Tuy nhiên khi bạn trở thành người nhận và người đại diện cho Tri Thức và khi bạn trở thành phương tiện cho việc thể hiện của Tri Thức trên thế giới, thì bạn sẽ có quyền lực để kích hoạt và ảnh hưởng lên tất cả những người cần nhận lãnh Tri Thức bên trong họ. Bằng cách này, mọi thứ bạn làm, lớn hay nhỏ, đều trở thành phước lành cho thế giới. Bạn, người lúc này đang học cách từ bỏ sự lên án bản thân và thoát khỏi sự mâu thuẫn, sẽ thấy được hiệu quả của Sự Dẫn Dắt Bên Trong của chính bạn đang truyền tia lửa sự sống của nó lên thế giới. Do đó, bạn trở thành một phần của thế lực cho điều tốt đẹp, một thế lực đang phục vụ cho Quyền Lực Vĩ Đại trên thế giới.

THẾ GIỚI THỂ HIỆN SAI LẦM CỦA NÓ với sự trầm trọng và mức độ lớn, nhưng những sai lầm này được bù đắp bởi sự hiện diện của một Quyền Lực Vĩ Đại trên thế giới. Nếu không có Quyền Lực Vĩ Đại này, nhân loại sẽ không tiến hóa xa như vậy. Nếu không có Quyền Lực Vĩ Đại này, tất cả những gì tốt đẹp trong các thứ hữu hình của bạn, tất cả những thứ đã phục vụ và truyền cảm hứng cho nhân loại và tất cả những thứ đã nói về sự vĩ đại của Tri Thức, trực tiếp hoặc gián tiếp, sẽ không xảy ra. Quyền Lực Vĩ Đại trên thế giới đã cho phép sự tiến hóa của nhân loại tiếp tục và đã giữ cho Tri Thức tồn tại trên thế giới thông qua những cá nhân như chính bạn, người mà thông qua tia lửa của Tri Thức của chính họ, đã được kêu gọi chuẩn bị để Tri Thức có thể được khôi phục và được thể hiện và do đó được giữ cho tồn tại.

Do đó, hãy có hy vọng vì Quyền Lực Vĩ Đại đang ở trong thế giới. Nhưng đừng nghĩ rằng điều này khiến bạn thụ động. Đừng nghĩ rằng điều này sẽ gỡ bỏ khỏi vai bạn trách nhiệm luôn đi kèm với việc giành lại Tri Thức. Quyền Lực Vĩ Đại này trên thế giới đòi hỏi bạn phải chuẩn bị để nhận lãnh nó và thể hiện nó. Tiếng nói của bạn là tiếng nói của nó; đôi tay của bạn là đôi tay của nó; đôi mắt của bạn là đôi mắt của nó; đôi tai của bạn là đôi tai của nó; chuyển động của bạn là chuyển động của nó. Nó dựa vào sự chuẩn bị của bạn và sự thể hiện của bạn, giống như bạn dựa vào nó để có sự chắc chắn và như bạn dựa vào nó để có mục đích, ý nghĩa và phương hướng. Do đó, chính thông qua sự tin cậy của bạn vào Tri Thức và sự tin cậy của Tri Thức vào bạn mà sự hợp nhất của bạn với Tri Thức được hoàn thành.

Hàng giờ hãy nhắc nhở bản thân rằng một Quyền Lực Vĩ Đại đang hoạt động trên thế giới. Hãy nghĩ về điều này khi bạn nhìn vào thế giới trong sự mâu thuẫn và sai lầm của nó. Hãy nghĩ về điều này khi bạn nhìn vào thế giới trong sự tráng lệ của nó và biểu hiện đầy cảm hứng của nó. Nếu bạn chỉ nhìn mà không phán xét, thì bạn sẽ thấy được sự hiện diện tuyệt vời của Tri Thức trên thế giới. Điều này sẽ trao cho bạn niềm tin vào thế giới khi bạn đang học cách tự tin vào chính mình.

Trong những lần thực hành sâu của mình hôm nay, hãy quay trở lại nơi ẩn náu của mình, nơi bạn đến để trao bản thân cho Quyền Lực Vĩ Đại đang ở trong thế giới và đang ở bên trong bạn. Hãy để tâm trí bạn tĩnh lặng để bạn có thể nhận lãnh và trải nghiệm Quyền Lực Vĩ Đại này trong cuộc đời mình. Ở đây bạn học cách nhận lãnh thứ đang tiếp nhận bạn. Ở đây bạn học cách nhận ra thứ đang tiếp nhận thế giới và trao cho thế giới niềm hy vọng đích thực duy nhất của nó.

BÀI THỰC HÀNH 318: *Hai lần thực hành, mỗi lần 30 phút.*
Thực hành hàng giờ.

Bước 319

Tại sao tôi phải sợ khi Quyền Lực Vĩ Đại đang ở trong thế giới?

Bất cứ khi nào bạn rơi vào bóng tối của sự sợ hãi, thì bạn đang rút lui khỏi Tri Thức và bước vào bóng tối của trí tưởng tượng. Bất cứ khi nào bạn rơi vào bóng tối của sự sợ hãi của chính mình, thì bạn đang phủ nhận thực tế về một Quyền Lực Vĩ Đại trên thế giới và do đó đang đánh mất lợi ích của nó cho bạn. Bất cứ khi nào bạn rơi vào bóng tối của sự sợ hãi của chính mình, thì bạn đang đi theo bài giảng của sự sợ hãi, thứ đang hoành hành trên thế giới. Bạn đang cho phép mình trở thành học sinh của sự sợ hãi. Bạn đang cho phép mình bị chi phối bởi sự sợ hãi. Nhận ra điều này và bạn sẽ nhận ra rằng không cần phải như vậy, rằng bạn có quyền lực để định hướng lại việc học của mình và rằng bạn có khả năng bước lại vào sự chuẩn bị thật sự.

Hãy suy nghĩ nghiêm túc về điều này hôm nay. Tại sao bạn phải sợ khi Quyền Lực Vĩ Đại đang ở trong thế giới? Quyền Lực Vĩ Đại này mà bạn đang học cách nhận lãnh chính là nguồn cứu chuộc của bạn. Bạn có thể mất thứ gì khi nguồn này được công nhận, khi bạn học cách vào trong mối quan hệ với nguồn này và khi bạn phục vụ nguồn này và cho phép nó phục vụ bạn? Thế giới có thể lấy đi thứ gì từ bạn khi nguồn Tri Thức nằm trong bạn? Thế giới có thể làm gì với bản thân khi nguồn Tri Thức nằm trong thế giới?

Nhận thức này kêu gọi sự tham gia hoàn toàn của bạn trong thế giới và sự phục vụ hoàn toàn của bạn đối với Tri Thức. Nó kêu gọi sự tham gia hoàn toàn của bạn vào việc đóng góp cho người khác vì bạn là phương tiện cho Quyền Lực Vĩ Đại trên thế giới. Tuy nhiên trong sự tham gia tích cực này, bạn cũng hiểu rằng chỉ là vấn đề thời gian trước khi tất cả các tâm trí thức tỉnh trước ánh sáng của Tri Thức bên trong chính họ. Điều này có thể mất rất nhiều thời gian, nhưng thời gian đang ở bên bạn và trong sự kiên nhẫn và tự tin, bạn có thể tiến bước, vì điều gì có thể làm suy yếu sự chuẩn bị của bạn và đóng góp của bạn ngoài sự nghi ngờ bản thân và sự sợ hãi? Điều gì có thể ngăn cản bạn tiến bước với sự chắc chắn và sự tham gia hoàn toàn ngoài sự nghi ngờ rằng Tri Thức tồn tại trên thế giới?

Do đó, bất cứ khi nào bạn bước vào sự sợ hãi, hãy thực hành hôm nay việc nhận ra rằng một Quyền Lực Vĩ Đại đang ở trong thế giới. Hãy sử dụng sự nhận biết này để đưa bản thân thoát khỏi nỗi sợ hãi bằng cách nhớ rằng một Quyền Lực Vĩ Đại đang ở trong thế giới và bằng cách nhớ rằng một Quyền Lực Vĩ Đại đang ở trong cuộc đời bạn. Hãy nghĩ về điều này hàng giờ và trong hai lần thực hành thiền sâu của mình, hãy trở lại vào nơi ẩn náu của mình, nơi trong sự tâm lặng và tự tin bạn nhận lãnh Quyền Lực Vĩ Đại đang ở trong thế giới. Ở đây bạn phải nhận ra rằng sự chuẩn bị của bạn đòi hỏi bạn phải tách ra khỏi sự sợ hãi và bóng tối và bước đến ánh sáng của sự thật. Hai hoạt động này sẽ xác nhận bản chất của bạn và sẽ không phản bội bất cứ điều gì chân thật bên trong bạn hoặc trong thế giới.

Khi bạn nhìn vào thế giới mà không phán xét và khi bạn nhìn vào bản thân mà không phán xét, thì bạn sẽ thấy rằng một Quyền Lực Vĩ Đại đang hoạt động. Điều này sẽ khôi phục lại hạnh phúc cho bạn, vì bạn sẽ nhận ra rằng bạn đã mang theo mình Quê Hương Cổ Đại của mình và rằng Quê Hương Cổ Đại của bạn cũng đang ở đây. Điều này sẽ nhấc gánh nặng của sự sợ hãi, sự đàn áp của sự căng thẳng và sự bối rối của sự mâu thuẫn khỏi tâm trí bạn. Khi đó bạn sẽ nhớ lý do tại sao mình đã đến đây, và bạn sẽ cống hiến cuộc đời mình để đóng góp những gì bạn đã đến đây để trao tặng. Khi đó cuộc đời bạn sẽ là lời tuyên bố về hạnh phúc và sự hòa nhập, và tất cả những ai nhìn thấy bạn sẽ nhớ rằng họ cũng đã đến từ Quê Hương Cổ Đại của bạn.

Bài thực hành 319: *Hai lần thực hành, mỗi lần 30 phút.*
Thực hành hàng giờ.

Bước 320

TÔI ĐƯỢC TỰ DO LÀM VIỆC TRONG THẾ GIỚI.

Khi thế giới không áp bức bạn, bạn được tự do làm việc trong thế giới. Khi thế giới không đe dọa bạn, bạn được tự do làm việc trong thế giới. Khi bạn nhận ra rằng thế giới là nơi kêu gọi sự đóng góp của bạn, bạn được tự do làm việc trong thế giới. Do đó, khi trải nghiệm về Tri Thức của bạn trong cuộc đời bạn càng lớn, thì bạn càng được tự do để làm việc trong thế giới. Và dần dần bạn sẽ làm việc trong thế giới, và khi đó công việc của bạn sẽ hiệu quả hơn nhiều, kết nối hơn nhiều và hoàn thiện hơn nhiều so với bất kỳ điều gì bạn đã làm cho đến nay. Trong quá khứ bạn đã sợ thế giới, bị đe dọa bởi thế giới, bị tức giận bởi thế giới và bị chán nản bởi thế giới. Do đó, những đóng góp trong quá khứ của bạn cho thế giới đã bị hạn chế bởi những phản ứng này. Bạn đã mâu thuẫn về việc ở trong thế giới vì bạn đã sợ thế giới. Có lẽ bạn đã tìm kiếm sự ẩn náu trong những điều tâm linh, nhưng bản chất tâm linh thật sự của bạn sẽ chuyển hướng bạn vào trong thế giới và đưa bạn trở lại với quyền lực, sự chắc chắn và mục đích lớn hơn, vì bạn đã đến để ở trong thế giới.

Hiểu được điều này, bạn sẽ một lần nữa nhận ra tầm quan trọng của Tri Thức. Bạn sẽ một lần nữa xác nhận bạn muốn trao tặng cho thế giới này nhiều bao nhiêu và bạn sẽ đau đớn như thế nào khi sự trao tặng này bị cản trở hoặc kìm lại. Bạn đã đến để làm việc trên thế giới, và bạn muốn làm điều này một cách trọn vẹn để khi bạn rời đi, bạn rời đi với những món quà của mình được trao tặng và với mọi thứ được trao tặng. Bạn không có gì để mang theo mình về Nhà từ thế giới này ngoại trừ việc giành lại các mối quan hệ. Với sự hiểu biết này, bạn sẽ trở nên tự do để ở trong thế giới.

Hàng giờ hãy lặp lại ý tưởng của ngày hôm nay và nhận ra rằng bất kể mức độ nào bạn vẫn còn mâu thuẫn về việc ở trong thế giới, sự mâu thuẫn của bạn được tạo ra và đang được duy trì bởi chính sự sợ hãi của bạn đối với thế giới. Hãy nhớ điều này hàng giờ để bạn có thể học được bài học vĩ đại đang được dạy ngày hôm nay, bài học vĩ đại rằng bạn đang trở nên tự do để ở trong thế giới. Ở đây bạn mang theo mình Quê Hương Cổ Đại của mình. Ở đây bạn sẽ không cố gắng trốn thoát khỏi thế giới chỉ vì nó làm bạn sợ, đe dọa bạn hoặc làm bạn chán nản.

Bạn đang ở đây để trao cho thế giới, vì Tri Thức vĩ đại hơn thế giới—thế giới chỉ là một nơi tạm thời nơi Tri Thức đã bị tạm thời quên. Trong đây, bạn sẽ nhận ra thứ trao tặng và thứ nhận lãnh, thứ vĩ đại và thứ nhỏ bé. Công việc của bạn trên thế giới giờ đây có thể có được sự chú ý và tận tụy hoàn toàn của bạn. Công việc của bạn giờ đây có thể có được sự tham gia hoàn toàn của bạn. Do đó, cuộc sống vật chất của bạn có thể trở nên hoàn toàn có ý nghĩa, có mục đích và tràn đầy giá trị.

Trong hai lần thực hành thiền sâu hôm nay của mình, hãy thắp lại Ngọn Lửa của Tri Thức bên trong bạn bằng cách quay trở lại nơi trú ẩn của bạn. Hãy nhớ phải tâm lặng. Hãy nhớ trao bản thân cho việc thực hành. Đây là công việc trước mắt. Từ công việc này, công việc của bạn trên thế giới sẽ được tự do thể hiện chính nó, và bạn, người đang ở trong thế giới, sẽ được trao cho sự chắc chắn và trấn an rằng Quê Hương Cổ Đại của bạn đang ở bên bạn.

Bài thực hành 320: *Hai lần thực hành, mỗi lần 30 phút.*
Thực hành hàng giờ.

Bước 321

THẾ GIỚI ĐANG CHỜ ĐỢI SỰ ĐÓNG GÓP CỦA TÔI.

Thật sự thế giới đang chờ đợi sự đóng góp của bạn, nhưng hãy nhớ rằng sự đóng góp của bạn sẽ thể hiện chính nó trong mọi việc bạn làm, lớn hay nhỏ. Vì vậy đừng tưởng tượng cho mình một vai trò hoành tráng hay khó khăn khủng khiếp. Đó không phải là Con Đường của Tri Thức. Tri Thức sẽ thể hiện chính nó thông qua tất cả các hoạt động của bạn, vì nó là sự hiện diện mà bạn mang theo bên mình. Khi tâm trí bạn và cuộc sống của bạn không còn xung đột, sự hiện diện này sẽ thể hiện chính nó ngày càng nhiều thông qua bạn, và bạn sẽ là nhân chứng của Tri Thức đang hoạt động, cả bên trong bạn và bên trong cuộc đời bạn. Ở đây bạn sẽ bắt đầu hiểu được ý nghĩa của việc mang Tri Thức vào trong thế giới.

TRÍ TƯỞNG TƯỢNG CỦA BẠN ĐÃ VẼ NÊN NHỮNG BỨC TRANH HOÀNH TRÁNG và những cơn ác mộng kinh hoàng cho bạn. Nó không hài hòa với cuộc sống. Nó phóng đại cuộc sống trong hy vọng của nó và trong sự sợ hãi của nó. Nó phóng đại cảm nhận của bạn về bản thân, chủ yếu khiến hạ thấp bản thân bạn. Khi trí tưởng tượng của bạn được định hướng lại bởi Tri Thức, nó sẽ tham gia theo một cách hoàn toàn mới. Nó sẽ phục vụ một mục đích hoàn toàn mới. Khi đó bạn sẽ có thể được tự do, và trí tưởng tượng của bạn sẽ không phản bội bạn.

THẾ GIỚI ĐANG KÊU GỌI BẠN. Bạn đang chuẩn bị lúc này. Trong nhu cầu vĩ đại của nó, bạn nhận ra sự đóng góp lớn lao của mình. Nhưng hãy luôn nhớ rằng sự đóng góp của bạn tự nó cho đi, và mong muốn của bạn để nó tự nó cho đi chính là mong muốn cho đi của bạn. Mong muốn của bạn để cuộc sống mình trở thành phương tiện thể hiện chính là mong muốn của bạn để cuộc sống mình không bị ràng buộc bởi xung đột và sự mâu thuẫn. Mong muốn cho đi của bạn là mong muốn của bạn để trở nên tự do và trọn vẹn. Đây là mong muốn của bạn—để cuộc đời bạn trở thành một phương tiện cho Tri Thức.

Do đó, nhiệm vụ của bạn là lớn lao nhưng không lớn như trí tưởng tượng của bạn có thể chỉ ra, vì nhiệm vụ của bạn là để hoàn thiện phương tiện của mình để Tri Thức có thể tự do thể hiện chính nó. Bạn không cần phải thắc mắc hoặc tưởng tượng cách điều này có thể được thực hiện, vì nó đang được thực hiện ngày hôm nay và sẽ được thực hiện vào ngày mai. Khi bạn đi theo các bước trong quá trình chuẩn bị hiện tại của mình và khi bạn học cách đi theo các bước sau quá trình chuẩn bị này, bạn sẽ thấy rằng bạn chỉ cần đi theo các bước như chúng được đưa ra để có thể tiến bước.

Hàng giờ hãy nhắc nhở bản thân về bài học của mình và đừng quên. Hãy nhìn vào thế giới và nhận ra rằng nó đang kêu gọi bạn đóng góp. Trong những lần thiền sâu của mình, hãy quay trở lại nơi ẩn náu của bạn trong sự tĩnh lặng và trong sự nhận lãnh. Khi làm như vậy, hãy nhận ra rằng Tri Thức cần bạn trở thành phương tiện của nó. Nó cần bạn trở thành người tiếp nhận nó. Nó cần hoàn thành bản thân thông qua bạn. Do đó, bạn và Tri Thức được hoàn thành cùng nhau.

Hàng giờ và trong các bài thực hành sâu của bạn hôm nay, hãy nhận ra tầm quan trọng của vai trò của mình. Hãy cũng nhận ra rằng mọi sự hỗ trợ đích thực đều được trao cho bạn để chuẩn bị và sẽ ở bên bạn trong sự đóng góp của bạn khi bạn học cách thể hiện Tri Thức và cho phép Tri Thức thể hiện chính nó thông qua bạn.

Bài thực hành 321: *Hai lần thực hành, mỗi lần 30 phút.*
Thực hành hàng giờ.

Bước 322

ÔN TẬP

BÂY GIỜ CHÚNG TA HÃY ÔN LẠI HAI TUẦN chuẩn bị vừa qua. Một lần nữa ôn lại từng bước, đọc lại hướng dẫn của nó một cách cẩn thận và nhớ lại bài thực hành của bạn cho ngày đó. Hãy thực hiện điều này cho tất cả các ngày trong hai tuần vừa rồi. Hãy khách quan và nhận ra nơi bài thực hành của bạn có thể trở nên sâu sắc hơn hoặc có ý thức hơn. Hãy nhận ra cách bạn vẫn để thế giới áp đảo bạn và cách bạn cần phải nỗ lực lại với sự chắc chắn và quyết tâm lớn hơn. Hãy làm việc này một cách khách quan. Việc lên án sẽ chỉ làm bạn nản lòng và chỉ khiến bạn từ bỏ việc tham gia của mình, vì việc lên án chỉ đơn giản là quyết định không tham gia và sự biện hộ cho việc không tham gia.

DO ĐÓ ĐỪNG RƠI VÀO THÓI QUEN NÀY, nhưng hãy xem xét sự tham gia của bạn một cách khách quan. Ở đây bạn sẽ học cách học, và bạn sẽ học cách chuẩn bị bản thân và quản lý bản thân. Bạn phải chọn tham gia, và bạn phải chọn làm sâu sắc hơn sự tham gia của mình. Mọi quyết định bạn đưa ra thay mặt cho Tri Thức đều được hỗ trợ bởi quyết định của tất cả những người khác đang đưa ra quyết định tương tự và bởi quyền lực và sự hiện diện của các Giáo Viên của bạn, những người đang ở bên bạn. Do đó, quyết định của bạn để có Tri Thức, bất cứ khi nào nó được đưa ra và hỗ trợ, đều được khuếch đại rất nhiều bởi sự hiện diện của tất cả những người thực hành cùng bạn và bởi sự hiện diện của các Giáo Viên Tâm Linh của bạn. Điều này chắc chắn là đủ để vượt qua bất kỳ trở ngại nào bạn thấy trong chính mình hoặc trong thế giới của mình.

QUYỀN QUYẾT ĐỊNH ĐƯỢC TRAO CHO BẠN. Ở đây quyền quyết định là để xem xét sự tham gia của bạn một cách khách quan và nhận ra nơi nào nó có thể được làm sâu hơn và được củng cố. Hãy quyết tâm trong hai tuần thực hành tiếp theo để thực hiện những gì bạn đã nhận ra là cần thiết hôm nay. Ở đây bạn sẽ hành động đầy quyền lực cho lợi ích của chính mình, và việc áp dụng quyền lực của bạn sẽ phục vụ cho Tri Thức, vì bạn đang chuẩn bị nhận lãnh Tri Thức. Ở đây ý chí của bạn và quyết tâm của bạn được xác nhận, vì chúng phục vụ cho một mục đích tốt lớn lao.

BÀI THỰC HÀNH 322: *Một lần thực hành dài.*

Bước 323

VAI TRÒ CỦA TÔI TRÊN THẾ GIỚI LÀ QUÁ QUAN TRỌNG ĐỂ BỎ BÊ.

VAI TRÒ CỦA BẠN TRÊN THẾ GIỚI LÀ QUÁ QUAN TRỌNG để bỏ bê. Do đó, đừng bỏ bê nó ngày hôm nay. Hãy thực hiện quyết tâm mà Bài Ôn Tập hôm qua đã trao cho bạn. Hãy làm những gì bạn cần làm để làm sâu sắc hơn việc thực hành của mình, để sử dụng thực hành của mình, để sử dụng kinh nghiệm của bạn trên thế giới cho việc thực hành, để đưa thực hành của bạn vào thế giới và để thế giới bạn hỗ trợ việc thực hành của bạn. Đừng bỏ bê điều này, vì nếu bạn bỏ bê điều này, bạn sẽ bỏ bê chính mình, sự chắc chắn của mình, sự viên mãn của mình và hạnh phúc của mình.

ĐỪNG BỎ BÊ SỰ CHUẨN BỊ đang diễn ra lúc này. Mỗi ngày bạn củng cố điều này, và khi bạn làm điều này mỗi ngày, bạn ủng hộ Tri Thức. Bạn ủng hộ sự tham gia của bạn trong cuộc sống. Thật vậy, ngay cả trong sự chuẩn bị của bạn lúc này, bạn cũng đang giảng dạy Tri Thức, và bạn đang củng cố Tri Thức trên thế giới. Có lẽ bạn vẫn chưa thể nhìn thấy điều này, nhưng dần dần điều này sẽ trở nên rất rõ ràng với bạn đến mức bạn sẽ học cách trân trọng từng khoảnh khắc, từng cuộc gặp gỡ với người khác, từng suy nghĩ và từng hơi thở. Bạn sẽ trân trọng mọi trải nghiệm trong cuộc sống vì bạn sẽ hiện diện với chúng, và bạn sẽ nhận ra rằng trong mỗi trải nghiệm, bạn có thể thể hiện Tri Thức và trải nghiệm Tri Thức đang thể hiện chính nó.

HÃY NHỚ HÀNG GIỜ HÔM NAY. Hãy đưa ra cam kết này, vào đầu ngày hôm nay và vào đầu tất cả những ngày tiếp theo, để sử dụng các bước của bạn một cách trọn vẹn nhất có thể. Trong hai lần thực hành sâu của mình, hãy quay lại vào sự tâm lặng để làm khoẻ khoắn tâm trí bạn. Hãy tăng cường khả năng của mình và quyết tâm của mình để cho phép tâm trí mình trở nên tĩnh lặng và dễ nhận lãnh. Bạn phải củng cố điều này mỗi ngày, vì đây là một phần của bài thực hành của bạn. Bạn phải trao hết mình cho điều này mỗi ngày, vì đây là cách bạn trao tặng cho bản thân và cho thế giới.

ĐỪNG ĐÁNH GIÁ THẤP TẦM QUAN TRỌNG CỦA VAI TRÒ CỦA BẠN, nhưng đừng làm nặng gánh bản thân khi nghĩ rằng vai trò của bạn nằm ngoài tầm với của bạn, vì điều gì có thể tự nhiên hơn đối với bạn ngoài việc hoàn thành vai trò mà bạn đã đến để thực hiện? Điều gì có thể khẳng định đầy đủ hơn về tầm quan trọng và giá trị của cuộc đời bạn ngoài việc thực hiện những gì cuộc đời bạn được định để trở thành? Quyền quyết định được trao cho bạn ngày hôm nay để củng cố và áp dụng, nhưng Quyền Lực Vĩ Đại đằng sau quyết định của bạn thậm chí còn lớn hơn quyết định của bạn. Quyền Lực Vĩ Đại này đang ở bên bạn lúc này. Đừng bỏ bê sự chuẩn bị của mình. Đừng bỏ bê việc tiến tới sự hoàn tất và hoàn thành vai trò của mình trên thế giới, vì khi bạn tiếp cận điều này, hạnh phúc sẽ tiếp cận bạn.

BÀI THỰC HÀNH 323: *Hai lần thực hành, mỗi lần 30 phút.*
Thực hành hàng giờ.

Bước 324

TÔI SẼ KHÔNG PHÁN XÉT NGƯỜI KHÁC HÔM NAY.

Một lần nữa hãy thực hành việc khẳng định ý tưởng này. Một lần nữa hãy áp dụng nó vào những trải nghiệm thực tế của bạn. Một lần nữa hãy củng cố sự hiểu biết của bạn rằng Tri Thức đang ở bên bạn mà không cần sự phán xét hay đánh giá của bạn.

Đừng phán xét người khác hôm nay. Hãy học cách thấy. Hãy học cách lắng nghe. Hãy học cách nhìn. Không một ai trên thế giới này không thể trao cho bạn điều gì đó có ích khi bạn không phán xét họ. Không một ai trên thế giới này, thông qua những thành tựu của họ hoặc sai lầm của họ, không thể xác nhận tầm quan trọng của Tri Thức và không thể thể hiện nhu cầu của nó trên thế giới. Vì vậy, những người mà bạn yêu và những người mà bạn khinh thường đều cung cấp cho bạn những món quà có giá trị như nhau. Những người mà bạn cho là đức hạnh và những người mà bạn cho là không đức hạnh đều cung cấp cho bạn những gì thiết yếu đối với bạn. Thế giới thật ra đang thể hiện mọi thứ mà quá trình chuẩn bị này đang cung cấp cho bạn, nếu bạn nhìn thế giới mà không phán xét hay lên án. Ở mức độ mà bạn nhìn người khác với sự phán xét, bạn sẽ phán xét chính mình. Bạn không muốn sự phán xét của mình lên bản thân, vì vậy đừng phán xét người khác.

Hãy nhớ hàng giờ. Đừng bỏ bê việc thực hành của mình hôm nay, vì nó là thiết yếu cho hạnh phúc của bạn. Nó là thiết yếu cho phúc lợi và sự tiến bộ của thế giới. Trong hai lần thực hành sâu của bạn, hãy quay trở lại sự tĩnh lặng. Hãy đến để trao bản thân cho việc thực hành. Hãy đến để trao đi bản thân. Bạn sẽ cảm thấy sức mạnh của mình khi bạn làm việc này. Ở đây quyền quyết định là của bạn để sử dụng. Khi bạn làm như vậy, nó sẽ trở nên hiệu lực và hiệu quả hơn trong việc xua tan mọi thứ cản đường nó. Hãy nhớ rằng bạn là một học sinh của Tri Thức, và học sinh phải thực hành để tiến bộ và tiến lên. Đừng phán xét người khác hôm nay và bạn sẽ tiến lên trong sự thật.

BÀI THỰC HÀNH 324: *Hai lần thực hành, mỗi lần 30 phút.*
Thực hành hàng giờ.

Bước 325

THẾ GIỚI ĐANG TRỖI VÀO TRONG CỘNG ĐỒNG VĨ ĐẠI CỦA CÁC THẾ GIỚI. DO ĐÓ, TÔI PHẢI CHÚ Ý.

Thế giới đang trỗi vào trong vào Cộng Đồng Vĩ Đại của các thế giới. Làm sao bạn có thể nhận ra điều này nếu bạn bận tâm với mối quan tâm của riêng mình, hy vọng của riêng mình và tham vọng của riêng mình? Làm sao bạn có thể nhận ra những gì đang diễn ra trong thế giới của mình? Làm sao bạn có thể thấy được những thế lực đang ảnh hưởng lên cuộc sống bên ngoài của mình và chi phối các vấn đề của bạn ở mức độ lớn như vậy? Một phần của việc trở nên mạnh mẽ với Tri Thức là việc trở nên chú ý. Bạn chỉ có thể trở nên chú ý nếu tâm trí bạn không bận rộn với những tưởng tượng và ảo tưởng của riêng nó.

Thế giới đang chuẩn bị để trỗi vào Cộng Đồng Vĩ Đại của các thế giới, và điều này là cơ sở cho sự tiến hóa của nó và tất cả những tiến bộ của nó lúc này. Đó là lý do tại sao xung đột đang bùng nổ trên thế giới, bởi vì những người phản đối sự tiến hóa của thế giới sẽ đấu tranh chống lại nó. Những người mong muốn thúc đẩy sự tiến bộ của thế giới sẽ cố gắng củng cố sự tốt đẹp của nhân loại và ý thức rằng nhân loại là một cộng đồng mà phải nuôi dưỡng và hỗ trợ bản thân vượt qua khỏi mọi sự chia rẽ về quốc gia, chủng tộc, tôn giáo, văn hóa và bộ lạc. Do đó chính bạn, người đang trở thành người đại diện và người nhận Tri Thức, sẽ củng cố hòa bình, sự thống nhất, sự hiểu biết và lòng nhân từ trên thế giới. Tất cả điều này là một phần của quá trình chuẩn bị của thế giới để trỗi vào trong Cộng Đồng Vĩ Đại của các thế giới, bởi vì điều này đại diện cho sự tiến hóa của thế giới. Điều này đại diện cho Tri Thức trong thế giới.

Tri Thức trong thế giới không thúc đẩy xung đột theo bất kỳ cách nào. Nó không thúc đẩy lòng căm thù hay sự chia rẽ. Nó không thúc đẩy bất cứ điều gì gây chia rẽ hoặc bất cứ điều gì tàn ác hay phá hoại. Chính trải nghiệm tập thể về Tri Thức trong thế giới mà đưa thế giới hướng tới sự hợp nhất và cộng đồng. Bởi vì thế giới của bạn là một phần của Cộng Đồng Vĩ Đại, nó đang hướng tới sự hợp nhất và cộng đồng vì sự tiến hóa của chính nó và vì nó đang đáp lại Cộng Đồng Vĩ Đại mà nó là một phần. Bạn không thể biết được tầm quan trọng của ý tưởng này trừ khi bạn có thể chú ý đến thế giới, và bạn không thể biết được tầm quan trọng của điều này đối với bạn, người đã đến để phục vụ cho sự trỗi lên này trừ khi bạn trở nên chú ý đến chính mình.

HÃY NHỚ MỘT LẦN NỮA rằng bạn chỉ có thể mất liên lạc với chính mình nếu bạn quay lại vào trí tưởng tượng hoặc ảo tưởng, bởi vì đây là lựa chọn duy nhất khác cho việc chú ý đến bản thân và thế giới của mình. Do đó, hãy thức tỉnh khỏi giấc mơ của mình và trở nên chú ý. Hãy nhớ hàng giờ để nhìn thế giới mà không phán xét, và bạn sẽ thấy rằng thế giới đang cố gắng trở thành một cộng đồng, vì nó tìm cách mở rộng bản thân vào Cộng Đồng Vĩ Đại. Cộng Đồng Vĩ Đại đại diện cho một cộng đồng đang kêu gọi nhân loại gia nhập và tham gia. Bạn không thể hiểu được cơ chế cho điều này, vì nó quá lớn đối với mắt bạn và đối với khả năng trí óc của bạn hiện tại, nhưng chuyển động của điều này là rất rõ ràng và hiển nhiên nếu bạn đơn giản nhìn.

HÀNG GIỜ HÃY NHÌN, và trong các bài thực hành thiền sâu của bạn, hãy chủ động dùng tâm trí mình để xem xét ý tưởng này. Bài thực hành hôm nay không phải là bài thực hành sự tâm lặng, mà là bài thực hành việc tham gia tích cực và hữu ích của tâm trí bạn. Hãy xem xét phản ứng của chính bạn đối với ý tưởng hôm nay. Hãy chú ý đến những suy nghĩ của bạn mà ủng hộ hay phản đối nó. Hãy chú ý đến những căng thẳng của bạn, đặc biệt liên quan đến việc thế giới trở thành một cộng đồng trong sự trỗi lên và tham gia của nó vào Cộng Đồng Vĩ Đại. Hãy chú ý đến những điều này, vì ở đây bạn sẽ hiểu được điều gì bên trong bản thân mà hỗ trợ sự tiến bộ của bạn và điều gì phủ nhận nó. Khi bạn học cách nhìn vào những điều này mà không lên án nhưng với sự khách quan thật sự, thì bạn sẽ hiểu được tại sao thế giới đang xung đột. Bạn sẽ hiểu được điều này, và bạn sẽ không nhìn điều này với sự căm ghét, ác ý hay đố kỵ. Bạn sẽ thấy điều này với sự hiểu biết và lòng nhân từ. Khi đó, điều này sẽ dạy bạn cách bạn phải học cách làm việc trên thế giới để bạn có thể hoàn thành mục đích của mình ở đây.

BÀI THỰC HÀNH 325: *Hai lần thực hành, mỗi lần 30 phút.*
Thực hành hàng giờ.

Bước 326

CỘNG ĐỒNG VĨ ĐẠI LÀ THỨ TÔI CÓ THỂ CẢM NHẬN NHƯNG KHÔNG THỂ HIỂU ĐƯỢC.

LÀM SAO BẠN CÓ THỂ HIỂU ĐƯỢC CỘNG ĐỒNG VĨ ĐẠI khi bạn hầu như không thể hiểu được cộng đồng nơi bạn đang sống, chứ đừng nói đến quốc gia nơi bạn đang sống và thế giới nơi bạn đang sống? Ở đây bạn chỉ cần hiểu rằng có một Cộng Đồng Vĩ Đại và đó là bối cảnh lớn hơn nơi cuộc sống thể hiện chính nó. Khi nhân loại cố gắng trở thành một cộng đồng và khi bạn cố gắng trở thành một người thay vì nhiều người, bạn sẽ nhận ra rằng bạn trỗi vào trong thế giới như một người lớn hơn và thế giới trỗi vào trong Cộng Đồng Vĩ Đại như một cộng đồng lớn hơn. Ở đây tính chất cá nhân tìm kiếm cộng đồng, vì trong cộng đồng, nó tìm thấy sự thể hiện thật sự của mình, đóng góp thật sự của mình và vai trò thật sự của mình. Điều này là đúng với bạn cũng như đúng với thế giới.

BẠN CÓ THỂ CẢM NHẬN ĐIỀU NÀY. Nó rất hiển nhiên. Bạn có thể biết điều này, vì ý tưởng này được sinh ra từ Tri Thức. Đừng tạo gánh nặng cho bản thân khi cố gắng hiểu tất cả những điều này, vì sự hiểu biết là không cần thiết ở đây. Chỉ cần biết và cảm nhận thực tế của điều này. Khi bạn làm việc này, sự hiểu biết của bạn sẽ phát triển một cách tự nhiên. Nó sẽ không được sinh ra từ ảo tưởng hay lý tưởng của riêng bạn, mà thay vào đó sẽ được sinh ra từ Tri Thức và trải nghiệm. Do đó, nó sẽ ở bên bạn, phục vụ bạn và biến cuộc sống bạn trở nên chân thật và hiệu quả hơn.

HÃY NHỚ RẰNG BẠN SẼ HIỂU KHI BẠN TIẾN TRIỂN, vì sự hiểu biết được sinh ra từ việc nhìn lại và ứng dụng thật sự. Do đó, hãy tự tin rằng sự hiểu biết của bạn sẽ tăng lên khi sự tham gia của bạn tăng lên. Bạn không cần phải hiểu vũ trụ, nhưng bạn cần phải trải nghiệm nó. Bạn cần phải cảm nhận nó trong chính mình và xung quanh mình. Bạn cần phải xem mình như là một người, bạn cần phải xem thế giới mình như là một cộng đồng và bạn cần phải xem vũ trụ của mình như là một Cộng Đồng Vĩ Đại mà, trong một phạm vi tham gia lớn hơn, cũng đang cố gắng thống nhất chính nó. Do đó, Tri Thức hoạt động trong mọi phạm vi và trong mọi cấp độ tham gia—trong mỗi người, trong mỗi cộng đồng, trong mỗi thế giới, giữa mỗi thế giới và trong toàn bộ vũ trụ. Đó là lý do tại sao Tri Thức lại vĩ đại như vậy và tại sao, mặc dù bạn nhận lãnh nó trong chính mình, nó vĩ đại hơn nhiều so với những gì bạn có thể hình dung.

VÌ VẬY BÂY GIỜ BẠN CÓ THỂ TRẢI NGHIỆM Cộng Đồng Vĩ Đại và không tách biệt bản thân khi nỗ lực hiểu được nó. Sự hiểu biết đến từ sự tham gia. Hãy nhắc nhở bản thân về ý tưởng của ngày hôm nay hàng giờ và trong hai lần thực hành sâu của mình, hãy cố gắng một lần nữa suy nghĩ tích cực về ý nghĩa của bài học này. Hãy áp dụng nó vào trải nghiệm của bạn. Hãy áp dụng nó vào nhận thức của bạn về thế giới. Hãy nhận ra những suy nghĩ ủng hộ nó và những suy nghĩ chống lại nó. Hãy nhận ra nguồn cảm hứng và hy vọng mà điều này trao cho bạn và nhận ra những căng thẳng có thể trỗi lên. Hãy kiểm kê những suy nghĩ và trải nghiệm của bạn liên quan đến ý tưởng ngày hôm nay, nhưng đừng phán xét nó, vì nó xuất phát từ Tri Thức. Nó nhằm giải thoát bạn khỏi sự bất lực của trí tưởng tượng của chính bạn. Nó nhằm giải thoát bạn và cả thế giới.

HÔM NAY HÃY SỬ DỤNG TÂM TRÍ BẠN VÀ CƠ THỂ BẠN để trở thành một học sinh của Tri Thức. Trong đây, bạn sẽ học cách hiểu được ý nghĩa của bản thân, thế giới của bạn và Cộng Đồng Vĩ Đại của các thế giới.

BÀI THỰC HÀNH 326: *Hai lần thực hành, mỗi lần 30 phút.*
Thực hành hàng giờ.

Bước 327

TÔI SẼ BÌNH AN HÔM NAY.

Bạn có thể bình an hôm nay, ngay cả khi bạn xem xét những điều lớn lao bên trong thế giới và bên ngoài thế giới. Bạn có thể bình an hôm nay ngay cả khi bạn đáp lại thách thức của việc trở thành một học sinh của Tri Thức và thách thức của việc quan sát thế giới của mình một cách khách quan. Làm sao bạn có thể năng động và có nhiều thách thức như vậy mà vẫn bình an? Câu trả lời là rằng Tri Thức đang ở bên bạn. Khi bạn ở bên Tri Thức, cảm nhận Tri Thức và mang Tri Thức ra ngoài thế giới, bên trong bạn sẽ tâm lặng, mặc dù bên ngoài bạn có thể đang tích cực tham gia. Không có mâu thuẫn nào giữa sự bình an và sự chuyển động, giữa sự tâm lặng bên trong và sự tham gia bên ngoài. Mặc dù thế giới là một nơi khó khăn và đầy thất vọng để ở trong, nhưng nó là người nhận tự nhiên của Tri Thức. Những khó khăn của nó và sự thất vọng của nó không cần phải ảnh hưởng đến trạng thái bên trong của bạn, mà đang trở nên ngày càng thống nhất và hài hòa hơn.

HÃY NHẮC NHỞ BẢN THÂN HÀNG GIỜ hãy bình an khi bạn ở trong thế giới. Hãy giải phóng mọi nỗi sợ hãi và căng thẳng và củng cố sự tuân thủ của bạn đối với Tri Thức khi bạn làm như vậy. Trong hai lần thực hành sâu của mình khi bạn lánh nạn khỏi thế giới, hãy thắp lại Ngọn Lửa của Tri Thức và nghỉ ngơi trong sự hiện diện ấm áp của nó. Hãy nhận ra rằng trong ngọn lửa này, tất cả mọi thứ được tưởng tượng và có hại đều được thiêu cháy. Ngọn Lửa của Tri Thức sẽ không thiêu đốt bạn, nhưng nó sẽ sưởi ấm linh hồn bạn. Bạn có thể bước vào ngọn lửa này mà không sợ đau đớn hay nguy hiểm. Nó sẽ thanh lọc và làm sạch bạn, vì nó là ngọn lửa của tình yêu. Hôm nay hãy bình an, vì hôm nay là một ngày của bình an, và sự bình an được ban cho bạn để nhận lãnh hôm nay.

BÀI THỰC HÀNH 327: *Hai lần thực hành, mỗi lần 30 phút.*
Thực hành hàng giờ.

Bước 328

HÔM NAY TÔI SẼ TÔN VINH NHỮNG NGƯỜI ĐÃ TRAO CHO TÔI.

Một lần nữa Chúng Tôi khẳng định bài học này mà sẽ xác nhận thực tế của tình yêu và sự cho đi trên thế giới. Những ý tưởng của bạn về việc cho đi thì quá hạn hẹp và nhỏ bé. Chúng cần được mở rộng để bạn có thể nhận ra mức độ của việc cho đi trên thế giới.

Hàng giờ hãy nhắc nhở bản thân nhớ đến những người đã trao cho bạn. Đừng chỉ nghĩ đến những người mà bạn chắc chắn đã trao cho bạn, mà hãy nhớ đến những người mà bạn cảm thấy đã làm tổn thương bạn, những người đã phủ nhận bạn hoặc những người đã cản đường bạn. Hãy nhớ đến họ, vì họ cũng đã cho bạn một thứ gì đó. Họ đã nhắc nhở bạn rằng Tri Thức là cần thiết, và họ đã thể hiện cho bạn thấy một cuộc sống không có Tri Thức. Họ đã thể hiện cho bạn thấy rằng Tri Thức cũng đang cố gắng trỗi lên trong họ. Cho dù họ chấp nhận hay cưỡng lại sự xuất hiện này, thì nó vẫn hiện diện và vẫn đang biểu hiện bản thân.

Bạn đang tiến bộ vì những người khác đã thể hiện nguồn cảm hứng của họ và sai lầm của họ cho bạn—sự chấp nhận của họ đối với Tri Thức và sự phủ nhận của họ đối với Tri Thức. Nếu không có sự phủ nhận Tri Thức trên thế giới, thì bạn không thể học ở đây. Bạn không thể nhận ra tầm quan trọng của Tri Thức. Sự tương phản trong việc học sẽ dạy cho bạn điều gì có giá trị và điều gì không, và việc này sẽ dạy bạn trở nên nhân từ và yêu thương. Việc hiểu được điều này sẽ giúp bạn phục vụ trong thế giới.

Hàng giờ hãy nhận ra ai đang trao cho bạn tại thời điểm đó và nhận ra ai đã trao cho bạn trong quá khứ. Bằng cách này, đây sẽ là ngày của lòng biết ơn và trân trọng. Bạn sẽ hiểu được tầm quan trọng của sự chuẩn bị của mình và có biết bao nhiêu người đã trao bản thân cho bạn để phục vụ bạn để bạn có thể thực hiện quá trình chuẩn bị này.

Trong hai lần thực hành thiền sâu của mình, hãy lặp lại ý tưởng của ngày hôm nay và sau đó cho phép đến trong đầu bạn từng cá nhân đang chờ được công nhận và chúc phúc bởi bạn. Khi bạn làm điều này, tất cả những cá nhân cần làm sẽ tự giới thiệu với bạn. Hãy nhìn và xem họ đã phục vụ bạn như thế nào và cảm ơn họ vì đã phục vụ bạn. Cảm ơn họ vì đã giúp bạn nhận ra nhu cầu của bạn về Tri Thức. Cảm ơn họ vì đã cho bạn thấy rằng không có sự thay thế nào cho Tri Thức. Và cảm ơn họ vì đã củng cố sự tham gia của bạn trong Tri Thức. Hãy chúc phúc từng người và cho phép cá nhân tiếp theo xuất hiện trong đầu. Bằng cách này, bạn sẽ chúc phúc cho tất cả những người đã từng ở trong cuộc sống của bạn và đang ở trong cuộc sống của bạn lúc này. Bằng cách này, bạn sẽ học cách trân trọng quá khứ của mình và không lên án nó. Bằng cách này, tình yêu sẽ phát ra từ bạn một cách tự nhiên, vì tình yêu phải xuất phát từ lòng biết ơn, và lòng biết ơn phải xuất phát từ sự công nhận thật sự. Chính sự công nhận thật sự mà bạn sẽ thực hành ngày hôm nay.

BÀI THỰC HÀNH 328: *Hai lần thực hành, mỗi lần 30 phút.*
Thực hành hàng giờ.

Bước 329

TÔI ĐƯỢC TỰ DO YÊU THƯƠNG THẾ GIỚI HÔM NAY.

Chỉ người tự do mới có thể yêu thế giới, vì chỉ người tự do mới có thể trao cho thế giới. Chỉ họ mới có thể nhận ra đầy đủ nhu cầu của thế giới và sự đóng góp của chính họ. Chỉ người tự do mới có thể yêu thế giới vì chỉ họ mới có thể thấy rằng thế giới đã hỗ trợ và phục vụ họ để giúp họ trở nên tự do và trở thành người đóng góp cho thế giới. Bởi vì thế giới khao khát sự đóng góp của bạn, nó đã trao bản thân cho sự chuẩn bị của bạn để bạn có thể học cách trở thành người đóng góp. Nó đã củng cố điều này thông qua sự thật đang tồn tại trên thế giới và thông qua việc phủ nhận sự thật đang tồn tại trên thế giới.

Trong mọi cách, thế giới phục vụ cho sự trỗi lên của Tri Thức. Mặc dù thế giới mâu thuẫn với Tri Thức và dường như phủ nhận, bác bỏ và tấn công Tri Thức, nếu nhìn từ góc độ này, bạn sẽ nhận ra rằng nó thật sự phục vụ Tri Thức. Làm sao bất cứ thứ gì có thể cạnh tranh với Tri Thức? Làm sao bất cứ thứ gì có thể phủ nhận Tri Thức? Bất cứ thứ gì có vẻ như phủ nhận Tri Thức thì chỉ kêu gọi Tri Thức và cầu xin Tri Thức đến. Những người trong sự bối rối, trong bóng tối và trong tuyệt vọng thì đang khao khát sự giải thoát và an ủi. Và mặc dù họ không hiểu được thông điệp của hoàn cảnh khó khăn của chính mình, những người có Tri Thức có thể nhận ra điều này và thông qua Minh Triết sẽ học cách phục vụ những cá nhân này, tất cả các cá nhân và thế giới nói chung.

Hàng giờ hôm nay hãy nhắc nhở bản thân rằng khi bạn trở nên tự do, bạn sẽ có thể yêu thế giới. Khi bạn học cách yêu thế giới, bạn sẽ có thể trở nên tự do vì bạn đang ở trong thế giới này nhưng không thuộc về thế giới này. Bởi vì bạn đang ở trong thế giới này, bạn đang đại diện cho thứ bạn đã mang theo mình từ Quê Hương Cổ Đại của mình. Điều này thật đơn giản và rõ ràng với Tri Thức, nhưng lại khó nắm bắt đến thế nào khi bạn đang ở trong trí tưởng tượng của riêng mình và đang nuôi dưỡng những ý tưởng riêng biệt của riêng mình. Đó là lý do tại sao bạn thực hành—để bạn có thể xác nhận những gì là tự nhiên đối với bạn và tránh xa những gì không tự nhiên đối với bạn.

Trong các bài thực hành thiền sâu của mình, một lần nữa hãy nhận lãnh sự tự do đang đến với bạn trong sự tâm lặng và tiếp nhận. Một tâm trí tĩnh lặng là một tâm trí không bị ràng buộc và tự do. Nó sẽ tự nhiên mở rộng chính nó, và trong sự mở rộng này, nó sẽ tự nhiên thể hiện những gì tự nhiên nhất đối với nó. Do đó trong các bài thiền sâu hơn của mình, bạn thực hành việc nhận, và trong các bài thực hành hàng giờ của mình, bạn thực hành việc cho đi. Bạn được tự do yêu thế giới ngày hôm nay, và thế giới cần sự tự do của bạn vì nó cần tình yêu của bạn.

Bài thực hành 329: *Hai lần thực hành, mỗi lần 30 phút.*
Thực hành hàng giờ.

Bước 330

TÔI SẼ KHÔNG BỎ BÊ NHỮNG ĐIỀU NHỎ NHẶT TRONG CUỘC SỐNG CỦA MÌNH.

MỘT LẦN NỮA CHÚNG TÔI KHẲNG ĐỊNH Ý TƯỞNG NÀY rằng bạn không được lơ là những nhiệm vụ đơn giản, thiết thực mà giúp bạn trở thành một học sinh của Tri Thức. Hãy nhớ rằng bạn không đang cố gắng thoát khỏi thế giới, mà đang nỗ lực để trở nên quyền lực trong thế giới. Do đó, đừng bỏ bê những điều nhỏ nhặt, đơn giản mà giúp bạn và trao cho bạn sự tự do để trở thành một học sinh của Tri Thức. Ở đây mọi hoạt động của bạn, ngay cả những hoạt động tầm thường và lặp đi lặp lại nhất, đều có thể được coi là một hình thức phục vụ và đóng góp. Bằng cách này, mọi điều nhỏ nhặt, dù tầm thường và lặp đi lặp lại đến đâu, đều có thể phục vụ thế giới vì chúng thể hiện rằng bạn đang tôn vinh Bản Thể Thật Sự của mình. Đây là Bản Thể tồn tại trong tất cả các cá nhân, Bản Thể tồn tại trên thế giới và Bản Thể tồn tại trong Cộng Đồng Vĩ Đại của các thế giới.

HÃY CHÚ Ý ĐẾN NHỮNG ĐIỀU NHỎ NHẶT MÀ BẠN LÀM hôm nay và đừng bỏ bê chúng. Nếu bạn không sợ chúng, thì bạn sẽ không cưỡng lại chúng. Nếu bạn không cưỡng lại chúng, bạn sẽ có thể chăm lo cho chúng. Và khi bạn chăm lo cho chúng, bạn sẽ có thể trao bản thân cho chúng. Ở đây Tri Thức sẽ thể hiện chính nó trong mọi hoạt động, và Tri Thức sẽ được dạy và được củng cố trong mọi hoạt động. Thế giới cần biểu hiện này, vì thế giới nghĩ rằng Chúa, tình yêu, quyền lực thật sự và nguồn cảm hứng chỉ tồn tại trong các trạng thái lý tưởng và chỉ trong các tình huống lý tưởng. Thế giới không hiểu rằng Chúa thể hiện Chúa khắp mọi nơi và rằng Tri Thức thể hiện chính nó khắp mọi nơi và trong mọi thứ.

KHI BẠN HIỂU ĐƯỢC CHÂN LÝ VĨ ĐẠI NÀY, bạn sẽ thấy được sự hiện diện của Tri Thức trong mọi thứ. Bạn sẽ thấy được Tri Thức trong thế giới. Bạn sẽ thấy được Tri Thức trong chính mình. Điều này sẽ trao cho bạn sự tự tin hoàn toàn vào sự tham gia của chính mình và vào sự phục vụ của chính mình cho Tri Thức. Sau đó bạn sẽ nhận ra rằng bạn đang tiết kiệm thời gian cho thế giới trong quá trình tiến hóa, tiến bộ và cứu rỗi của nó. Điều này là rất quan trọng cho sự tự tin của bạn. Nhưng thậm chí còn quan trọng hơn đối với bạn là việc nhận ra sự vĩ đại của Tri Thức và sự vĩ đại mà bạn sẽ trải nghiệm trong chính mình khi bạn học cách nhận lãnh nó.

Hàng giờ hãy nhớ lại ý tưởng của ngày hôm nay và áp dụng nó để bạn có thể có ý thức trong mỗi giờ. Trong hai lần thực hành thiền sâu của mình, hãy quay lại vào sự tâm lặng để bạn có thể thắp lại trải nghiệm của mình về Ngọn Lửa của Tri Thức để Ngọn Lửa của Tri Thức có thể thanh lọc và làm sạch tâm trí bạn và giải thoát nó khỏi mọi sự kiềm chế. Bằng cách này, bạn sẽ có thể ở trong thế giới một cách trọn vẹn hơn, và những điều nhỏ nhặt sẽ không bị bỏ bê.

Bài thực hành 330: *Hai lần thực hành, mỗi lần 30 phút.*
  Thực hành hàng giờ.

Bước 331

THỨ NHỎ BÉ THỂ HIỆN THỨ VĨ ĐẠI.

Hãy nhìn vào thiên nhiên xung quanh bạn. Hãy nhìn vào sinh vật nhỏ bé nhất và nhận ra sự bí ẩn của sự tồn tại của sinh vật đó, sự kỳ diệu của cơ chế vật lý của nó và sự thật về sự hòa nhập hoàn toàn của nó trong thiên nhiên như một tổng thể. Sinh vật nhỏ bé nhất có thể thể hiện sự thật vĩ đại nhất. Thứ đơn giản nhất có thể thể hiện quyền lực của vũ trụ. Liệu một sinh vật nhỏ bé có biểu hiện sự sống và sự hòa nhập trong sự sống ít hơn một sinh vật vĩ đại không? Sử dụng phép so sánh này, hãy nhận ra rằng hoạt động nhỏ nhất có thể biểu hiện cho lời giảng dạy vĩ đại nhất. Hãy nhận ra rằng từ đơn giản nhất, cử chỉ phổ biến nhất, có thể thể hiện cảm xúc và cảm giác sâu sắc nhất. Hãy nhận ra rằng thứ đơn giản nhất có thể bổ sung vào việc thực hành của bạn và xác nhận sự hiện diện của Tri Thức bên trong bạn.

Khi bạn chú ý đến cuộc sống, bạn sẽ bắt đầu chứng kiến sự bí ẩn của cuộc sống trong mọi thứ. Điều này sẽ tuyệt vời biết bao đối với bạn, người bây giờ đang thức tỉnh khỏi giấc ngủ của trí tưởng tượng riêng biệt của mình. Sự bí ẩn của cuộc sống sẽ truyền cảm hứng cho bạn và kêu gọi bạn. Nó sẽ xác nhận sự bí ẩn của chính cuộc đời bạn, mà đang trở nên thực tế và biểu hiện hơn bao giờ hết đối với bạn.

Bạn có thể cảm thấy nhỏ bé, nhưng bạn thể hiện sự vĩ đại. Bạn không cần phải vĩ đại để thể hiện sự vĩ đại vì sự vĩ đại nằm trong bạn, và phương tiện vật lý của bạn thì nhỏ bé so với nó. Thực tại của bạn được sinh ra từ sự vĩ đại đang ở bên bạn mà mong muốn thể hiện bản thân trong sự đơn giản của phương tiện nhỏ bé của bạn. Ở đây bạn hiểu rằng bạn thuộc về thứ vĩ đại và bạn đang làm việc thông qua thứ nhỏ bé. Ở đây bạn sẽ không mâu thuẫn về mối quan hệ giữa thứ vĩ đại và thứ nhỏ bé, khi thứ nhỏ bé phải thể hiện thứ vĩ đại, mà nó sẽ làm một cách tự nhiên. Một sinh vật nhỏ bé có cần phải cố gắng thể hiện sự vĩ đại không? Không. Sự vĩ đại đơn giản thể hiện chính nó thông qua sinh vật nhỏ bé.

Vì vậy trong cuộc sống của bạn—mà bất cứ lúc nào cũng có thể trông nhỏ bé đối với bạn, mà bất cứ lúc nào cũng có thể trông tách biệt và hạn chế—sự vĩ đại đang ở bên bạn. Do đó thứ nhỏ bé được sử dụng, xác nhận, tôn vinh và ban phước. Khi đó, không có cơ sở nào cho sự lên án bản thân và căm ghét. Mọi thứ lớn lao và nhỏ bé đều trở nên được trân trọng, vì mọi thứ lớn lao và nhỏ bé ở cùng nhau.

Do đó hàng giờ, trong bất kỳ nhiệm vụ nhỏ nào, trong bất kỳ biểu hiện hay cử chỉ nào và trong bất kỳ quan điểm nhỏ nào, hãy để thứ vĩ đại thể hiện bản thân. Trong hai lần thực hành sâu của mình, hãy một lần nữa đến gần với thứ vĩ đại bên trong bạn. Hãy bước lại vào trong Ngọn Lửa của Tri Thức thanh lọc bạn. Hãy trú ẩn trong nơi trú ẩn của Tri Thức. Ở đây bạn gặp thứ vĩ đại một cách trọn vẹn. Điều này vượt ra khỏi mọi hình dạng. Ở đây thứ thấm nhuần mọi hình dạng và trao cho nó mục đích, ý nghĩa và phương hướng đang chờ bạn nhận lãnh nó. Thứ nhỏ bé thể hiện thứ vĩ đại, và thứ vĩ đại ban phước cho thứ nhỏ bé.

BÀI THỰC HÀNH 331: *Hai lần thực hành, mỗi lần 30 phút.*
Thực hành hàng giờ.

Bước 332

TÔI CHỈ ĐANG BẮT ĐẦU HIỂU ĐƯỢC Ý NGHĨA CỦA TRI THỨC TRONG CUỘC ĐỜI MÌNH.

Bạn chỉ đang bắt đầu hiểu được điều này, vì sự hiểu biết của bạn sẽ được sinh ra từ trải nghiệm, sự công nhận và kết quả của việc áp dụng của bạn. Bởi vì bạn là một học sinh mới bắt đầu của Tri Thức, bạn có một sự hiểu biết ban đầu. Hãy vững tin trong điều này, vì điều này giải phóng bạn khỏi việc cố gắng rút ra kết luận về sự tham gia của mình và về cuộc đời mình. Do đó, bạn không cần phải cố gắng làm điều không thể và có thể giải thoát tâm trí mình khỏi gánh nặng to lớn mà nếu không sẽ che phủ hạnh phúc của bạn và xua tan cảm giác bình yên và hoạt động có ý nghĩa của bạn ngày hôm nay. Khi bạn chấp nhận rằng bạn chỉ đang bắt đầu hiểu được ý nghĩa của cuộc đời mình và ý nghĩa của Tri Thức trong cuộc đời mình, thì điều này sẽ giải phóng bạn để tham gia và để học nhiều hơn. Khi không có gánh nặng của phán xét, mà bình thường bạn sẽ đặt lên cuộc sống của mình, bạn được tự do tham gia và sự tham gia của bạn sẽ khiến bạn tự do.

HÃY NHẮC NHỞ BẢN THÂN HÀNG GIỜ rằng bạn chỉ đang bắt đầu hiểu được ý nghĩa của Tri Thức trong cuộc đời mình. Trong những lần thực hành sâu của mình, một lần nữa hãy bước vào nơi ẩn náu của Tri Thức để khả năng của bạn về Tri Thức có thể phát triển, mong muốn của bạn về Tri Thức có thể phát triển và trải nghiệm của bạn về Tri Thức có thể phát triển. Chỉ khi những điều này phát triển thì sự hiểu biết của bạn mới có thể phát triển. Do đó, bạn được giải thoát khỏi sự phán xét. Bạn được tự do tham gia, khi mọi sự hiểu biết sẽ trỗi lên.

BÀI THỰC HÀNH 332: *Hai lần thực hành, mỗi lần 30 phút.*
Thực hành hàng giờ.

Bước 333

CÓ MỘT SỰ HIỆN DIỆN BÊN TÔI.
TÔI CÓ THỂ CẢM NHẬN NÓ.

Hãy cảm nhận sự hiện diện của các Giáo Viên của bạn ngày hôm nay, những người đang ở bên bạn và trông coi quá trình chuẩn bị của bạn như một học sinh của Tri Thức. Hãy cảm nhận sự hiện diện của họ ngày hôm nay và bạn sẽ cảm nhận được sự hiện diện của chính mình, vì các bạn được kết nối với nhau trong sự hiện diện này mà bạn cảm nhận. Hãy nhớ rằng bạn không cô độc, và bạn sẽ không trở nên cô lập trong suy nghĩ của riêng mình. Bạn sẽ không trở nên cô lập trong những cân nhắc đầy sợ hãi của riêng mình.

Hàng giờ hãy trải nghiệm sự hiện diện này, vì sự hiện diện này đang ở cùng bạn hàng giờ. Hãy cảm nhận sự hiện diện này bất kể bạn đang ở đâu hôm nay, dù bạn đang ở nơi làm việc hay ở nhà, dù bạn đang một mình hay với người khác, vì sự hiện diện này ở cùng bạn bất cứ nơi nào bạn đi.

Trong hai lần thực hành thiền sâu của mình, hãy cho phép bản thân trải nghiệm sự hiện diện của tình yêu, mà là sự hiện diện của Tri Thức, mà là sự hiện diện của Minh Triết, mà là sự hiện diện của sự chắc chắn, mà là nguồn của mục đích, ý nghĩa và phương hướng của bạn trên thế giới và chứa đựng cho bạn tiếng gọi của bạn trên thế giới. Hãy đến gần và vào trong trải nghiệm về sự hiện diện này trong các lần thiền sâu của bạn. Đừng bỏ bê điều này, vì ở đây bạn sẽ trải nghiệm tình yêu bản thân, lòng tự trọng và sự hòa nhập thật sự trong cuộc sống. Hãy mang sự hiện diện này theo mình ngày hôm nay và nhận lãnh sự hiện diện này trong các lần thiền sâu của bạn, và bạn sẽ biết rằng sự hiện diện đang ở bên bạn mỗi ngày.

BÀI THỰC HÀNH 333: *Hai lần thực hành, mỗi lần 30 phút.*
Thực hành hàng giờ.

Bước 334

SỰ HIỆN DIỆN CỦA NHỮNG GIÁO VIÊN CỦA TÔI Ở BÊN TÔI MỖI NGÀY.

MỖI NGÀY, BẤT KỂ BẠN Ở ĐÂU, bất kể bạn đi đâu, sự hiện diện của các Giáo Viên của bạn luôn ở bên bạn. Ý tưởng này là để nhắc nhở bạn rằng bạn không cô độc. Ý tưởng này là để trao cho bạn cơ hội thoát khỏi sự cô lập của trí tưởng tượng của chính mình và trải nghiệm sự hiện diện này và nhận được món quà của sự hiện diện này. Trong món quà này, các Giáo Viên của bạn sẽ trao cho bạn những ý tưởng và nguồn cảm hứng mà bạn cần. Trong đây, bạn sẽ thể hiện những gì bạn đã nhận và do đó xác nhận những gì bạn đã nhận.

HÃY THỰC HÀNH VIỆC GHI NHỚ ĐIỀU NÀY HÀNG GIỜ bằng cách một lần nữa tập trung vào sự hiện diện đang ở bên bạn. Bạn chỉ cần thư giãn để cảm nhận nó, vì nó chắc chắn đang ở bên bạn. Trong các bài thực hành sâu hơn của mình, một lần nữa hãy bước vào sự tâm lặng trong nơi ẩn náu của Tri Thức để bạn có thể nhận lãnh sự hiện diện này và sự xác nhận và an ủi lớn lao mà nó trao cho bạn. Hãy cho phép bản thân đặt sang bên sự nghi ngờ bản thân và cảm giác không xứng đáng, vì những điều này sẽ được thiêu rụi trong Ngọn Lửa của Tri Thức và được thanh lọc khỏi tâm trí bạn. Khi điều này được thực hiện, bạn sẽ không cần phải trao cho mình những ý tưởng hoành tráng về bản thân. Bạn sẽ không cần phải trình bày sai lệch về bản thân trong nỗ lực thoát khỏi cảm giác tội lỗi và bất lực của mình, vì cảm giác tội lỗi và bất lực sẽ được thiêu rụi trong Ngọn Lửa Tri Thức. Do đó, hãy mang tất cả những thứ cản trở sự tham gia của bạn và tất cả những nỗi sợ đang ám ảnh và đàn áp bạn đến với Ngọn Lửa Tri Thức để chúng có thể được thiêu rụi. Bạn sẽ ngồi trước ngọn lửa này, và bạn sẽ thấy chúng được thiêu rụi, và bạn sẽ cảm thấy tâm trí mình được tắm rửa và thanh lọc trong Ngọn Lửa Tri Thức đầy yêu thương. Sự hiện diện ở bên bạn mỗi ngày. Ngọn Lửa Tri Thức ở bên bạn mỗi ngày.

BÀI THỰC HÀNH 334: *Hai lần thực hành, mỗi lần 30 phút.*
Thực hành hàng giờ.

Bước 335

NGỌN LỬA CỦA TRI THỨC Ở BÊN TÔI MỖI NGÀY.

Bất cứ nơi nào bạn đi, bất cứ điều gì bạn làm, Ngọn Lửa Tri Thức đang bùng cháy bên trong bạn. Hãy cảm nhận nó đang bùng cháy. Hàng giờ hãy cảm nhận nó đang bùng cháy. Bất kể bạn nhìn thấy gì và nghĩ gì, hãy cảm nhận Ngọn Lửa Tri Thức đang bùng cháy. Đây là sự hiện diện của Tri Thức mà bạn sẽ cảm nhận được bên trong chính mình khi bạn cảm nhận sự hiện diện của các Giáo Viên xung quanh bạn. Ngọn Lửa Tri Thức đang bùng cháy và khi bạn trải nghiệm điều này, nó sẽ thiêu rụi mọi thứ kìm hãm bạn—mọi thứ ám ảnh và đàn áp bạn, mọi cảm giác không xứng đáng và tội lỗi và mọi nỗi đau và xung đột. Khi những thứ này được thiêu rụi, chúng sẽ không còn phủ ảnh hưởng lên cuộc sống của bạn nữa, và cuộc sống bạn sẽ tự nhiên trở nên đồng nhất và hài hòa hơn.

HÔM NAY BẠN THỰC HIỆN MỘT BƯỚC TIẾN LỚN THEO HƯỚNG NÀY bằng cách nhớ và trải nghiệm Ngọn Lửa Tri Thức hàng giờ. Trong hai lần thực hành sâu của mình, hãy bước lại vào trong Ngọn Lửa Tri Thức trong nơi ẩn náu của Tri Thức. Hãy nhớ rằng ngọn lửa này sẽ an ủi bạn và giải thoát bạn. Nó sẽ không thiêu đốt bạn mà sẽ chỉ sưởi ấm linh hồn bạn. Nó sẽ trao cho bạn sự thảnh thơi và trấn an. Nó sẽ trao cho bạn sự xác nhận về ý nghĩa và mục đích của cuộc đời bạn và về sự vĩ đại mà bạn mang trong mình.

ĐỪNG BỎ BÊ VIỆC THỰC HÀNH CỦA MÌNH HÔM NAY, nhưng hãy nhận ra lợi ích tổng thể của nó đối với bạn. Không gì bạn có thể thấy trên thế giới có thể trao cho bạn sự chắc chắn, quyền lực, sự bình yên và cảm giác hòa nhập mà Ngọn Lửa Tri Thức có thể ban tặng. Không gì có thể nhắc nhở bạn về sự hòa nhập hoàn toàn của bạn trong cuộc sống ngoài sự hiện diện của Các Giáo Viên của bạn mà đang ở bên bạn. Do đó, bạn đã có trải nghiệm mà bạn cần rồi, và từ trải nghiệm này, bạn sẽ dần dần học cách mở rộng nó đến cho tất cả các mối quan hệ của mình—với người khác, với thế giới và với Cộng Đồng Vĩ Đại của các thế giới nơi bạn đang sống.

BÀI THỰC HÀNH 335: *Hai lần thực hành, mỗi lần 30 phút.*
Thực hành hàng giờ.

Bước 336

ÔN TẬP

Hãy bắt đầu Bài Ôn Tập hai tuần của bạn bằng cách ôn lại bài học đầu tiên trong hai tuần này, đọc lại bài học và nhớ lại bài thực hành của mình cho ngày hôm đó. Sau đó hãy thực hiện việc này cho mỗi ngày tiếp theo. Hãy ôn lại việc thực hành của bạn. Hãy nhận thấy việc thực hành của bạn là cho mục đích gì và nhận ra việc thực hành của bạn đang củng cố điều gì bên trong bạn. Hãy nhận thấy bạn muốn sự củng cố này xảy ra nhiều thế nào và nhận ra giá trị khổng lồ mà bạn đang nhận được và đang cố gắng nhận được khi bạn chuẩn bị như một học sinh của Tri Thức. Hãy để Bài Ôn Tập của bạn ngày hôm nay là sự xác nhận về tầm quan trọng của sự chuẩn bị của bạn. Hãy nhận thấy bạn cần tăng cường sự tham gia của mình nhiều thế nào và bạn cần nhiều thế nào để gạt sang bên những ý tưởng làm suy yếu hoặc phủ nhận sự tồn tại của Tri Thức trong cuộc đời bạn. Hãy nhớ rằng Tri Thức đang ở bên bạn và rằng các Giáo Viên của bạn đang ở bên bạn, để được trải nghiệm và nhận lãnh mọi giây phút. Khi bạn học cách nhận lãnh điều này, bạn sẽ tự nhiên thể hiện điều này.

Trong lần thực hành dài hôm nay của mình, hãy ôn lại hai tuần thực hành vừa qua và nhận ra những gì đang được cung cấp cho bạn. Hãy nhận thấy bạn cần nhận lãnh nhiều thế nào. Hãy nhận thấy bạn muốn nhận lãnh nhiều thế nào.

BÀI THỰC HÀNH 336: *Một lần thực hành dài.*

Bước 337

MỘT MÌNH TÔI KHÔNG THỂ LÀM ĐƯỢC GÌ.

Một mình bạn không thể làm được gì, nhưng bạn không đơn độc. Vâng, bạn là một cá nhân, nhưng bạn vĩ đại hơn một cá nhân. Do đó bạn không thể đơn độc, và do đó tính chất cá nhân của bạn có lời hứa và mục đích lớn lao trên thế giới. Do đó bạn, người là một phần của sự vĩ đại mà lớn hơn hơn tính chất cá nhân của bạn, và bạn, người cũng là một phần của tính chất cá nhân của mình, trở nên trọn vẹn và thống nhất. Trong đây, mọi thứ bạn đã xây dựng cho chính mình được sử dụng cho mục đích tốt đẹp. Tất cả những tạo hoá của bạn đều được trao mục đích, ý nghĩa, phương hướng và sự hòa nhập trong cuộc sống. Do đó, cuộc đời bạn được cứu chuộc và giành lại, và bạn trở thành một phần của cuộc sống và phương tiện cho việc thể hiện độc nhất của nó. Đây chính là ý nghĩa thật sự của bài học hôm nay.

Chỉ trong bóng tối và sự đen tối của trí tưởng tượng mà bạn mới có thể trốn khỏi ánh sáng của sự thật. Bạn phải tin rằng bạn đơn độc khi nghĩ rằng trí tưởng tượng của bạn là có thật. Việc biết rằng bạn không đơn độc lúc đầu có thể có vẻ đáng sợ vì bạn sợ rằng trí tưởng tượng và cảm giác tội lỗi của mình sẽ bị tiết lộ. Tuy nhiên khi bạn cân nhắc điều này một cách trung thực và không lên án, bạn nhận ra rằng điều đó có nghĩa là bạn đã được giành lại, phục hồi và bây giờ đang được chuẩn bị để nhận lãnh quyền lực đang ở bên bạn, quyền lực mà là Nguồn và Bản Thể Thật Sự của bạn.

Hãy lặp lại ý tưởng hôm nay hàng giờ và nhận ra rằng đó là sự xác nhận về sức mạnh và sự hòa nhập của bạn vào cuộc sống. Trong những lần thiền sâu của mình, hãy cho phép bản thân bước lại vào trong sự tâm lặng của nơi ẩn náu của Tri Thức, nơi sẽ trở nên hiển nhiên rằng bạn không đơn độc. Ở đây bạn đang trong cuộc hôn nhân thật sự với cuộc sống và trong sự kết hợp thật sự với những người đã đến để phục vụ bạn và hướng dẫn bạn và với những người đang thực hành cùng bạn lúc này. Trong sự hòa nhập của bạn là hạnh phúc của bạn. Trong sự cô lập của bạn là sự đau khổ của bạn. Sự đau khổ của bạn không có nền tảng nào, vì bạn không đơn độc và thành công của bạn được đảm bảo, vì một mình bạn không thể làm được gì.

BÀI THỰC HÀNH 337: *Hai lần thực hành, mỗi lần 30 phút.*
Thực hành hàng giờ.

Bước 338

HÔM NAY TÔI SẼ CHÚ Ý.

Hãy chú ý ngày hôm nay để bạn có thể thấy được những gì đang diễn ra xung quanh mình. Hãy chú ý ngày hôm nay để bạn có thể trải nghiệm bản thân trong thế giới. Hãy chú ý ngày hôm nay để bạn có thể trải nghiệm rằng Ngọn Lửa của Tri Thức đang cháy bên trong bạn. Hãy chú ý ngày hôm nay để bạn có thể trải nghiệm rằng sự hiện diện của các Giáo Viên của bạn đang ở bên bạn. Hãy chú ý ngày hôm nay để bạn có thể thấy rằng Ngọn Lửa Tri Thức đang cháy trong thế giới và rằng sự hiện diện của các Giáo Viên của bạn cũng đang hiện diện trong thế giới. Những điều này sẽ tự nhiên đến với bạn khi bạn chú ý, vì không có sự lên án, bạn sẽ thấy những gì thật sự đang diễn ra. Điều này sẽ xác nhận bản chất tâm linh và mục đích của bạn trên thế giới. Điều này sẽ xác nhận danh tính thật sự của bạn và mang lại ý nghĩa cho cuộc sống cá nhân của bạn.

Hãy chú ý hàng giờ hôm nay và tự tin rằng việc trở nên chú ý sẽ mang lại kết quả thật sự của nó cho bạn. Không phán xét và đánh giá, bạn sẽ nhìn thấu mọi vẻ ngoài đáng sợ mà thế giới có thể trình bày cho bạn. Bạn sẽ nhìn thấu mọi vẻ ngoài đáng sợ mà trí tưởng tượng của bạn có thể trình bày cho bạn, vì mọi vẻ ngoài đáng sợ đều được sinh ra và được củng cố bằng trí tưởng tượng. Khi chú ý đến thế giới, bạn nhận ra sự bối rối của thế giới và nhu cầu của nó về Tri Thức. Điều này sẽ xác nhận sự bối rối và nhu cầu của chính bạn về Tri Thức và sẽ khiến bạn vui mừng vì giờ đây bạn đang chuẩn bị để nhận lãnh chính Tri Thức.

Trong các bài thực hành thiền sâu của mình, hãy chú ý, hiện diện và trao bản thân trong sự tâm lặng bên trong nơi ẩn náu của Tri Thức. Bạn chỉ cần chú ý. Phán xét là không cần thiết. Hãy chú ý và bạn sẽ xuyên thấu thứ giả dối và bạn sẽ nhận được thứ chân thật. Vì sự chú ý chân thật sẽ luôn trao cho bạn thứ chân thật, và sự chú ý giả dối sẽ luôn mang lại cho bạn thứ giả dối.

Hôm nay bạn củng cố khả năng này của tâm trí, khả năng chú ý này. Bạn củng cố điều này cho chính mình và cho thế giới, mà cần được nhận biết. Vì thế giới cần được yêu thương, và tình yêu chỉ đến thông qua sự nhận biết thật sự.

BÀI THỰC HÀNH 338: *Hai lần thực hành, mỗi lần 30 phút.*
Thực hành hàng giờ.

Bước 339

Sự hiện diện của tình yêu đang ở cùng tôi lúc này.

Sự hiện diện của tình yêu đang ở cùng bạn, trong Ngọn Lửa Tri Thức bên trong bạn. Như được thể hiện bằng sự hiện diện của các Giáo Viên của bạn, sự hiện diện này thấm nhuần mọi thứ trên thế giới. Nó là bối cảnh mà trong đó thế giới tồn tại. Nó tĩnh lặng; do đó, nó ở bên mọi thứ. Liệu bạn, người nhận thức thế giới, có thể nhận thức được sự hiện diện bền vững này không? Liệu bạn, người hành động trong thế giới, có thể thấy được tác động của sự hiện diện này trong thế giới không? Nếu sự hiện diện này không có trong thế giới, thì thế giới đã tự hủy diệt từ lâu và sẽ không có hy vọng nào cho sự cứu rỗi của bạn. Sẽ không có hy vọng nào cho cộng đồng thật sự và cho tất cả những thứ mà con người có khả năng làm trong cuộc sống tạm thời của họ ở đây. Mọi thứ có giá trị thật sự sẽ không phát ra, vì bóng tối của trí tưởng tượng và bóng tối của sự sợ hãi sẽ bao phủ thế giới vĩnh viễn và tất cả sẽ sống trong bóng tối hoàn toàn. Nếu không có sự hiện diện của tình yêu trên thế giới, thì sẽ là như vậy. Cuộc sống của bạn ở đây sẽ bị bao kín trong bóng tối, và bạn sẽ không bao giờ có thể thoát ra.

Đó là lý do tại sao cuộc sống của bạn trên thế giới chỉ là tạm thời. Nó không thể là vĩnh viễn, vì bạn được sinh ra từ ánh sáng, nơi bạn sẽ trở về. Làm sao bạn có thể sống trong bóng tối vĩnh viễn khi bạn được sinh ra từ ánh sáng, nơi bạn sẽ trở về? Bạn đã được gửi vào thế giới để mang ánh sáng vào trong thế giới, chứ không phải để xác nhận bóng tối của thế giới. Ý Chúa là rằng bạn mang ánh sáng vào trong thế giới, chứ không phải rằng bạn bị trục xuất đến thế giới trong bóng tối. Bạn đang ở đây để mang ánh sáng vào trong thế giới.

Bạn, người là một học sinh của Tri Thức, bây giờ đang học từng bước một để nhận lãnh ánh sáng của Tri Thức và Ngọn Lửa của Tri Thức. Khi bạn trải nghiệm điều này bên trong chính mình, thì bạn sẽ thấy được Ngọn Lửa của Tri Thức đang cháy trên thế giới, vì đây là sự hiện diện của tình yêu. Đây là Chúa trong thế giới. Những gì Chúa làm trên thế giới, Chúa sẽ làm thông qua bạn, nhưng sự hiện diện của Chúa trên thế giới kích hoạt Tri Thức trong mọi tâm trí và kêu gọi mọi tâm trí thức tỉnh. Điều này chứng minh, xác nhận và củng cố sự trỗi lên của Tri Thức ở bất cứ nơi nào nó đang xảy ra.

Sự hiện diện của Chúa là vĩnh cửu. Bản thân thế giới là tạm thời. Vũ trụ vật chất là tạm thời. Sự hiện diện của Chúa là vĩnh cửu. Vậy thì bạn có thể thấy được thứ gì là vĩ đại và thứ gì là nhỏ bé không? Vậy thì bạn có thể thấy được thứ gì cho đi và thứ gì phải học cách nhận lãnh không? Vậy thì bạn có thể nhận ra được tầm quan trọng của sự chuẩn bị của mình không? Vậy thì bạn có thể nhận ra được tầm quan trọng của việc phục vụ của mình trên thế giới không?

Hàng giờ hãy chú ý và trải nghiệm sự hiện diện của tình yêu trên thế giới. Nếu bạn chú ý, bạn sẽ trải nghiệm điều này. Trong các bài thực hành thiền sâu của mình, hãy trải nghiệm sự hiện diện của tình yêu bên trong chính bạn, mà là Ngọn Lửa của Tri Thức. Hãy nhớ rằng khi bạn nhìn vào điều này, bên trong thế giới mình và bên trong chính mình, rằng từ sự tĩnh lặng của sự hiện diện này phát ra mọi việc làm tốt, mọi ý tưởng quan trọng và động lực cho mọi hoạt động quan trọng. Đây là điều thúc đẩy nhân loại và ngay cả Cộng Đồng Vĩ Đại của các thế giới hướng tới Tri Thức và, với Tri Thức, hướng tới việc trở thành một cộng đồng.

Bài thực hành 339: *Hai lần thực hành, mỗi lần 30 phút.*
Thực hành hàng giờ.

Bước 340

VIỆC THỰC HÀNH CỦA TÔI LÀ SỰ ĐÓNG GÓP CỦA TÔI CHO THẾ GIỚI.

Bạn là một học sinh mới bắt đầu của Tri Thức. Như một học sinh mới bắt đầu, bạn tham gia bản thân hoàn toàn vào việc thực hành của mình. Đừng tưởng tượng cho mình một vai trò lớn lao như một vị cứu tinh hay người cứu chuộc trên thế giới, vì điều này sẽ chỉ làm bạn nản lòng vì bạn chưa chuẩn bị để thực hiện những điều vĩ đại. Nhiệm vụ của bạn là để đi theo các bước như chúng được đưa ra. Đây là yêu cầu. Theo thời gian, sự vĩ đại sẽ phát triển trong trải nghiệm của bạn, và bạn sẽ trải nghiệm sự vĩ đại trong thế giới. Nhưng như Chúng Tôi đã chỉ ra nhiều lần trong quá trình chuẩn bị của chúng ta cho đến nay, sự vĩ đại mà bạn sẽ trải nghiệm sẽ thể hiện chính nó trong những thứ đơn giản và tầm thường. Do đó đừng tưởng tượng ra những ý tưởng hoành tráng về bản thân bạn như một vị cứu tinh. Đừng tưởng tượng mình bị đóng đinh trên thế giới, vì những hình ảnh này được sinh ra từ sự thiếu hiểu biết và bạn không hiểu được ý nghĩa thật sự của chúng.

Hãy đi theo từng bước, vì từng bước sẽ đòi hỏi sự chú ý và tham gia hoàn toàn của bạn. Khi bạn không cố gắng thêm những thứ không cần thiết vào quá trình chuẩn bị của mình, thì bạn có thể hoàn toàn tham gia vào quá trình chuẩn bị của mình. Điều này sẽ hoàn toàn kết nối bạn và sẽ nâng cao tất cả các khả năng thể chất và tâm trí của bạn và trao cho chúng mục đích và phương hướng thống nhất. Việc thực hành của bạn là món quà của bạn cho thế giới. Từ việc thực hành của bạn, tất cả những món quà mà bạn sẽ trao tặng trong tương lai sẽ có thể được trao với sự tự tin, với tình yêu và với sự chắc chắn.

Hàng giờ hãy nhắc nhở bản thân rằng việc thực hành của bạn là món quà của bạn cho thế giới. Nếu bạn thật sự muốn phục vụ thế giới và nếu bạn thật sự muốn thể hiện trong thế giới những gì bạn trân trọng nhất và những gì bạn tôn vinh trong chính mình, thì hãy trao bản thân cho việc thực hành của mình và đừng bỏ bê nó hôm nay. Trong những lần thiền sâu của mình, hãy trao bản thân cho việc thực hành, vì việc thực hành là việc cho đi. Và bạn, người bây giờ đang học cách nhận lãnh, cũng trao bản thân cho việc học cách nhận lãnh. Vì vậy, bạn cũng đang học cách cho đi. Nếu bạn không thể trao bản thân cho việc thực hành, thì bạn sẽ không thể trao tặng cho thế giới, vì việc trao tặng cho thế giới cũng là một hình thức thực hành. Hãy nhớ rằng tất cả những gì bạn có thể làm là thực hành. Bất kể bạn làm gì, bạn đang thực hành một điều gì đó, bạn đang khẳng định một điều gì đó, bạn đang xác nhận một điều gì đó và bạn đang nghiên cứu một điều gì đó. Với sự hiểu biết này, hãy trao bản thân cho quá trình chuẩn bị thật sự của mình, vì đây là món quà của bạn cho chính mình và cho thế giới.

BÀI THỰC HÀNH 340: *Hai lần thực hành, mỗi lần 30 phút.*
Thực hành hàng giờ.

Bước 341

TÔI HẠNH PHÚC, VÌ BÂY GIỜ TÔI CÓ THỂ NHẬN LÃNH.

Hãy học cách nhận lãnh và bạn sẽ học cách hạnh phúc. Hãy học cách cho đi và hạnh phúc của bạn sẽ được xác nhận. Nói một cách đơn giản nhất, đây là những gì bạn đang thực hiện. Nếu bạn không làm phức tạp điều này bằng những ý tưởng và kỳ vọng của riêng mình, thì bạn sẽ có thể thấy được sự thật luôn hiện hữu của điều này, và bạn sẽ học được chính xác ý nghĩa của nó và những gì nó sẽ đòi hỏi. Hãy nhớ rằng sự phức tạp là sự phủ nhận tính đơn giản của sự thật. Sự thật sẽ thực hiện hoạt động của nó mỗi ngày, từng bước một, khi bạn thực hiện sự chuẩn bị của mình mỗi ngày, từng bước một. Khi bạn học cách trở thành học sinh của Tri Thức, bạn học cách sống theo sự thật. Sự đơn giản của điều này thì luôn hiện hữu với bạn, vì sự thật là đơn giản và hiển nhiên đối với tất cả những ai đang tìm kiếm sự thật và đối với tất cả những ai đang nhìn mà không với sức nặng của việc lên án hay phán xét.

Hãy nhớ về việc thực hành của bạn hàng giờ và trong các bài thiền sâu của mình, một lần nữa hãy củng cố khả năng và mong muốn tâm lặng của bạn. Vì nếu bạn trải nghiệm thêm một chút tâm lặng mỗi ngày, nó sẽ phát triển và phát triển và sẽ lấp đầy cuộc đời bạn và tỏa ra từ cuộc đời bạn như một ánh sáng vĩ đại, vì bạn đang ở đây để trở thành ánh sáng lên thế giới.

BÀI THỰC HÀNH 341: *Hai lần thực hành, mỗi lần 30 phút.*
Thực hành hàng giờ.

Bước 342

TÔI LÀ MỘT HỌC SINH CỦA TRI THỨC HÔM NAY.

Hôm nay bạn là một học sinh của Tri Thức. Bạn đang theo quá trình chuẩn bị của mình từng bước một. Bạn đang học cách gỡ bỏ gánh nặng của sự phán xét và căng thẳng của chính mình. Bạn đang học cách được xác nhận bởi sự hiện diện của Tri Thức bên trong bạn và bởi sự hiện diện của tình yêu trong cuộc đời bạn. Bạn đang học cách tôn vinh bản thân và học cách trân trọng thế giới của mình. Bạn đang học cách nhận ra trách nhiệm của mình và học cách nhận ra nhu cầu của thế giới để trách nhiệm này được thực hiện. Bạn đang học cách tâm lặng bên trong và tham gia một cách có ý nghĩa bên ngoài. Bạn đang học cách nhận lãnh. Bạn đang học cách cho đi. Bạn đang học cách nhận ra rằng cuộc đời bạn đang được cứu chuộc.

Hãy là một học sinh của Tri Thức ngày hôm nay và thực hiện các chỉ dẫn của hôm nay một cách đầy đủ và rõ ràng nhất có thể. Hãy nhắc nhở bản thân mỗi giờ rằng bạn là một học sinh của Tri Thức và dành giây lát hàng giờ để suy nghĩ về ý nghĩa của điều này, đặc biệt trong hoàn cảnh hiện tại của bạn. Trong các lần thực hành sâu của mình, hãy tích cực dùng tâm trí mình để xem xét việc học sinh của Tri Thức là gì. Hãy nhớ lại những gì bạn đã được dạy cho đến nay. Hãy nhận ra những gì đang được củng cố từng bước một và những gì bạn đang được khuyến khích từ bỏ. Hai lần thực hành của bạn là các giai đoạn tích cực tham gia tâm trí khi bạn nhìn vào ý tưởng của ngày hôm nay và cố gắng nhìn thấy ý nghĩa của nó trong cuộc đời bạn. Khi bạn suy nghĩ, hãy suy nghĩ một cách có ích, vì mọi suy nghĩ đều phải có ích. Khi suy nghĩ là không cần thiết, thì Tri Thức sẽ đưa bạn tiến lên. Trong thế giới bạn phải có Tri Thức, và bạn phải học cách suy nghĩ một cách có ích vì bạn là một học sinh của Tri Thức. Hôm nay hãy là một học sinh của Tri

Thức và bạn sẽ tôn vinh thứ hướng dẫn bạn, thứ dẫn dắt bạn và thứ ban phước cho bạn. Bạn sẽ đại diện cho Tri Thức, vì bạn là một học sinh của Tri Thức.

BÀI THỰC HÀNH 342: *Hai lần thực hành, mỗi lần 30 phút.*
                                            Thực hành hàng giờ.

Bước 343

HÔM NAY TÔI SẼ TÔN VINH NGUỒN GỐC CỦA QUÁ TRÌNH CHUẨN BỊ CỦA MÌNH.

Hãy tôn vinh nguồn gốc của quá trình chuẩn bị của bạn bằng cách trở thành một học sinh của Tri Thức ngày hôm nay. Hãy nhớ điều này hàng giờ và một lần nữa suy nghĩ về ý nghĩa của việc trở thành một học sinh của Tri Thức. Hãy cố gắng nhớ lại tất cả những gì đã được trao cho bạn và tất cả những gì đang được củng cố và hãy cố gắng nhận ra một cách khách quan những gì đang cản trở bạn và kìm hãm bạn. Hãy củng cố niềm tin của bạn. Hãy củng cố sự tham gia của bạn. Hãy sử dụng quyền quyết định của bạn để làm việc đó, và hãy nhớ rằng khi bạn làm điều này, bạn đang tôn vinh và đại diện cho thứ hướng dẫn bạn và thứ bạn phục vụ.

Trong hai lần thực hành sâu của mình, hãy tích cực dùng tâm trí mình để xem xét ý nghĩa của ý tưởng ngày hôm nay. Hãy nhớ rằng bạn chỉ có thể phục vụ những gì bạn coi trọng. Nếu bạn coi trọng Tri Thức, thì bạn sẽ phục vụ Tri Thức. Nếu bạn coi trọng sự ngu dốt và bóng tối, thì bạn sẽ phục vụ những thứ đó. Thứ bạn coi trọng là chủ nhân của bạn, và chủ nhân của bạn sẽ trao cho bạn những điều bạn phải học. Bạn là một học sinh của Tri Thức. Bạn là một học sinh của Tri Thức vì bạn đã chọn rằng việc học của bạn và chủ nhân hướng dẫn bạn phải phản ánh Tri Thức và sự thật trên thế giới. Ở đây bạn chỉ có hai lựa chọn, vì bạn chỉ có thể phục vụ Tri Thức hoặc những gì cố gắng thay thế Tri Thức. Vì không gì có thể thật sự thay thế Tri Thức, nên mong muốn phục vụ thứ thay thế Tri Thức chỉ là mong muốn để không phục vụ, để không là gì và để không có gì. Đây là ý của Chúng Tôi khi Chúng Tôi nói về sự nghèo đói. Đó là trạng thái của việc phục vụ chẳng gì cả, không là gì cả và không có gì cả.

Vì vậy hãy tôn vinh thứ phục vụ bạn. Hãy tôn vinh thứ công nhận thực tại của bạn, ý nghĩa và giá trị của sự hiện diện của bạn trên thế giới, và bạn sẽ phục vụ thứ gì đó chân thật, bạn sẽ là thứ gì đó chân thật và bạn sẽ có thứ gì đó chân thật. Vì vậy bạn, người đang học cách phục vụ, sẽ là người đang học cách nhận lãnh.

BÀI THỰC HÀNH 343: *Hai lần thực hành, mỗi lần 30 phút.*
Thực hành hàng giờ.

Bước 344

TRI THỨC CỦA TÔI LÀ MÓN QUÀ TÔI DÀNH TẶNG CHO THẾ GIỚI.

TRI THỨC LÀ MÓN QUÀ CỦA BẠN CHO THẾ GIỚI, nhưng trước tiên bạn phải trở thành phương tiện để nó thể hiện chính nó. Bạn phải chấp nhận nó, nhận lãnh nó, học từ nó và cho đi những gì nó trao cho bạn để cho đi. Bạn phải mở lòng mình để nó có thể tự nhiên tỏa sáng lên thế giới thông qua bạn. Từ Tri Thức của bạn sẽ mang đến mọi thứ—tất cả các hoạt động có ý nghĩa, tất cả các đóng góp quan trọng, tất cả các suy nghĩ quan trọng, tất cả các biểu hiện có ý nghĩa của cảm xúc và tất cả các động lực để trấn an, để an ủi, để yêu thương, để chữa lành, để tham gia và để giải phóng người khác. Điều này đơn giản có nghĩa là bản chất thật của bạn cuối cùng đang thể hiện chính nó. Đây là món quà của bạn cho thế giới.

HÀNG GIỜ HÃY NHẮC NHỞ BẢN THÂN VỀ ĐIỀU NÀY và cảm nhận Ngọn Lửa của Tri Thức đang cháy bên trong bạn. Hãy cảm nhận bản thân như một phương tiện mang Tri Thức trong thế giới. Hãy vui mừng vì bạn không cần phải tự hành hạ mình bằng cách cố gắng tìm ra cách bạn sẽ trao tặng Tri Thức, cách Tri Thức sẽ trao tặng chính nó và điều gì sẽ xảy ra sau đó. Bạn chỉ cần đi theo các bước. Như bạn đã thấy cho đến nay, các bước yêu cầu bạn phải phát triển các khả năng tâm trí của mình và áp dụng chúng một cách phù hợp. Các bước yêu cầu bạn phải hiện diện về mặt tâm trí. Chúng yêu cầu bạn phải cân bằng và hài hòa cuộc sống của mình. Ngay cả xa đến đây trong quá trình chuẩn bị của mình, bạn nhận ra rằng bạn biết nhiều thứ về cuộc sống của mình mà bạn vẫn chưa chấp nhận hoặc thực hiện. Tri Thức đã ở bên bạn suốt thời gian qua và ngay cả lúc này trong quá trình chuẩn bị ban đầu của bạn, khi bạn tiến bộ cùng những người đang tiến bộ cùng bạn, thì quyền lực và hiệu quả của Tri Thức đang trở nên thực tế hơn bao giờ hết đối với bạn. Đây là món quà của bạn dành cho thế giới.

TRONG HAI LẦN THỰC HÀNH DÀI CỦA BẠN NGÀY HÔM NAY, trong sự tâm lặng và nhận lãnh, hãy thực hành việc nhận lãnh quyền lực của Tri Thức để nó có thể phát triển bên trong bạn và để bạn có thể có trải nghiệm ngày càng lớn về nó khi bạn mạo hiểm bước ra thế giới. Những lần thực hành dài này là rất quan trọng cho sự chuẩn bị của bạn, vì chúng gia tăng khả năng của bạn, chúng gia tăng sự hiểu biết của bạn, chúng gia tăng trải nghiệm của bạn và chúng giúp bạn dễ dàng trải nghiệm Tri Thức hơn khi bạn ở trong thế giới. Vì Tri Thức của bạn là món quà của bạn cho thế giới, và Tri Thức của bạn là món quà của bạn cho chính mình.

BÀI THỰC HÀNH 344: *Hai lần thực hành, mỗi lần 30 phút.*
Thực hành hàng giờ.

Bước 345

TRI THỨC CỦA TÔI LÀ MÓN QUÀ CỦA TÔI CHO GIA ĐÌNH TÂM LINH CỦA MÌNH.

TRI THỨC CỦA BẠN LÀ MÓN QUÀ CỦA BẠN cho Gia Đình Tâm Linh của mình, vì bạn đã đến thế giới không chỉ để thăng tiến bản thân và thế giới mà còn để thăng tiến Gia Đình Tâm Linh của mình. Nhóm học tập cụ thể của bạn yêu cầu bạn phải tiến bộ để bản thân nó có thể thăng tiến, vì nó cũng đang tìm kiếm sự hợp nhất lớn hơn. Trong suốt thời gian, bạn đã trau dồi phạm vi và khả năng của mình cho mối quan hệ. Tất cả những thành công của bạn cho đến nay đều được thể hiện trong biểu hiện và bằng chứng của Gia Đình Tâm Linh của bạn.

VIỆC TRỞ VỀ VỚI CHÚA LÀ VIỆC TRỞ VỀ VỚI SỰ HÒA NHẬP trong mối quan hệ. Điều này vượt quá khả năng hiểu biết của bạn, và nó chắc chắn vượt quá những ý tưởng của bạn và lý tưởng của bạn. Nó chỉ có thể được trải nghiệm. Nó phải được trải nghiệm, và thông qua trải nghiệm này, bạn sẽ hiểu rằng bạn đã đến đây không chỉ để cứu chuộc chính mình và không chỉ để phục vụ thế giới, mà còn để phục vụ những người đã gửi bạn đến. Trong đây, vai trò của bạn trở nên quan trọng hơn bao giờ hết. Trong đây, sự chuẩn bị của bạn trở nên quan trọng hơn bao giờ hết. Nếu bạn suy nghĩ về điều này, bạn sẽ biết rằng nó là sự thật.

HÀNG GIỜ HÔM NAY hãy nghĩ về ý tưởng này và nhớ đến Gia Đình Tâm Linh của mình, những người mà bạn đang học cách nhớ lại. Trong hai lần thực hành thiền sâu của mình, hãy quay trở lại nơi ẩn náu của Tri Thức và cố gắng trải nghiệm sự hiện diện của Gia Đình Tâm Linh của bạn. Nếu tâm trí bạn tĩnh lặng, bạn sẽ nhận ra rằng họ đang ở bên bạn ngay lúc này. Làm sao họ có thể tách biệt khỏi bạn, người không thể tách biệt khỏi họ, và khi bạn ở trong thế giới, họ đang ở bên bạn ngay lúc này.

BÀI THỰC HÀNH 345: *Hai lần thực hành, mỗi lần 30 phút.*
Thực hành hàng giờ.

Bước 346

TÔI ĐANG Ở TRONG THẾ GIỚI ĐỂ LÀM VIỆC.

Bạn đang ở trong thế giới để làm việc. Công việc là những gì bạn muốn làm. Công việc là lý do tại sao bạn đã đến. Nhưng công việc mà Chúng Tôi nói đến này là gì? Đó có phải là công việc hiện tại của bạn, mà bạn cưỡng lại và gặp khó khăn không? Đó có phải là nhiều nhiệm vụ mà bạn nghĩ là của riêng bạn và bạn giao cho mình không? Công việc thật sự của bạn có thể được thể hiện trong bất kỳ hoạt động nào trong số này, nhưng nó thật sự vĩ đại hơn. Bạn sẽ hạnh phúc và viên mãn khi thực hiện từng bước trong công việc thật sự của mình. Công việc thật sự của bạn trên thế giới là để khám phá Tri Thức của mình và cho phép nó thể hiện bản thân thông qua bạn. Công việc thật sự của bạn trên thế giới là để đáp lại tiếng gọi cụ thể của bạn, mà kết nối bạn với một số người nhất định theo những cách nhất định để bạn có thể hoàn thành định mệnh cá nhân của mình trên thế giới.

Đây là công việc của bạn. Đừng nghĩ rằng tại thời điểm này bạn có thể hiểu được công việc này là gì và đừng cố gắng định nghĩa nó vượt quá những gì Chúng Tôi đã trao cho bạn. Không sao nếu bạn không biết đầy đủ ý nghĩa của điều này. Không sao để hiểu được sự bí ẩn của cuộc đời bạn mà không cố gắng làm cho nó trở nên cụ thể.

Bạn đang ở trong thế giới để làm việc. Do đó, hãy nỗ lực để sự nỗ lực của bạn có thể tiết lộ cho bạn nguồn gốc của mục đích, ý nghĩa và phương hướng của bạn. Chính thông qua công việc và hoạt động có ý nghĩa của bạn mà bạn sẽ trải nghiệm được giá trị của mình—giá trị của cuộc sống cá nhân của mình và sự đảm bảo về định mệnh thật sự của mình. Công việc thật sự của bạn đảm bảo cho bạn mọi thứ có giá trị và giúp bạn thoát khỏi mọi thứ che giấu bạn và khiến bạn bất lực và đau khổ.

HÃY NHẮC NHỞ BẢN THÂN VỀ Ý TƯỞNG CỦA NGÀY HÔM NAY hàng giờ. Trong hai lần thực hành sâu của mình, một lần nữa hãy tích cực dùng tâm trí mình để xem xét ý tưởng hôm nay. Hãy xem xét cách bạn nhìn nhận công việc và tất cả các mối liên hệ của bạn với công việc. Hãy xem xét cách bạn đã đáp lại công việc trong quá khứ—mong muốn làm việc của bạn, sự mâu thuẫn của bạn về công việc và sự phản kháng của bạn đối với công việc. Hãy nhận ra rằng mọi mong muốn thoát khỏi công việc đã thật sự là mong muốn khám phá Tri Thức. Hãy nhận ra rằng Tri Thức sẽ kết nối bạn vào công việc với mục đích mới, ý nghĩa mới và phương hướng mới. Hãy xem xét suy nghĩ của mình. Bạn phải hiểu được suy nghĩ của mình, vì chúng vẫn rất hiệu quả trong việc ảnh hưởng đến nhận thức của bạn và sự hiểu biết của bạn. Khi bạn có thể trở nên khách quan với tâm trí của chính mình, thì bạn sẽ có thể cho phép Tri Thức chiếu sáng lên tâm trí bạn, và bạn sẽ có thể sử dụng quyền quyết định để chuẩn bị bản thân và làm việc với nội dung của tâm trí bạn. Điều này là hiệu quả trong phạm vi tham gia của bạn, vì bạn không được trao cho quyền quyết định mục đích, ý nghĩa hoặc hướng đi của Tri Thức, mà để trở thành người nhận lãnh Tri Thức, trải nghiệm Tri Thức và cho phép Tri Thức thể hiện chính nó thông qua bạn.

VÌ VẬY, TRONG HAI LẦN THỰC HÀNH DÀI CỦA MÌNH, hãy dùng tâm trí bạn một cách tích cực. Hãy tập trung vào ý tưởng này. Hãy nhận ra tất cả những suy nghĩ và cảm xúc liên quan đến nó. Trong phần cuối của mỗi lần thực hành dài, hãy để mọi suy nghĩ rời khỏi bạn. Hãy bước lại vào sự tâm lặng và nhận lãnh để bạn có thể hiểu được. Tri Thức không đòi hỏi suy nghĩ của bạn khi bạn đang trải nghiệm chính Tri Thức, vì mọi suy nghĩ đều là sự thay thế cho Tri Thức. Tuy nhiên Tri Thức sẽ hướng mọi suy nghĩ của bạn để phục vụ cho một mục đích lớn lao.

BÀI THỰC HÀNH 346: *Hai lần thực hành, mỗi lần 30 phút.*
Thực hành hàng giờ.

Bước 347

TÔI CHO PHÉP CUỘC ĐỜI MÌNH MỞ RA NGÀY HÔM NAY.

Hãy để cuộc đời bạn được mở ra ngày hôm nay. Khi không có sự lạc hướng bên trong của chính bạn, không có bóng tối của trí tưởng tượng của chính bạn và không có sự bối rối và xung đột của chính bạn, thì bạn có thể chứng kiến sự mở ra của cuộc đời mình. Hôm nay đại diện cho một bước trong sự mở ra của cuộc đời bạn, trong sự trỗi lên của Tri Thức của bạn, trong việc trau dồi sự hiểu biết thật sự của bạn và trong biểu hiện của những thành tựu thật sự của bạn. Hãy chú ý hôm nay và học cách quan sát cuộc sống bên ngoài của bạn và cuộc sống bên trong của bạn một cách khách quan. Bằng cách này, bạn có thể trải nghiệm những gì thật sự ở đó, và bạn sẽ yêu những gì thật sự ở đó, vì những gì thật sự ở đó là chân thật và phản ánh chính tình yêu.

Hàng giờ hãy nhắc nhở bản thân quan sát cuộc đời bạn đang mở ra. Trong các lần thực hành thiền sâu của mình, trong sự tâm lặng và nhận lãnh, hãy quan sát cuộc sống nội tâm của bạn đang mở ra. Hãy quan sát cuộc sống bên ngoài và cuộc sống bên trong của bạn đang mở ra cùng nhau như chúng phải thế. Ở đây bạn sẽ cảm nhận được sự chuyển động của cuộc đời mình. Ở đây bạn sẽ biết rằng cuộc đời mình đang được hướng dẫn và chỉ đạo. Ở đây bạn sẽ biết rằng tất cả những thứ mà bạn thật sự coi trọng và yêu quý nhất và mọi thứ mà Chúng Tôi đã chỉ ra trong quá trình chuẩn bị của chúng ta cho đến nay thì đang hình thành. Ở đây bạn cho phép một số thứ rời đi và một số thứ trỗi lên. Ở đây bạn quản lý phần của cuộc sống mình mà là của bạn để quản lý, mà là suy nghĩ và hành vi của bạn. Ở đây bạn cho phép phần của cuộc sống mình mà bạn không thể quản lý, mà là mục đích, ý nghĩa và phương hướng của bạn, để tự nhiên trỗi lên và thể hiện chính nó. Ở đây bạn là minh chứng cho cuộc đời mình, mà ngày hôm nay đang trỗi lên và mở ra.

BÀI THỰC HÀNH 347: *Hai lần thực hành, mỗi lần 30 phút. Thực hành hàng giờ.*

Bước 348

HÔM NAY TÔI SẼ CHỨNG KIẾN THẾ GIỚI MỞ RA.

Khi không có sự suy đoán đầy sợ hãi của bạn, khi không có phản ứng căng thẳng của bạn đối với những vẻ ngoài đáng sợ, và khi không có tham vọng và sự phủ nhận của bạn, bạn có thể nhìn thấy thế giới đang mở ra ngày hôm nay. Đôi mắt bạn sẽ nhìn thấy điều này, đôi tai bạn sẽ nghe thấy nó, làn da bạn sẽ cảm nhận được nó và bạn sẽ cảm nhận nó bằng toàn bộ bản thể thể chất và tinh thần của mình. Bạn sẽ biết điều này bởi vì bản thể của bạn biết trong khi tâm trí bạn suy nghĩ và cơ thể bạn hành động. Do đó, quyền lực của Tri Thức là quyền lực của bản thể, mà bạn là một phần.

Chính với quyền lực này mà bạn có thể quan sát thế giới đang mở ra, vì thế giới có một bản thể, một tâm trí và một cơ thể. Bản thể của nó biết, tâm trí của nó suy nghĩ và cơ thể của nó hành động. Thiên nhiên là cơ thể của nó. Suy nghĩ tập thể của các bạn là tâm trí của nó. Tri Thức là bản thể của nó. Do đó, khi bạn bắt đầu nhận ra Tri Thức trong cuộc sống của mình, bạn sẽ nhận ra Tri Thức trong thế giới. Khi bạn nhìn thấy Tri Thức thanh lọc và làm sạch tâm trí của bạn, bạn sẽ nhìn thấy Tri Thức thanh lọc và làm sạch mọi tâm trí trong thế giới mình. Khi bạn nhìn thấy Tri Thức hướng dẫn bạn hành động hiệu quả, bạn sẽ nhìn thấy Tri Thức trong thế giới hướng dẫn những người khác hành động hiệu quả. Do đó, khi bạn học cách có lòng nhân từ với chính mình, bạn sẽ học cách có lòng nhân từ với thế giới. Khi bạn chứng kiến sự mở ra của chính mình, bạn sẽ chứng kiến sự mở ra của thế giới.

Hôm nay vào hàng giờ, hãy lặp lại ý tưởng này và chứng kiến sự mở ra của thế giới. Trong hai lần thực hành dài của mình hôm nay, với đôi mắt mở, hãy nhìn vào thế giới xung quanh bạn. Hãy dành những thời gian này một mình, nhìn vào thế giới xung quanh bạn. Hãy nhìn mà không phán xét. Hãy cảm nhận thế giới đang mở ra. Bạn không cần phải cố gắng cảm nhận điều này. Bạn sẽ cảm nhận được nó vì nó là tự nhiên. Khi không có sự cản trở hay can thiệp từ phía bạn, trải nghiệm này sẽ luôn hiện hữu và có đó cho bạn. Hãy cảm nhận thế giới đang mở ra, vì nó sẽ xác nhận tất cả những gì bạn đang học lúc này, và tất cả những gì bạn đang học lúc này sẽ phục vụ cho thế giới trong việc mở ra của nó.

BÀI THỰC HÀNH 348: *Hai lần thực hành, mỗi lần 30 phút.*
Thực hành hàng giờ.

Bước 349

TÔI HẠNH PHÚC VÌ CUỐI CÙNG TÔI CÓ THỂ PHỤC VỤ SỰ THẬT.

Đó là niềm vui lớn nhất của bạn, đó là hạnh phúc lớn nhất của bạn và đó là sự mãn nguyện lớn nhất của bạn khi cuối cùng phục vụ sự thật. Quá khứ của bạn đã bị thất vọng và ảm đạm vì bạn đã cố gắng phục vụ những thứ không có nền tảng và ý nghĩa. Bạn đã cố gắng đồng nhất với những thứ không có mục đích và phương hướng. Điều này khiến bạn cảm thấy rằng bạn không có mục đích, ý nghĩa hoặc phương hướng. Hãy cảm thấy hạnh phúc lúc này vì bạn có thể đại diện cho sự thật và phục vụ sự thật, vì sự thật mang lại cho bạn tất cả những gì chân thật. Nó trao cho bạn mục đích, ý nghĩa và phương hướng, mà là những gì bạn đã tìm kiếm trong tất cả các cam kết, mối quan hệ, hoạt động và nỗ lực của mình. Đây là những gì bạn đã tìm kiếm trong mọi ảo tưởng của mình, trong mọi bận tâm của mình và trong mọi hy vọng của mình.

Mọi thứ bạn đã thật sự muốn thì đang được trao cho bạn lúc này. Hãy học cách nhận lãnh những gì bạn đã thật sự muốn, và bạn sẽ nhận ra thứ gì là đúng. Bạn cũng sẽ nhận ra thứ bạn đã luôn thật sự muốn. Điều này cho phép sự thật trở nên đơn giản và rõ ràng. Điều này cho phép tính chất cá nhân của riêng bạn trở nên đơn giản và rõ ràng, vì trong sự đơn giản, mọi thứ đều được biết. Trong sự phức tạp, mọi thứ đều bị che giấu. Chỉ những gì máy móc trên thế giới mới có thể phức tạp, nhưng bản chất của nó là đơn giản và có thể được trải nghiệm trực tiếp. Chỉ trong việc kiểm soát những gì máy móc trong cuộc sống, điều mà bạn phải làm ở mức độ nhất định, mới có sự phức tạp. Nhưng ngay cả những sự phức tạp này cũng dễ được xác định từng bước một. Do đó, cách tiếp cận của bạn với cuộc sống phải đơn giản, cho dù bạn đang đối mặt với sự đơn giản hay phức tạp. Sự phức tạp mà Chúng Tôi nói đến, mà là một hình thức phủ nhận, đại diện cho sự phức tạp trong suy nghĩ của chính bạn và sự khó khăn trong cách tiếp cận của chính bạn.

Vậy thì hãy vui mừng vì bạn có thể phục vụ thứ chân thật, vì điều này sẽ đơn giản hóa mọi thứ và sẽ giúp bạn đối phó với sự phức tạp máy móc theo cách trực tiếp và hiệu quả. Vậy thì hãy vui mừng vì cuộc đời bạn có mục đích, ý nghĩa và phương hướng, vì bạn phục vụ thứ có mục đích, ý nghĩa và phương hướng. Hãy nhớ điều này hàng giờ, và trong hai lần thực hành sâu của mình, hãy bước lại vào sự tâm lặng với sự nhận lãnh và tận tụy lớn lao. Hãy nhớ rằng bạn trao bản thân mình ở đây, rằng việc thực hành là việc cho đi, rằng bạn đang học cách cho đi và rằng bạn đang học cách phục vụ. Bạn cho đi những gì chân thật và bạn phục vụ những gì chân thật, và kết quả là bạn trải nghiệm những gì chân thật và bạn nhận được những gì chân thật. Do đó, đây là một ngày hạnh phúc vì bạn phục vụ những gì chân thật.

BÀI THỰC HÀNH 349: *Hai lần thực hành, mỗi lần 30 phút.*
Thực hành hàng giờ.

Bước 350

ÔN TẬP

Một lần nữa hãy ôn lại hai tuần đào tạo vừa qua của bạn, đọc từng bài học và xem lại từng ngày thực hành. Một lần nữa hãy phát triển khả năng khách quan của mình. Một lần nữa hãy nhận ra chuyển động tổng thể của cuộc sống mình—những thay đổi chậm nhưng rất quan trọng và có ý nghĩa đang diễn ra trong các giá trị của bạn, trong các mối quan hệ của bạn với người khác, trong các hoạt động của bạn và quan trọng nhất là trong toàn bộ cảm nhận của bạn về bản thân.

Hãy nhớ rằng sự thay đổi quan trọng thì diễn ra dần dần và thường không được chú ý cho đến khi kết quả của nó trở nên rõ ràng. Hãy nhận ra rằng sự thay đổi nhỏ hoặc không đáng kể thường liên quan đến những biến động cảm xúc lớn khi mọi người nghĩ rằng điều gì đó khổng lồ vừa xảy ra. Sự thay đổi lớn lao thì sâu sắc hơn và thay đổi mọi thứ. Sự thay đổi nhỏ, từng bước một thì ảnh hưởng lên quan điểm của bạn ngay lập tức, nhưng hiệu ứng tổng thể của nó thì không lâu dài. Ngoại lệ duy nhất cho điều này là khi các Giáo Viên của bạn can thiệp vào phạm vi cá nhân của bạn để chứng minh sự hiện diện của họ hoặc để truyền tải thông điệp về hiệu lực mà bạn hoàn toàn cần vào thời điểm đó. Những sự can thiệp này là hiếm nhưng đôi khi có thể xảy ra khi cần thiết cho lợi ích của chính bạn.

Do đó, hãy xem xét chuyển động tổng thể của cuộc sống bạn. Hãy xem cuộc sống của bạn đang mở ra. Điều này đang chuẩn bị bạn cho tương lai, vì chương trình này đang chuẩn bị bạn cho tương lai. Mọi thứ được dạy ở đây thì bạn phải sử dụng và củng cố, và bạn phải thực hành cả hai trong phạm vi của quá trình chuẩn bị này và xa sau đó. Trong thời gian thực hành dài của mình hôm nay, hãy trở thành người quan sát khôn ngoan về sự phát triển của chính bạn. Hãy nhận ra nơi việc thực hành của bạn cần được củng cố. Hãy nhận ra rằng điều này xuất phát từ Tri Thức của bạn. Hãy đi theo điều này với hết khả năng của bạn khi chúng ta lúc này đang tiếp cận những bài học cuối cùng trong giai đoạn này của Những Bước Đi đến Tri Thức.

BÀI THỰC HÀNH 350: *Một lần thực hành dài.*

NHỮNG BƯỚC ĐI ĐẾN TRI THỨC

NHỮNG BÀI HỌC CUỐI CÙNG

Bạn sắp bắt đầu những Bước cuối cùng, trong quá trình chuẩn bị của chúng ta. Đây không phải là những bước cuối cùng trong sự tiếp cận tổng thể của bạn đến Tri Thức hoặc trong việc sử dụng và trải nghiệm Tri Thức của bạn. Tuy nhiên, chúng là những bước cuối cùng trong giai đoạn phát triển vĩ đại này mà bạn hiện đang tham gia. Do đó hãy trao bản thân cho phần thực hành tiếp theo với mong muốn và cường độ tăng lên. Hãy cho phép Tri Thức hướng dẫn bạn trong quá trình tham gia của mình. Hãy cho phép bản thân trở nên quyền lực như thế, mạnh mẽ như thế và tham gia như thế. Đừng nghĩ về quá khứ của mình, mà hãy nhận ra thực tế của Tri Thức trong giây phút hiện tại và lời hứa vĩ đại của nó cho tương lai. Bạn được tôn vinh, người tôn vinh nguồn gốc của quá trình chuẩn bị của mình. Bạn được tôn vinh ngày hôm nay khi bạn bắt đầu những Bước cuối cùng trong giai đoạn thiết yếu này của quá trình phát triển của mình.

Bước 351

TÔI PHỤC VỤ MỘT MỤC ĐÍCH LỚN LAO, MÀ TÔI ĐANG BẮT ĐẦU TRẢI NGHIỆM LÚC NÀY.

Hãy lặp lại ý tưởng này hàng giờ và đừng quên. Khi bạn củng cố sự hiểu biết này, nó sẽ trở nên thật và rõ ràng hơn đối với bạn. Khi nó trở nên thật hơn, tất cả các ý tưởng và khái niệm khác cạnh tranh với nó sẽ rời đi, vì chân lý vĩ đại này có thực chất. Tất cả những thứ khác giả vờ là sự thật và xung đột với điều này sẽ rời đi vì chúng không có thực chất. Thứ chân thật vẫn tồn tại cho dù bạn có muốn hay không, cho dù bạn có tin vào nó hay không và cho dù bạn có tuân thủ nó hay không. Đó là điều khiến nó chân thật.

Bạn đã từng nghĩ trong quá khứ rằng mọi thứ tồn tại vì bạn muốn chúng tồn tại. Điều này chỉ đúng trong cõi của tưởng tượng, một cõi mà giờ đây bạn đang học cách thoát khỏi. Ngay cả trong cõi tưởng tượng, bạn học cách trân trọng những thứ gần nhất với sự thật để bạn có thể thoát khỏi cõi tưởng tượng. Bởi vì cõi của tưởng tượng không phải là cõi của Tạo Hoá. Thứ tạo ra, tạo ra từ Tri Thức. Đây là Tạo Hoá vĩnh cửu, có ý nghĩa và có quyền lực và giá trị thật sự ngay cả trên thế giới. Nó không phải là cõi của tưởng tượng.

Trong những lần thực hành sâu của mình, hãy bước vào sự tâm lặng. Hãy đến với lòng tôn kính lớn lao đối với những gì bạn đang cố gắng thực hiện. Hãy nhắc nhở bản thân về tầm quan trọng của những lần tâm lặng này. Hãy nhắc nhở bản thân rằng đây là thời gian thờ phượng, thời gian hiến dâng thật sự, thời gian khi bạn mở lòng mình và thời gian khi Tri Thức mở bản thân ra. Hãy để hôm nay là một ngày của sự hiểu biết lớn hơn. Hãy để hôm nay là một ngày của sự cống hiến lớn hơn, vì hôm nay bạn là một học sinh thật sự của Tri Thức.

BÀI THỰC HÀNH 351: *Hai lần thực hành, mỗi lần 30 phút.*
Thực hành hàng giờ.

Bước 352

HÔM NAY TÔI LÀ MỘT HỌC SINH THẬT SỰ CỦA TRI THỨC.

Hãy xác nhận điều này hàng giờ, và trong hai lần thực hành thiền của bạn, hãy bước vào thời gian im lặng của bạn với sự tôn kính và hiến dâng lớn lao. Đây là thời gian thờ phượng của bạn. Bây giờ bạn thật sự đang đi nhà thờ—không phải vì nghĩa vụ, không phải vì sợ hãi hay căng thẳng và không phải vì cảm giác có bổn phận đối với một vị Chúa không yêu thương, mà vì cảm giác vui sướng lớn lao và vì mong muốn trao bản thân cho thứ trao bản thân cho bạn. Hãy là một học sinh thật sự của Tri Thức. Hãy nhớ tất cả những gì đã được nói với bạn cho đến nay và sử dụng chúng hàng giờ. Hãy tham gia thực hành một cách có ý nghĩa, cả bên trong và bên ngoài. Hãy củng cố hôm nay. Hãy trao hôm nay cho Tri Thức như Tri Thức trao hôm nay cho bạn để bạn có thể học về sự hiện diện của Tri Thức trong cuộc đời bạn.

Tri Thức là món quà của Chúa dành cho bạn, vì Tri Thức là sự mở rộng của Chúa đến với bạn. Vì vậy, Tri Thức sẽ là Chúa đối với bạn nhưng sẽ nói về sự vĩ đại vượt ra ngoài chính nó, vì Tri Thức đang ở đây để giúp bạn có mối quan hệ có ý nghĩa với chính mình, với người khác và với cuộc sống. Thông qua điều này, bạn sẽ có thể khôi phục lại các mối quan hệ và do đó tiến đến Quê Hương Thật Sự của mình trong Chúa.

BÀI THỰC HÀNH 352: *Hai lần thực hành, mỗi lần 30 phút.*
Thực hành hàng giờ.

Bước 353

QUÊ HƯƠNG THẬT SỰ CỦA TÔI NẰM TRONG CHÚA.

Quê Hương Thật Sự của bạn nằm trong Chúa. Quê Hương Thật Sự của bạn nằm ở đó. Quê Hương của bạn là thật. Bạn là thật. Bạn đang ở nhà ngay cả lúc này khi bạn đang ở trong thế giới, mặc dù thế giới không phải là Quê Hương Thật Sự của bạn. Bởi vì bạn đang ở nhà trong thế giới và bởi vì bạn đang ở với Tri Thức, bạn có thể trao tặng cho thế giới và cung cấp chính xác những gì nó cần, và bạn sẽ muốn trao tặng cảm giác này về quê hương cho thế giới, nơi cảm thấy vô gia cư và lạc lõng.

Hàng giờ hãy lặp lại ý tưởng này và nhìn vào mọi người trên thế giới và thấy họ có vẻ vô gia cư như thế nào. Hãy nhớ rằng họ thật sự đang ở nhà nhưng không nhận ra điều đó. Giống như bạn, họ đang ngủ ở nhà. Bây giờ bạn đang học cách thức tỉnh khỏi giấc ngủ của mình, và bạn nhận ra rằng bạn vẫn đang ở nhà vì Gia Đình Tâm Linh của bạn đang ở bên bạn, Tri Thức đang ở bên bạn và các Giáo Viên của bạn đang ở bên bạn.

Vì vậy bạn đang ở nhà trong Chúa, mặc dù bạn có vẻ như đang ở xa Quê Hương Thật Sự của mình lúc này. Bạn đã mang theo mình Quê Hương Thật Sự của mình. Làm sao bạn có thể ở nơi không có Chúa nếu Chúa ở khắp mọi nơi? Làm sao bạn có thể không ở cùng các Giáo Viên của mình nếu họ đồng hành cùng bạn? Làm sao bạn có thể không ở cùng Gia Đình Tâm Linh của mình nếu Gia Đình Tâm Linh của bạn luôn hiện diện? Có vẻ mâu thuẫn rằng bạn có thể ở xa Quê Hương Thật Sự của mình và đang ở nhà, nhưng bạn chỉ có vẻ như đang ở xa Nhà khi bạn nhìn vào thế giới và đồng nhất với thế giới mà bạn thấy. Nhưng bên trong chính mình, bạn mang theo Tri Thức, mà là lời nhắc nhở rằng bạn thật sự đang ở nhà và rằng bạn đang ở trong thế giới để mở rộng Quê Hương Thật Sự của mình vào trong thế giới. Vì Quê Hương Thật Sự của bạn muốn trao tặng chính mình cho thế giới để thế giới có thể tìm thấy Sự Trở Về Nhà của mình.

Hàng giờ hãy nhớ điều này, và trong hai lần thiền sâu của mình, hãy trở về nhà với Tri Thức. Hãy trở về nhà trong nơi ẩn náu của ngôi đền bên trong bạn. Ở đây bạn trải nghiệm Quê Hương Thật Sự của mình và ở đây, nó trở nên thật hơn đối với bạn. Khi nó trở nên thật hơn đối với bạn, nó sẽ ở bên bạn ngày càng nhiều hơn trong trải nghiệm của bạn. Bạn phải trải nghiệm Quê Hương Thật Sự của mình khi bạn đang ở trong thế giới.

BÀI THỰC HÀNH 353: *Hai lần thực hành, mỗi lần 30 phút.*
Thực hành hàng giờ.

Bước 354

TÔI PHẢI TRẢI NGHIỆM QUÊ HƯƠNG THẬT SỰ CỦA MÌNH KHI TÔI ĐANG Ở TRONG THẾ GIỚI.

TRONG QUÊ HƯƠNG THẬT SỰ CỦA MÌNH, BẠN HẠNH PHÚC, bạn được hoà nhập, bạn hoàn thiện, bạn ở trong mối quan hệ, bạn là người tham gia trọn vẹn, bạn là thiết yếu và bạn có ý nghĩa. Quê Hương Thật Sự của bạn là không thể hiểu được đối với bạn khi bạn đang ở trong thế giới. Thật vậy, Quê Hương Thật Sự của bạn sẽ là không thể hiểu được đối với bạn cho đến khi bạn hoàn toàn đến Quê Hương Thật Sự của mình, cho đến khi Gia Đình Tâm Linh của bạn đã hợp nhất lại với tất cả các Gia Đình Tâm Linh khác và mọi sự hợp nhất được hoàn thành trong vũ trụ.

TUY NHIÊN, MẶC DÙ QUÊ HƯƠNG THẬT SỰ CỦA BẠN LÀ KHÔNG THỂ HIỂU ĐƯỢC, đừng nghĩ rằng nó nằm ngoài tầm với của bạn. Được trao cho bạn ngày hôm nay để trải nghiệm Quê Hương Thật Sự của bạn, vì bạn mang Tri Thức bên trong mình. Giới hạn duy nhất của bạn ở đây là khả năng của mình để trải nghiệm và thể hiện Tri Thức. Tuy nhiên khi bạn thực hiện từng bước và khi bạn đón nhận từng bước trong quá trình chuẩn bị của mình, khả năng của bạn để trải nghiệm mối quan hệ và sự truyền tải sẽ gia tăng. Khi bạn ngày càng tìm kiếm sự tự do khỏi tưởng tượng của chính mình và khỏi suy nghĩ cô lập của chính mình, thì bạn sẽ trải nghiệm sự hòa nhập của mình trong cuộc sống ở mức độ ngày càng lớn. Do đó, sự tiến hóa của bạn có thể được đánh giá về mặt khả năng ngày càng tăng của bạn để trải nghiệm mối quan hệ và sự truyền tải, và khả năng ngày càng tăng của bạn để trải nghiệm và thể hiện Tri Thức. Do đó bạn đang ở nhà khi bạn ở trong thế giới, vì Quê Hương Thật Sự của bạn đang phát triển bên trong bạn trong trải nghiệm của chính bạn. Ngọn Lửa của Tri Thức đang phát triển mạnh mẽ hơn, và lòng nhân từ bao phủ của nó ngày càng rõ ràng hơn khi tâm trí bạn trở nên tự do, toàn vẹn và có định hướng.

Hàng giờ hãy nhớ điều này và trở về Quê Hương Thật Sự của bạn trong những lần thực hành sâu của mình. Bạn đang ở nhà trong thế giới. Do đó bạn có thể bình an trong thế giới.

BÀI THỰC HÀNH 354: *Hai lần thực hành, mỗi lần 30 phút.*
Thực hành hàng giờ.

Bước 355

TÔI CÓ THỂ BÌNH AN TRONG THẾ GIỚI.

Có thể bình an trong thế giới vì bạn đã mang theo mình nguồn của bình an. Bạn có thể bình an trong thế giới mặc dù thế giới là nơi của sự tham gia tích cực, nơi của khó khăn, nơi của thử thách và nơi của thành tựu cần thiết, vì bạn mang sự bình an bên trong mình và vì Ngọn Lửa của Tri Thức. Từ Tri Thức, mọi suy nghĩ và hoạt động có ý nghĩa đều trỗi lên—mọi nguồn cảm hứng thật sự, mọi ý tưởng quan trọng và mọi biểu hiện vĩ đại. Tuy nhiên Tri Thức còn vĩ đại hơn những biểu hiện của nó, vì nó là ánh sáng lên thế giới.

Bạn đang bình an trong thế giới vì bạn đang ở bên ánh sáng của thế giới, nhưng bạn tham gia trong thế giới vì bạn đã đến đây để làm việc. Chỉ thông qua sự tham gia bằng cách thực hiện từng bước một mà bạn mới có thể nhận ra rằng không có mâu thuẫn giữa sự bình an và công việc. Không có sự tách biệt giữa sự tâm lặng và hoạt động. Bạn phải trải nghiệm trọn vẹn điều này, vì đó là một trải nghiệm trọn vẹn, và khả năng của bạn để trải nghiệm điều này phải ngày càng được mở rộng. Sự hiểu biết của bạn phải liên tục được mở rộng. Sự tham gia của bạn trong cuộc sống phải trở nên ngày càng hài hòa và đồng nhất. Sự nhận biết của bạn về mối quan hệ phải được tăng cường và thật sự được áp dụng. Tất cả các phẩm chất liên quan đến việc trau dồi Tri Thức cũng phải được nâng cao. Điều này sẽ giúp bạn có thể có được sự bình an trên thế giới, vì bạn được định để có được sự bình an trên thế giới. Sự bình an trên thế giới là một biểu hiện của Quê Hương Thật Sự của bạn trên thế giới và trong đó, bạn sẽ tìm thấy Bản Thể của mình.

BÀI THỰC HÀNH 355: *Đọc bài học ba lần hôm nay.*

Bước 356

TÔI SẼ TÌM THẤY BẢN THỂ CỦA MÌNH HÔM NAY.

BẢN THỂ CỦA BẠN THÌ VĨ ĐẠI HƠN KHẢ NĂNG HIỆN TẠI CỦA BẠN để trải nghiệm nó. Tuy nhiên trong khả năng hiện tại của bạn, bạn có thể tìm thấy Bản Thể của mình và trải nghiệm nó. Hãy nhớ rằng đây là mong muốn lớn lao của bạn. Hãy nhớ điều này hàng giờ. Hãy nhớ rằng bạn muốn tìm thấy Bản Thể của mình, vì nếu không có Bản Thể của mình, bạn sẽ lạc lối trong suy nghĩ của chính mình và trong suy nghĩ thất thường của thế giới. Nếu không có Bản Thể của mình, bạn sẽ cảm thấy tạm thời và dễ thay đổi như thế giới. Nếu không có Bản Thể của mình, bạn sẽ cảm thấy bị đe dọa và đầy đe dọa như thế giới. Do đó mong muốn thật sự của bạn là để giành lại Bản Thể của mình và với Bản Thể của mình, tất cả mọi thứ vốn có trong Bản Thể của bạn mà được sinh ra từ Nguồn Thật Sự duy nhất của bạn, mà được thể hiện thông qua Tri Thức của bạn và đang sống trong Quê Hương Cổ Đại của bạn.

HÔM NAY TRONG NHỮNG LẦN THỰC HÀNH SÂU CỦA BẠN, hãy quay trở lại với Tri Thức. Hãy đến để trao tặng chính mình. Hãy đến để tôn thờ. Hãy đến trong sự hiến dâng và tôn kính để bạn có thể tăng khả năng của mình để trải nghiệm Bản Thể của mình, cả trong thời gian thực hành thiền của mình và trong thời gian của mình trong thế giới. Bạn đã đến thế giới để giành lại Tri Thức của mình và để cho phép Tri Thức của mình thể hiện bản thân. Khi đó bạn sẽ thể hiện Bản Thể của mình, vì bạn đang ở trong thế giới để thể hiện Bản Thể của mình.

BÀI THỰC HÀNH 356: *Hai lần thực hành, mỗi lần 30 phút.*
Thực hành hàng giờ.

Bước 357

TÔI ĐANG Ở TRONG THẾ GIỚI ĐỂ THỂ HIỆN BẢN THỂ CỦA MÌNH.

Mọi thứ bạn từng nói và mọi thứ bạn từng làm đều là nỗ lực thể hiện Bản Thể của mình. Vấn đề nan giải của bạn trong quá khứ là rằng bạn đã cố gắng thể hiện một bản thể không phải là Bản Thể của bạn. Bản thể tạm thời này, bản thể cá nhân này, đã bị sử dụng như thứ thay thế cho Bản Thể Thật Sự của bạn, mặc dù nó chỉ được định để là trung gian giữa Bản Thể Thật Sự của bạn và thế giới. Bởi vì nó đã bị sử dụng như thứ thay thế, nên sự bối rối cố hữu và thiếu nền tảng của nó đã vô hiệu hóa khả năng giao tiếp và thể hiện của bạn. Do đó, bạn chưa tìm thấy nguồn của biểu hiện của mình hoặc phương tiện tốt nhất cho việc thể hiện của mình.

Việc Bản Thể Thật Sự của bạn mong muốn thể hiện chính nó thì hiển nhiên trong tất cả các hoạt động quá khứ của bạn nếu bạn hiểu được chúng một cách khách quan. Mọi thứ bạn từng nói với bất kỳ ai đều chứa đựng hạt giống của biểu hiện chân thật. Mọi thứ bạn từng làm hoặc cố gắng thể hiện đều chứa đựng hạt giống của biểu hiện và sự thể hiện chân thật. Bạn chỉ cần thanh lọc sự thể hiện của mình để nó trở nên trọn vẹn và thật sự đại diện cho bản chất của bạn và do đó, thật sự khiến bạn hài lòng.

Bởi vì bạn ở đây để thể hiện Bản Thể của mình, bạn cũng phải học cách thể hiện Bản Thể của mình, cách mà sự thể hiện chân thật của bạn sẽ ảnh hưởng đến người khác và cách ảnh hưởng này có thể được sử dụng một cách phù hợp, cho phúc lợi của bạn và cho cả phúc lợi của họ. Ở đây bạn học được những gì bạn muốn thể hiện và cách thể hiện nó. Và bạn cũng học cách nhận ra tác động của nó lên thế giới. Điều này đòi hỏi việc trau dồi Tri Thức bên trong bạn, việc trau dồi các khả năng cá nhân của bạn và việc biến đổi bản thể cá nhân của bạn từ là thứ thay thế cho Tri Thức thành trung gian cho Tri Thức. Là một trung gian, bản thể cá nhân của bạn phải được phát triển và kích hoạt đúng cách. Ở đây nó phục vụ cho Bản Thể Vĩ Đại bên trong bạn, vì Bản Thể Vĩ Đại của bạn phục vụ cho Bản Thể Vĩ Đại của vũ trụ. Ở đây mọi thứ đều tìm thấy vị trí đúng đắn của nó và biểu hiện thống nhất của nó.

HÃY NHẮC NHỞ BẢN THÂN HÀNG GIỜ rằng bạn muốn thể hiện Bản Thể của mình và trong những trải nghiệm thiền sâu của mình, nơi bạn đến trong sự tâm lặng và hiến dâng, hãy để Bản Thể Thật Sự của bạn thể hiện chính nó với bạn. Bên ngoài lời nói và hành động, Bản Thể Thật Sự của bạn sẽ thể hiện chính nó và bạn sẽ biết được biểu hiện của nó. Bạn sẽ biết rằng bạn muốn nhận lãnh biểu hiện của nó và mở rộng biểu hiện của nó vào trong thế giới. Thế giới là nơi bạn đến để thể hiện Bản Thể của mình vì thế giới là nơi bạn muốn ở nhà.

BÀI THỰC HÀNH 357: *Hai lần thực hành, mỗi lần 30 phút.*
Thực hành hàng giờ.

Bước 358

Tôi muốn được ở nhà trong thế giới.

Bạn muốn được ở nhà trong thế giới. Bạn đã không đến đây để thoát khỏi thế giới. Bạn đã đến đây để được ở nhà trong thế giới. Việc hiểu được điều này sẽ giúp bạn xem trọng sự đóng góp của mình và kết nối bạn hoàn toàn trong biểu hiện của nó. Việc thoát khỏi thế giới mà không đóng góp cho thế giới sẽ chỉ làm trầm trọng thêm vấn đề nan giải của bạn, và bạn sẽ trở về Gia Đình Tâm Linh của mình với những món quà của mình chưa được mở ra và chưa được trao tặng. Khi đó bạn sẽ nhận ra rằng bạn phải quay lại vì công việc mà bạn đặt ra để hoàn thành trên thế giới đã không được hoàn thành.

Vậy thì hãy vui mừng vì bạn bây giờ đang ở trong thế giới và bạn không cần phải chờ đợi để vào lại. Bạn đang ở đây rồi. Bạn đã tiến xa đến thế này. Bạn đang ở vị trí hoàn hảo để hoàn thành định mệnh của mình ở đây. Bạn đã mang theo mình Quê Hương Cổ Đại của mình—bên trong hạt giống và bên trong ánh sáng của Tri Thức của bạn, mà bây giờ đang phát triển, trỗi lên và nảy mầm.

Thế giới không phải là nhà của bạn, nhưng bạn được định để ở nhà trong thế giới. Hàng giờ hãy nghĩ về điều này và nhận ra bạn muốn ở nhà trong thế giới đến mức nào. Hãy nhận ra bạn không muốn lên án thế giới hay đơn giản trốn thoát thế giới đến mức nào. Khi bạn ở nhà trong thế giới, bạn sẽ có thể vượt qua thế giới để phục vụ theo cách lớn hơn và trải nghiệm một thực tế lớn hơn những gì thế giới có thể trình bày cho bạn. Nhưng bạn sẽ không rời đi với sự hối tiếc, tức giận hay thất vọng. Bạn sẽ rời đi với sự hạnh phúc và sự hài lòng. Điều này sẽ hoàn thành trải nghiệm của bạn ở đây. Điều này sẽ ban phước cho thế giới và sẽ ban phước cho bạn, người đã ban phước cho chính mình và thế giới khi bạn đã ở trong thế giới.

Trong các bài thực hành thiền sâu của mình, hãy cho phép bản thân nghiêm túc xem xét ý nghĩa của ngôi nhà đối với bạn. Một lần nữa, đây là bài thực hành của việc tích cực tham gia tâm trí. Hãy sử dụng tâm trí mình để xem xét những điều quan trọng đang được trao cho bạn lúc này. Bạn sẽ cần phải xem xét tất cả những suy nghĩ mà bạn có liên quan đến ý tưởng của ngày hôm nay để hiểu được cách bạn tiếp cận ý tưởng hôm nay và cách bạn sẽ phản ứng với nó. Quyền quyết định là của bạn, nhưng bạn phải hiểu được nội dung hiện tại của tâm trí mình. Với điều này, bạn sẽ có thể đưa ra quyết định phù hợp và khôn ngoan cho bản thân, trong phạm vi trách nhiệm của mình. Bạn được định để ở nhà trong thế giới. Hãy mang nhà theo bạn để những người khác có thể cảm thấy như ở nhà trên thế giới. Bằng cách này, thế giới trở nên được chúc phúc vì nó không còn là một nơi tách biệt nữa. Đừng trốn thoát thế giới hôm nay, nhưng hãy hiện diện để phục vụ thế giới.

BÀI THỰC HÀNH 358: *Hai lần thực hành, mỗi lần 30 phút.*
Thực hành hàng giờ.

Bước 359

TÔI HIỆN DIỆN ĐỂ PHỤC VỤ THẾ GIỚI.

Hãy hiện diện để phục vụ thế giới, và sự hiện diện phục vụ thế giới sẽ nói thông qua bạn. Hãy hiện diện để phục vụ thế giới, và bạn sẽ hiện diện đối với sự hiện diện đó. Bạn sẽ tham gia vào mọi hoạt động, và mọi hoạt động sẽ quan trọng và có ý nghĩa. Khi đó bạn sẽ không tìm cách trốn thoát khỏi trải nghiệm của mình, bạn sẽ không tìm cách trốn thoát khỏi thế giới và bạn sẽ không tìm cách tìm một nơi tối tăm để trốn, vì bạn sẽ nhận ra ánh sáng của Tri Thức là hoàn toàn có ích. Bạn sẽ muốn đắm mình trong nó ngày càng nhiều và thể hiện nó ngày càng nhiều trong thế giới. Đây là bổn phận của bạn ở đây và là tình yêu vĩ đại của bạn.

Hàng giờ hãy nhắc nhở bản thân rằng bạn muốn hiện diện để phục vụ thế giới. Hãy cũng nhắc nhở bản thân rằng bạn muốn hiện diện để thế giới phục vụ bạn. Hãy nhắc nhở bản thân rằng bạn phải học cách nhận lãnh và cách cho đi, và đó là lý do tại sao bạn là một học sinh mới bắt đầu của Tri Thức. Đừng tự gánh nặng cho bản thân bằng những kỳ vọng về bản thân vượt quá những gì được chỉ ra trong chương trình chuẩn bị của bạn. Các Giáo Viên của bạn nhận ra giai đoạn hiện tại của bạn và họ nhận ra bước hiện tại của bạn. Họ không đánh giá thấp quyền lực của bạn, nhưng họ cũng không đánh giá quá cao khả năng hiện tại của bạn. Đó là lý do tại sao bạn sẽ cần họ để tiến bước một cách chắc chắn, trung thực và đáng tin cậy.

Trong các bài thực hành sâu của mình, hãy hiện diện để trao bản thân cho việc thực hành của mình trong sự tĩnh lặng. Một lần nữa hãy nhớ rằng việc thực hành là việc cho đi. Bạn đang trao bản thân để Bản Thể Thật Sự của bạn có thể được trao cho bạn. Ở đây bạn mang thứ nhỏ bé đến với thứ vĩ đại, và thứ vĩ đại mang chính nó đến với thứ nhỏ bé. Ở đây bạn nhận ra rằng bạn cũng vĩ đại và rằng thứ nhỏ bé được nhằm thể hiện sự vĩ đại mà bạn là một phần. Thế giới đang kêu gọi một cách tuyệt vọng để sự vĩ đại này được tiết lộ, nhưng bạn phải học cách tiết lộ sự vĩ đại trong thế giới.

Bài thực hành 359: *Hai lần thực hành, mỗi lần 30 phút.*
Thực hành hàng giờ.

Bước 360

TÔI PHẢI HỌC CÁCH TIẾT LỘ SỰ VĨ ĐẠI CỦA MÌNH TRONG THẾ GIỚI.

VỚI SỰ GIẢN DỊ, KHIÊM NHƯỜNG và không với những giả định sai lầm, hãy nhớ rằng bạn là một học sinh mới bắt đầu của Tri Thức, bạn sẽ có thể học cách tiết lộ sự vĩ đại trong thế giới. Điều này là khá thiết yếu vì thế giới thì mâu thuẫn về sự vĩ đại, về Tri Thức và về tình yêu. Nếu bạn trình bày mong muốn của thế giới với nó khi thế giới đang trong trạng thái mâu thuẫn, nó sẽ không biết phải phản ứng thế nào. Do đó, phản ứng của nó hoặc sẽ thể hiện rằng nó ủng hộ hoặc phản đối đóng góp của bạn. Bất kỳ cá nhân, cộng đồng hoặc thế giới nào bị bao vây bởi sự mâu thuẫn sẽ phản ứng theo hơn một cách vì nó mâu thuẫn. Vì lý do này, bạn phải học cách tiếp cận sự mâu thuẫn bằng sự khôn ngoan, vì những người mâu thuẫn phải học cách tiếp nhận sự chắc chắn của họ, như bạn đang học cách làm lúc này.

HÃY NHẬN RA CHO ĐẾN NAY BẠN ĐÃ MÂU THUẪN NHƯ THẾ NÀO về cuộc đời mình và về quá trình chuẩn bị này. Hãy nhận ra rằng vì lý do này, quá trình chuẩn bị này đã được trao cho bạn theo từng bước từng chút một, từng bước một, ngày qua ngày. Từng bước một, bạn học cách phát triển và chấp nhận mong muốn và khả năng của mình đối với Tri Thức và bạn cũng học cách thể hiện Tri Thức. Là một học sinh có nghĩa là bạn đang ở đây để học, và khi bạn học, bạn sẽ thể hiện, giảng dạy và tạo ra những kết quả vĩ đại mà Tri Thức mong muốn tạo ra. Tuy nhiên Tri Thức không thể vượt quá giới hạn của bạn vì Tri Thức quan tâm bạn và bảo vệ bạn như phương tiện của nó. Vì bạn là một phần của Tri Thức, bạn cũng sẽ muốn chăm sóc phương tiện của mình. Đó là lý do tại sao bạn phải chăm sóc tối đa tâm trí và cơ thể mình khi bạn tiến bước.

HÔM NAY TRONG NHỮNG LẦN THỰC HÀNH SÂU CỦA MÌNH, hãy cho phép bản thân được hướng dẫn về cách tiết lộ sự vĩ đại trên thế giới. Hãy nhận ra rằng thế giới là mâu thuẫn và hãy chấp nhận điều này, vì đây là trạng thái hiện tại của thế giới. Hãy nhận ra rằng bạn phải cho đi với sự khôn ngoan và sáng suốt. Và hãy nhận ra rằng bạn phải để Tri Thức tự cho đi chính nó và không cố gắng cho đi vì tham vọng hoặc nhu cầu của riêng bạn để tránh cảm giác không xứng đáng. Hãy cho phép sự cho đi của bạn là chân thật và sự cho đi của bạn sẽ là chân thật. Khi đó việc cho đi của bạn sẽ tự cho đi theo cách phù hợp, mà sẽ bảo tồn bạn và sẽ tôn vinh những người nhận được món quà của bạn. Điều này sẽ đưa họ ra khỏi sự mâu thuẫn của họ, như chính bạn bây giờ đang được dẫn vào trong ánh sáng.

BÀI THỰC HÀNH 360: *Hai lần thực hành, mỗi lần 30 phút.*

Bước 361

TÔI ĐANG ĐƯỢC DẪN VÀO TRONG ÁNH SÁNG CỦA TRI THỨC HÔM NAY.

BẠN MANG THEO ÁNH SÁNG. Hãy mang nó theo mình hàng giờ và trong mọi hoàn cảnh. Hãy sử dụng toàn bộ ngày của bạn để thực hành việc mang theo Tri Thức. Đừng cố gắng thể hiện Tri Thức, vì Tri Thức sẽ tự làm điều này khi thích hợp. Nhiệm vụ của bạn hôm nay là để mang Tri Thức, để chú ý và nhớ rằng Tri Thức đang ở bên bạn. Cho dù bạn ở một mình hay với người khác, cho dù bạn đang ở nơi làm việc hay ở nhà và cho dù bạn đang ở trong một tình huống dễ chịu hay khó chịu, hãy mang Tri Thức bên trong bạn. Hãy cảm nhận nó bùng cháy trong trái tim bạn. Hãy cảm nhận nó lấp đầy không gian rộng lớn của tâm trí bạn.

TRONG HAI LẦN THỰC HÀNH SÂU CỦA MÌNH, hãy bước lại vào nơi ẩn náu của Tri Thức để bạn có thể được làm mới và làm khoẻ khoắn, để bạn có thể được ban phước và tôn vinh và để bạn có thể tìm thấy sự giải thoát và tự do. Khi bạn càng tìm thấy điều này trong cuộc sống nội tâm của mình, thì bạn sẽ càng có thể mang nó vào cuộc sống bên ngoài của mình, vì bạn được định để mang Tri Thức vào trong thế giới hôm nay.

BÀI THỰC HÀNH 361: *Hai lần thực hành, mỗi lần 30 phút.*
Thực hành hàng giờ.

Bước 362

TÔI ĐANG HỌC CÁCH HỌC VÌ TÔI MANG TRI THỨC TRONG MÌNH HÔM NAY.

BẠN ĐANG HỌC CÁCH HỌC. Bạn đang học cách nhận lãnh Tri Thức. Bạn đang học cách xem trọng Tri Thức. Bạn đang học cách mang theo Tri Thức. Bạn đang học cách thể hiện Tri Thức. Bạn đang học cách trau dồi tất cả các khả năng tinh thần và thể chất của mình mà là thiết yếu cho quá trình chuẩn bị tổng thể này. Bạn là một học sinh nhiệt huyết. Do đó hãy hoàn toàn tham gia vào việc học của mình ngày hôm nay, mà sẽ giải thoát bạn khỏi những giả định sai lầm và khỏi việc đặt gánh nặng bất khả thi lên bản thân. Những gì được trao trong sự thật thì bạn sẽ có thể tự nhiên làm, vì bạn được tự nhiên tạo ra để làm việc này. Các phương tiện thể chất và tinh thần của bạn, những thứ gắn liền với thế giới này, sẽ tự nhiên tham gia vào việc hoàn thành thật sự của bạn.

HÃY HỌC ĐỂ HỌC. Việc học để học có nghĩa là bạn đang học cách tham gia. Nó có nghĩa là bạn vừa đi theo vừa dẫn dắt cùng một lúc. Bạn đi theo các Giáo Viên của mình và chương trình phát triển của họ, và bạn dẫn dắt các phương tiện tinh thần và thể chất của mình. Bằng cách này, việc dẫn dắt và đi theo trở thành như nhau, vì việc cho đi và nhận lãnh đều là như nhau. Do đó những người nhận lãnh sẽ cho đi và những người đi theo sẽ dẫn dắt. Do đó những người cho đi sẽ cần tiếp tục nhận và những người dẫn dắt sẽ cần tiếp tục đi theo. Ở đây tính hai mặt của những thứ như vậy biến mất. Tính đồng nhất của chúng và các bản chất bổ sung của chúng được nhận ra vì điều này là đơn giản, vì nó là rõ ràng và vì nó là đúng.

HÃY NHỚ Ý TƯỞNG NÀY HÀNG GIỜ và hãy sử dụng hai lần thực hành của bạn để tham gia với Tri Thức trong sự tâm lặng và đơn giản. Hãy cho phép những lần thực hành cuối cùng này trong chương trình này có được chiều sâu vĩ đại. Hãy trao hết mình cho chúng hết mức có thể, vì khi làm vậy, bạn sẽ tăng khả năng của mình đối với Tri Thức và trải nghiệm của mình về Tri Thức. Khi khả năng và trải nghiệm của bạn về Tri Thức tăng lên, mong muốn của bạn đối với Tri Thức cũng sẽ tăng lên, vì Tri Thức là mong muốn thật sự của bạn.

BÀI THỰC HÀNH 362: *Hai lần thực hành, mỗi lần 30 phút.*
Thực hành hàng giờ.

Bước 363

TRI THỨC LÀ MONG MUỐN THẬT SỰ CỦA TÔI VÌ TÔI LÀ MỘT HỌC SINH CỦA TRI THỨC.

TRI THỨC LÀ MONG MUỐN THẬT SỰ CỦA BẠN. Đừng nghĩ rằng mong muốn của bạn là sai lầm, vì mọi mong muốn, nếu được nhận ra, đều là cho Tri Thức. Chính vì bạn đã hiểu sai mong muốn của mình hoặc đã cố gắng sử dụng chúng để củng cố những thứ khác nên chúng đã dẫn bạn đi lạc. Đừng cố gắng không có mong muốn, vì cuộc sống là mong muốn. Mong muốn là mục đích. Mong muốn là ý nghĩa và phương hướng. Tuy nhiên bạn phải nhận ra mong muốn thật sự của mình, mà là mong muốn để Tri Thức hoàn thành bản thân và xác nhận bản thân, mong muốn để Tri Thức cứu bạn và để bạn cứu Tri Thức. Làm thế nào bạn có thể cứu Tri Thức? Bằng cách giữ nó trong chính mình, bằng cách trở thành một học sinh của Tri Thức, bằng cách mang Tri Thức đi mọi nơi bạn đi, bằng cách củng cố nhận thức của bạn về Tri Thức, bằng cách trở nên đơn giản với Tri Thức và không cố gắng sử dụng Tri Thức để hoàn thành mục tiêu của riêng bạn và mục đích của riêng bạn.

HÃY TIẾN HÀNH CÁC HOẠT ĐỘNG BÌNH THƯỜNG TRONG NGÀY, nhưng hãy mang Tri Thức theo mình. Nếu Tri Thức không nghi ngờ, thì bạn không cần phải nghi ngờ. Nếu Tri Thức không sợ hãi, thì bạn không cần phải sợ hãi. Nếu Tri Thức không thay đổi tình hình, thì bạn không cần phải thay đổi tình hình. Tuy nhiên, nếu Tri Thức kìm bạn lại, hì hãy kìm bản thân bạn lại. Nếu Tri Thức thay đổi tình hình, thì hãy thay đổi tình hình. Nếu Tri Thức bảo bạn rời khỏi hoàn cảnh, thì hãy rời khỏi hoàn cảnh. Nếu Tri Thức bảo bạn ở lại trong hoàn cảnh, thì hãy ở lại trong hoàn cảnh. Ở đây bạn trở nên đơn giản và quyền lực như Tri Thức. Ở đây bạn trở thành chính Tri Thức.

Hàng giờ hãy lặp lại ý tưởng cho ngày hôm nay và trải nghiệm nó. Trong cuộc sống nội tâm của bạn, hãy cũng trải nghiệm nó trong các bài thực hành thiền sâu của mình. Cuộc sống bên trong và bên ngoài của bạn là nơi bạn áp dụng bản thân và nơi bạn cho đi bản thân. Chúng là nơi bạn mang Tri Thức. Theo thời gian, bạn sẽ thấy rằng Tri Thức sẽ mang bạn.

BÀI THỰC HÀNH 363: *Hai lần thực hành, mỗi lần 30 phút.*
Thực hành hàng giờ.

Bước 364

TRI THỨC MANG TÔI VÌ TÔI LÀ HỌC SINH CỦA TRI THỨC.

KHI BẠN MANG TRI THỨC, bạn sẽ cảm thấy Tri Thức đang mang bạn. Bạn sẽ cảm thấy Tri Thức đang dẫn dắt và hướng dẫn bạn, bảo tồn bạn, bảo vệ bạn khỏi nguy hiểm, giữ bạn khỏi những tương tác khó khăn và có hại, kết nối bạn với những cá nhân mà bạn phải kết nối và dẫn bạn tránh xa những tương tác chia rẽ và không có mục đích. Do đó bạn trở thành người dẫn dắt và người đi theo, vì bạn đi theo Tri Thức và bạn dẫn dắt bản thân. Bạn khuất phục trước Tri Thức, nhưng bạn thực hiện quyền quyết định thay mặt cho chính mình. Như thế bạn trở thành một người đi theo vĩ đại và một người dẫn dắt vĩ đại. Như thế bạn ở trong vị thế để phục vụ, và bạn sẽ ngày càng cảm thấy như thế Tri Thức đang mang bạn đi qua cuộc sống. Và bạn sẽ cảm thấy rằng bạn cũng đang mang Tri Thức. Nhìn nhận đúng đắn, bạn sẽ nhận ra mối quan hệ thật sự của mình với Tri Thức. Bạn sẽ nhận ra rằng bạn mang Tri Thức bên trong mình và Tri Thức mang phúc lợi của bạn bên trong chính nó. Điều này là bổ sung hoàn hảo. Nó hoàn hảo vì nó được sinh ra từ chính sự hoàn hảo.

HÃY LÀ MỘT HỌC SINH THỰC THỤ CỦA TRI THỨC. Hãy tham gia vào thực hành. Hãy trao bản thân cho thực hành. Đừng thay đổi bài thực hành của mình. Đừng bỏ bê việc thực hành của mình. Tất cả những gì bạn cần làm là thực hành và chú ý, thực hành và chú ý. Vào mỗi giờ và trong hai lần thực hành thiền sâu của mình, khi bạn đi vào sự tâm lặng để ở bên chính sự tâm lặng, hãy thực hành để thực hành, hãy thực hành để học và hãy học để học. Hôm nay bạn đang học để học. Hôm nay bạn là một học sinh của Tri Thức.

BÀI THỰC HÀNH 364: *Hai lần thực hành, mỗi lần 30 phút.*
Thực hành hàng giờ.

Bước 365

TÔI CAM KẾT HỌC ĐỂ HỌC. TÔI CAM KẾT CHO ĐI NHỮNG GÌ TÔI ĐƯỢC ĐỊNH ĐỂ CHO ĐI. TÔI CAM KẾT VÌ TÔI LÀ MỘT PHẦN CỦA CUỘC SỐNG. TÔI LÀ MỘT PHẦN CỦA CUỘC SỐNG VÌ TÔI LÀ MỘT VỚI TRI THỨC.

CAM KẾT LÀ GÌ nếu không phải là biểu hiện tự nhiên của mong muốn thật sự của bạn? Nó giải phóng bạn; nó không ràng buộc bạn. Nó kết nối bạn; nó không bắt buộc bạn. Nó củng cố bạn; nó không giới hạn bạn. Cam kết đích thực được sinh ra từ Tri Thức đích thực, mà từ đó chính bạn được sinh ra. Trong bước cuối cùng này trong giai đoạn chuẩn bị này của bạn, hãy trao bản thân và cả ngày của mình cho việc thực hành.

HÃY TÔN VINH BẢN THÂN vì đã hoàn thành một nhiệm vụ tuyệt vời và đáng kể trong việc hoàn thành một năm chuẩn bị này. Hãy tôn vinh Tri Thức của bạn vì đã trao cho bạn mong muốn tham gia và sức mạnh để tham gia. Hãy tôn vinh Tri Thức của bạn vì đã trao cho bạn tầm nhìn mà lúc này đang trỗi lên. Hãy tôn vinh tất cả những người đã phục vụ bạn trong cuộc sống bạn—gia đình bạn, cha mẹ bạn, bạn bè bạn và những người có vẻ như là kẻ thù và đối thủ của bạn. Hãy tôn vinh tất cả những người đã giúp bạn coi trọng Tri Thức và những người đã trao cho bạn sức mạnh và quyết tâm để thực hiện quá trình chuẩn bị cho Tri Thức. Hãy nhớ đến các Giáo Viên của bạn nữa, vì họ nhớ đến bạn và đang ở bên bạn ngay cả lúc này. Hãy nhớ rằng bạn là một học sinh của Tri Thức, và với điều này, bạn sẽ có thể tiến lên trong quá trình chuẩn bị của mình.

HÀNG GIỜ HÔM NAY và trong hai lần thực hành thiền sâu của mình, hãy trao đi bản thân. Hãy xem xét tất cả những gì được trao cho bạn. Hãy để đây là ngày của thành tựu và sự biết ơn. Hãy để đây là ngày để tôn vinh rằng Tri Thức là thật trong bạn và rằng bạn là thật trong Tri Thức. Hãy mở bản thân đến với bước tiếp theo sau chương trình này. Bước tiếp theo đang chờ bạn—một bước sẽ kết nối bạn một cách có ý nghĩa với những học sinh khác của Tri Thức. Một bước sẽ kết nối bạn một cách có ý nghĩa với những người đã tiến xa hơn những gì bạn đã đạt được cho đến nay. Một bước sẽ tham gia bạn trong việc phục vụ những người mới bắt đầu tiến triển trong giai đoạn mà bạn vừa hoàn thành. Do đó bạn nhận lãnh từ những người trước mình và bạn trao cho những người phía sau mình. Như thế tất cả đều được nuôi dưỡng và hỗ trợ trong quá trình trở về Nhà với Chúa. Như thế bạn đi theo và bạn dẫn dắt, bạn nhận lãnh và bạn cho đi. Như thế tất cả các hoạt động của bạn trở nên đồng nhất và bạn tìm thấy lối thoát khỏi mọi tưởng tượng tiêu cực. Do đó bạn là một học sinh của Tri Thức. Và do đó Tri Thức ban phước cho bạn, người được định để ban phước cho thế giới.

Nasi Novare Coram

Mục Lục Từ

Ảnh Hưởng: Bước: 113, 203, 212, 269, 303

Bạn Bè: Bước: 114, 211, 258, 288
Bản Thể Cao Cả: Bước: 88
Bí Ẩn: Bước: 36, 39, 110, 137, 138, 139, 186, 295
Biết Ơn: Bước: 86, 178, 179, 245, 250, 291, 328
Biểu Hiện Bản Thân: Bước: 357
Bối Rối: Bước: 20, 165, 213, 214, 221, 222, 230, 267, 274, 283, 288

Cam Kết: Bước: 365
Cảm Xúc: Bước: 89, 241
Cần Thiết: Bước: 172, 173
Chắc Chắn: Bước: 141, 173, 230, 236
Cho Đi: Bước: 53, 86, 101, 105, 121, 122, 147, 148, 149, 156, 158, 159, 171, 173, 178, 217, 237, 242, 244, 245, 260, 261, 284, 321, 329, 344
Chủ Nghĩa Lý Tưởng: Bước: 54, 55, 66, 67, 106, 125, 199
Chữa Lành: Bước: 188, 189, 198, 206, 287, 309
Chúa: Bước: 40, 43, 96, 103, 104, 127, 318, 319, 339, 353
Cơ Thể: Bước: 201
Cộng Đồng Người Học: Bước: 170, 171
Cộng Đồng Vĩ Đại: Bước: 187, 189, 190, 199, 202, 203, 211, 256, 325, 326
Cộng Đồng: Bước: 300, 309
Công Việc: Bước: 65, 165, 166, 173, 192, 218, 320, 330, 346
Cứu Rỗi: Bước: 276

Danh Tính: Bước: 125, 356, 357
Dạy: Bước: 237, 244, 259, 306
Đau Khổ: Bước: 27, 229, 293
Định Mệnh: Bước: 135
Đơn Giản: Bước: 117, 140, 166, 253, 313

Đưa Ra Quyết Định: Bước: 176, 236, 322

Gia Đình Tâm Linh: Bước: 186, 189, 211, 238, 300, 345
Giả Định: Bước: 4, 6, 90
Giá Trị Bản Thân: Bước: 24, 144, 171, 172, 174, 276,
Giải Quyết Vấn Đề: Bước: 267, 268, 312, 313
Giao Tiếp: Bước: 153, 193, 201, 285
Giáo Viên: Bước: 22, 23, 36, 47, 48, 78, 114, 128, 129, 146, 215, 216, 224, 237, 247, 254, 272, 273, 333, 334
Giàu Có: Bước: 158, 160, 171, 185

Hạn Chế: Bước: 44, 45, 46, 51, 233
Hạnh Phúc: Bước: 85, 96, 107, 108, 124, 225, 341
Hòa Bình trên Thế Giới: Bước: 288, 309
Hoà Bình: Bước: 74, 193, 204, 268, 287, 327, 355
Học Chương Trình Giảng Dạy: Bước: 42, 58, 91, 98, 119, 138, 147, 161, 181, 182, 185, 196, 198, 224, 235, 244, 255, 265, 266, 308, 322, 344
Học: Bước: 47, 50, 77, 84, 91, 102, 119, 126, 133, 136, 138, 139, 150, 179, 254, 281, 282, 314, 362
Hợp Nhất: Bước: 11, 140, 196, 288
Hướng Dẫn Nội Tâm: Bước: 29, 128, 194, 215, 247, 248

Kế Hoạch của Chúa: Bước: 85, 92, 96, 186, 241, 276, 318
Khách Quan: Bước: 63, 126, 189, 202, 203, 204, 208, 210, 224, 228
Không Chắc Chắn: Bước: 79, 81, 275
Khuynh Hướng Sâu Thẳm: Bước: 72, 316
Kiềm Chế: Bước: 101, 220, 269

Kiên Nhẫn: Bước: 59, 79, 101, 116
Kỷ Luật Bản Thân: Bước: 118, 177

Là Học Sinh: Bước: 34, 42, 47, 100, 109, 150, 196, 230, 237, 262, 269, 270, 289, 290, 294, 304, 332, 342, 343, 352, 363, 364
Lời Cầu Nguyện và Lời Khẩn Cầu: Bước: 28, 197, 238, 294, 296, 297, 298, 299
Lời Cầu Nguyện: Bước: 28, 121, 122
Lừa Dối Bản Thân: Bước: 81, 227, 228

Mâu Thuẫn: Bước: 172, 252, 274, 280, 283, 310, 317, 360
Mối Quan Hệ: Bước: 25, 129, 130, 131, 132, 157, 169, 170, 186, 211, 212, 232, 234, 244, 245, 249, 250, 251, 258, 260, 271
Mong Muốn: Bước: 253, 363
Mục Đích: Bước: 20, 71, 92, 93, 94, 105, 131, 134, 136, 179, 185, 188, 190, 193, 212, 231, 290, 306, 345, 346, 351, 357

Nghe: Bước: 15, 62, 64, 75, 193
Nghèo Đói: Bước: 117, 159, 160, 228, 343
Nghi Ngờ: Bước: 20
Ngọn Lửa của Tri Thức: Bước: 97, 334, 335, 338, 339, 344
Nguồn Gốc: Bước: 6, 174, 186, 211
Nhận Biết: Bước: 176, 179, 193, 261
Nhận Lãnh: Bước: 24, 155, 159, 181, 223, 328, 341
Nhân Loại: Bước: 190, 191, 202
Nhất Quán: Bước: 142
Nhẹ Nhõm: Bước: 109, 111
Nhiệm Vụ: Bước: 33, 36, 165, 166
Nhìn Thấy: Bước: 19, 23, 30, 31, 35, 48, 62, 99, 138, 179, 199, 213, 224
Nhu Cầu Vật Chất: Bước: 159, 253, 330
Niềm Tin: Bước: 5, 213
Niềm Tin: Bước: 68, 156

Ở Một Mình: Bước: 53, 78, 157, 249, 250, 315, 337

Ở Trong Thế Giới: Bước: 118

Phán Xét: Bước: 30, 49, 60, 76, 82, 99, 151, 193, 205, 213, 214, 262, 324
Phức Tạp: Bước: 117, 267, 268, 313
Phục Vụ: Bước: 60, 86, 89, 101, 139, 141, 190, 194, 195, 234, 255, 257, 292, 310, 311, 312, 319, 320, 331, 343, 349, 359

Quan Sát: Bước: 29, 30, 62, 202
Quê Hương/Nhà: Bước: 353, 354, 358
Quyền Lực của Chúa: Bước: 39, 40, 41
Quyền Lực Nội Tâm: Bước: 44
Quyền Lực: Bước: 269, 270

Sai Lầm: Bước: 26, 27, 73, 77, 241, 245, 246, 255, 261
Sợ Hãi: Bước: 41, 51, 87, 103, 128, 151, 152, 162, 195, 219, 226, 228, 293, 319
Sự Hiện Diện Tâm Linh: Bước: 69, 216, 339
Sự Thật: Bước: 17, 18, 27, 196, 278, 317, 341, 349
Sự Vĩ Đại: Bước: 46, 142, 191, 171, 234, 237, 257, 331, 360
Suy Nghĩ Có Ích: Bước: 97, 127, 151, 152, 166, 179, 188, 189, 199, 200, 201, 208, 220, 226, 233, 237, 240, 256

Tách Biệt: Bước: 13
Tâm Lặng: Bước: 9, 48, 57, 69, 85, 143, 177, 184, 187, 235, 284, 285, 286,
Tâm Trí Cá Nhân: Bước: 87, 200, 201
Tha Thứ: Bước: 86, 123, 178, 205, 207, 209, 222, 229, 241, 245, 246, 255, 262, 291
Tham Vọng: Bước: 219, 243, 269
Than Phiền: Bước: 66, 180
Thất Vọng: Bước: 66, 67, 262
Thay Đổi: Bước: 84, 266, 294, 347, 348, 350

Thế Giới: Bước: 63, 65, 66, 67, 145, 160, 179, 190, 205, 213, 218, 255, 256, 259, 260, 283, 292, 302, 311, 312, 320, 348

Thực Hành: Bước: 80, 91, 120, 148, 149, 170, 181, 197, 212, 226, 340

Thương Hại Bản Thân: Bước: 123, 124, 127

Tiến Hóa: Bước: 179, 190, 199, 325

Tiếng Gọi trong Thế Giới: Bước: 185, 231, 232, 312, 323

Tin Tưởng: Bước: 72, 83, 87, 164, 253, 254, 316

Tính Chất Cá Nhân: Bước: 11, 12, 13, 45, 232, 243

Tinh Thông: Bước: 106, 140

Tình Yêu: Bước: 24, 48, 57, 61, 181, 205, 206, 258, 305, 328, 329, 339

Trả Thù: Bước: 127

Trách Nhiệm: Bước: 270, 271

Trải Nghiệm: Bước: 27, 183, 241

Trở Nên Chú Ý: Bước: 338

Trung Thực: Bước: 98, 110, 177

Tự Do: Bước: 57, 94, 132, 167, 209, 220, 239, 246, 264, 265, 274, 275, 279, 310, 320

Tưởng Tượng: Bước: 95, 128, 277, 321, 351

Viên Mãn: Bước: 95, 97, 320

Ý Muốn: Bước: 43, 96, 197

Tri Thức không được bao gồm trong danh sách trên vì hầu hết các bước trong *Những Bước Đi đến Tri Thức* đều có tham chiếu quan trọng đến Tri Thức.

Về Quá Trình Dịch Thuật

Sứ Giả, Marshall Vian Summers, đã đang nhận lãnh một Thông Điệp Mới từ Chúa kể từ năm 1982. Thông Điệp Mới từ Chúa là Khải Huyền lớn nhất từng được ban cho nhân loại, lúc này được ban cho một thế giới biết chữ của truyền thông toàn cầu và nhận thức toàn cầu đang gia tăng. Nó không được ban cho chỉ một bộ lạc, một quốc gia hay một tôn giáo, mà thay vào đó là để tiếp cận toàn thế giới. Điều này đã kêu gọi việc thông dịch sang càng nhiều ngôn ngữ càng tốt.

Quá trình Khải Huyền bây giờ đang được tiết lộ lần đầu tiên trong lịch sử. Trong quá trình kỳ diệu này, Sự Hiện Diện của Chúa giao tiếp vượt ra ngoài lời nói với Hội Đồng Thiên Thần (Angelic Assembly) đang giám sát thế giới. Sau đó Hội Đồng thông dịch sự truyền tải này sang ngôn ngữ loài người và tất cả cùng nói như một người thông qua Sứ Giả của họ, người với giọng nói trở thành phương tiện cho Tiếng Nói vĩ đại này—Tiếng Nói của Khải Huyền. Những lời này được nói bằng tiếng Anh và được ghi âm trực tiếp dưới dạng âm thanh, sau đó được phiên âm và được phát hành trong các văn bản và bản ghi âm của Thông Điệp Mới. Theo cách này, sự tinh khiết của Thông Điệp ban đầu của Chúa được bảo tồn và có thể được trao cho tất cả mọi người.

Tuy nhiên cũng có một quá trình dịch thuật. Bởi vì Khải Huyền ban đầu đã được truyền đạt bằng tiếng Anh, đây là cơ sở cho tất cả các bản dịch sang nhiều ngôn ngữ của nhân loại. Bởi vì có nhiều ngôn ngữ được nói trên thế giới của chúng ta, nên việc dịch thuật là vô cùng cần thiết để mang Thông Điệp Mới đến với mọi người khắp mọi nơi. Những học sinh của Thông Điệp Mới đã dần dần xuất hiện để tình nguyện dịch Thông Điệp sang ngôn ngữ mẹ đẻ của họ.

Vào thời điểm này trong lịch sử, Hội (The Society) không đủ khả năng chi trả cho việc dịch sang nhiều ngôn ngữ như vậy và cho một Thông Điệp rộng lớn như vậy, một Thông Điệp phải tiếp cận thế giới với tính cấp thiết quan trọng. Ngoài ra, Hội cũng tin rằng quan trọng là các biên dịch viên của chúng tôi phải là những học sinh của Thông Điệp Mới để hiểu và trải nghiệm, càng nhiều càng tốt, bản chất của những gì đang được dịch.

Do tính cấp thiết và nhu cầu chia sẻ Thông Điệp Mới trên toàn thế giới, chúng tôi kêu gọi thêm sự hỗ trợ dịch thuật để mở rộng phạm vi của Thông Điệp Mới ra thế giới, đem nhiều hơn Khải Huyền vào các ngôn ngữ đã được bắt đầu dịch và giới thiệu thêm các ngôn ngữ mới. Theo thời gian, chúng tôi cũng tìm cách cải thiện chất lượng của các bản dịch này. Vẫn còn rất nhiều việc phải làm.

Câu Chuyện của Sứ Giả

Marshall Vian Summers là Sứ Giả cho Thông Điệp Mới từ Chúa. Trong hơn ba thập kỷ, ông là người nhận lãnh Khải Huyền Thánh Linh được ban để chuẩn bị nhân loại cho những thay đổi vĩ đại về môi trường, xã hội và kinh tế đang đến với thế giới cũng như cho sự chạm trán của nhân loại với sự sống thông minh trong vũ trụ.

Năm 1982, ở tuổi 33, Marshall Vian Summers được gọi đến vùng sa mạc phía Tây Nam nước Mỹ, nơi ông có cuộc gặp gỡ trực tiếp với Sự Hiện Diện của Thiên Thần mà đã hướng dẫn và chuẩn bị ông cho vai trò và tiếng gọi trong tương lai của ông. Cuộc gặp gỡ này đã thay đổi vĩnh viễn hướng đi cuộc đời ông và đã khai tâm ông vào một mối quan hệ sâu sắc hơn với Hội Đồng Thiên Thần (Angelic Assembly), đòi hỏi rằng ông giao phó cuộc đời mình cho Chúa. Điều này đã bắt đầu một quá trình lâu dài và bí ẩn của việc nhận lãnh Thông Điệp Mới của Chúa cho nhân loại.

Theo sau sự khai tâm bí ẩn này, ông ấy đã nhận lãnh những khải huyền đầu tiên của Thông Điệp Mới từ Chúa. Trong nhiều thập kỷ kể từ đó, một Khải Huyền rộng lớn cho nhân loại đã được mở ra, đôi khi chậm rãi và đôi khi như những dòng lũ lớn. Trong suốt những năm dài này, ông đã phải tiến bước với sự hỗ trợ của chỉ số ít cá nhân, không biết Khải Huyền đang phát triển này có ý nghĩa gì và cuối cùng nó sẽ dẫn đến đâu.

Sứ Giả đã đi một con đường dài và khó khăn để nhận lãnh và trình bày Khải Huyền lớn nhất từng được ban cho gia đình loài người. Ngay cả hôm nay, Tiếng Nói của Khải Huyền vẫn tiếp tục nói thông qua ông khi ông đối mặt với thử thách lớn lao của việc mang Tân Khải Huyền của Chúa đến cho một thế giới đầy rắc rối và xung đột.

Đọc thêm về cuộc đời và câu chuyện của Sứ Giả Marshall Vian Summers: www.newmessage.org/vi/about/about-marshall-vian-summers

Đọc và nghe khải huyền gốc Câu Chuyện về Sứ Giả: www.newmessage.org/vi/the-message/volume-1/new-messenger/the-story-of-the-messenger

Hãy lắng nghe và xem những bài giảng của Sứ Giả trên thế giới (bằng tiếng Anh): www.marshallsummers.com

Tiếng Nói của Khải Huyền

Lần đầu tiên trong lịch sử, bạn có thể nghe được Tiếng Nói của Khải Huyền, một Tiếng Nói đã nói với các nhà tiên tri và Sứ Giả trong quá khứ và bây giờ đang một lần nữa nói thông qua một Sứ Giả mới đang ở trong thế giới hôm nay.

Tiếng Nói của Khải Huyền không phải là tiếng nói của một cá nhân, mà là tiếng nói của toàn thể Hội Đồng Thiên Thần cùng nhau nói, tất cả như một. Ở đây Chúa giao tiếp vượt ra ngoài lời nói với Hội Đồng Thiên Thần, những người sau đó dịch Thông Điệp của Chúa thành lời nói và ngôn ngữ của loài người mà chúng ta có thể hiểu được.

Những khải huyền của quyển sách này ban đầu được nói theo cách này bởi Tiếng Nói của Khải Huyền thông qua Sứ Giả Marshall Vian Summers. Quá trình Khải Huyền Thánh Linh này đã diễn ra kể từ năm 1982.

Khải Huyền vẫn tiếp diễn cho đến ngày hôm nay.

Hãy nghe bản ghi âm gốc của Tiếng Nói của Khải Huyền, mà là Nguồn của văn bản trong quyển sách này và trong toàn bộ Thông Điệp Mới: www.newmessage.org/vi/the-message

Tìm hiểu thêm về Tiếng Nói của Khải Huyền, nó là gì và nó nói như thế nào thông qua Sứ Giả: www.newmessage.org/vi/the-message/volume-1/the-time-of-revelation/the-voice-of-the-revelation

Về Hội Thông Điệp Mới

Được thành lập vào năm 1992 bởi Marshall Vian Summers, Hội Thông điệp Mới từ Chúa (The Society for the New Message from God) là một tổ chức phi lợi nhuận 501(c)(3) được hỗ trợ bởi độc giả và học sinh của Thông Điệp Mới.

Sứ mệnh của Hội là để cung cấp học vấn và quá trình chuẩn bị cho sự trỗi lên của nhân loại vào trong Cộng Đồng Vĩ Đại (Greater Community)—vũ trụ rộng lớn hơn của sự sống thông minh nơi chúng ta vẫn luôn sống—và để mở rộng nhận thức và trí thông minh của con người để biến điều này thành hiện thực.

Với mục đích này, Hội nỗ lực đưa con người đến với con đường trong Con Đường Tri Thức (The Way of Knowledge) của Cộng Đồng Vĩ Đại để tiếp cận với tâm trí và trí thông minh tâm linh sâu thẳm bên trong mỗi người được gọi là Tri Thức.

Hội khuyến khích sự kết nối với Tri Thức và Tâm Linh Cộng Đồng Vĩ Đại để mọi người khám phá và mang đến đóng góp của mình cho thế giới tại thời điểm này.

Với sự hỗ trợ của hàng trăm tình nguyện viên, biên dịch viên và nhà tài trợ khắp thế giới, Hội có thể cung cấp sách và giáo lý của Thông Điệp Mới cho mọi người trong hơn 35 ngôn ngữ cũng như cung cấp nhiều dịch vụ miễn phí.

Nếu bạn được truyền cảm hứng bởi quyển sách này và muốn trở thành một phần trong việc mang thông điệp này đến thế giới, chúng tôi khuyến khích bạn tìm hiểu thêm về cách bạn có thể giúp Hội bằng cách truy cập newmessage.org/support (tiếng Anh).

THE SOCIETY FOR THE NEW MESSAGE
Liên hệ với chúng tôi:
P.O. Box 1724 Boulder, CO 80306-1724
(303) 938-8401 (800) 938-3891
011 303 938 84 01 (Quốc tế)
society@newmessage.org
www.newmessage.org/vi

www.marshallsummers.com (tiếng Anh)
www.alliesofhumanity.org/vi
www.newknowledgelibrary.org (tiếng Anh)

Kết nối với chúng tôi:
www.youtube.com/thenewmessagefromgod (tiếng Anh)
www.youtube.com/@ThongDiepMoituChua
www.facebook.com/newmessagefromgod (tiếng Anh)
www.youtube.com/marshallviansummers (tiếng Anh)
www.facebook.com/marshallsummers (tiếng Anh)
www.facebook.com/ThongDiepMoiTuChua
www.twitter.com/godsnewmessage (tiếng Anh)

Hãy quyên góp để hỗ trợ Hội và tham gia cộng đồng những người quyên góp đang giúp đưa Thông Điệp Mới đến với thế giới:
www.newmessage.org/donate (tiếng Anh)

Các Quyển Sách của Thông Điệp Mới

God Has Spoken Again
(Chúa Đã Lại Lên Tiếng)

The One God
(Một Chúa)

The New Messenger
(Sứ Giả Mới)

The Greater Community
(Cộng Đồng Vĩ Đại)

The Power of Knowledge
(Quyền Lực của Tri Thức)

The Journey to a New Life
(Hành Trình đến một Cuộc Sống Mới)

The New World
(Thế Giới Mới)

The Pure Religion
(Tôn Giáo Tinh Khiết)

Preparing for the Greater Community
(Chuẩn Bị cho Cộng Đồng Vĩ Đại)

The Worldwide Community of the New Message from God
(Cộng Đồng Toàn Cầu của Thông Điệp Mới từ Chúa)

Steps to Knowledge
(Những Bước Đi đến Tri Thức)

Living The Way of Knowledge
(Sống theo Con Đường của Tri Thức)

Greater Community Spirituality
(Tâm Linh Cộng Đồng Vĩ Đại)

Relationships and Higher Purpose
(Mối Quan Hệ và Mục Đích Cao Cả)

Life in the Universe
(Cuộc Sống trong Vũ Trụ)

The Great Waves of Change
(Những Đợt Sóng Vĩ Đại của Đổi Thay)

Wisdom from the Greater Community Books One and Two
(Minh Triết từ Cộng Đồng Vĩ Đại Tập Một và Hai)

Secrets of Heaven
(Bí Mật của Thiên Đàng)

www.ingramcontent.com/pod-product-compliance
Lightning Source LLC
Chambersburg PA
CBHW020629230426
43665CB00008B/101